मी आता धावतो आहे, त्याबद्दल मी ची [illegible] आभारी आहे. मी माझ्या तंत्रात सातत्याने सुधारणा करतो आहे आणि प्रति मैल ९० सेकंद या गतीने सहजतेने धावतो आहे. याचा मला ट्रायथलॉनमध्ये खूपच आश्चर्यकारकरीत्या उपयोग होतो आहे. पुन्हा एकदा आभार. मला इतर कित्येक धावपटूंनी ची रनिंगविषयी सांगितले होते. ची रनिंग हे खरोखरच एक महान तंत्र आहे.

एम. ए. ए. टी. सी.
'टांबा बे बकानिअर्स'
या ॲथलेटिक सेंटरचे प्रमुख.

धावणे हा वेगळा क्रीडाप्रकार आहे. बरेच लोक टेनिस किंवा गोल्फ यांसारखे खेळ खेळतात. तिथे त्यांना खेळाविषयीचे काही धडे शिकता येतात, पण कोणताही धावपटू फक्त धावत असतो. त्याला त्याच्या फॉर्मविषयी कोणत्याही टिप्स किंवा सूचना मिळत नाहीत. पण दुखापती करून न घेता कसे धावावे, याविषयी माझ्यासारख्या हजारो धावपटूंना या पुस्तकामुळे अत्यंत मौलिक मार्गदर्शन मिळाले आहे, याविषयी माझी खात्री आहे. तुम्ही सांगितलेली तत्त्वे अंगीकारण्यास अत्यंत सोपी आहेत. शिवाय या तंत्रामुळे धावपटूंच्या वेदना किती तरी पटींनी कमी होत आहेत. टेकडीवर चढणे आणि उतरणे या प्रकारासाठी तर आधी माझी खूपच ऊर्जा वाया जात असे. पण आता मी ते सहजतेने करू शकतो.

–टोनी कुकुझ्झेला, एम. डी.

योग प्रशिक्षक आणि 'न्यूयॉर्क रोड रनर्स'चा कल्याण संचालक म्हणून कित्येक धावपटूंच्या दुखापती मी जवळून पाहिल्या आहेत. सांधे आखडणे, घट्ट होणे आणि दुखापती होणे हे प्रकार घडलेले मी नेहमीच पाहिले आहेत. पाय बळकट करणे आणि कित्येक मैल धावण्याचा सराव करणे यामुळेच उत्तम कामगिरी करता येईल, असे धावपटू समजतात; त्या वेळी हे घडते, हे उघडच आहे. डॅनी ड्रेयर यांनी दूरदृष्टीने केलेल्या लिखाणामुळे हे सगळे बदलून जात आहे. त्यांनी तयार केलेले धावण्याचे वैशिष्ट्यपूर्ण कार्यक्रम म्हणजे श्रम व दुखापतीविना धावण्यासाठीचा संपूर्ण नवा मार्ग आहे.

–बेरील बेंडर बर्च, 'पॉवर योगा' या पुस्तकाचे लेखक.

क्रीडाप्रकाराशी संबंधित साहित्य मी कमी प्रमाणात वाचतो. पण ची रनिंग मी वाचायला घेतले आणि त्याच्यातील प्रचंड प्रमाणात ठासून भरलेल्या माहितीने अत्यंत प्रभावित झालो. माझ्या धावण्यात सुधारणा करण्यासाठी आवश्यक असलेल्या माहितीवर मी खुणा करून ठेवत होतो. पण नंतर माझ्या लक्षात आले, की जवळजवळ प्रत्येक पानावरच मला खुणा कराव्या लागत होत्या. त्याच वेळी माझ्या लक्षात आले की, माझ्या हातात एक विस्मयजनक आणि क्रांतिकारक पुस्तक आले आहे. या दशकातील धावपटूंना हे पुस्तक योग्य मार्गदर्शन करत आहे. तुम्ही धावण्याच्या प्रकारातील आणखी काही रहस्ये नक्कीच शोधून काढाल आणि आपला अनुभव आणखी समृद्ध करत जाल, याविषयी मला खात्री आहे.

— टोबी टान्सर, मॅरेथॉन धावपटू. 'ट्रेन हार्ड, विन इझी' या पुस्तकाचे लेखक, 'न्यूयॉर्क रोड रनर्स'चे संचालक.

राष्ट्रीय स्तरावरचा धावपटू म्हणून काही देशांच्या उत्तम मार्गदर्शकांकडून प्रशिक्षण घेण्याचा योग मला आला. पण मला आधी जे अजिबात माहिती नव्हते, असे काही तरी डॅनीकडे आहे. माझ्या संघासाठी आणि स्वत:च्या धावण्यासंदर्भात मी माझे मन सुदैवाने खुले ठेवले आहे. पहिल्या तीन पातळ्यांवरच्या माझ्या धावपटूंनाच नव्हे; तर मलाही या पुस्तकाचा मोठाच उपयोग झाला. आम्हा सर्वांच्याच धावण्यात या तंत्राने मोठी सुधारणा झाली. डॅनी यांच्या धावण्याच्या तंत्राने खेळाडूंची सर्वच पातळ्यांवरील कामगिरी सुधारते आणि त्याहून महत्त्वाची गोष्ट म्हणजे, दुखापती होत नाहीत.

— एप्रिल पॉवर्स, ज्येष्ठ मॅरेथॉन धावपटू,
मॅरेथॉन अँड ट्रायथलॉनचे वरिष्ठ प्रशिक्षक,
कित्येक मॅरेथॉन स्पर्धांच्या संघांचे प्रशिक्षक.
कित्येक मॅरेथॉन स्पर्धांमधील विजेते.

ची रनिंगविषयीची उत्तम गोष्ट म्हणजे त्यात खूपच मोठा अर्थ आहे आणि व्यवहारज्ञानाचा वापर करून ते लिहिलेले आहे. आपल्या कोअर स्नायूंच्या सामूहिक ताकदीचा वापर करून धावण्याची कल्पना अत्यंत सोपी आणि नैसर्गिक आहे. धावण्याच्या शैलीत क्रांती घडवून आणणारी ही पद्धत आहे.

— बॅरन बॅप्टिस्ट,
'जर्नी इनटू पॉवर' या पुस्तकाचे लेखक.

या पुस्तकामुळे प्रत्येकालाच धावणे जमू शकेल. या पुस्तकात ठामपणाने सांगितलेल्या मार्गदर्शक सूचना जादूई आहेत. तुमच्या पडणाऱ्या प्रत्येक पावलासाठी त्यांचा तुम्हाला उपयोग होत राहील. आता तुमचे धावणे एखाद्या खेळासारखे बनेल. उर्जेने ओतप्रोत अन् विनाश्रमाचे. तुम्ही या तंत्राचा अभ्यास करा. ते वापरा. आजच हे पुस्तक खरेदी करा आणि तुम्हाला हवे तेवढे अंतर सुरक्षितपणे धावा. हे पुस्तक वाचणे ही निव्वळ मौज आहे. धावण्याविषयी मी वाचलेल्या सर्व साहित्यांत अत्यंत उपयुक्त असलेले हे एकमेव पुस्तक आहे. तुम्हाला सदिच्छा!

– जीन काऊच, 'पालो अल्टो, बॅलन्स सेंटर'च्या संचालिका.
'द रनर्स योगा बुक' या पुस्तकाच्या लेखिका.

ची रनिंग हे साधे पण एकमेव उपयुक्त पुस्तक आहे. डॅनी ड्रेयर यांनी धावण्याविषयी या प्रकारे लिहून क्रीडाविश्वात क्रांती घडवली आहे. ताय ची चुआन आणि अॅप्लाईड फिजिक्स यांच्या साह्याने प्राचीन विद्वत्ता वापरून त्यांनी धावण्याची नवीन पद्धती शोधून काढली आहे. पाणी जसे आपल्या मुलायम प्रवाहानेसुद्धा खडकाचे कठीण कवच फोडून धबधब्याच्या रूपाने बाहेर पडते; त्याप्रमाणे आपल्या कमी श्रमांनी, हळुवार हालचालींनी धावपटूंनी आपल्या धावण्यात हव्या त्या कठीण वाटणाऱ्या सुधारणा कशा घडवून आणाव्यात याचे हृद्य मार्गदर्शन या पुस्तकात डॅनी यांनी केले आहे. आपली ढब सुधारणे, दीर्घकाळ धावणे याविषयी डॅनी यांनी प्रभावीपणे लिहिले आहे.

– हॅरिएट बेनफिल्ड आणि एफ्रेम कोर्नगोल्ड,
'बिट्विन हेवन अँड अर्थ : अ गाईड टू चायनीज मेडिसिन'
या पुस्तकाचे लेखक.

डॅनी ड्रेयर आणि ची रनिंग या दोहोंमुळे मला एक मौल्यवान भेट मिळाली आहे. दुखापतीमुळे मी दहा वर्षे धावू शकत नव्हतो. पण बावन्नाव्या वर्षी पुन्हा एकदा मला आनंदाने भारल्यासारखे झाले आहे, कारण आता मी शावानगुंक पर्वतराजीमध्ये दुखापतीशिवाय मुक्तपणे धावू शकतो. मी चालतानाही ऊर्जेचा माफक वापर करतो. अत्यंत प्रवाही ऊर्जेवर मन एकाग्र करतो. त्यामुळे माझ्या पोहण्यातही मोठी सुधारणा झाली आहे. ज्यांना पाय आहेत आणि त्यांचा उपयोग आपले आरोग्य व समाधान यासाठी करण्याची इच्छा आहे, त्यांच्यासाठी ची रनिंग हा एक खजिना आहे.

– टेरी लाफलिन, 'टोटल इमर्शन' या पुस्तकाचे लेखक

पाठीच्या दुखापतीमुळे मी गेली पाच वर्षे धावू शकत नव्हतो. ची रनिंगमुळे मी धावण्यासाठी पुन्हा एकदा घराबाहेर पडलो. ज्यांना दुखापती करून न घेता धावायचे आहे, अशा कोणालाही मी याच पुस्तकाची शिफारस करेन.

– जॅक नेलिगन, एम. डी., स्टॅनफोर्ड युनिव्हर्सिटी.
ऑर्थोपेडिक सर्जन, चारशे मीटर शर्यतीतील विक्रमवीर.

काही तत्त्वांचा धावताना सराव करण्याचा ची रनिंग हा महान मार्ग आहे. डॅनीच्या ची रनिंगच्या तंत्रांमुळे आपल्या केंद्रस्थानापासून काम करून प्रवाही हालचाली करता येतात. फक्त पायांच्या स्नायूंकडून काम करवून घेण्यापेक्षा गुरुत्वाकर्षण शक्तीला आपला मित्र बनवण्याची डॅनी यांची संकल्पना कौतुकास्पद आणि उपयुक्त आहे. त्यामुळे आपण सक्षमपणे हालचाली करू शकतो. पायलेट्सच्या तत्त्वांशी ची रनिंगच्या तत्त्वांचे विलक्षण साम्य आहे. निरोगीपणे धावण्याच्या या स्पष्ट संकल्पनांमुळे मी सर्वांनाच या पुस्तकाची शिफारस करते आहे. हे पुस्तक वाचून निरोगी राहण्याचा आनंद मिळवा.

–सँड्रा स्वीट, 'पायलेट्स'ची लेखिका.

'क्रीडाप्रकारांत ताओविषयी जागरूकता निर्माण करणारे हे आणखी एक पुस्तक आहे. या पुस्तकात ताओंच्या विद्वत्तेशी साधर्म्य असलेले तत्त्वज्ञान आहे. 'वेई वु वेई' म्हणजे 'काहीही न करता करणे' या तत्त्वाशी त्याचे साधर्म्य आहे. विनासायास धावण्याचा संबंध लेखकाने जगण्याशीही जोडला आहे, ही खरी आनंदाची बाब आहे.

–चुंगलियांग अल् हुआंग, लिव्हिंग ताओ फाउंडेशनचे अध्यक्ष,
'थिंकिंग बॉडी, डान्सिंग माइंड' या पुस्तकाचे सहलेखक,
'एम्ब्रेस टायगर', 'रिटर्न टू माऊंटन' आणि
'ताय जी' या पुस्तकांचे लेखक.

गेली २१ वर्षे मी धावण्याच्या दुखापतींवर उपचार करतो आहे. हजारो मुलांना मी तपासलेले आहे. त्यामुळे धावण्याच्या दुखापतींविषयी आपल्याला सारे काही ठाऊक आहे, असा माझा गैरसमज झाला होता. त्यानंतर माझ्याकडे एक रुग्ण आला. ची रनिंगचे प्रशिक्षण घेतल्यानंतर तो आला होता आणि एकदम वेगळाच दिसत होता. त्याच्यातील सुधारणा विस्मयजनक होती. त्यानंतर मी माझ्या कित्येक रुग्णांना ची रनिंगकडे वळण्याचा सल्ला दिला. या तंत्राने दुखापती कमी होतात आणि कोणताही धावपटू या तंत्राच्या साह्याने आपल्या धावण्यात लक्षणीय सुधारणा

घडवून आणू शकतो.

–डेव्हिड आर. हॅन्नाफोर्ड, एम. डी., बालरोगतज्ज्ञ.

डॅनी यांनी धावण्याच्या सरावाचा 'ची'च्या तत्त्वज्ञानाशी सुंदर मेळ साधला आहे. त्यांची पद्धती अनुसरणाऱ्या लोकांना धावण्याच्या तणावरहीत आणि कौशल्यपूर्ण डौलदार मार्गाचा लाभ होईल. तसेच त्यांचे जीवनही तेवढेच सुंदर बनेल.

– मेरिलिन टॅम, 'हाऊ टू यूज व्हॉट यू हॅव गॉट टू गेट व्हॉट यू वॉट' या पुस्तकाच्या लेखिका. रिबॉक ॲपरल ॲंड रिटेल ग्रुपच्या माजी अध्यक्षा.

'लर्न टू रन', 'सेव्ह अ लाईफ ट्रेनिंग प्रोग्राम' या आमच्या कार्यक्रमांचा विचार केला, तर ची रनिंग हे खूपच वैशिष्ट्यपूर्ण आहे. नवोदित आणि अनुभवी धावपटूंनाही सक्षम जैवतांत्रिकतेतून दुखापतींना प्रतिबंध करण्याच्या तंत्राचा लाभ या पुस्तकामुळे होईल.

–जेफ शापिरो, एम. डी. 'ऑर्गन्स 'आर' अस'च्या कार्यकारी संचालिका, 'प्रोव्हिडियन रिले'च्या संचालिका

टायगर वूड्स, बॅरी बॉंड्स किंवा पॉला रॅडक्लिफ यांना इतरांहून वेगळे ठरवणाऱ्या किती तरी गोष्टी आहेत. 'कमी हेच जास्त आहे', (कमी ऊर्जेत जास्तीत जास्त काम) हे ठसविण्यास ते उत्तमरीत्या शिकले आहेत. त्यांना खूप चांगले प्रशिक्षकही लाभले आहेत. या पुस्तकातून डॅनी ड्रेयर आपल्या सर्वांचेच गुरू आणि प्रशिक्षक बनले आहेत. धावण्याच्या सर्वोच्च अनुभवाची गुरुकिल्ली त्यांनी आपल्या हाती सुपूर्द केली आहे. मला माहिती असलेल्या मार्गदर्शकांमध्ये डॅनी हे सर्वाधिक बुद्धिमान आणि उदार मार्गदर्शक आहेत. तुम्हाला जर वैयक्तिकरीत्या त्यांच्याकडून प्रशिक्षण घेणे शक्य नसेल, तर तुम्ही या पुस्तकाच्या माध्यमातून ते मिळवू शकता. तो एक उत्तम मार्ग आहे.

–डेव्हिड डैगन, सॅन फ्रान्सिस्को रोड रनर्स क्लबचे प्रशिक्षक, एएफएम इन्कॉर्पोरेशनचे मुख्य कार्यकारी अधिकारी, ४५ वर्षांहून अधिक काळ धावपटू म्हणून कारकीर्द.

आज प्रथमच ची रनिंगची सर्व तत्त्वे मी माझ्या धावण्यात वापरू शकलो, हे मी तुम्हाला सांगू इच्छितो. धावत असताना मला किती आरामशीर आणि भरपूर ताकद असल्यासारखे वाटत होते, याचे मला खरोखरच आश्चर्य वाटते आहे. माझे

धावणे कधी संपते आहे, याची नेहमीप्रमाणे मी वाट पाहत नव्हतो आणि मला ऊर्जाभारित झाल्यासारखे वाटत होते. मी पुन्हा एकदा धावण्यासाठी गेलो तेव्हा माझा आनंद गगनात मावत नव्हता, कारण मला धावण्याचे रहस्य समजले आहे. उत्तम धावण्याचे गुप्त शस्त्र मला गवसले आहे, असे मला वाटत होते.

—रिक मुहर, विभागीय प्रशिक्षक, बोस्टन.

मी तुमच्याबरोबर पहिलेच सत्र केले आणि त्यानंतर धावण्याच्या तंत्राच्या दृष्टीने माझी निरंतर वाढ होत गेली. मी तुमच्याकडे जे शिकलो, त्याच्या साह्याने पुन्हा चालू लागलो, पुन्हा धावू लागलो. त्यानंतर माझ्या आयुष्यातही धावण्यातून मला मिळणारा आनंद सातत्याने भरून राहिला.

—डॅरियल डेंटन (वय ५४) सॅन जोझ, कॅलिफोर्निया.

मी हे पुस्तक पुन:पुन्हा वाचले. मी आता असा धावतो आहे , जणु माझ्या ४२ वर्षांच्या कारकिर्दीत धावलोच नव्हतो! त्या प्रकारे . माझ्यासाठी हा एक चमत्कारच आहे. मी आता मॅरेथॉन स्पर्धेत धावण्याचा विचार करतो आहे. याआधी कधीही मी त्याचा विचारही केला नव्हता, कारण मला ते शक्य होईल असे वाटत नव्हते. ची रनिंगने फक्त माझ्या धावण्यावरच मोठा प्रभाव टाकला असे नाही; तर माझ्या सर्वांगीण निरोगीपणावर आणि कामाच्या दिवशीच्या कार्यशक्तीवरही त्याचा मोठाच प्रभाव पडल्याचे मला जाणवते. माझ्या कुटुंबातील काही जण सातत्याने धावण्यास जातात. मी त्यांच्यासाठीही या पुस्तकाच्या प्रती विकत घेतल्या आहेत. त्यांनाही ची रनिंगमुळे माझ्यासारखाच लाभ झाला आहे. मी तुमचा शतश: आभारी आहे. हे पुस्तक म्हणजे एक चमत्कारच आहे.

—डॉ. मार्क ओ' डोनेल (वय ५०)

आयुष्य बदलून टाकणाऱ्या पुस्तकामुळे आणि डीव्हीडीमुळे तुमचे मी आभार मानतो. तुमच्या धावण्याच्या कार्यक्रमामुळे मला खूपच मोठा लाभ झाला आणि माझे आयुष्यच बदलून गेले. मी धावण्याचा अत्यंत तिरस्कार करत होतो. पण आता मला ट्रायथलॉन खूपच आवडते. त्याचबरोबर मला आता धावायला जाणे खूप आवडते. मी धावण्याची उत्सुकतेने वाट पाहत असतो, कारण प्रत्येक वेळी धावताना मला आपल्यावर कोणी तरी कृपा करत आहे, असेच वाटते.

—डीन कार्पेंटर

ज्येष्ठ धावपटूंना प्रोत्साहन देण्याची आणि त्यांना पाठिंबा देण्याची माझी तीव्र इच्छा आहे. मलाही कायमच धावायचे आहे. ६४ हे नव्याने ४६ झाले आहेत, याचे मी जिवंत उदाहरण आहे. आयुष्य चांगले आहे. तुमच्या कामाबद्दल मी तुमचे आभार मानतो. तुमची तज्ज्ञता, तुमच्या स्पष्ट सूचना आणि तुमचे प्रोत्साहन यामुळे मी तुमच्याविषयी कृतज्ञ आहे.

—डॉ. पॉल टिम (वय ६४)

मी एक प्रमाणपत्रधारक ॲथलिट प्रशिक्षक आहे. कित्येक ॲथलिट्सना मी गेल्या तेरा वर्षांहून अधिक काळ दुखापतींसाठी तातडीचे वैद्यकीय आणि ऑर्थोपेडिक उपचार देत आहे. डॅनी यांचे काम सूर्यप्रकाशासारखे स्वच्छ आहे. त्यामुळे आता डॅनी यांच्या पुस्तकामुळे मला माझ्या दैनंदिन कामकाजात किती तरी मदत झाली, असे मी म्हणण्याची गरज आहे का? माझ्या ॲथलिट्सना केवढा तरी लाभ झाला. या तत्त्वांमुळे माझ्या ॲथलिट्सच्या नैराश्याचे रूपांतर उत्साहात आणि यशात झाले आहे. साध्या, सोप्या सूचना असल्यामुळे त्यांना त्या झट्कन समजतात आणि त्या ते तातडीने अमलातही आणू शकतात. या वसंत ऋतूत माझा पन्नासावा वाढदिवस आहे. त्यामुळे सक्रिय धावण्यातून मी बाजूला होणार आहे, हे मला माहिती आहे. पण मजा म्हणून, गंमत म्हणून धावणे माझ्यापासून कोणीही हिरावून घेऊ शकणार नाही; कारण माझ्याकडे आता ची रनिंगचे तंत्र आहे.

—डेल रॉबिन्सन-गर्व्हाइस (वय ५०)
ए. टी. सी.

माझ्या आयुष्यात कधीही मी कोणासाठीही प्रशंसापत्र किंवा शिफारसपत्र लिहिलेले नाही. पण ची रनिंग वाचल्यानंतर मी आजपर्यंत कधीही जेवढ्या गतीने धावले नव्हते, तेवढ्या अधिक गतीने आता धावू शकते. बोस्टन मॅरेथॉनसाठी पात्र ठरण्याचे माझे स्वप्न कित्येक वर्षांनंतर प्रत्यक्षात उतरले आहे. आता मी माझ्यात सुधारणा केली आहे, असे मला सातत्याने वाटत आहे. पण त्याहून महत्त्वाची गोष्ट म्हणजे, आता मी दुखापतरहित धावते आहे. त्यामुळे मी आणखी सुधारणा करेन. डॅनी, तुम्ही तुमचे स्वप्न आमच्यासोबत वाटून घेतले आणि तुमचा शोध सर्व जगासमोर खुला केला, याबद्दल मी तुमची आभारी आहे.

—रँडी हंट (वय ४५)

जुलैमध्ये मी तुमच्या प्रशिक्षण वर्गाच्या तीन सत्रांत प्रशिक्षण घेतले. दुसऱ्या सत्रानंतर मी सॅन फ्रान्सिस्कोमध्ये अर्धमॅरेथॉन स्पर्धेत धावले आणि माझ्या पूर्वीच्या उत्तम वेळेपेक्षा नऊ मिनिटे कमी वेळात स्पर्धा पूर्ण केली. उन्हाळ्यात मी गुडघ्याच्या दुखापतीतून बरी झाले होते. आता मला नी कॅप घालाव्या लागत नाहीत. त्यानंतर मी सिलिकॉन व्हॅली मॅरेथॉन स्पर्धेत धावले. तुमच्या वर्गातून मला जी तंत्रे समजली होती, त्यांचा वापर करून मी धावू शकले आणि संपूर्ण शर्यतभर मला धावताना चालण्याची मध्यंतरे घ्यावी लागली नाहीत. पूर्वीच्या उत्तम वेळेपेक्षा तब्बल ४० मिनिटे कमी वेळात मी ते अंतर पूर्ण केले.

– टेरी रिजवे (वय ३६) सॅन जोस, कॅलिफोर्निया.

डॅनी ड्रेयर यांच्या धावण्याच्या प्रशिक्षण वर्गात मी शिकले आणि ते सारेच क्रांतिकारक ठरले. मी चाळीस वर्षांहून अधिक काळ धावत आहे. माझ्या पन्नाशीत मला गुडघ्यांवर शस्त्रक्रिया करून घ्यावी लागली. त्यामुळे मी धावणे सोडून देण्याच्याच विचारात होते. आता धावण्याची शिक्षा सहन करण्यास माझे शरीर तयार नव्हते. त्यानंतर मी डॅनी ड्रेयर यांच्या कार्यशाळेत प्रशिक्षण घेतले. आता धावणे ही माझ्यासाठी पुन्हा एकदा आनंददायी बाब बनली आहे. आपण प्रौढ बनत जातो, तसे धावण्यामुळे आपल्याला गुडघ्याचा संधिवात आणि कंबरदुखी यांच्या वाढत्या त्रासाला तोंड द्यावेच लागते, अशी माहिती प्रसारमाध्यमांमधून भरभरून येत असते. पण डॅनी यांनी ती माहिती चुकीची असल्याचे सिद्ध केले आहे. यापूर्वी कधीही धावले नव्हते, एवढे दीर्घ अंतर मी आता धावून पार करते. आता मी खड्या, लांबलचक टेकड्यांवर चढू-उतरू शकते. तशीच ट्रॅकवरही धावू शकते. या सर्वांहून महत्त्वाची गोष्ट म्हणजे, या सगळ्यांतून मला खूपच आनंद मिळतो. माझ्या धावण्याचा शेवट वेदनांमध्ये होत नाही. डॅनी यांचा धावण्याचा कार्यक्रम खरोखरच क्रांतिकारक आहे.

–जेरी फ्लेचर (वय ६१), कोर्ट मॅडेरा, कॅलिफोर्निया

आपल्या स्नेहीजनांना पुस्तके भेट द्या

'ची' रनिंग

कमी श्रमात वेदनारहित धावण्याचा क्रांतिकारक दृष्टिकोन

लेखक
डॅनी ड्रेयर आणि कॅथरिन ड्रेयर

अनुवाद
डॉ. मीना शेटे-संभू

मेहता पब्लिशिंग हाऊस

Mehta Publishing House Pvt. Ltd., Pune. 411030
✆ +91 020-24476924 / 24460313 / Mob. No. 9545000513
Email : production@mehtapublishinghouse.com
Website : www.mehtapublishinghouse.com

CHI RUNNING by DANNY DREYER AND KATHERINE DREYER

Translated into Marathi Language by Dr. Meena Shete-Sambhu

ची रनिंग / आरोग्यपर

अनुवाद : डॉ. मीना शेटे-संभू

Email : author@mehtapublishinghouse.com

मराठी अनुवादाचे व प्रकाशनाचे हक्क : मेहता पब्लिशिंग हाऊस प्रा. लि., पुणे ३०.

संस्थापक : सुनील अनिल मेहता

प्रकाशक : मेहता पब्लिशिंग हाऊस प्रा. लि.,
१९४१, सदाशिव पेठ, माडीवाले कॉलनी, पुणे – ४११०३०.

मुद्रक : ट्रिनिटी ॲकॅडमी फॉर कॉर्पोरेट ट्रेनिंग लिमिटेड

मुखपृष्ठ : फाल्गुन ग्राफिक्स

प्रकाशनकाल : मे, २०१३ / पुनर्मुद्रण : जुलै, २०२३

किंमत : ₹ ५९५

P Book ISBN 9788184984859

मार्क कुकुझ्झेला (एम.डी) यांची

प्रस्तावना

वयाच्या तेराव्या वर्षापासून मी धावतो आहे. महाविद्यालयात तर मी अत्यंत प्रभावीपणे धावत असे. आमच्या संघाचे डॉक्टर अत्यंत नावीन्यपूर्ण औषधे तयार करत असत. धावताना होणाऱ्या दुखापतींवर ते ही औषधे वापरत. खरे म्हणजे, त्यामुळेच मला औषधांविषयी स्वारस्य वाटू लागले. त्यांनीच मुलांना पोहण्याच्या तलावांतून प्रथम धावायला लावले. त्यांनी संधिवातावरचे एक औषध आपल्या टोस्टर ओव्हनमध्ये तयार केले होते. धावताना होणाऱ्या दुखापतींवर उपचार करण्यासाठी आणखी चांगल्या पद्धती असल्या पाहिजेत, असे बहुधा त्यांना त्या वेळी वाटले असावे. त्यातूनच ते विविध प्रयोग करत असावेत. त्यांनी स्वत:चा मार्ग त्यातूनच निर्माण केला होता. त्यांच्या विविध औषधांमुळे बऱ्या झालेल्या अनेक धावपटूंमध्ये माजी ऑलिंपिक धावपटू मेरी डेकर स्लॅने हिचाही समावेश आहे. आता धावपटूंवर जलोपचारही केले जातात. फक्त दुखापती झाल्या तरच हे उपचार केले जात नाहीत; तर पाण्याचा वापर आता प्रशिक्षणाचे उपसाधन म्हणून केला जातो. मी महाविद्यालयात असताना स्पर्धांत भाग घेत होतो, त्याला आता वीस वर्षे उलटून गेली आहेत. पण महाविद्यालयात असताना मला धावण्याविषयी जी ओढ वाटत होती. तेवढ्याच

ओढीने आजही मी धावण्याचा विचार करत आहे. कारण माझ्यासह कित्येकांचा ची रनिंगच्या तंत्रामुळे धावपटू म्हणून पुनर्जन्मच झाला आहे.

आपण क्रीडाविषयक औषधांच्या जगात वावरतो आहोत. विश्रांती, बर्फ, स्थैर्य देणारे शूज, स्नायूंना ताण देणे आणि पूर्ववत् सुस्थिती प्राप्त करून देणारी अनेक प्रकारची साधने यांचा वापर करूनच या जगात अद्याप दुखापतींवर उपचार केले जात आहेत. मात्र अशी सर्व प्रकारची काळजी घेऊनही धावपटूंना मोठ्या प्रमाणात दुखापती होत आहेत. कित्येक जणांवर नाइलाजाने 'माजी' धावपटू बनण्याची वेळ येत आहे. धावण्याच्या दुखापतींची मूळ कारणे समूळ नष्ट करण्याऐवजी लक्षणे थांबवून आराम देण्याच्या तत्त्वाचा मोठ्या प्रमाणात वापर केला जात आहे. त्यामुळेच धावणे पूर्णपणे थांबवण्यावर भर दिला जातो. बहुतेक सर्वच दुखापतींची कारणे ची रनिंगमध्ये सापडतात. शिवाय त्यावरचे साधे-सोपे उपायही सापडतात. या दुखापती टाळण्यासाठीचे काही मार्गही या प्रकारात सुचवले जातात. आपल्या धावण्याच्या पद्धतीत बदल घडवून आणून हे केले जाते. हे एक प्रकारचे प्रतिबंधात्मक औषधच आहे. त्यामुळेच आपण सर्वांनीच तिकडे वळले पाहिजे. दुखापती होणे आणि त्यांच्यातून बरे होणे, त्यानंतर पुन्हा दुखापती आणि पुन्हा बरे होणे अशा प्रकारच्या दुष्टचक्रातून मीसुद्धा गेलो आहे. माझ्या दोन्ही पावलांत तरुणपणी मला प्रचंड वेदना होत होत्या. त्याच्यातूनच तीव्र संधिवातामुळे माझ्या दोन्ही पावलांवर शस्त्रक्रिया करावी लागली. त्यानंतर झालेल्या बदलांमुळे माझी पावले मी वाकवू शकत नाही. मला वाटले होते की, माझे धावण्याचे दिवस आता संपले आहेत. अस्थिरोगतज्ज्ञ डॉक्टरांनीही मला तसेच सुचवले होते. मग मी दुसरे काही करू शकणार होतो का? 'छे! त्याचा विचारसुद्धा नको,' असे मला डॉक्टरांनी बजावले होते. शिवाय मलाही धावण्याखेरीज इतर कोणताही क्रीडाप्रकार एवढा सुखद आणि सोईस्कर वाटत नव्हता.

त्यानंतर सन २००५ च्या डिसेंबर महिन्यात मी 'संडे वॉशिंग्टन पोस्ट'मध्ये ची रनिंगवरचा लेख वाचला. तो छोटासा लेख खूपच प्रभावी होता आणि त्यामुळेच मी पुस्तक विकत घेतले. दुखापतीविरहित धावण्याचा आनंद मला या पुस्तकामुळे गवसला. मी कित्येक वर्षे हे स्वप्न पाहत होतो. वाचता-वाचताच ही पद्धत माझ्या डोळ्यांसमोर साकारही होत होती.

मी ची रनिंग शिकू लागल्यावर माझ्या धावण्यात कसेकसे बदल होत गेले, ते तुम्हाला खालील माहितीवरून समजेल. (त्याच वर्षी मी माझी चाळिशीही पार केली होती.)

- २९९६ बोस्टन मॅरेथॉन (एप्रिल) : एकूण धावपटूंमध्ये मी ५३ वा आलो होतो.
- २००६ ओटावा मॅरेथॉन (मे) : एकूण धावपटूंमध्ये मी आठवा आलो होतो.
- २००६ एअर फोर्स मॅरेथॉन (सप्टेंबर) : एकूण धावपटूंमध्ये मी पहिला आलो होतो.

- २००६ मरिन कॉर्प्स मॅरेथॉन (ऑक्टोबर) : एकूण धावपटूंमध्ये अकरावा आलो होतो. प्रथमच मास्टर किताब मिळाला होता.

मी सहा महिन्यांच्या कालावधीत चार मॅरेथॉन शर्यतींमध्ये धावलो होतो. प्रत्येक शर्यतीत मला आरामशीरपणे धावता आले. शिवाय त्यानंतर दुखापतीच झालेल्या नसल्यामुळे त्या दूर करण्यासाठी उपचार घेणे आणि वेळ गमावणे या दोन्ही गोष्टी मला कराव्या लागल्या नाहीत. याचाच अर्थ, या तंत्रात काही तरी खास होतेच होते. मी तरुणपणीही एवढ्या सक्षमपणे धावू शकलो नव्हतो.

फॉर्मवर लक्ष केंद्रित करण्यातील सौंदर्य म्हणजे त्यातून आपल्या सर्वांचाच विकास होत जातो. आपल्यात सुधारणा होत जातात. आपल्यापैकी कोणाकडेही धावण्याचा परिपूर्ण फॉर्म नसतो. मात्र ची रनिंगचे तंत्र वापरणाऱ्या विविध पातळ्यांवरच्या कित्येक धावपटूंकडून मी त्यांना मिळालेल्या थक्क करणाऱ्या फलिताविषयी ऐकले आहे.

सन २००८ च्या ऑक्टोबरमध्ये ची रनिंगच्या प्रशिक्षकांसाठीच्या चार दिवसांच्या कार्यशाळेला उपस्थित राहण्याची संधी मला लाभली होती. या अभ्यासक्रमामुळे ची रनिंगच्या माझ्या अध्ययनात चांगलीच वाढ झाली. सन २००८ चा धावण्याचा मोसम माझ्यासाठी चांगलाच यशदायी ठरला. पण त्याहूनही आणखी महत्त्वाची गोष्ट म्हणजे इतरांना ची रनिंग शिकवून त्यांच्या अधिक उपयोगी कसे पडावे, हे मी शिकलो.

या तंत्रामुळे मला धावण्याचा आस्वाद दीर्घकाळ घेण्याची संधी मिळाली आहे. धावणे सहजसुलभ आणि दुखापतीविरहितही बनले. आता मी कायमच धावू शकेन, असा आत्मविश्वास या तंत्रामुळे माझ्या मनात निर्माण झाला आहे. कोणताही खेळाडू भौतिकशास्त्र आणि जैवतंत्रज्ञान यांच्यातील तत्त्वांचा वापर करून आपल्या धावण्याच्या तंत्रात सुधारणा करू शकतो. ची रनिंग या तत्त्वांवरच आधारित आहे. 'वेदना नाहीत, तर लाभही नाही,' हे तत्त्व आता इतिहासजमा झाले आहे. ची रनिंगचे तत्त्व आहे— 'वेदना नाहीत, कृतज्ञ आहोत.'

मार्क कुकुइझेला (एम.डी)
एफएएएफपी
'फॅमिली मेडिसिन' विषयाचे सहअध्यापक,
वेस्ट व्हर्जिनिया युनिव्हर्सिटी,
यू.एस. एअर फोर्स रिझर्व्हचे लेफ्टनंट कर्नल

'ची रनिंग' विषयी

ची रनिंगची पहिली आवृत्ती प्रकाशित झाल्यावर सुमारे दोन लाख प्रती उत्तर अमेरिकेत हातोहात खपल्या. त्यांची पाच भाषांत भाषांतरे झाली आणि अनेक देशांमध्ये या पुस्तकाला लोकप्रियता मिळाली.

सर्वांत महत्त्वाची गोष्ट म्हणजे हजारो, धावपटूंना दुखापती आणि वेदना यांच्यापासून मुक्तता मिळण्यासाठी त्याचा उपयोग झाला. दुखापतींमधून बाहेर पडून पुन्हा एकदा धावण्याचा आनंद लुटण्याची संधी त्यांना मिळाली. ज्या नवोदित धावपटूंनी धावणे हा आपला प्रांतच नाही, म्हणून धावणे सोडून दिले होते; त्यांना थोडा सराव केला, तर धावणे आपल्याही आवाक्यातील आहे, हे लक्षात आले आणि ते पुन्हा एकदा धावण्याकडे वळले. यश आणि उत्साह यांच्या साह्याने पराभव आणि दु:ख यांची हकालपट्टी झाली. काही प्रौढ धावपटूंनी धावणे सोडून देण्याचा निर्णय घेतला होता, त्यांना त्यांचे धावणे पुन्हा सुरू ठेवता आले. यशस्वी ॲथलिट्सना आपल्या धावण्यात नवीन गती आणि सहजता आणता आली. ट्रायॲथलिट्सनाही ची रनिंगचे तंत्र उपयुक्त ठरले. अनेक डॉक्टर, चिरोप्रॅक्टर्स, फिजिकल थेरपिस्ट व प्रशिक्षक यांना हे तंत्र आवडले आणि त्यांनी आपापल्या विद्यार्थ्यांना या तंत्राची शिफारस केली.

सध्या आमच्याकडे शंभराहून अधिक प्रमाणपत्रधारक प्रशिक्षक आहेत. संपूर्ण

अमेरिका आणि इतर अनेक देशांत ते ची रनिंगवरच्या कार्यशाळा घेतात. आमच्या वेबसाईटवरही तुम्हाला आपल्या अगदी जवळ आमचा एक प्रशिक्षक असल्याचे आढळेल.

लोकांकडून आलेल्या पत्रांएवढे समाधान आम्हाला इतर कोणत्याही गोष्टीतून मिळाले नाही. सगळीच पत्रे प्रकाशित करायचे ठरवले, त्यासाठी एक स्वतंत्र पुस्तकच लिहावे लागेल. त्यांच्यापैकी काही अलीकडेच आलेली पत्रे तुम्हाला आमच्या वेबसाईटवर वाचता येतील. लोकांच्या धावण्याच्या पद्धतीत क्रांतिकारक बदल घडवून आणण्यासाठी ची रनिंगचे तंत्र ज्यांनी-ज्यांनी उपयोगात आणले, त्या सर्वांबाबत आम्ही कृतज्ञ आहोत. आमच्या एका आवडत्या विद्यार्थिनीने अगदी अलीकडेच पाठवलेले एक पत्र मी इथे देत आहे.

> 'मी गेली अडीच वर्षे ची रनिंग शिकते आहे. त्यामुळे धावपटू म्हणून माझे आयुष्यच बदलून गेले आहे. स्नायू सैलावले जाण्याची आणि विसावा मिळण्याची, तसेच ची शरीरभर प्रवाहत असल्याची भावना विलक्षण आहे. मी जमिनीवरून धावत असताना तुमच्या पुस्तकातील प्रत्येक गोष्ट अमलात आणण्याचा प्रयत्न करते. तुमच्या पुस्तकातील पहिल्या प्रकरणात तुम्ही जमिनीवर पावलाने कसा आघात करावा याची थोडक्यात माहिती दिली आहे. त्यानुसार माझ्या चवड्यांच्या बाहेरच्या भागावर एक-तृतीयांश, आतील भागावर एक-तृतीयांश आणि उर्वरित एक-तृतीयांश भाग माझ्या टाचांवर अशा प्रकारे मी पावलाचा आघात करते. प्रत्येक पाऊल दुसऱ्यांदा टाकलेल्या पावलाएवढ्याच दाबाने खाली टेकले जाते आणि त्याचा जमिनीशी तेवढाच काळ संपर्क राहतो. माझी ढब एका रेषेत असते. माझी पावले सरळ असतात आणि माझी ढब परिपूर्ण राहते. त्यामुळे माझी पावले जमिनीशी संपर्क साधत सुंदर संगीताची निर्मिती करतात आणि त्यातूनच मला ध्यानाच्या प्रसन्नतेचाही लाभ होतो.'
>
> –जो मिलर

मला हे पत्र कवितेसारखे वाटते आणि त्याच्यात ची रनिंगचा मूलभूत अर्थ पुरेपूर भरल्याचेही दिसते. सन २००७ च्या डिसेंबरमध्ये आम्ही पश्चिम व्हर्जिनिया युनिव्हर्सिटी आणि डॉ. मार्क कुकुझेला या फॅमिली डॉक्टरबरोबर एक सर्वेक्षण केले. डॉ. कुकुझेला हे मॅरेथॉन स्पर्धेतील धावपटूही आहेत. आम्ही या सर्वेक्षणासाठी ची रनिंगच्या २५ हजार धावपटूंची निवड केली. त्यांच्यापैकी अडीच हजार जणांनी

त्याला प्रतिसाद दिला. त्यावरून आमच्या हाती आलेले निष्कर्ष मी खाली देत आहे.

- ९५ टक्के लोकांनी आपल्या धावण्यातील सहजतेत सुधारणा झाल्याचे सांगितले.
- ९१ टक्के लोकांनी धावताना होणाऱ्या दुखापतींना ची रनिंगमुळे प्रतिबंध झाल्याचे सांगितले.
- ९० टक्के लोकांनी ची रनिंगमुळे त्यांच्या धावण्याच्या पद्धतीत सुधारणा झाल्याचे सांगितले.
- ६१ टक्के लोकांनी आपण पाऊल जमिनीवर टेकवताना टाचांनी आघात करत होतो, असे सांगितले. ची रनिंग शिकल्यानंतर आपण पावलाच्या मध्य भागाने आघात करू लागल्याचे ७१ टक्के जणांनी सांगितले.
- ६० टक्के लोकांनी महिन्याहून कमी कालावधीत आपल्या धावण्याच्या तंत्रात लक्षणीय सुधारणा करता आल्याचे सांगितले, तर ३१ टक्के लोकांनी आपण त्या सुधारणा तातडीने केल्याचे सांगितले.
- ५४ टक्के लोकांना खूप आधी दुखापती झाल्या होत्या. ८८ टक्के लोकांना नुकत्याच दुखापती झाल्या होत्या. त्यांच्यातून बाहेर पडण्यासाठी ची रनिंगने आपल्याला मदत केल्याचे त्यांनी सांगितले.
- ४५ टक्के लोकांनी सांगितले की, ची रनिंग शिकण्याआधी त्यांना धावण्याने अत्यंत श्रम होत होते. ची रनिंगच्या सरावाने ते दूर झाल्याचे त्यांनी सांगितले. पाच टक्क्यांहून कमी लोकांना ची रनिंगचा सराव केल्यावर धावण्याच्या श्रमात वाढ झाल्याचे आढळले.
- ६९ टक्के लोकांनी ची रनिंगमुळे आपली गती वाढल्याचे सांगितले.
- दुखापती झाल्यामुळे धावता न येण्याच्या दिवसांमध्ये लक्षणीय घट झाल्याचे बहुतेक सर्वांनीच सांगितले. ची रनिंगपूर्वी ४० टक्के लोकांना महिन्यातील दहा दिवस दुखापतींमुळे धावता येत नव्हते. ची रनिंगचे तंत्र शिकल्यानंतर त्याचे प्रमाण १२ टक्क्यांहून कमी झाले. ची रनिंगचे तंत्र शिकण्याआधी ३१ टक्के लोक आपल्या धावण्यात सातत्य राखून होते. त्यांचे धावण्याच्या सरावाचे दिवस दुखापतींमुळे कमी होत नव्हते, तर ६१ टक्के लोकांना आपले धावण्याच्या सरावाचे दिवस कमी करावे लागत होते. ची रनिंगमुळे आता ते सर्वच्या सर्व दिवस धावू शकतात.
- ९१ टक्के लोकांनी आपण ची रनिंगची इतरांना शिफारस करू, असे सांगितले.

ची रनिंगचे तंत्र आणि जैवतांत्रिक बाबी याविषयीचे आणखीही काही संशोधन सुरू असून लवकरच ते पूर्णत्वाला येईल.

हे तंत्र शिकण्यासाठी आपल्या विद्यार्थ्यांना कशी मदत करावी, हे आम्हालाही या सर्वेक्षणातून शिकता आले. त्या दृष्टीने आम्ही पुस्तकात सुधारणा केली आहे.

ऊर्जेचा प्रवाह वाहता राहण्यासाठी अनुकूल वातावरणनिर्मिती करणे

सुलभतेने, सहजपणे, दुखापतविरहित आणि अधिक सक्षमरीत्या धावता येण्यासाठी अनुकूल वातावरणनिर्मिती करणे म्हणजेच ची रनिंग होय. आपल्या कामाच्या प्रत्येक भागात, शिकवण्यात आणि अगदी जीवनातही ऊर्जेचा प्रवाह उत्तम प्रकारे वाहता राहण्याची गरज असते, हे आमच्या लक्षात आले आहे. इतर कोणत्याही गोष्टीपेक्षा ही गोष्ट अधिक महत्त्वाची असते. तुम्ही जर योग्य वातावरणनिर्मिती केली, तर बाकीच्या गोष्टी सुलभतेने घडतात. ची रनिंगमध्ये तुमच्या शरीराची ढब व्यवस्थित ठेवणे ही प्राथमिक गोष्ट असते. तुमची ढब एका सरळ रेषेत आणि योग्य असेल, तर तुमच्या पाठीच्या कण्याच्या वरच्या आणि खालच्या बाजूला ची व्यवस्थित प्रवाहित राहते. तसेच त्यामुळे तुमच्या संपूर्ण शरीरातच ऊर्जेचा प्रवाह चांगल्या प्रकारे वाहू शकतो. माझ्या वर्गांमध्ये माझ्या विद्यार्थ्यांना मी शिकवलेल्या गोष्टी चांगल्या प्रकारे समजाव्यात अशी वातावरणनिर्मिती मी केली, तर विद्यार्थ्यांच्या अध्ययनक्षमतेत त्यामुळे चांगलीच वाढ होते. त्यांना विषय चट्कन समजतो. हे पुस्तक लिहितानाही आम्ही आमच्या विद्यार्थ्यांकडून आणि प्रशिक्षकांकडून त्यांच्या प्रतिक्रिया मागवल्या. त्याशिवाय कित्येक वर्षे आम्ही ठेवत असलेल्या नोंदी आणि टिपांचाही आढावा घेतला. त्यानंतर दिवसाचा उत्तम वेळ आमच्या लेखनासाठी राखून ठेवला. अशा अनुकूल वातावरणनिर्मितीमुळे कॅथरिन आणि मी मजेत, सुलभतेने लिखाण करू शकलो. ची रनिंगच्या बाबतीत हीच गोष्ट लागू होते.

या पुस्तकाविषयी आणखी माहिती

आम्ही ची रनिंगचे तंत्र कशा प्रकारे शिकवतो, हा महत्त्वाचा भाग या पुस्तकात आम्ही दिला आहे. प्रत्येक वर्गात आणि कार्यशाळेत शक्य तेवढ्या सुलभतेने आणि स्पष्टपणे आपल्याला विद्यार्थ्यांना माहिती कशी देता येईल, याकडे आम्ही लक्ष देतो. ही सातत्याने उत्क्रांत होत जाणारी प्रक्रिया आहे. तिच्यात सतत सुधारणा होत असते. अध्ययन आणि सराव या गोष्टी सातत्याने सुधारणा घडवत करावयाच्या

गोष्टी आहेत. ची रनिंग त्याला अपवाद नाही. आमच्या प्रशिक्षकांसाठीच्या अभ्यासक्रमात आम्ही त्यांना ज्या गोष्टींचे प्रशिक्षण देतो, त्या गोष्टी या पुस्तकात तुम्हाला वाचायला मिळतील. गेल्या पाच वर्षांतील आमचे हजारो विद्यार्थी या सूचनांचा लाभ घेत आहेत. चौथ्या प्रकरणात तुम्हाला त्या वाचायला मिळतील. मी सध्या वर्गात कशा प्रकारे शिकवतो आणि आपल्या धावण्यात फॉर्ममधील लक्ष केंद्रित करावयाच्या गोष्टींवर कसे ते केंद्रित करावे याविषयीची माहिती तुम्हाला तिथे मिळेल. तुम्ही ची रनिंगची सुरुवात करणार असाल, तर कोणते दहा धडे शिकले पाहिजेत याविषयीची माहिती तुम्हाला पाचव्या प्रकरणात समजेल.

ची वॉकिंगविषयीही तुम्हाला या पुस्तकात वाचता येईल. माझ्या धावण्याविषयीच्या तंत्राला जोडूनच हे ची वॉकिंगचे तंत्रही मी शिकवतो. ची वॉकिंगची माहिती प्रथम दिली, तर प्रत्येकालाच ची रनिंगचे तंत्र शिकणे अधिक सोपे जाते, हे माझ्या लक्षात आले आहे. ची वॉकिंगचा यथासांग विचार करतानाच ओटीपोट फिरवण्याची संकल्पना व्यवस्थित विकसित झाली.

आता हे तुम्हाला कदाचित विचित्र वाटेल. कारण ओटीपोट म्हटले की, ती संकल्पना थोडीशी वैद्यकीय आणि ऐकायलाही जरा अवघड वाटते. शिवाय काही प्रमाणात तिच्यामुळे लैंगिकताही ध्वनित होते. या गोष्टीचा धावण्याशी काय संबंध, असा प्रश्न नक्कीच तुमच्या मनात येईल. पण वस्तुस्थिती अशी आहे की, तुमच्या केंद्रीय रेषेभोवतीचे तुमच्या ओटीपोटाचे स्थैर्य आणि फिरणे किंवा फिरवले जाणे या दोन गोष्टींमुळे तुमच्या बहुतांश दुखापतींमध्ये घट होते. तुम्हाला मध्य भागातील म्हणजे कोअर स्नायूंची सामूहिक ताकद मिळते. तुमचे धावणे प्रवाही बनते आणि ढांगा टाकण्याची गतीही वाढते. ओटीपोटाचे चलनवलन हा या पुस्तकातील महत्त्वाचा भाग आहे, कारण त्यामुळे धावण्याच्या तंत्रात खूपच सुधारणा होते. गेल्या पाच वर्षांत आम्हाला ओटीपोटाच्या चलनवलनातून मोठीच ताकद निर्माण होत असल्याचे लक्षात आले आहे. ची वॉकिंग शिकताना ओटीपोटाचे चलनवलन शिकणे अत्यंत सोपे जाते, हे मी आधी सांगितले आहेच.

पावलाच्या मध्य भागाचा आघात

धावपटूंच्या जगात पावलाच्या मध्य भागाने आघात करण्याविषयी वाढती जागरूकता निर्माण होत आहे. आम्ही सन १९९९ पासूनच धावपटूंना पावलाच्या मध्य भागाने आघात करण्याविषयी शिकवत आहोत. पण त्यावर आम्ही विशेष भर दिला नव्हता. आता तो भर का द्यावा, याविषयी तपशीलवार विवेचन या पुस्तकात दिले आहे. त्याचा धावण्याच्या तंत्रात महत्त्वाचा वाटा आहे.

'शोध प्रक्रिया' हेच ची रनिंगचे सामर्थ्य

ची रनिंगचे तंत्र ही संकल्पना क्रांतिकारक आहे. मात्र ते शिकणे तुमच्या शरीरासाठी क्रांतिकारक ठरता कामा नये; तर उत्क्रांतिकारक वा विकासवर्धक ठरायला हवे. निव्वळ नियमांची जंत्री काटेकोरपणे पाळून ची रनिंग शिकण्यापेक्षा ती एक शोध प्रक्रिया बनली पाहिजे. तुम्ही स्वत:चा, शरीराचा आणि तंत्राचा शोध घेत-घेत ते तंत्र आत्मसात केले पाहिजे. झुकणे ही ची रनिंगची मध्यवर्ती संकल्पना आहे. तरीही हे झुकणे अत्यल्पच असले पाहिजे. शिवाय प्रत्येकाने आपल्याला कितपत झुकणे योग्य ठरते याचा अंदाज घेत-घेत अखेरीस आपले झुकणे किती असावे, हे ठरवले पाहिजे. खूपच अधिक प्रमाणात झुकण्यामुळे मांडीत वेदना होऊ लागतात. योग्य प्रमाणात झुकण्यामुळे तुम्हाला सक्षमपणे विनाश्रम धावता येते.

ओटीपोटाचे चलनवलन (होय, मी पुन्हा एकदा ओटीपोटाविषयीच बोलत आहे.) ही आवश्यक क्रिया आहे. कित्येक लोक त्यांच्या ओटीपोटाच्या हालचालीविषयी विचारच करत नाहीत. ते किती प्रमाणात हलत आहे आणि मुळातच ते हलत आहे की नाही, याविषयीही त्यांना काहीच सोयरसुतक नसते. तरीही शरीराच्या संवेदनेच्या साह्याने ओटीपोटाचे चलनवलन जाणवून घेणे आणि त्यानुसार त्यात योग्य सुधारणा करणे ही आवश्यक गोष्ट असते. तो खरे तर आत्मशोधच असतो आणि त्यामुळे तुमच्या शरीराच्या संपूर्ण पवित्र्यातच सुधारणा होत असते. त्यामुळे तुमची कंबर आणि नितंबही निरोगी राहतात. इलिऑटिबियल बँड सिंड्रोम आणि नितंबांच्या स्नायूंच्या आजारापासून तुम्ही दूर राहू शकता. मात्र ओटीपोटाचे खूपच चलनवलन केले तर कंबर दुखू लागते. म्हणूनच ओटीपोटाचे चलनवलन ही एक महत्त्वपूर्ण बाब असून या पुस्तकात आम्ही त्याविषयीची शक्य तेवढी सर्व माहिती देणार आहोत. तरीही आपल्या शरीराचा अंदाज घेऊन आपल्यासाठी ओटीपोटाचे किती प्रमाणात केलेले चलनवलन योग्य ठरते, ते आपणच ठरवले पाहिजे.

हळूहळू प्रगती : सराव आणि प्रक्रिया

पुस्तकाचे फक्त काही भाग वाचूनच आपल्या धावण्यात भरपूर सुधारणा झाल्याचे सांगणारे अनेक लोकांचे फोन मला आले आहेत. आपल्या धावण्याची गती बरीच सुधारल्याचे त्यांपैकी अनेकांनी सांगितले. कमी श्रमात आपले पूर्वीचे उच्चांक मोडण्यात आपण यशस्वी झाल्याचेही त्यांनी सांगितले. ही गोष्ट खरेच खूप समाधानकारक आहे. पण तरीही आम्ही या लोकांना प्रगतीची कल्पना हळूहळू अंगीकारण्यास नेहमी सांगतो. त्यामुळे किमान सहा महिने ते वर्षभरानंतर आपली प्रतिक्रिया नोंदवण्यास आम्ही त्यांना सांगतो. आपल्याला हवा तेवढा वेळ त्यांनी

घ्यावा, वेगवेगळे बदल हळूहळू पचनी पाडून घ्यावेत आणि काळजीपूर्वक सर्व गोष्टी अंगी बाणवाव्यात. तसेच आपल्या शरीराची त्यांविषयीची प्रतिक्रिया जाणून घ्यावी. आपल्यासाठी दीर्घकाळ कोणकोणत्या गोष्टी अधिक उपयुक्त ठरतात, तेही त्यांनी पाहावे. ची रनिंगमधील फक्त काही गोष्टींचाच सराव केला, तरीही तुमच्या धावण्यात लक्षणीय बदल घडून येतात. याशिवाय तुमचे चालणे आणि आयुष्य यावरही दीर्घकालीन चांगले परिणाम होतात. पण या सगळ्या गोष्टींचा तुमच्या शरीराशी मेळ साधला जाण्यासाठी या तंत्राचा सराव दीर्घकाळ केला पाहिजे.

आमचे काही विद्यार्थी सन १९९९ पासून हे तंत्र वापरत आहेत. त्या वेळी सॅन फ्रान्सिस्को बे भागात मी सुरुवातीला माझ्या कार्यशाळा सुरू केल्या होत्या. त्यांच्याकडूनही कित्येक पत्रे मला अद्याप येत असतात, हे सांगायला मला अत्यंत आनंद होतो. आपण वेदनारहित धावण्यासाठी कशा प्रकारे ची रनिंगचे तंत्र वापरत आहोत, ते हे विद्यार्थी आवर्जून कळवतात. त्यांची पत्रे आम्हाला अधिक उत्साहित करतात, कारण या तंत्राचा त्यांनी केलेला सराव हा काळाच्या कसोटीवरही खरा उतरला आहे.

आम्ही कित्येक लोकांना धावण्याचा खराखुरा आनंद देऊ शकलो, यामुळे कॅथरिन आणि मी अत्यंत समाधानात आहोत. सुरक्षित आणि उत्तम स्वरूपाचा धावण्याचा कार्यक्रम आपल्या जगण्याच्या दर्जात खूप मोठा बदल घडवून आणतो. आपण जिवंत आहोत, उत्साहाने सळसळतो आहोत आणि आपल्याला शांतीही लाभत आहे, या भावना आपण धावून आल्यानंतर एकाच वेळी अनुभवायला मिळणे यासारखी दुसरी विलक्षण गोष्ट नाही. आपल्या अंतर्यामीची शक्ती आणि धावण्याची हमी या दोन्ही गोष्टी ची रनिंगमुळे तुम्हाला लाभतात. शिवाय त्यात वेदनाविरहित धावण्याची हमीही असते, हे विशेष!

अनुक्रमणिका

प्रकरण ३

प्रकरण ४

प्रकरण ५

प्रकरण ९

प्रकरण १०

प्रकरण ११

प्रकरण १२

'ताय ची' मास्टरकडून धडे घेणे

मास्टर जॉर्ज शू

काही वर्षांपूर्वीच मी एका शाळेसमोरून धावत होतो. वसंत ऋतूतील तो उबदार दिवस होता. छोटी-छोटी मुले नुकतीच मधल्या सुट्टीत बाहेर पडली होती. ती खेळण्यात दंग होती. कोणी चेंडूबरोबर खेळत होते, कोणी शिवाशिवी खेळत होते, तर काही मुले फक्त आजूबाजूला धावत होती. माझ्या पाण्याच्या बाटलीतून घोटभर पाणी पिण्यासाठी मी थांबलो आणि त्याच वेळी ते धावणारे छोटे पाय मला दिसू लागले. किती सुंदररीत्या धावत होती ती मुले! लहान मुलांचे धावणे पाहायला मला का आवडते, ते पुन्हा एकदा माझ्या लक्षात आले. त्या प्रत्येकाचा धावण्याचा फॉर्म अगदी परिपूर्ण होता. त्यांच्या टाचा हवेत उंचावलेल्या होत्या. ती किंचित झुकली होती. त्यांच्या दोन ढांगांमधील अंतर योग्य तेवढेच होते. त्यांचे सैलावलेले हात मागच्या बाजूला हिंदकळत होते आणि खांद्यांपासून लोंबकळत होते. त्यांच्याकडे तर ची रनिंगचे परिपूर्ण तंत्र होते.

मुलांसारखे धावा

आपण लहानपणी ज्या प्रकारे धावतो, त्या प्रकारेच मोठेपणीही धावतो. प्रौढ व्यक्तींना धावण्यास शिकवणे, ही एक मार्गदर्शक म्हणून माझ्या मनात तीव्र इच्छा आहे. ज्या वेळी छोटी मुले धावतात, त्या वेळी ती एक नैसर्गिक हालचाल असते. ती धावत असताना आनंदी असतात आणि त्यांच्या चेहऱ्यावर कसल्याही श्रमाचा लवलेश नसतो. धावण्याविषयीची कित्येक पुस्तके हेच सांगतात. त्यांच्यात लिहिलेले असते की, बाहेर पडा आणि छोट्या मुलांसारखे धावा. या सूचनेत मला एक समस्या दिसते. तुमच्याकडे तुमचे लहानपणीचे शरीर आता नसते, त्यामुळे तुम्ही तसेच धावू शकत नाही. जर तसेच लवचिक शरीर तुमच्याकडे आताही असते, तर तुम्ही माझे शिक्षक बनला असतात.

प्रौढ व्यक्ती मुलांसारख्या का धावू शकत नाहीत? त्यांच्या धावण्यात तेवढीच उत्स्फूर्तता, सहजता आणि आनंद का नसतो? मी सुमारे तीस वर्षे धावतो आहे. तसेच हजारो धावपटूंबरोबर काम करतो आहे. त्यातून मी तुम्हाला खात्रीपूर्वक सांगू शकतो की, यामागे ताण आणि तणाव हे दोन घटक असतात. मी माझ्यापुरते बोलतो आणि तुम्हाला ते पटले, तर तुमच्याशी त्याचा संबंध जोडा. मी सहाव्या इयत्तेतून बाहेर पडल्यावर माझ्यात शारीरिक आणि भावनिक ताण मोठ्या प्रमाणात निर्माण झाले होते. मी चिंताग्रस्त झालो, कारण माझे खांदे घट्ट झाले होते. मी माझ्या बाकड्यावरच दिवसभर बसून राहत होतो. ड्रायव्हिंग करताना माझ्या मानेत मी ताण साठवून ठेवत होतो. वैयक्तिक पातळीवर विचार करता, या काही फार मोठी दखल घेण्याजोग्या गोष्टी नव्हत्या. पण या सगळ्या गोष्टींचा तुमच्या संपूर्ण उर्वरित आयुष्यावर होणारा परिणाम लक्षात घेतला तर त्यांचा सामूहिक परिणाम खूपच मोठा असतो, हे लक्षात येते. तुमच्या हालचालींवरचा त्यांचा परिणामही मोठा असतो. मी त्यात भर टाकणाऱ्या काही गोष्टीही केल्या. त्यांत उंच पहाडांवर स्किइंग करणे, तसेच वेड्यावाकड्या प्रकारे स्केटिंग करणे यांचा समावेश होता. कॅरोलिन मिसने 'ॲनाटॉमी ऑफ द स्पिरिट' हे पुस्तक लिहिले आहे. ती म्हणते की, तुमचे चरित्र हेच तुमचे शरीरशास्त्र असते. हे वाक्य अत्यंत अचूक आहे. माझ्या शरीराने अशा प्रकारचे छळाचे अनेक प्रकार सोसले होते. मी छोटा मुलगा असताना ज्या प्रकारे धावत होतो, त्या प्रकारे धावणे मला त्यामुळेच नंतर शक्य नव्हते. पण या सगळ्या नकारघंटेनंतर मी तुम्हाला एक चांगली बातमी सांगतो. ती म्हणजे, थोड्याशा प्रयत्नांनी आपण आपले बालपणीसारखे शरीर परत मिळवू शकतो आणि अर्थातच त्यामुळे लहान मुलासारखे धावू शकतो.

एकट्या अमेरिकेतच दोन कोटी चाळीस लाख धावपटू आहेत. त्यांच्यापैकी

६५ टक्के धावपटूंवर दुखापतीमुळे वर्षातून किमान एकदा तरी आपले प्रशिक्षण सोडण्याची वेळ येते. याचाच अर्थ, एक कोटी छप्पन्न लाख लोकांना दर वर्षी धावताना दुखापती होतात. म्हणूनच लोक धावण्यावर खूप प्रेम करतात आणि त्याच वेळी त्याचा खूप तिरस्कारही करतात. आपले शरीर सुडौल ठेवण्यासाठी धावणे हा एक खात्रीशीर आणि खर्चिक नसलेला व्यायामप्रकार आहे. तरीही त्यातील धोक्यांवरच्या लेखनाने वृत्तपत्रे आणि नियतकालिके यांचे रकानेच्या रकाने भरून गेल्याचे आढळते. यावरची पुस्तके सहज उपलब्ध आहेत आणि डॉक्टर्सही सुरक्षितपणे धावण्यासाठी काही इशारे देत असतात. बरेच लोक दुखापती हा या खेळाचा एक अविभाज्य भाग असल्याचे मानतात. धावायचे असेल तर कधी ना कधी दुखापत होणारच, हे त्यांनी गृहीतच धरलेले असते. 'दुखापत होईल, तेव्हा पुढचे पुढे पाहू,' असा विचार बहुतेक जण करतात. ''तुम्हाला भूकंपाविषयी भीती वाटते का?'' असा प्रश्न मी १९९९ मध्ये माझ्या विद्यार्थ्यांना विचारत असे, त्या वेळी मला नेमके हेच उत्तर मिळत असे.

असंख्य धावपटूंना शिकवल्यानंतर म्हणूनच मी असा निष्कर्ष काढला आहे की, धावण्याने तुमच्या शरीराला दुखापत होत नाही. होय, मला पुन्हा एकदा तेच सांगू दे— धावण्याने तुम्हाला दुखापत होत नाही. तर, तुम्ही ज्या प्रकारे धावता, त्या पद्धतीमुळे तुमच्या शरीराला दुखापत होते. त्यामुळे शरीराचे नुकसान होते आणि तुम्हाला वेदना होऊ लागतात.

ॲड्रेन ही बेचाळीस वर्षांची स्त्री एके दिवशी माझ्याकडे आली. अतिप्रशिक्षण आणि त्यानंतर त्यामुळे झालेल्या त्रासातून मुक्ततेसाठी विश्रांती अशा चक्रात ती अडकलेली होती. तिला दुखापती होत होत्या आणि त्यामुळे ती दोन-दोन आठवडे धावू शकत नव्हती. त्यानंतर ती पुन्हा एकदा नव्या जोमाने धावण्यास सुरुवात करत होती. पण काही दिवसांतच 'ये रे माझ्या मागल्या' असे होत होते. प्रशिक्षणादरम्यान जलद गतीने प्रशिक्षण घेणे आणि अतिश्रम करणे या गोष्टी योग्य आहेत, असा तिचा समज होता. तिला मॅरेथॉनमध्ये धावायचे होते, पण तिला पुढे प्रगतीच करता येत नव्हती. कारण सातत्याने झालेल्या दुखापतींमुळे तिच्या प्रशिक्षणात तेवढ्याच सातत्याने खंडही पडत होता. मॅरेथॉनमध्ये धावण्याची आपली वेळ कमी करण्यासाठी ती प्रयत्न करत होती, पण त्यात तिला यश येत नव्हते. शर्यतीसाठीच्या आपल्या साप्ताहिक प्रशिक्षणाच्या वेळापत्रकात वाढ करण्याची तिचीच आंतरिक इच्छा होती. तिच्या या इच्छेचाच तिच्यावर दबाव येत होता. ची रनिंगच्या तंत्रामुळे तिला धावताना कसे विसावायचे ते समजले आणि त्याहून महत्त्वाची गोष्ट म्हणजे आयुष्यातही विविध गोष्टी करत असताना ताण कसा हलका करायचा, तेही तिला समजले. तिच्या असे लक्षात आले की, ती फक्त धावपटूच

नव्हती; तर एक व्यक्तीही होती. तिच्या शरीरात कोणतेही ताणतणाव निर्माण न झाल्यामुळे तिला दुखापती होणेही थांबले. त्यामुळे तिच्या प्रशिक्षणात एक प्रकारचे सातत्य आले.

जेरी हा ५९ वर्षांचा धावपटू आहे. तो प्रथमच त्याच्या ची रनिंगच्या वर्गाला आला होता, त्या वेळी धावणे जवळजवळ सोडण्याच्याच मन:स्थितीत तो होता. तो चाळीस वर्षे धावत होता. त्यानंतर त्याच्या गुडघ्यावर शस्त्रक्रिया झाली. त्यानंतर जुनाट दुखणी आणि वेदनांची जाणीव त्याला धावताना होऊ लागली. आपला गुडघा निकामी झाल्यामुळे त्याच अवस्थेत आपल्याला उर्वरित आयुष्य काढावे लागेल, अशी भीती त्याला सतावत होती. आता तो आमच्याकडे प्रथम आला होता, त्यालाही दोन वर्षे उलटून गेली आहेत. तो आता नियमितपणे धावत आहे. त्यात आठवड्यातून एकदा दीड तास ट्रेलवर धावण्याचाही समावेश आहे. आपण पुढची कित्येक वर्षे समाधानाने धावू शकू, असा विश्वासही आता त्याला वाटत आहे.

कार्मेन ही ३५ वर्षांची स्त्री आहे. शारीरिक दृष्ट्या कोणतीही गोष्ट आपण चांगल्या प्रकारे करू शकू का याविषयी तिच्या मनात असुरक्षिततेची भावना असते. सातत्याने ची रनिंगचे तीन तासांचे प्रशिक्षण तिने घेतले. त्यानंतर मी आणि माझी पत्नी कॅथरिन ती घेत असलेले प्रशिक्षण व्हिडिओवर पाहत बसलो असताना मला तिचा फोन आला. त्या फिल्ममध्ये कार्मेन खूप चांगली दिसत होती, असे माझ्या पत्नीचे मत पडले. तिने कार्मेनला तिचे कसे चालले आहे, असे विचारले. त्यावर कार्मेन उद्‌गारली, "ची रनिंगने माझे आयुष्यच बदलून गेले आहे. आयुष्यात प्रथमच मला मी खेळातही चांगली आहे, असे वाटते आहे."

नवोदितांपासून ते स्पर्धकांपर्यंत आणि तरुणांपासून चाळिशी पार करून गेलेल्या प्रौढांपर्यंत सर्वांनाच आपल्याला आधी धावताना झाल्याप्रमाणे पुन्हा दुखापती होतील, अशी भीती सतावत असते. पण ची रनिंग हे निरोगी शरीराची उभारणी करणारे तंत्र आहे. शरीराचा दुरुपयोग किंवा अतिरेकी वापर त्यात केला जात नाही. त्यामुळे दुखापतीं होण्याची शंका निराधार आहे.

ची रनिंग आणि स्नायूंच्या बळावर धावणे

सध्याचा धावण्याचा फॉर्म व्यवस्थित नसणे आणि दुखापती होत राहणे, या दोन्ही गोष्टींचा उगम स्नायूंच्या ताकदीला आधारभूत मानण्यात असल्याचे दिसते. विशेषत: या गोष्टींची उभारणी तीन तत्त्वांवर केली जाते. १) तुम्हाला जलद गतीने धावायचे असेल, तर तुमच्या पायांचे स्नायू बळकट असले पाहिजेत. २) तुम्हाला दीर्घ अंतराचा पल्ला गाठायचा असेल, तरीही तुम्हाला तुमच्या पायांच्या स्नायूंना

बळकट बनवले पाहिजे. ३) तुम्हाला दुखापती टाळायच्या असतील किंवा त्यांतून बरे व्हायचे असेल, तरीही तुम्हाला पायांचे स्नायू बळकट केले पाहिजेत. तुम्हाला या सर्वातून एक मध्यवर्ती कल्पना विकसित होत असलेली दिसते का? धावण्याशी संबंधित जे-जे काही आहे, ते सगळे स्नायूंशी जोडले गेले आहे. काहीही करायचे असेल, तरीही पायांचे स्नायू बळकट असले पाहिजेत. पायांच्या स्नायूंवरच धावण्याची बहुतांश सर्वच जबाबदारी टाकलेली दिसते. ही खूपच मोठी जबाबदारी आहे आणि 'ताय ची'च्या तत्त्वानुसार, तुमच्या शरीराची हालचाल करण्याचा हा अत्यंत असमतोल स्वरूपाचा मार्ग आहे. स्नायूंची ताकद वाढविण्याच्या कार्यक्रमातील एक समस्या म्हणजे, या सगळ्यात दुखापतीच्या मूळ कारणाचा कुठेच विचार केलेला दिसत नाही. दुखापतींचे मूळ कारण आहे, तुमचा धावण्याचा फॉर्म किंवा शरीराची ढब. तीच अत्यंत बेढब असेल, चांगली नसेल, तर दुखापती होणारच. बहुतेक धावपटूंना एक तर दीर्घ पल्ला गाठायचा असतो किंवा अधिक वेगाने धावायचे असते. आपल्या धावण्याच्या कारकिर्दीत प्रत्येकालाच कधी ना कधी असे वाटतेच. पण तुमचा धावण्याचा फॉर्म चांगला नसेल आणि तुम्ही धावण्याचे अंतर वाढवले, तर त्यामुळे फक्त तुमच्या वेळेत वाढ होईल. कमी वेळेत अधिक अंतर धावण्याचा तुमचा मनसुबा धुळीला मिळालेला असेल, कारण तुम्ही अयोग्य पद्धतीने धावत असता. तुम्ही वाईट जैवतांत्रिक सवयी लावून घेतलेल्या असतात. त्यातूनच दुखापती होतात. चांगला पाया तयार करण्यासाठी सुलभ, विसावलेल्या स्थितीत, आरामशीरपणे धावणे आवश्यक असते. त्या वेळी तुम्ही सक्षमतेनेही धावू शकता. मग दुखापतींचा धोका नसल्यामुळे तुम्ही आरामशीरपणे तुमचे धावण्याचे अंतर किंवा गतीही वाढवू शकता.

आपण ज्याला स्नायूंच्या ताकदीच्या साह्याने धावणे म्हणतो, त्याला या पुस्तकात पर्याय दिला आहे. ची रनिंग हे शतकानुशतके वापरले गेलेले 'ताय ची'चे प्राचीन तंत्र आहे. 'कमी म्हणजेच अधिक आहे', असे या तंत्रात सांगितले गेले आहे. तुम्हाला बालपणासारखे धावायचे असेल, तर स्नायूंचा वापर करून चालणार नाही. त्यासाठी मोठमोठे स्नायू निरुपयोगी ठरतात. तुम्ही स्नायूंना सैलावले, तुमचे सांधे सैलावले आणि गुरुत्वाकर्षण शक्तीला तुम्हाला पुढे खेचण्याचे काम करू दिले; तर सक्षमपणे धावण्याचे तंत्र तुम्हाला उमजेल. धावण्याने तुम्ही सुडौल बनता, असे बहुतेक पस्तीस वर्षांच्या वरचे धावपटू तुम्हाला सांगतील. पण त्यामुळे तुमच्या शरीराला अधिक कष्ट पडतात, असेही ते सांगतील. मी ची रनिंग विकसित केले, कारण वेदना आणि दुखापती हा धावण्याचाच एक भाग आहे, हे मानायला माझे मन तयार नव्हते. त्यामुळे धावण्याच्या प्रशिक्षणापाठोपाठ मी असे विकतचे दुखणे घेण्यास तयार नव्हतो.

ची रनिंगचा शोध

मी स्वत:ला महान धावपटू समजत नाही. मला लहान मुलांप्रमाणे धावायला आवडते, पण हायस्कूलमध्ये असताना मी धावायला लाजत होतो. आता यामागचे खरे कारण तुम्हाला सांगायला हरकत नाही. माझ्या संघातील बहुतेक धावणाऱ्या मुलांची धावण्याची गती खूपच अधिक होती. ते शंभर यार्ड डॅश दहा सेकंदांत पूर्ण करत. पाव मैल डॅश एका मिनिटापेक्षा कमी वेळात पूर्ण करत. एका शाळेतील शिक्षक सुमारे २६०० विद्यार्थ्यांमधून अत्यंत चांगल्या मुलांना साहजिकच निवडत आणि मी तर त्यांच्या जवळपासही फिरकू शकत नव्हतो. म्हणून मी स्की क्लबमध्ये जाऊ लागलो. त्यामुळे मी धावपटूंपासून सहजपणे वेगळा राहू लागलो. खरे तर मी जिम्नॅस्टिक्सच्या प्रशिक्षणासाठीच्या अर्जावर स्वाक्षरी केली होती. हे प्रशिक्षण वर्ग दर बुधवारी जवळपासच्या तलावाच्या काठी भरत. त्या वेळी आपण सलग बारा मिनिटे न थांबता पळालो आहोत, अशी दिवास्वप्ने मी बघत असे.

माझ्या म्हणण्याचा विपर्यास करू नका. मला क्रीडाप्रकार नेहमीच आवडत असत. शिवाय मला आपल्या शरीराच्या साह्याने काय काय नवनवीन करता येईल, ते करायला खूपच आवडत असे. मला जेव्हा नवा खेळ शिकायचा असे, तेव्हा मी या सगळ्या गोष्टी कशा करता येतील, असा विचार करत असे. मला जेवढे आठवते, तेव्हापासून माझ्या मनात एक प्रश्न होता— 'घड्याळ टिक्‌टिक् का करते?' किंवा 'लोण्याची कांडी तयार करण्यासाठी कोणत्या प्रकारचे मशीन लागते?' लहानपणी एक मूल म्हणून मी वस्तूंचे भाग सुटे करून त्यांच्या आत काय आहे, ते पाहत असे. त्यानंतर मी ते पुन्हा जोडण्याचा प्रयत्न करत असे; पण जेमतेम ७५ टक्केच वस्तूंची पुनर्जोडणी करण्यात मला आतापर्यंतच्या आयुष्यात यश आले आहे. मला नेहमीच प्रत्येक वस्तूचे, तिच्या प्रत्येक भागाचे कार्य कसे चालते, ते पाहण्याची इच्छा असे.

स्किइंगच्या बाबतीतही मी तेच केले. रॉक क्लायंबिंग आणि नौकानयन यांच्या बाबतीतही तेच घडले. मी प्रत्येक खेळाचा प्रत्येक भाग सुटा करण्याचा प्रयत्न केला आणि रूढार्थाने प्रत्येक खेळ मी मोडला. त्यानंतर त्या सर्व भागांची एकत्रित हालचाल होण्यासाठी ते कसे जोडावेत, ते मला हळूहळू समजू लागले. माझ्या या जोडणीच्या कामात जसजशी सुधारणा होत असल्याचे मला आढळू लागले, तसतसा मी खूपच उत्साहित होऊ लागलो. त्यामुळे माझे लक्ष त्या कामावर अधिकाधिक केंद्रित होऊ लागले. माझ्या तीव्र इच्छेमुळे मी धावण्याकडेही ओढला गेलो. त्यामुळेच माझे सरावाचे तास कसे उडून जात, ते माझे मलाही कळत नसे. मला नेहमीच शारीरिक कौशल्याचे नवे प्रकार शिकायला आवडत असत.

विशीत गेल्यावर मी धावू लागलो. वर दिलेल्या स्नायूंच्या शक्तीच्या साह्याने धावण्याच्या प्रकारेच त्या वेळी मी धावत होतो. मी १९७१ पासून नियमितपणे धावू लागलो. त्या वेळी मी लष्करात होतो. लष्करी तळाच्या भोवती तालबद्ध पावले टाकत सहजपणे धावणे मला अतिशय सोपे वाटत असे. त्यामुळे माझे शरीर आणि मन दोन्हीही सैलावत असत. त्या वेळी प्रथमच मी खेळाचा उपयोग शारीरिक दृष्ट्या तंदुरुस्त राहण्यापेक्षाही अधिक काही तरी मिळवण्यासाठी केला होता. मला लष्करात काम करायचे नव्हते. त्यामुळे लष्कराची छावणी सोडून पळण्यासाठी मी धावण्याचा उपयोग केला. अंकल सॅम यांच्याबरोबर अठरा आठवड्यांचा कालावधी पूर्ण केल्यावर मला मोठ्या डौलात सन्मानाने परत पाठवण्यात आले. पण त्याच वेळी माझी धावण्याची आवड मला पक्की जाणवली होती.

त्यानंतर तरुणपणीही वस्तू किंवा काही गोष्टी कशा काम करतात, याविषयीचा माझा चौकसपणा वाढतच गेला होता. भौतिक जग ज्यावर चालते, त्याविषयी मी विचार करत होतो. 'कसे' या प्रश्नाच्या उत्तरावर आता माझे समाधान होत नव्हते. मला आता ते 'का' काम करते, याचे उत्तर हवे होते. आपल्याला जे दिसते, त्यापलीकडेही बऱ्याच गोष्टी घडत आहेत याची जाणीव मला होत होती. चांगला शब्द न सापडल्यामुळे मी त्याला 'अदृश्य जग' म्हणू लागलो. आयुष्याकडे पाहण्याच्या माझ्या दृष्टिकोनामागे अजूनही हेच कुतूहल दडलेले आहे. त्यातूनच मी 'ताय ची'च्या अभ्यासाकडे वळलो आणि धावण्यात 'ची'चा वापर करू लागलो.

त्याच वर्षी मी धावण्यास सुरुवात केली. अज्ञाताच्या शोधाचा माझा प्रवास सुरू झाला. भारतातील एका शिक्षकाकडून मी ध्यानाचा अभ्यास शिकू लागलो. आपले मन कसे शांत करावे, याचे महत्त्वपूर्ण शिक्षण मला त्यांच्याकडून मिळाले. मन शांत केल्यावर आपल्याला आपल्या शरीराचे म्हणणे ऐकू येते. धावण्याच्या सरावाच्या वेळीही ध्यानाचे ज्ञान मी वापरू लागल्यावर माझे धावणे हे माझ्या शारीरिक स्थितीचा अधिकाधिक वेध घेणारे साधन बनले. त्याचबरोबर माझ्या शरीराला शक्ती देणाऱ्या ऊर्जेचा शोधही मी घेऊ लागलो.

सन १९९१ मध्ये म्हणजे त्यानंतर वीस वर्षांनी माझे धावणे आणि माझा अज्ञाताचा वेध घेणे, या दोन्ही गोष्टी एकमेकींत बेमालूमपणे मिसळून गेल्या. मी दीर्घकाळ धावू लागलो आणि अधिक अंतर पार करू लागलो. त्या वेळी मी माझ्या शारीरिक क्षमतांचा शोध घेत होतो. त्यातूनच मी अल्ट्रामॅरेथॉन स्पर्धांत धावू लागलो (२६.२ किलोमीटर्सपेक्षा अधिक अंतर). सन १९९५ मध्ये मी शर्यतीत प्रथमच भाग घेतला. कोलोरॅडो येथे ५० मैलांच्या शर्यतीत मी धावलो. तेव्हापासून मी ४० अल्ट्रामॅरेथॉन शर्यतींमध्ये धावलो आहे. त्यांपैकी माझ्या वयोगटातील चौदा शर्यतींमध्ये मी विजेता ठरलो. ३१, ५०, ६२ आणि १०० मैल अशी अंतरे असलेल्या

शर्यतींमध्ये मी धावलो. सन २००२ मध्ये मी प्रथमच मॅरेथॉनमध्ये धावलो. ती बिग सर इंटरनॅशनल मॅरेथॉन स्पर्धा होती. माझ्या वयोगटात मी या स्पर्धेतही विजयी ठरलो, तेव्हा मला आनंद झाला होता.

आता मला इथे सांगितलेच पाहिजे की, अधिकाधिक अंतर धावून जाणे हा ची रनिंग तंत्राच्या वापराचा हेतूच नसतो. अल्ट्रामॅरेथॉन शर्यतींचा वापर माझ्या शरीराविषयी अधिकाधिक जाणून घेण्यासाठी मी केला. पण प्रत्येकासाठीच मी त्यासाठी या शर्यतीची शिफारस करणार नाही. शरीराविषयी अधिकाधिक जाणून घ्यायचे असेल, तर ची रनिंगचे तंत्र तुम्हाला शिकावे लागेल. दीर्घ पल्ल्याचे धावणे ची रनिंगमुळे अधिक आनंददायी बनते. शिवाय तुमची मानसिक शक्ती एकवटून तुमच्या शरीराच्या हालचाली करण्यासही ते तुम्हाला शिकवते. स्नायूंची ताकद वापरायला लावण्याऐवजी स्नायूंना सैलावायलाही ते शिकवते. या पुस्तकात तुम्हाला 'फॉर्म, लक्ष केंद्रित करणे आणि गती' याविषयी शिकायला मिळेल. याचाच अर्थ, तुम्ही योग्य शारीरिक फॉर्म तयार करण्याचा पाया रचाल. तुमचा पाया बळकट झाला की तुमचे शरीर अधिक अंतर पार करू शकेल. त्यानंतर दीर्घ अंतरासाठी वापरलेल्या चांगल्या तंत्राचे गती हे उपउत्पादन बनेल. तुमच्या स्नायूंचा आकार आणि ताकद यावर तुमची गती अवलंबून नसेल. साहजिकच, तुम्ही अंतर किंवा गती वाढवणे यासाठी काम करत नसाल; तर तुमच्या अस्तित्वाची आणि त्यासाठी प्रसंगावधानाची उभारणी करत असाल. कितीही अंतर किंवा गती असली, तरी ही गोष्ट घडू शकते.

मी अल्ट्रामॅरेथॉनमध्ये धावण्यास प्रथमच सुरुवात केली, तेव्हा ते माझ्यासाठी कष्टाचे काम होते. त्या मार्गावरून धावताना मला दुखणे, वेदना आणि दुखापती यांच्याशी सामना करावा लागला. त्याविषयी मी सकारात्मक विचार करत होतो. मी स्वत:लाच बजावत होतो, 'तू जर या गोष्टी योग्य पद्धतीने केल्यास, तर तुला पुन्हा वेदना होणार नाहीत.' माझ्या प्रशिक्षणाच्या एका टप्प्यावर मला गुडघेदुखी सुरू झाली. माझ्या दीर्घ टप्प्याच्या धावण्यात विसाव्या मैलावर माझा गुडघा जोरात दुखू लागला. पण माझ्या शरीराला दुखापत केल्याबद्दल मी धावण्याला दोष दिला नाही. त्याऐवजी मी स्वत:वर सर्व जबाबदारी घेतली. माझ्या अयोग्य फॉर्ममुळे मी माझा गुडघा कसा दुखावून घेतला, असा विचार मी करत होतो. आता योग्य सुधारणा करण्याची वेळ आली आहे, याची मी मलाच जाणीव करून दिली. त्यानंतर माझ्या पुन:पुन्हा सुधारणा करून अजमावून पाहण्याच्या गोष्टींच्या यादीत मी या गोष्टीचा समावेश केला. त्यावर अधिक संशोधन करण्याची मला गरज होती.

‘ताय ची’चे धडे

सन १९९७ मध्ये मी शू झिलिन यांना भेटलो. ते चीनमधून आले होते आणि ‘ताय ची’वर त्यांचे प्रभुत्व होते. त्यांच्या भेटीनंतर माझे डोळे खाड्‌कन उघडले. एक नवीन जग माझ्यासमोर खुले झाले होते. आपल्या केंद्रस्थानापासून हलण्याचे आणि हात-पायांना आपल्या मागोमाग येऊ देण्याचे तंत्र त्यांनी मला सांगितले. ते करत असलेली त्यांच्या शरीराची हालचाल सहज आणि त्याच वेळी ताकदवानही असे. ही कल्पना माझ्या धावण्यात वापरणे, हा माझ्यासाठी धावण्याच्या तंत्रातील मोठाच कायापालट होता, हे वेगळे सांगण्याची गरजच नाही.

प्राण्यांच्या हालचालींमध्ये ‘ताय ची’च्या हालचालींचे मूळ आहे. चिनी लोकांच्या मते, ची हा ऊर्जाप्रवाह वस्तूमध्ये प्राण फुंकतो. ही ऊर्जा पाठीच्या कण्यातून वाहते. तिथूनच ती शरीराच्या सर्व भागांमध्ये विभाजित होते. मानसिक शक्ती एकवटून आणि स्नायू सैलावून या ऊर्जेची संवेदना कोणीही जाणून घेऊ शकतो. कोणालाही त्या ऊर्जेची जाणीव अशा प्रकारे करून घेणे शक्य आहे. त्याचबरोबर तिला आपल्या अवयवांच्या विविध हालचालींसाठी आणि व्यायामासाठी दिशाही देता येते. या तंत्रालाच ‘ताय ची’ असे म्हणतात. पाश्चात्त्य औषध उत्पादनाच्या क्षेत्रात या संकल्पनेकडे दुर्लक्ष करण्यात आले, कारण कोणत्याही मापकाद्वारे ‘ची’चे मापन करता येत नाही. शिवाय कोणत्याही वैज्ञानिक पद्धतीने तिचे अस्तित्व सिद्ध करता येत नाही. ‘ची’विषयीचा स्वारस्यपूर्ण भाग म्हणजे, तुम्ही विश्वास ठेवा किंवा ठेवू नका; पण ती तुमच्या शरीरातून वाहत असते, कारण जर ही ऊर्जा तुमच्या शरीरातून वाहत राहिली नसती, तर तुम्ही मरण पावला असतात. लक्षात आले का?

चिनी लोकांनी दोन हजार वर्षांपूर्वी विकसित केलेल्या ज्ञानाच्या पर्वताच्या पृष्ठभागावरचा पडदा किंचित खरवडण्याचे काम आपण सध्या करत आहोत. सध्या क्रीडा प्रशिक्षणासाठी पोटातील स्नायूंची सामूहिक शक्ती वापरणे, हा त्याचाच एक भाग आहे. कोणत्याही हालचालीला आपल्या पाठीच्या कण्यापासून मार्गदर्शन करणे किंवा दिशा देणे, हा भाग ताय ची आपल्याला शिकवते. म्हणजेच, कोणतीही हालचाल तुमच्या शरीराच्या केंद्रस्थानापासून केली जाते; बाह्य भागापासून नाही. निसर्गाचे निरीक्षण केले तर आपल्या लक्षात येते की, झाडाची शक्ती त्याच्या बुंध्यात साठवलेली असते. झाडाच्या फांद्या किवा पानांत ती नसते. त्यामुळे मानवी शरीरच याला कसे अपवाद असेल? तुमच्या सर्व अवयवांची ऊर्जा साठवल्या गेलेल्या शरीराच्या तुमच्या भागाला तुमचाही बुंधा किंवा नितंबच म्हटले पाहिजे, असा विचार तुम्ही का करता? आपली ऊर्जा आपल्या पाठीच्या कण्यातून वाहत असते, हे आपण अजूनही मान्य करणार नाही का?

तुम्ही चित्त्याची हालचाल पाहा. तो जमिनीवरचा सर्वांत वेगवान प्राणी आहे. त्याचे पाय वाघासारखे खूप बळकट नसतात. त्याचे पाय तर हरणासारखे दुबळे दिसतात. मग तो सर्वांत वेगवान कसा काय असतो? त्याचे रहस्य त्याच्या पाठीच्या कण्यात दडलेले आहे. तिथेच बहुतांश ची एकवटलेली असते. चित्ता धावतो, त्या वेळी त्याच्या शक्तीचा स्रोत त्याच्या पाठीच्या कण्यात असल्याचे तुमच्या लक्षात येईल. त्याच्या पायांतून त्याला ऊर्जा मिळत नाही.

तुमच्या पाठीच्या कण्यातून निघालेली ऊर्जा तुमच्या पायांना मिळण्यासाठी तुमचे पाय सैलावलेल्या स्थितीत असले पाहिजेत. माझा पाठीचा कणा ताठ ठेवायला मास्टर शू मला सातत्याने सांगत. मात्र माझे उर्वरित सर्व शरीर सैलावलेल्या स्थितीत ठेवायलाही ते सांगत. असे केल्यामुळे एखाद्या नळीतून पाणी सहजपणे वाहावे, त्याप्रमाणे शरीरातून ची सहजपणे वाहत जाते, असेही ते म्हणत. पण धावताना माझे हात आणि पाय सैलावल्यास या साखळीत दडलेली पुढची एक समस्या उघड होत असे. ती म्हणजे, माझे खांदे आणि माझे नितंबही मला त्यासाठी आधीच सैलावण्याची आवश्यकता असे. एकदा शरीराचे स्नायू सैलावण्याची सवय मला लागल्यावर माझ्या पाठीच्या कण्यात भरपूर ची गोळा झाल्याची जाणीव मला होऊ लागली. शरीराच्या इतर कोणत्याही भागाकडून तिच्या वहनात आता कोणताच अडथळा येत नव्हता. त्या वेळी मला सहजपणा आणि हळुवारपणाची पुढची पातळी लक्षात येत होती. मी माझे जीवरक्षक कवच घालून आरामात तरंगतो आहे, अशा प्रकारची आरामदायी भावना माझ्या मनात त्या वेळी निर्माण होत होती. मी नंतर तंत्रावर काम करू लागलो. त्या वेळी मला त्याहून अधिक हळुवारपणे आणि सहजपणे धावता येऊ लागले. माझी धावण्याची क्षमता आता अधिकच वाढली होती. आता माझा श्वासोच्छ्वासही अत्यंत सहजतेने होत होता. माझे स्नायू आता आखडत नव्हते. धावण्यास सुरुवात केलेल्या वेळेपेक्षा धावणे संपवून आल्यानंतर मला कित्येकदा एकदम ताजेतवाने वाटत होते. एके दिवशी तीस मैल अंतर धावण्यासाठी मी गेलो आणि परतल्यानंतर मला फारशी अस्वस्थता जाणवत नव्हता; उलट उत्साह जाणवत होता. आता धावून आल्यानंतर शारीरिक सुधारणा याचा अर्थ खूपच वेगळा बनला होता. धावून आल्यानंतर पूर्वस्थितीला येण्यासाठी आधी काही दिवसांचा कालावधी लागत असे, पण आता तो काही तासांवर आला होता. शिवाय काही वेळा तर मला त्यासाठी थोडासाही वेळ लागत नव्हता. धावून आल्याबरोबर मी पुढचे काहीही काम करायला तत्परतेने तयार असे, कारण माझी दमछाक होत नव्हती. त्यामुळे मी कोणत्या तरी अत्यंत चांगल्या, शांत गोष्टीवर अवलंबून असल्याचे माझ्या लक्षात आले होते. मला १९९८मध्ये ची रनिंगविषयी समजले होते. तेव्हापासून आजतागायत मी अनेक ठिकाणी, अनेक वेळा धावलो

आहे. पण शिकवताना, प्रशिक्षण देताना किंवा शर्यतींदरम्यान कधीही, कोणत्याही स्वरूपाची दुखापत मला झालेली नाही.

सन १९९९ मध्ये मी बोल्डरवरून सॅन फ्रान्सिस्कोला आलो. त्या वेळी मास्टर शू यांना आपण सोडून जात असल्यामुळे आपले मोठेच नुकसान होत असल्याची जाणीव मला झाली. मी तिथे प्रथम गेलो होतो, तेव्हा मी गोल्डन गेट पार्कमधून धावत निघालो होतो. 'ताय ची'च्या नव्या शिक्षकाचा शोध मी घेत होतो. तिथे छोटे-छोटे गट 'ताय ची'चे गट रोजच आपले धडे गिरवत असल्याचे मला दिसत असे. तिथे मास्टर शूही असत. मात्र त्यांच्याकडे नेहमी एकच विद्यार्थी असे. ते आपला विषय विविध शारीरिक पवित्र्यांमधून शिकवत असत. जणू काही एखादा कलाकार मातीमधून विविध कलाकृती तयार करत आहे, असे ते पाहताना वाटत असे. ते आपल्या विद्यार्थ्यावर इतके लक्ष केंद्रित करत की, असा विद्यार्थ्याशी एकरूप होऊन एवढ्या तादात्म्यतेने आणि तळमळीने शिकवणारा एकही शिक्षक मी पाहिला नव्हता. त्याच ठिकाणी मी त्यांना कित्येकदा पाहिले. त्यानंतर मी त्यांना ते मला शिकवतील का, असे मी त्यांना विचारण्याचे ठरवले. माझी ओळख करून दिली आणि सांगितले, ''मला ताय ची शिकण्याची फारशी उत्सुकता नाही. पण माझ्या धावण्यामध्ये त्यातील काही तत्त्वे मला वापरता आली, तर मला त्याचा खूपच फायदा होईल.'' त्यांचा चेहरा उजळला. ते म्हणाले, ''माझ्या मनात नेहमीच हा विचार असतो. मला नेहमीच वाटते की, कोणी तरी 'ताय ची'ची तत्त्वे शिकावीत आणि त्यांचा कोणत्या ना कोणत्या क्रीडाप्रकारात वापर करावा. तू माझ्याकडे तीन महिन्यांनी परत ये.''

अशा प्रकारे ते सगळे झाले होते. त्यांनी मला त्यांचे नाव किंवा फोन क्रमांक दिला नव्हता. फक्त 'तीन महिन्यांनी परत ये,' एवढेच सांगितले होते. यावर मी काय बोलणार होतो? त्यानंतर मी ९० दिवस प्रतीक्षा केली आणि परत गेलो. आम्ही आधी भेटलो होतो, त्याच ठिकाणी ते तीन महिन्यांनीही उभे होते. मी त्यांना पुन्हा एकदा माझी ओळख करून दिली आणि त्यांच्याशी झालेल्या मागच्या भेटीची आठवण त्यांना करून दिली. त्यावर ते म्हणाले, ''ठीक आहे. उद्यापासून आपण सुरुवात करू या.'' त्यानंतर मला समजले की, जॉर्ज शू हे आंतरराष्ट्रीय ख्यातीचे ताय ची मास्टर होते आणि जगभर सर्वत्र ते यासंदर्भातील चर्चासत्रांना उपस्थित राहत होते. चीनमधील जवळजवळ सर्वच प्रकारच्या मार्शल आर्टमधील कित्येक निष्णात लोकांच्या व्हिडिओ टेप्स त्यांच्याकडे होत्या. अशा प्रकारच्या व्हिडिओ टेप्सचा त्यांचा संग्रह खूपच मोठा होता. दुसऱ्या दिवसापासून मास्टर शू यांच्याकडे मी शिकू लागलो आणि आपण आता ज्याला ची रनिंग म्हणतो, त्यासाठी त्यांच्याकडून मला मौल्यवान गोष्टी शिकता आल्या. माझ्या ची रनिंगवर अर्थातच

त्यांच्या शिकवण्याचा खूपच मोठा प्रभाव आहे. मी त्यांना भेटण्याआधी मला ज्या-ज्या गोष्टी माहिती होत्या, त्याविषयीची माझी माहिती त्यांनी सुधारित केली. त्यात भर घातली आणि काही माहिती योग्य होती, तिच्यावर शिक्कामोर्तबही केले. मी धावण्यामध्ये ताय ची कशा प्रकारे वापरावे, याविषयीही त्यांनी मला मार्गदर्शन केले.

लोकांना धावताना पाहणे मला नेहमीच आवडते. किती वेगवेगळ्या प्रकारची शरीरे असतात आणि ती किती वेगवेगळ्या प्रकारांनी धावतात, हे पाहणे खूपच स्वारस्यपूर्ण असते. पण त्या धावण्यामुळे त्या धावपटूवर कोणता परिणाम होतो आहे, हे तुम्हाला पाहायचे असेल, तर त्या धावपटूचा चेहरा पाहा. तुम्ही मुलांना धावताना पाहिले, तर तुम्हाला त्यांच्या चेहऱ्यावर सहसा स्मितहास्य दिसेल. मात्र प्रौढांच्या चेहऱ्यावर अस्वस्थता आणि दहशत यांचे भाव आपल्याला दिसतात. कित्येक लोक धावण्याचा आनंद घेत नसल्याचे त्यांच्या चेहऱ्यांवरील भाव पाहून माझ्या लक्षात आले होते. त्यामुळेच त्यांच्यावर होणारा धावण्याचा परिणामही फारसा चांगला नव्हता. मग बालपणी धावताना चेहऱ्यावर झळकणारे ते हास्य नंतर कुठे जाते?

ज्या प्रकारच्या हालचालींसाठी आपली शरीरे बनलेली आहेत, त्याच प्रकारच्या हालचाली करण्यासाठी आपले पुनर्शिक्षण होण्याची आवश्यकता आहे. कित्येक लोकांना कसे धावावे, हे शिकवलेलेच नसते. या सगळ्या गोष्टी आपण गृहीतच धरतो, कारण एकदा चालायला शिकल्यावर प्रत्येक जणच धावायलाही आपोआपच शिकतो. कोणत्याही फिटनेस सेंटरमध्ये जा, जिममध्ये किंवा अन्य कोणत्याही क्रीडा प्रशिक्षण केद्रांत जा आणि तिथल्या प्रशिक्षण दिल्या जाणाऱ्या क्रीडाप्रकारांची यादी वाचा. तुम्हाला तिथे जगातले सगळे क्रीडाप्रकार दिसतील, पण कुठेही धावण्याच्या प्रशिक्षणाचा उल्लेख आढळणार नाही. यामुळे धावण्यास शिकवणारा पूर्ण वेळ प्रशिक्षक बनण्याचे मी ठरवले. माझ्या धावण्याच्या वर्गात मी 'ताय ची'ची अनेकानेक तत्त्वे आणली, त्यामुळे ची रनिंग तयार झाले आणि विद्यार्थ्यांना आपल्या कामगिरीत लक्षणीय बदल तत्काळ जाणवू लागले. सर्वसामान्य लोकांना ची रनिंगच्या तंत्राची माहिती झाल्यानंतर मी अनेकांच्या चेहऱ्यांवर स्मितहास्य परतल्याचे पाहिले.

बालपणीच्या धावण्यातील सहजता प्रौढपणी राहत नाही. माझ्या ताय ची प्रशिक्षकांकडून मला ती सहजता पुन्हा प्राप्त करून घेण्याचा मार्ग दिसला. व्यक्तींमध्ये परिपक्वता निर्माण करण्याचाही तो एक मार्ग होता. मुले नैसर्गिकरीत्या धावतात, पण त्यांना त्याची जाणीव नसते. ती जाणीवपूर्वक त्या पद्धतीने धावत नाहीत. पण प्रौढ असल्यामुळे त्याच प्रवाहीपणे आणि नजाकतीने जाणीवपूर्वक

धावायला शिकणे, हे आमचे काम आहे. जाणीवपूर्वक कृती करून आणि समजून घेऊन आपण आपल्या शरीरावर आणि आपल्यावरही नियंत्रण राखू शकतो. शरीरातील शक्तीची आणि शरीराशी असलेल्या तिच्या संबंधाची जाणीव करून घेऊन धावण्यास शिकवणारे ची रनिंग हे एक तंत्र आहे.

मी अजूनही स्वत:ला एक आगळावेगळा धावपटू मानत नाही. मी धावतो तेव्हा पूर्णपणे लक्ष केंद्रित करावयाच्या आंतरिक गोष्टीवर आणि तंत्रावर माझे लक्ष असते. माझे लक्ष शारीरिक ताकद आणि बुद्धिमत्ता यांच्यावर केंद्रित झालेले नसते. अंतिमत: ची रनिंग हे काही तुम्हाला फक्त उत्तम धावपटू बनवण्याचेच तंत्र नाही. खरे तर त्यामुळे तुम्ही जे काही जन्मत:च बरोबर आणलेले आहे, त्याकडे तुमचे लक्ष वेधून तुमचे, व्यक्तिमत्त्व समृद्ध करण्याचे ते तंत्र आहे. तुमच्या शरीराचे म्हणणे तुम्ही कसे ऐकावे हे शिकवणारे ते तंत्र आहे. धावण्याचा विचार केला, तर तुमच्या फॉर्ममध्ये सुधारणा घडवून आणून तुमची कामगिरी सुधारणारे ते तंत्र आहे. तुमच्या शरीराची संवेदना कशी जाणून घ्यावी, समजून घेऊन कृती कशा कराव्यात आणि तुमच्या कृतींचे परिणाम कसे समजून घ्यावेत, तुम्ही जे करता आणि तुम्हाला जे जाणवते त्यातून कसे शिकत जावे, हे या तंत्रामुळे समजते. विविध पातळ्यांवरून आत्मशोध घेऊन स्वत:लाच कसे समजून घ्यावे, हे शिकण्याचे ते तंत्र आहे.

तुमच्या धावण्याच्या फॉर्ममध्ये तुम्हाला सुधारणा करायची असेल, तुमच्या दुखापतींचे प्रमाण कमी करायचे असेल, स्वत:चा प्रशिक्षण कार्यक्रम विकसित करायचा असेल आणि वृद्ध होईपर्यंत धावत राहायचे असेल; तर हे पुस्तक तुमच्यासाठीच आहे.

तुमच्या आरोग्यात तुम्हाला सर्वांगीण सुधारणा घडवून आणायची असेल आणि चांगले जीवन जगायचे असेल, तर हे पुस्तक तुमच्यासाठीच आहे.

तुमच्या केंद्रस्थानी तुमचे चित्त तुम्हाला अधिकाधिक एकवटायचे असेल, आणि धावण्याकडे व संपूर्ण आयुष्याकडेच एकाग्रतेने लक्ष पुरवायचे असेल तरीही हे पुस्तक तुमच्यासाठीच आहे. ची रनिंग हे धावण्याविषयी तर आहेच; पण त्याहीपेक्षा ते 'ची'विषयी अधिक माहिती देणारे आहे. तुमच्या शरीराशी तुमची अधिक ऊर्जात्मक आणि अधिक एकाग्रतेने गुंतवणूक करणारे हे तंत्र आहे. याचाच अर्थ, आपण आपलेच उत्तम मित्र किंवा मैत्रीण, शिक्षक, प्रशिक्षक आणि मार्गदर्शक बनण्याचे हे तंत्र आहे. एकाग्रचित्त, शांत आणि ऊर्जेने परिपूर्ण व्यक्तिमत्त्व आपल्याला हवे असेल; तर तुम्हाला हे तंत्र आत्मसात केलेच पाहिजे. हे सगळे ऐकायला खूपच विलक्षण वाटते ना? ते खरोखरच तसे आहेही!

हे पुस्तक कसे वापरावे

इथे तुमचा आणखी थोडा वेळ घेऊन या पुस्तकातील प्रकरणांमधून तुम्हाला काय वाचायला मिळणार आहे, ते मला सांगायचे आहे. मी तुम्हाला आधीच सूचना देऊन ठेवतो की, चौथ्या प्रकरणापर्यंत मी ची रनिंगच्या तंत्राची माहिती तुम्हाला द्यायला सुरुवात करणार नाही. मी थोडीशी दीर्घ प्रस्तावना करतो आहे, असे तुम्हाला कदाचित वाटेलही; पण त्यामागे काही कारण आहे. हे पुस्तक तुम्हाला अधिक चांगला धावपटू कसे बनावे, एवढेच सांगणार नाही; तर धावण्यातून अधिक चांगले गुणधर्म विकसित करायलाही शिकवणार आहे. तुम्हाला उर्वरित आयुष्यभर हे गुणधर्म पुरतील. पण या तंत्राची पार्श्वभूमी चांगल्या प्रकारे माहिती असेल, तरच धावण्याविषयीचा हा दृष्टिकोन तुम्हाला समजेल. त्यामागचे तत्त्वज्ञानही तुमच्या चांगल्या परिचयाचे असले पाहिजे. त्यामुळे पहिल्या तीन प्रकरणांत मी तुम्हाला या तंत्राच्या तात्त्विक पायाविषयी सांगितले आहे. साहजिकच त्यानंतर या तंत्राची वैशिष्ट्ये मी तुम्हाला समजावून सांगेन, त्या वेळी तुम्हाला त्यांचा अर्थ झट्‌कन समजेल. तो पाया मजबूत झाल्यावरच वैशिष्ट्ये समजावून देण्याला काही अर्थ असेल.

स्नायूंच्या बळावर धावण्याचे सध्याचे तंत्र आणि ची रनिंगचे तंत्र यांची तुलना पहिल्या प्रकरणात केली आहे. ताय ची आणि ची रनिंग ज्या तीन तत्त्वांवर किंवा नैसर्गिक नियमांवर आधारित आहेत, ती तीन तत्त्वे दुसऱ्या प्रकरणात दिली आहेत. तुमच्या हालचाली नैसर्गिक नियमांशी सुसंगत असतील, तेव्हा तुम्हाला आजूबाजूच्या वातावरणातूनही चांगलाच आधार मिळत जाईल. तुम्ही सहजतेने धावू शकाल. ची रनिंगची आंतरिक कौशल्ये मी तिसऱ्या प्रकरणात विशद केली आहेत. मी त्यांना ची कौशल्ये असे म्हणतो. ही मानसिक आणि शारीरिक पातळीवरची चार कौशल्ये शिकल्यावर तुमचे धावणे, ही पूर्णतः वेगळ्या पातळीवरची बाब बनेल.

चौथ्या प्रकरणात मी तुम्हाला ची रनिंगमधील लक्ष केंद्रित करावयाच्या गोष्टींची माहिती दिली आहे. अधिक सक्षमपणे, हळुवारपणे आणि दुखापतीविरहित धावण्यासाठीच्या या शारीरिक आणि मानसिक पद्धती आहेत. चौथ्या प्रकरणातील अचूक फॉर्मसाठी लक्ष केंद्रित करावयाच्या गोष्टी कशा कराव्यात, हे पाचव्या प्रकरणात सांगितले आहे. त्यासाठीचे दहा धडे या प्रकरणात दिले आहेत. तुमच्या धावण्यात हे धडे तुम्हाला क्रमवार पद्धतीने आणावे लागतील आणि काळाच्या कसोटीवर तपासून घेत पुढे जावे लागेल.

सहा ते अकरा क्रमांकांच्या प्रकरणांमध्ये तुमच्या धावण्याच्या कार्यक्रमात ची रनिंगचे तंत्र कसे वापरावे याविषयीची माहिती दिली आहे. त्यात धावण्याचा

कार्यक्रम विकसित करणे, उत्तुंग कामगिरीसाठीचे प्रशिक्षण, लक्ष केंद्रित करावयाच्या प्रगत गोष्टी आणि आहार याविषयी सांगितले आहे. तुमच्या दैनंदिन जीवनात ची रनिंगची तत्त्वे कशी आचरणात आणावीत, याविषयी बाराव्या प्रकरणात सांगितले आहे.

हे पुस्तक तुम्ही प्रथम सरळ, एकापाठोपाठ एका प्रकरणाचे वाचन अशा पद्धतीने वाचून काढा, असे मी तुम्हाला सुचवेन. त्यानंतर जे भाग तुम्हाला स्पष्टपणे, नीट समजलेले नाहीत ते पुन्हा एकदा वाचा. पुस्तक वाचताना मला आवडलेल्या किंवा न समजलेल्या गोष्टींवर मी खुणा करून ठेवतो. त्यानंतर संदर्भासाठी किंवा न समजलेल्या गोष्टी पुन्हा वाचण्यासाठी त्याचा चांगला उपयोग होतो. तुम्हाला आणखी नीट खुणा करायच्या असतील, तर विविध रंगांची बॉलपेन्स किंवा स्केचपेन्स वापरून खुणा करून ठेवा. मी तर सगळे व्यायाम, लक्ष केंद्रित करावयाच्या गोष्टी आणि टिप्स यांच्यावर खुणा करून ठेवल्या असत्या. त्यामुळे धावायला बाहेर पडण्याआधी आपण या संदर्भावर एक धावती नजर सहजपणे टाकू शकतो. माझ्यावर विश्वास ठेवा. तुम्ही हे पुस्तक कित्येक वेळा वापराल आणि तुमच्या धावण्यात लक्षणीय सुधारणा घडवून आणाल. तुम्हाला ची रनिंगची डीव्हीडी मागवता येईल. तसेच ऑनलाईन प्रशिक्षण कार्यक्रम मिळतील. तुम्हाला ची रनिंगच्या प्रमाणपत्रधारकाकडून ऑनलाईन माहिती आणि प्रशिक्षण कार्यक्रम मिळू शकेल. शिवाय प्रशिक्षणाची इतर साधनेही तुम्हाला वेबसाईटवर आढळतील. आमच्या वेबसाईटचा पत्ता आहे : www.chirunning.com

कोणतीही गोष्ट पुन:पुन्हा केल्यानेच शरीर आणि मन ती चांगल्या प्रकारे आत्मसात करतात, असे माझ्या लक्षात आले आहे. त्यासाठीच हे पुस्तक कित्येक वेळा वाचून काढा; निदान आपल्याला आवश्यक वाटलेल्या बाबी तरी पुन:पुन्हा वाचा, असे मी तुम्हाला सुचवेन. नंतर तुम्ही वर्षातून एकदा ते वाचले तरी चालेल. त्यामुळे ची रनिंगच्या सर्व प्रक्रिया आणि नावे तुमच्या चांगलीच लक्षात राहतील. तुम्हाला लागेल तेवढा वेळ घ्या आणि अधिकाधिक शिकत जा. नंतर गती वाढवायला शिका.

ची रनिंगची मूलभूत तत्त्वे शिकण्यास सर्वसाधारण धावपटूला एक ते सहा महिन्यांपर्यंतचा कालावधी लागू शकेल. पण तुम्ही ज्या वेळी त्याचा सातत्याने सराव करत राहाल, त्याच वेळी तुम्हाला त्याविषयीचा नेमका दृष्टिकोन समजू लागेल. त्याच वेळी तुमच्या विचारांवर, कृतींवर आणि तुमच्या संपूर्ण आयुष्यावर त्याचा प्रभाव तुम्हाला जाणवू लागेल.

प्रकरण १

ची रनिंग : धावण्याच्या जगातील क्रांती

चांगला धावपटू आपल्या पाऊलखुणा मागे सोडत नाही.

- लाओ झू

आमच्या ट्रॅकवरून एमिली धावत निघाली होती. त्या वेळी तिच्या धावण्याच्या सुंदर फॉर्ममुळे आम्ही सारेच प्रभावित झालो होतो. ती जणू काही जमिनीवरून विनासायास तरंगत निघाली होती. तिच्या पावलांच्या जमिनीवर होणाऱ्या आघाताचा आवाज क्वचितच ऐकू येत होता. ते क्षण कोणत्या तरी दुसऱ्या जगातील असल्याप्रमाणे आम्ही सारेच जण मंत्रमुग्ध झालो होतो. माझ्या प्रशिक्षण वर्गातील प्रत्येकाचीच ती आदर्श बनली होती, कारण तिचा धावण्याचा फॉर्मच तेवढा देखणा होता.

एमिली ही तीन वर्षांची मुलगी होती. त्या दिवशी तिचे पालक त्या ट्रॅकवरून प्रशिक्षण घेणार होते.

मुले नैसर्गिकरीत्या धावतात. शिवाशिवीच्या खेळात त्यांना आपल्या मित्रांना किंवा मैत्रिणींना पकडायचे असते; तेव्हा ज्याला पकडायचे, त्याच्यावरच ते आपले लक्ष केंद्रित करतात. त्यानंतर त्यांचे शरीर फक्त त्याचाच किंवा तिचाच पाठलाग करते. त्या वेळी ते धावण्याचा विचार करत नाहीत. ते पाठशिवीच्या किंवा

शिवाशिवीच्या खेळाचा आनंद लुटत असतात. त्यात त्यांना एवढी गंमत वाटत असते की, त्यामुळे धावण्याला कामाचे स्वरूपच येत नाही. ते गंमत मिळवण्याचे साधन बनलेले असते. साहजिकच त्यांच्या हालचालींसाठी ती फक्त थोडेच श्रम करत असतात. त्यामुळे त्यांना दुखापत होण्याच्या शक्यताही खूपच कमी असतात. त्यांचे सांधे अजिबात आखडत नाहीत किंवा त्यांच्या स्नायूंवरही ताण येत नाही. त्यांना वेदना होत नाहीत. फक्त गंमत आणि खेळ म्हणूनच त्यांच्या हालचाली सुरू असतात, त्या वेळी हे सगळे कसे काय घडून जाते?

सारा ह्युजेसने सन २००२ मध्ये महिलांच्या स्केटिंगमध्ये ऑलिंपिकमध्ये सुवर्णपदक पटकावले. ती म्हणाली, "मी सुवर्ण-पदकाचा विचार करत नव्हते. मला फक्त गंमत हवी होती आणि माझा वेळ खूपच मजेत घालवायचा होता.... मला शक्य तेवढ्या उत्तम रीतीने स्केटिंग करायचे होते." तिला खरोखरच स्केटिंग करताना किती मजा येत होती, हे तिला स्केटिंग करताना पाहणाऱ्यांनाही स्पष्टपणे जाणवत होते. मुक्ततेची तिची संवेदना आणि आनंद यांच्यातून तिच्या शरीरात ऊर्जा वाहत होती. प्रेक्षकांनाही ती ऊर्जा स्पष्ट जाणवत होती. त्याउलट मिशेल वान पाच वेळा जागतिक चँपियन बनली होती. तिला कॅमेऱ्याने टिपले, तेव्हा ती लवकरच बर्फावरून जाणार होती. तिच्या चेहऱ्यावर चिंता आणि दबाव स्पष्ट दिसत होता. तिला आपल्या देशासाठी सुवर्णपदक कसे मिळवता येईल, याचीच चिंता लागून राहिली होती. शांत, विसावलेली, आरामशीर अवस्था सोडून बाकी साऱ्या-साऱ्या भावना तिच्या चेहऱ्यावर दिसत होत्या. मला तिच्याविषयी खूपच वाईट वाटले, कारण तिच्या ऊर्जेच्या प्रवाहाच्या वहनात तिच्या चिंतेमुळे ठिकठिकाणी अडथळे निर्माण झाले होते. त्यामुळे तिने आपल्या क्षमतेहून खूपच कमी दर्जाची कामगिरी केली आणि तिला फक्त कांस्यपदकावर समाधान मानावे लागले.

आपण शाळेत असताना आपल्यापैकी अनेक जण खूपच चांगल्या प्रकारे धावत होते, हे मला माहिती आहे; कारण त्या वेळी आपल्यावर कामगिरीचा दबाव नसतो. पण त्यानंतर आपण ती सहजतेची जाणीव गमावून बसतो आणि त्यामुळे मिशेलप्रमाणे आपल्या कामगिरीविषयी नेहमीच चिंताग्रस्त बनतो. साहजिकच आपले स्नायू आक्रसले जातात, घट्ट बनतात, आखडतात आणि आपल्याला आपली संवेदना जाणून घेण्यापासूनच आपण रोखून ठेवतो. मग आपली कामगिरी चांगली झाली, तरच नवल! ही सहजता आणि समाधान पुन्हा एकदा मिळवण्यासाठी आपल्या शरीराला पुन्हा एकदा सैलावण्यास आणि सहजतेने हालचाली करण्यास शिकवण्याची गरज असते. त्यामुळे धावणे ही पुन्हा एकदा श्रम न करता सातत्याने करत राहण्याची बाब बनते.

आपण किती श्रम करत आहोत याचा अभ्यास करणे, हा आपले शरीर

सैलावण्यासाठीचा आवश्यक मार्ग आहे. समजा, जोन ही सुडौल शरीरयष्टी असलेली सर्वसाधारण धावपटू आहे. ती सकाळी धावण्यासाठी बाहेर पडते आणि प्रतिमैल ९ मिनिटे या गतीने धावते. ती कित्येक आठवडे या गतीने धावत आहे. त्यामुळे एवढ्या गतीने धावणे म्हणजे काय याची शारीरिक संवेदना तिला बरोबर माहिती आहे. तिला ते छान, सोईस्कर, सहज धावणे वाटते. त्यानंतर त्या संध्याकाळी ती पार्टीला जाते. तिथे ती छानपैकी रॉक नृत्य करते. त्यानंतर एक-दोन बाटल्या बिअरही रिचवते. दुसऱ्या दिवशी सकाळी ती स्वत:ला अक्षरश: आपल्या अंथरुणातून खेचून बाहेर काढते. पुन्हा आपल्या शेजारच्या मित्राबरोबर ती प्रतिमैल ९ मिनिटे या गतीने धावण्यास सुरुवात करते. मात्र धावायला सुरुवात केल्याबरोबर ती आपल्या मित्राला विचारते की, आज आपण एवढ्या जलद गतीने का बरे धावतो आहोत? तो तिला सांगतो की, ते नेहमीच्याच गतीने धावत आहेत. नंतर आपण बसमध्ये चढण्यासाठी धावताना दमलो आहोत, हे तिच्या लक्षात येते. तिचे पाय दमल्याचे तिला जाणवते. आपण रेल्वे स्थानकातून निघालेल्या रेल्वेच्या इंजिनातून निघणाऱ्या वाफेप्रमाणे श्वासोच्छ्वास करत असल्याचेही तिला जाणवते. त्यामुळे आपण किती काळ धावू शकू, हे तिचे तिलाच सांगता येत नाही. तिला आपण अधिक श्रम करत असल्यासारखे वाटते. मात्र ते दोघेही नेहमीच्याच गतीने नेहमीएवढेच अंतर धावत असतात.

तुम्ही प्रत्यक्षात किती श्रम करत असता त्यापेक्षाही तुम्हाला आपण किती श्रम करतो आहोत, असे वाटते, त्याला अधिक महत्त्व असते. तुम्ही स्वत:ला अधिक चांगल्या प्रकारे तयार करून धावणे, यावर ची रनिंगचा भर असतो. त्यामुळे तुमच्या शरीरातून ऊर्जेचे वहन सहजपणे आणि विनाअडथळा होत राहते. हे होण्यासाठी पुढील गोष्टी करण्याची गरज असते. १) तुमच्या शरीराची ढब किंवा पवित्रा राखणे, २) तुमचे सांधे खुले आणि सैल ठेवणे, ३) तुमचे स्नायू सैलावणे आणि धावताना तिथे कोणत्याही प्रकारचा ताण येऊ न देणे. तुम्ही या गोष्टींचा सराव केलात, तर तुम्ही प्रत्यक्षात जेवढे श्रम करत असाल, त्यापेक्षाही आपण कमी श्रम करत आहोत, असेच तुम्हाला वाटेल. मग तुम्ही कोणत्याही गतीने धावत असाल, तरीही तुम्हाला त्यामुळे काहीही फरक पडणार नाही. तुमचा धावण्याचा फॉर्म हळूहळू अधिकाधिक सक्षम बनत गेला, तर तुम्ही अधिक गतीने धावू शकाल किंवा अधिक अंतर कापू शकाल. तुम्हाला त्यासाठी आपण कमी श्रम करत असल्यासारखे वाटेल. खूपच श्रम करत असल्यासारखे वाटले, तरच आपल्याला सुडौल बनता येते, असे वाटण्याचे काहीही कारण नाही. त्याचप्रमाणे आपल्याला धावण्यात गंमत का वाटत नाही आणि त्यातूनच आपण सुडौल का बनत जाणार नाही, यालाही काही उत्तर नाही. तुमची धावण्याची क्षमता वाढत गेली की, तुमचा

आनंदही वाढत जातो. त्याचप्रमाणे तुमचा आनंद वाढत गेला की, तुमची धावण्याची क्षमताही वाढत जाते. या दोन्ही गोष्टी एकमेकींशी निगडित आहेत.

ची रनिंगचे तंत्र तुमचा धावण्याविषयीचा दृष्टिकोन पूर्णपणे बदलून टाकते कारण जैवतांत्रिक दृष्ट्या अचूक फॉर्म आणि स्नायूंचे सैलावणे या दोन गोष्टींच्या संयोगातून तुम्ही ची रनिंगमध्ये धावत असता. तुमच्या हालचालींना मार्गदर्शन करणे आणि त्यांचे मूल्यमापन करणे, या दृष्टीने तुम्हाला प्रशिक्षित करण्यासाठी हे पुस्तक तुम्हाला मदत करेल. त्यामुळे तुमच्या शरीराला अधिक कष्ट करावे लागणार नाहीत. मास्टर शू अनेक गोष्टी सांगत. त्यांपैकी त्यांचे एक वाक्य मला खूपच आवडते. ते म्हणत, "शरीर निघून जाते, विदीर्ण होते....पण मन कायम टिकते."

इथे मी तुम्हाला उदाहरणासाठी एक व्यायामप्रकार देणार आहे. आपल्याला वाटणारे श्रम आणि प्रत्यक्ष केले जाणारे श्रम याविषयीची जाणीव त्यातून तुम्हाला होईल. करण्यासाठी तुम्ही पायांच्या स्नायूंचा अधिक वापर केलात, तर तुम्हाला अधिक कष्ट पडतील. पण जर तुम्ही पोटातील स्नायूंचा सामूहिक वापर केलात, तर तुम्हाला अधिक श्रम होणार नाहीत.

हा व्यायामप्रकार असा आहे –

- हे पुस्तक खाली ठेवा आणि सरळ, ताठ उभे राहा.
- दहा सेकंद जागच्या जागीच चालत राहा. त्यासाठी तुमची पावले वर उचला.
- जागच्या जागीच दहा सेकंद चालल्यानंतर कमरेतून वाका. तुम्ही नमस्कार करत असल्याप्रमाणे तुम्हाला वाटेल. त्यानंतर पुन्हा दहा सेकंद तशा वाकलेल्या स्थितीतच जागच्या जागी चाला.
- आता तुमचे शरीर ताठ करा. सरळ उभे राहा आणि काही सेकंद जागच्या जागीच चाला.

वाकून चालताना तुम्हाला कसे वाटले? तुम्ही शरीर ताठ ठेवले तेव्हा तुम्हाला कसे वाटले? ते थोडे अधिक सोपे होते का? जर तुम्हाला ताठ उभे राहून आपली पावले उचलून जागच्या जागी चालणे अधिक सोपे वाटले तर ते बरोबर आहे, कारण ते खरोखरच अधिक सोपे असते.

आता नेमके काय घडते, ते मी तुम्हाला सांगतो. तुम्ही ताठ आणि सरळ उभे राहता, त्या वेळी सौअॅस हे तुमचे पोटातील स्नायू ताणले जातात आणि तुमचे पाय उचलण्यासाठी रबरबँडप्रमाणे काम करतात. हे तुमच्या शरीरातील सर्वाधिक बळकट असलेले अंतर्भागातील स्नायू आहेत. ते तुमचे पाय उचलण्यासाठी काम करतात. याचाच अर्थ, तुमच्या शरीरातील स्नायूंचा सर्वांत मोठा गट त्याच्या ताकदीच्या

तुलनेत छोटे काम करत असतो. तुम्ही कमरेतून वाकता, तेव्हा तुमचा सौअ‍ॅसशी संबंध तुटतो. मग तुमच्या पायाचे वजन तुम्हाला मांडीच्या स्नायूंच्या साह्याने उचलावे लागते. म्हणजेच त्या स्नायूंच्या ताकदीच्या तुलनेत ते अधिक काम असते. म्हणूनच तुम्हाला कमरेतून वाकल्यानंतर अधिक श्रम केल्यासारखे वाटते.

तुम्ही कमरेतून वाकलात तर तुमच्या पायांना किती अधिक प्रमाणात श्रम करावे लागतात, हे स्पष्ट करण्यासाठी हा व्यायाम तुम्ही करून पाहिला पाहिजे. तुम्ही जर तुमच्या शरीराचा पवित्रा ताठ, सरळ ठेवलात आणि त्या वेळी समान रेषेत अवयव ठेवलेत (या रेषेविषयी आणि अवयवांविषयी मी पुढे सांगणार आहेच.); तर तुम्हाला धावताना किंवा चालताना कमी श्रम होतात. चौथ्या प्रकरणात सरळ, ताठ पवित्रा कसा ठेवावा आणि राखावा, तसेच पुढच्या बाजूला कसे झुकावे, याविषयी मी सांगणार आहे. त्यामुळे तुम्हाला आपण केलेले श्रम कमी वाटतील.

धावण्याची क्रिया तुम्हाला अधिकाधिक सोपी कशी बनवता येईल, हे सांगण्याआधी मुळातच तुम्ही का धावले पाहिजे, याविषयी आपण ऊहापोह करू या.

धावण्याचे फायदे

माझे बोलणे तुम्हाला मजेशीर वाटेल, पण माझे धावण्यावर प्रेम आहे. तुमचा उत्साह वाढवण्यासाठी ज्याप्रमाणे तुम्हाला एखाद्या जुन्या मित्राची काही वेळा गरज भासते, त्याप्रमाणे मला धावणे वाटते. एकदा का मी घराबाहेर पडलो की, माझ्यासाठी सारे विश्व खुले होते. मग मला आतून किती कंटाळवाणे किंवा बाहेरून किती त्रासदायक वातावरण वाटते आहे, याचा त्याच्याशी काहीही संबंध उरत नाही. मी कदाचित एखाद्या मित्राला बोलावतो. काही वेळा आम्ही काट्याकुट्यांच्या किंवा निबिड जंगलातील नव्या मार्गावरून धावण्यास जातो किंवा टेकड्यांवरून, पर्वतमाथ्यावरून धावायला जातो. तिथे धबधब्यांचे सौंदर्य पाहतो. धावणे तुम्हाला कशातूनही ओढून बाहेर काढते. तुम्ही जर वर्षभर धावत असाल, तर ऋतूंमधील बदल टिपण्यासारखा दुसरा आनंद नाही. याची प्रचीती तुम्हाला येते, कारण ऋतूंमधील बारीकसारीक बदल तुम्हाला पाहता येतात.

माझ्या आयुष्यातून एवढा वेळ काढून मी बाहेर धावत असतो, त्या वेळी आणखी एक महत्त्वपूर्ण गोष्ट घडत असते. ती कोणती, हे तुम्हाला माहिती आहे का? माझे हृदय बळकट बनते. माझ्या हाडांची घनता वाढते आणि माझे किती तरी उष्मांक मी जाळतो. माझी श्वसनक्षमता खूपच सुधारते. थोडा काळ खेळात घालवणे काही वाईट नाही.

ते बिनखर्चाचे आहे. शिवाय त्यासाठी किमान गिअरची गरज असते. (गिअरविषयी तुम्ही पुढे वाचणार आहात.) तुम्ही कुठेही आणि केव्हाही धावू शकता. तुमचे मन स्वच्छ करण्यासाठी धावण्यासारखी दुसरी गोष्ट नाही. आपल्या आयुष्यातील समस्यांकडे तुम्ही अधिक विधायक आणि निरोगी दृष्टीने बघू शकता. तुम्ही एखाद्या नव्या शहरात जाता, त्या वेळी तेथील जमिनीची रूपरेषा, पोत यांचा अभ्यास करणे आणि तेथील नव्या वातावरणाचा उत्स्फूर्त आस्वाद घेणे तुम्हाला धावण्यामुळे शक्य होते. याशिवाय तुमच्या शरीरातील विषारी द्रव्ये बाहेर पडण्यासाठीही यासारखा दुसरा चांगला मार्ग नाही.

तुमच्या उर्वरित आयुष्यात तुमच्यासोबत येऊ शकणारे अनेक गुणधर्म तुम्ही धावण्याच्या अभ्यासातून प्राप्त करू शकता. त्यांत सातत्य, चिकाटी आणि मन:शक्ती यांचा समावेश आहे. आपला धावण्याचा कार्यक्रम तयार करून तो नियमितपणे राबवण्याने तुम्हाला उद्दिष्टे ठरवणे आणि त्यांच्या पूर्ततेसाठी काम करणे या गोष्टी शिकता येतात. धोरणात्मक कृती-आराखडा कसा तयार करावा किंवा अपयशातून कोणते धडे घ्यावेत, हेही तुम्हाला समजते. खरे तर धावण्याच्या अनुभवातून शिकलेल्या गोष्टी वापरून आपण सहजपणे आयुष्याचा प्रवाह पुढे नेऊ शकणार नाही, अशी तुमच्या आयुष्यात एकही परिस्थिती नसते. धावणे हे खरे तर आयुष्याचा अभ्यास करणेच आहे.

लोकांना दुखापती का होतात

धावण्यातून बऱ्याच चांगल्या गोष्टी मिळवता येतात. मात्र त्यामुळे तुमच्या शरीराला आणखीही काही धोके संभवतात. धावण्याने तुमचे गुडघे, पोटऱ्या, नितंब, पाठ यांना दुखापती होऊ शकतात. तुमचे पाय त्यामुळे निकामी होऊ शकतात. एवढेच नव्हे, तर ताण आणि तणाव यांच्यामुळे तुमच्या दृष्टीवरही दुष्परिणाम होऊ शकतो. धावण्यातून अशा प्रकारच्या दुखापती नक्कीच होऊ शकतात, असा लोकांचा विश्वास असतो. मात्र मला तुम्हाला इथे एक गोष्ट ठासून सांगायची आहे आणि ती म्हणजे, या सगळ्या दंतकथा आहेत.

दुखापतींविषयीच्या एका सर्वसामान्य सिद्धांतानुसार, अतिप्रशिक्षण हे सर्व दुखापतींचे मूळ आहे. फलितासाठी दिलेल्या धावण्याच्या प्रशिक्षणाचा हा एक घटक असला, तरीही हीसुद्धा एक दंतकथाच आहे, असे मला वाटते. कारण धावण्याचा वाईट फॉर्म आणि वाईट जैवतांत्रिकता असणे हे दुखापतींचे प्राथमिक कारण आहे, असे मला वाटते. धावणे ही नैसर्गिक क्रिया आहे. नैसर्गिकरीत्या होणारी शारीरिक हालचाल आहे. तुम्ही तुमच्या शरीराची हालचाल अनैसर्गिकपणे

करणे म्हणजे वाईट जैवतांत्रिकता असणे होय. त्यामुळे स्नायू, सांधे आणि स्नायुबंध यांच्यावर अतिरिक्त ताण येतो. त्यातूनच त्यांना दुखापती होऊ शकतात. तुमचा धावण्याचा फॉर्म वाईट असेल, तर तुम्ही कितीही कमी अंतर धावलात तरीही स्वत:ला दुखापती करून घ्याल. फक्त अर्धा मैल धावल्यामुळे मांडीचे हाड मोडलेले लोक मी पाहिले आहेत. तुमच्या जैवतांत्रिकतेतच परिपूर्णता नसेल; दोष असेल तर तुम्हाला दुखणे किंवा वेदना यांचा त्रास होणारच. फक्त तुम्ही थोडे अधिक अंतर धावलात की, ही दुखणी किंवा वेदना डोकी वर काढतात. मी तुम्हाला त्याविषयी हमीच देतो.

याची दुसरी चांगली बाजू आता सांगतो. तुम्ही जर तुमची जैवतांत्रिकता सुधारली आणि तुमचा धावण्याचा फॉर्मही सुधारलात, तर दुखापती होण्याची मूळ कारणे तुम्ही घटवू लागता. मग कोणत्याही गतीने तुम्ही कितीही अंतर धावलात, तरी तुम्हाला त्रास होत नाही.

पॉल हा ३५ वर्षांचा सर्वसाधारण धावपटू आहे. मॅरेथॉनचे अंतर पूर्ण करायचे आव्हान स्वीकारून त्याला ते पूर्ण करून दाखवायचे होते. तोपर्यंत तो सहा मैलांपर्यंत धावला होता, कारण दर वेळी तो धावू लागला की त्याच्या मांड्यांच्या स्नायूंना दुखापत होत असे. धावायला सुरुवात केल्यावर पहिल्याच मैलापासून त्याला हा त्रास सुरू होत असल्याचे त्याने सांगितले होते. जुलैमध्ये ची रनिंगच्या वर्गाला तो प्रथमच आला. त्या वेळी डिसेंबरमध्ये होणाऱ्या होनोलुलू मॅरेथॉनमध्ये धावण्याचे त्याचे उद्दिष्ट होते. ची रनिंगच्या तंत्राच्या साह्याने तो प्रशिक्षणादरम्यान नेहमीपेक्षा अधिक गतीने धावू लागला. त्याला मांडीचे दुखणे जाणवत नव्हते. त्यानंतर सात महिने आपल्या फॉर्मवर कष्ट घेऊन त्याने सुधारणा केल्या. होनोलुलू शर्यतीतील सर्व मैलांचे अंतर त्याच्या नेहमीच्या गतीहून अधिक गतीने धावून त्याने पूर्ण केले. त्याला मांडीचे दुखणे अजिबात जाणवले नाही. आपल्या फॉर्मवर काम करेपर्यंत त्याला आपण मॅरेथॉनमध्ये धावू शकू, असे कधीही वाटले नव्हते, असे त्याने मला नंतर सांगितले. आता तो बोस्टन मॅरेथॉनमध्ये धावण्याचा विचार करत आहे.

आता सध्या इतक्या धावपटूंना एवढ्या मोठ्या प्रमाणात दुखापतींना का सामोरे जावे लागत आहे, असा प्रश्न उरतोच. माझ्या मते, पायांच्या स्नायूंची ताकद वापरून धावण्याच्या तंत्रामुळेच दुखापती उद्‌भवतात.

स्नायूंच्या बळावर धावणे : वेदना नाहीत, तर लाभही नाही

अजूनही स्नायूंच्या बळावर धावणे : वेदना नाहीत, तर लाभही नाही (‘पॉवर रनिंग

: नो पेन नो गेन'), ही उद्घोषणा सातत्याने सर्वत्र ऐकू येते. जणू काही धावपटूंच्या सन्मानाचा तो एक भागच आहे, अशा प्रकारे दिमाखात ती दिली जाते. धावण्याचे कार्यक्रम, आंतरराष्ट्रीय संबंध किंवा अगदी खेकड्याचा रस्सा करण्याविषयी बोलत असाल तरीही या सर्व बाबींमध्ये जबरदस्तीने बळाचा वापर करण्यापेक्षा वेगळा हळुवार दृष्टिकोन वापरला तर अधिक चांगले फलित निष्पन्न होते.

स्नायूंच्या बळावर धावण्याचे स्पष्टीकरण दोन दृष्टिकोनांतून देता येते. तंत्र आणि मानसिकता हे ते दोन दृष्टिकोन होत. स्नायूंच्या बळावर धावण्याच्या 'वेदना नाहीत, तर लाभही नाही', या उद्घोषणेतून तंत्र आणि मानसिकता या दोन्ही गोष्टींविषयीचे दृष्टिकोन स्पष्ट होतात. पाश्चात्त्य क्रीडाप्रकार आणि त्याविषयीचे विचार यांतून प्रामुख्याने समोर येतात. माझ्याविषयी गैरसमज करून घेऊ नका. स्नायूंच्या बळावर धावण्याचाही उपयोग होतो, पण ऊर्जेचा अपव्यय आणि दुखापतींचे प्रमाण दर यांचा विचार करता ते चांगलेच महागात पडते. दर वर्षी एक कोटी साठ लाख धावपटूंना दुखापती होतात आणि मला वाटते की, असे खरेच घडू नये.

स्नायूंच्या बळावर धावण्याची पद्धती

पायांचे स्नायू बळकट बनवणे, ही स्नायूंच्या बळावर धावण्यामागची मध्यवर्ती कल्पना आहे. जलद गतीने धावण्यासाठी पायांची गती वाढवणे आवश्यक असल्याचे या पद्धतीत मानले जाते. स्नायूंच्या बळावर धावण्याचा भर तुमच्या पायांना अधिक बळकट बनवण्याचे प्रशिक्षण देण्यावर असतो. त्यामुळे तुम्हाला अधिक चांगल्या प्रकारे धावता येते, असे मानले जाते. तुमच्या पोटऱ्या, मांड्या आणि नितंब अधिक बळकट बनवण्यासाठी अनेक प्रकारच्या योजना आखल्या जातात; आराखडे बनवले जातात.

प्रशिक्षणाच्या दृष्टिकोनातून पाहिले, तर स्नायूंची बांधणी आणि वापर अधिक प्रमाणात करण्यासाठी अधिक श्रमही लागतात. आमच्यासारख्या चाळिशी पार केलेल्या लोकांसाठी तर हे अधिकच जिकिरीचे असते. स्नायूंचा अधिक प्रमाणात वापर करायचा असेल, तर त्यासाठी स्नायूंची बांधणी आणि बळकटीकरण करण्यासाठी अधिक वेळही द्यावा लागतो. त्यासाठी प्रशिक्षण घ्यावे लागते. अधिक कालावधीच्या प्रशिक्षणातूनच दुखापतींना आमंत्रण मिळते. याशिवाय या स्नायूंना शक्ती देण्यासाठी अधिक प्रमाणात इंधनाची गरज भासते. त्यामुळे अधिक आहार घ्यावा लागतो. त्यातून अधिक प्रमाणात उत्सर्जित पदार्थ तयार होतात. म्हणजेच लॅक्टिक आम्लाचे प्रमाण वाढते. म्हणूनच धावून आल्यानंतर पूर्वस्थितीत येण्यासाठी आणि झालेल्या दुखापती दूर करण्यासाठी अधिक वेळ लागतो. विशेषत: शर्यती किंवा अधिक मोठे किंवा कष्टप्रद धावण्याचे कार्यक्रम असतील तर हे घडते. फक्त याचा विचार

करूनच माझे मन थकून जाते आणि मला वेदना होतात.

डॅनिश आणि केनियन धावपटूंमधील तुलनात्मक अभ्यासाविषयी मी वाचले होते. 'कँपाला मॉनिटर'मध्ये या अभ्यासाविषयीचा लेख प्रसिद्ध झाला होता. त्यात म्हटले होते,

> 'सर्वच गोष्टींचा विचार करता, या अभ्यासातून असे निष्पन्न झाले आहे की, निष्णात केनियन धावपटू आणि त्याचबरोबर अप्रशिक्षित केनियन मुलेही प्रशिक्षित डॅनिश धावपटूंपेक्षा धावताना ऊर्जेची बचत करण्यात उजवी असतात. कदाचित याचे कारण केनियाच्या धावपटूंचे पाय अधिक हडकुळे आणि लांब असतात, हे असू शकेल. त्यामुळे धावताना त्यांना कमी ऊर्जा वापरावी लागते.'

या निष्कर्षाचा अर्धाच भाग बरोबर आहे. केनियाचे धावपटू तुलनेत कमी ऊर्जा वापरतात; पण त्यांचे पाय हडकुळे असतात किंवा अधिक लांब असतात, म्हणून नाही. यामागे दुसरेच कारण आहे. त्यांचे पाय हडकुळे असतात, कारण ते धावताना कमी ऊर्जा वापरतात. ते धावण्यात एवढे सक्षम असतात की, त्यांना धावण्यासाठी मोठमोठ्या स्नायूंची गरजच नसते. माझ्या कोपरापुढच्या हाताच्या आकाराएवढ्या त्यांच्या पोटऱ्या असतात आणि माझ्या दंडाएवढ्या त्यांच्या मांड्या असतात... आणि मुळातच माझे हात खूप मोठे नाहीत. केनियाचे स्पर्धक प्रत्येक अंतराच्या स्पर्धेत जिंकतात. ती दहा किलोमीटर्सची शर्यत असो की मॅरेथॉन असो; विजेते हे केनियनच असतात. त्यांच्या त्या 'हडकुळ्या' पायांनी ते या शर्यती जिंकतात. मी म्हणेन की, ही त्यांच्या हडकुळ्या पायांची कर्तबगारी नसून त्यांच्या तंत्रामुळे हे घडते. त्यांच्या धावण्यात ची रनिंगची अनेक तंत्रे असल्याचे स्पष्टपणे दिसते. त्यात पावलांचा आघात आणि धावताना झुकण्याचाही समावेश आहे. केनियाचे खेळाडू धावताना सुंदररीत्या पुढे झुकल्याचे दिसते. या झुकण्यामुळे दोन गोष्टी घडतात. गुरुत्वाकर्षण शक्तीने शरीर पुढे खेचले जाण्याला झुकणे साह्यभूत ठरते. त्यामुळे ते पावलाच्या मध्य भागाने आघात करून जमिनीवर आपले पाऊल टेकवतात. त्यांच्या पोटऱ्यांच्या स्नायूंचा अतिरिक्त वापर केला जात नाही. त्यांच्या पुढे झुकण्याने त्यांच्या पोटाच्या अंतर्भागातील स्नायूही त्यांना भक्कम आधार देतात. त्यांच्या ओटीपोटाचे चलनवलनही पूर्णत्वाने होत राहते. ची रनिंगच्या फॉर्मचा हा मध्यवर्ती भाग आहे. चौथ्या प्रकरणात तुम्हाला याविषयी शिकता येईल.

दुखापतींचा विचार करता, स्नायूंच्या साह्याने धावणे धावपटूंसाठी घातक ठरू शकते, कारण अनेक दुखापतींचे हेच मूळ कारण आहे. त्यातून जैवतांत्रिकतेकडे अधिक लक्ष देण्याऐवजी दुखापती टाळणे किंवा त्या बऱ्या करणे यासाठी पायांचे

स्नायू बळकट करण्याकडे अधिक लक्ष दिले जाते. स्नायू बळकट करण्यासाठी काही वेळ द्यावा लागतो, हे खरे आहे. पण जोपर्यंत तुम्ही तुमच्या धावण्यातील खऱ्या त्रुटींकडे लक्ष देत नाही, तोपर्यंत धावण्यासाठी तुमच्या स्नायूंना अधिक काम करावे लागेल. त्यामुळे तुमच्या सांध्यांवर अधिक भार येईल आणि त्याहूनही अधिक वाईट गोष्ट म्हणजे तुम्हाला तीच दुखापत पुन्हा होईल.

उदाहरणार्थ— तुमच्या मांडीचे हाड मोडले असेल, तर तुम्हाला ते जुळून येईपर्यंत वाट पाहावी लागेल. त्यानंतर तुम्हाला मांडीचे स्नायू ताणण्याकडे लक्ष पुरवावे लागेल. त्यासाठी टाचांवर चालावे लागेल. पण धावण्याच्या ज्या फॉर्ममुळे तुमचे मांडीचे हाड मोडले होते, तोच धावण्याचा फॉर्म तुम्ही तरीही वापरत असाल, तर टाचांच्या साह्याने चालताना तुम्ही पुन्हा एकदा त्याच दुखापतीच्या तीव्र धोक्याकडे वाटचाल करत असाल. कारण चुकीचा फॉर्म हेच तर मांडीचे हाड मोडण्याचे प्रमुख प्राथमिक कारण होते. तुम्ही फॉर्म सुधारलात, तर या वेळी तुम्ही तुमच्या मांडीच्या स्नायूंचा वापर क्वचितच करत असाल. तुमच्या धावण्याच्या फॉर्ममध्ये सुधारणा घडवून आणण्यासाठी तुम्हाला स्नायू बळकट बनविण्यासाठी धडपडण्याची तसेच मांडीच्या हाडाला दुखापत करून घेण्याची खरे तर काहीच गरज नाही.

स्नायूंच्या बळावर धावणारा जवळजवळ प्रत्येक जण (केनियाचे धावपटू, तसेच फुटबॉलपटू आणि आठ वर्षांखालील मुले वगळता) आपल्याला स्नायू बळकट करण्याचीच गरज आहे, हा दृष्टिकोन बाळगूनच धावत असतो. स्नायूंचा वापर करून धावण्यास शिकवणाऱ्या शाळा किंवा महाविद्यालयीन स्तरांवरील प्रशिक्षकांपासून ते आंतरराष्ट्रीय स्पर्धांच्या प्रशिक्षकांपर्यंत सर्वांचाच हा गैरसमज असल्याचे दिसते. पण जेव्हा दुखापती होण्याचे प्रमाण ६५ टक्के असल्याचे मी वाचतो, त्या वेळी कितीही लोकांचा या तंत्रावर दृढ विश्वास असला तरीही हे तंत्र गंभीररीत्या चुकीचे असल्याचा निर्वाळा माझे मन मला देते. म्हणूनच दृष्टिकोन बदलला पाहिजे. नवा दृष्टिकोन आत्मसात केला पाहिजे आणि धावण्याच्या तंत्राविषयीचा ची रनिंग हा नवा दृष्टिकोन आहे.

स्नायूंच्या बळावर धावण्याची मानसिकता

स्नायूंच्या बळावर धावणाऱ्या बहुतेक धावपटूंची मानसिकता पारंपरिक असते आणि ती फलिताशी निगडितच असते. अतिप्रशिक्षणाचे हे एक महत्त्वपूर्ण कारण आहे. आपण किती दीर्घ पल्ल्याचे अंतर कापणार आहोत किंवा आपण किती गतीने धावणार आहोत, याविषयी लोक आपल्या डोक्यात काही कल्पना अगदी घट्ट रुजवतात. त्यांच्या शारीरिक क्षमतेचा विचार केला, तर कदाचित त्या विसंगतही

असतात. त्यामुळेच त्या व्यवहार्य नसतात.

हा फक्त निराश होण्यासाठीचाच एक सापळा नसतो, तर दुखापतींसाठीची ती जय्यत तयारी असते. जेवढे प्रशिक्षण घेण्याची तुमच्या शरीराची क्षमता आहे, त्याहून अधिक प्रशिक्षण घेणे म्हणजे अतिप्रशिक्षण— अशी अतिप्रशिक्षणाची व्याख्या करता येईल. याचाच अर्थ, तुम्ही जर नवोदित धावपटू असाल आणि समजा, तुम्ही आठवड्यातून तीन दिवस रोज दोन मैल धावत असाल; तर तुम्ही अतिप्रशिक्षणाचे बळी आहात. तुम्ही जर आधी मैलभरही धावलेले नसाल, तर तुमच्या शरीरावर एकदम एवढा बोजा लादण्यात काय अर्थ आहे?

तुमच्या क्षमतेपेक्षा तुम्ही अधिक करण्याचा प्रयत्न करू लागलात, तर तुम्ही नक्कीच कोणत्या तरी बाह्य गोष्टीने प्रेरित झालेले असता. एखाद्या धावण्याविषयीच्या मासिकात आलेला एखादा लेख वाचून तुमच्या मनात अतिमहत्त्वाकांक्षा निर्माण झाली असेल किंवा टी. व्ही. वरच्या महान ॲथलिटकडे पाहून तुम्हाला प्रेरणा मिळालेली असेल. काही बाह्य प्रेरकांची यादी मी इथे देत आहे.

- दबाव गटांच्या दबावामुळे अधिक चांगली कामगिरी करण्याची इच्छा असणे.
- तुमच्याबरोबर धावणाऱ्या सहकाऱ्याच्या गतीशी आपली गती जुळवण्याची इच्छा असणे.
- आदल्या वर्षीपेक्षा आपली गती वाढवण्याची इच्छा असणे.
- तुमच्या पालकांना तुमची किंमत कळावी, अशी इच्छा असणे.
- तुमच्या विवाहाच्या आधी आणखी १५ पौंड वजन कमी करण्याची इच्छा असणे.
- तुमच्या इतर क्षेत्रांतील प्रगतीएवढी या क्षेत्रातही प्रगती करण्याची इच्छा असणे.
- विशिष्ट वयापर्यंत किंवा तारखेपर्यंत मॅरेथॉनमध्ये धावण्याची इच्छा असणे.
- आपल्या कुत्र्याबरोबर धावण्याची इच्छा असणे.

या यादीला अंत नाही. तुमच्या लक्षात आले नसेल, तर आणखी एक गोष्ट इथे नमूद करतो. या सगळ्या इच्छांपोटी धावणे याचा अर्थ कोणत्या ना कोणत्या फलिताच्या इच्छेने प्रेरित होऊन धावणे. त्यामुळे फलितासाठी धावण्याची ही मानसिकता आहे.

तुम्हाला प्रेरणा देणाऱ्या कित्येक बाह्य गोष्टी असतात. पण तुम्हाला कार्यरत करून यशस्वी बनविण्याची क्षमता फक्त तुमच्या अंत:प्रेरणेतच असते. दुर्दैवाने आमच्या पाश्चात्त्य संस्कृतीवर व्यापारी जगाचा मोठाच पगडा आहे. त्यामुळे

तुम्हाला तुमच्या केंद्रस्थानापासून दूर खेचण्याकडेच या सर्व बाह्य गोष्टींचा कल असतो. तुम्ही बाह्य जगाकडेच अधिक प्रमाणात आकृष्ट होता. त्यामुळे तुमच्यासमोर जे उत्पादन किंवा सेवा ठेवली जाते, ती तुम्ही खरेदी करता. स्नायूंच्या बळावर धावण्याविषयी लेखन करणारी अनेक मासिके, पुस्तके आणि नियतकालिके यांच्यातून 'जेवढे मोठे, तेवढे महान' किंवा 'जो बलवान, तोच टिकतो' आणि सर्वांचेच लाडके वाक्य 'वेदना नाही, तर लाभही नाही'– अशा वाक्यांचा मारा सातत्याने आपल्यावर होत असतो. सध्याच्या धावण्याविषयीच्या किंवा आरोग्यविषयक मासिकांच्या कव्हरांकडे पाहा. त्यांच्यावरच्या कॅचलाईनमधूनही नेमका असाच आशय ध्वनित होत असतो. 'तुम्हालासुद्धा असेच ॲब्ज कमावता येतील' किंवा 'सहा दिवसांत कडक शरीर मिळवा' ...बरोबर आहे ना? पण आपल्यापैकी अठराहून अधिक वय असलेल्यांच्या बाबतीत काय?

ची रनिंगमधील 'ची'

आपल्याला काही वेळा असामान्य क्षमता असलेल्या व्यक्तीही भेटतात. तुमच्यापैकी बहुतेकांच्या संपर्कात अशा व्यक्ती केव्हा ना केव्हा आल्या असतील, याची मला खात्री आहे. त्यांच्याकडे मोठी कौशल्ये असतात. त्या सहजगत्या मोठमोठी आव्हाने पेलतात. आपल्या आसपासच्या व्यक्तींपेक्षा त्यांच्याकडे विलक्षण कौशल्ये असतात. अशा व्यक्ती कठीण कामही चुटकीसरशी करून मोकळ्या होतात. आपल्या शरीराशी ज्यांचे एवढे उच्चस्तरीय संधान असते, असे लोक विरळाच! पण ते आपल्या 'ची'ला कळत किंवा नकळत काम करण्यास मार्गदर्शन करत असतात. ते त्या गोष्टी सहजपणे करत असले, तरी मुळात ते कौशल्यच असते. अशा क्षमतेच्या थोड्याच व्यक्ती असतात. माझ्या मनातही आता अशा काही व्यक्तींची नावे घोळत आहेत. याच प्रकारातील एक व्यक्ती म्हणजे बॅरी सँडर्स. त्याला पडद्यावर पाहणे, हे माझे आवडते काम आहे. डेट्रॉइट लायन्ससाठी तो धावत होता. तो तीनशे पौंडांच्या प्रतिस्पर्ध्यांमधून गोल लाईनपर्यंत पोहोचण्यासाठी धडपडत होता. ते सगळेच जण त्याला थोपविण्याचे प्रयत्न करत होते. तो उद्दिष्टाच्या दिशेने झेपावणाऱ्या एखाद्या क्षेपणास्त्रासारखा झेपावत होता. त्याचे शरीर एखाद्या मांजरासारखे हलके आणि लवचिक झाल्यासारखे वाटत होते. तो आपली दिशा जलद गतीने सारखा बदलत होता. तो आपल्या पायांवर कसा उभा राहतो आणि समतोल राखून आपल्यासमोरचे आव्हान कसे पेलतो, हे पाहणे माझ्यासाठी फारच रोमहर्षक होते. कदाचित आपण 'ची'चा वापर करतो आहोत, हे त्याच्या गावीही नसावे. पण तो गोल लाईनपर्यंत चपळाईने पोहोचत होता. संपूर्ण लक्ष

केंद्रित करून मनोगतीने शरीराच्या हालचाली करण्यात तो तरबेज होता. हे तर सरळसरळ 'ताय ची'चे तत्त्वच होते.

बॅरी सँडर्स, सेरेना विल्यम्स, यो यो मा, मायकेल फेल्प्स, मेरिल स्ट्रीप, टायर वूड्स, अपोलो ओहनो.... हे लोक असे आहेत. त्यांची नावे घेतली तरी आपल्या तोंडातून एकदम विस्मयजनक उद्‌गार बाहेर पडतात. 'ते आपल्या शरीराचा वापर कसा करतात, ते कळतच नाही. ते सारे अविश्वसनीय असते. ते हे कसे काय करू शकतात? बघताना त्या सगळ्या गोष्टी किती सोप्या वाटतात!' असे आपण अनेक जण म्हणत असतो. त्यांच्या मुलाखती मी ऐकल्या आहेत. त्यांतून माझ्या लक्षात आले आहे की, खरे तर ते काहीच करत नाहीत. जे घडणार असते, त्याच्या मार्गातून ते स्वतःला दूर करतात आणि मग त्या गोष्टी आपोआप घडून जातात. या यादीतील प्रत्येक जणच ॲथलिट नाही, पण प्रत्येक जण आपापल्या कारागिरीत निष्णात आहेत. त्यांचे कौशल्य वादातीत आहे. आपल्या कौशल्यातून आपल्या क्रीडाप्रकाराचे ते कलाप्रकारात रूपांतर करतात. त्यांच्याकडच्या उच्च कौशल्यामुळे ते शारीरिक अभिव्यक्तीच्या अनेक प्रांतांतून मुक्त संचार करतात आणि त्यातूनच कित्येक सहजसुंदर हालचालींचा जन्म होतो. या हालचालींच्या पातळीपर्यंत आपण मात्र पोहोचू शकत नाही. आव्हान समोर आल्यावर मध्येच आता आपल्याला काय केले पाहिजे, याचा विचार ते करत बसत नाहीत, म्हणूनच ते त्या पातळीपर्यंत पोहोचू शकतात. त्यांचे मन सांगेल, त्याप्रमाणे त्यांचे शरीर हलत असते. त्यांचे लक्ष दुसरीकडे गेले तर त्यांची ची त्याबरोबर जाते आणि मग त्यांना अपेक्षित असलेले सारे काही त्यांच्या इच्छेनुसार ते घडवून आणतात. त्यात शंका-कुशंका, संशय, निराशा, दुःख, चिंता, ताणतणाव, भीती किंवा अहम् यांच्यापैकी कोणत्याही गोष्टीची ढवळाढवळ ते होऊ देत नाहीत. जे आपल्या कलेत कमी निष्णात असतात, त्यांच्या मनात या सर्व किंवा यांच्यापैकी काही गोष्टी निश्चितपणे येतात आणि मग त्यांना निष्णात बनता येत नाही.

पुढच्या धड्यासाठी जेव्हा जेव्हा मी मास्टर शूंना भेटत असे, तेव्हा ते स्नायूंच्या शक्तीपेक्षा 'ची'ची शक्ती अधिक बलवान कशी आहे याची एकापाठोपाठ एक उदाहरणे मला देत असत. कोणतीही दृश्य ताकद न वापरता, कष्ट न घेता एखादे पीस असावे त्याप्रमाणे ते माझे शरीर सहजपणे वर उडवून इकडे-तिकडे टाकत असत. ते मला हलवत किंवा काही वेळा वर उडवत, त्या वेळी त्यांचे स्नायू हलल्याचे मला दिसत नसे. मी जणू काही तिथे नाहीच, अशा थाटात ते आपल्या शरीराची हालचाल करत आणि अचानक आपण हललो आहोत किंवा वर फेकले गेलो आहोत, एवढेच मला समजत असे. ते इतर वेळीही हालचाली करत असताना माझे शरीर मध्ये आलेच, तर ते जमीनदोस्त होत असे. त्यांना कधीही

घाम येत नसे किंवा दमही लागत नसे. ते फक्त एवढेच म्हणत, ''चीला ते करू देत.'' त्यानंतर ते म्हणत, ''तुमचे शरीर नीट तयारीत ठेवा आणि 'ची'ला त्याच्यातून वाहू दे. तुमच्या मनाला ते काम करू देत.... शरीराला आराम करू दे. स्नायूंना ती कामे करायला लावू नका. 'ची'ला ते काम करू दे.''

'ची'ला जीवनदायिनी ऊर्जा असेही म्हणतात. भौतिक जगात ती हालचाली निर्माण करते. तिच्यामुळेच जीवसृष्टीत प्राण फुंकले जातात. ही ऊर्जा हालचालींमधूनही निर्माण होते. त्यामुळे ती उत्पादनही आहे आणि साधनही आहे. ती जीवनदायिनी ऊर्जा आहे. ती शरीर, मन आणि आत्मा यांना जोडते. ती अदृश्य आणि न मोजता येणारी शक्ती आहे. तिचा फक्त परिणाम दिसतो, त्यामधून तिची जाणीव होते. हवेप्रमाणेच हे आहे. हवा जेव्हा वाहते, तेव्हा तिची जाणीव होते. झाडांची पाने सळसळतात किंवा फुगा मोठा होतो, त्या वेळी हवेचे अस्तित्व जाणवते. त्याप्रमाणे परिणामांमधून 'ची'चे अस्तित्वही जाणवते.

मला बागकाम करायला आवडते. पण इतर कोणत्याही माळ्याप्रमाणेच मी झाडांच्या वाढीस कारणीभूत नसतो. झाडांचे वाढणे माझ्या मर्जीनुसार घडत नाही. खरे म्हणजे झाडांचे वाढणे माझ्या हातातच नसते. मी फक्त झाडांच्या वाढीसाठी जास्तीत जास्त अनुकूल परिस्थिती निर्माण करू शकतो, मी बियांची लागवड करू शकतो, त्यांना पाणी देऊ शकतो, जमिनीत खते घालू शकतो, तसेच वाढणाऱ्या रोपाला पुरेसा सूर्यप्रकाश मिळतो आहे ना त्याची खात्रीही करून घेऊ शकतो. या प्रत्येक टप्प्यातून ची त्या बियांना आवश्यक तेवढी जीवनदायिनी ऊर्जा पुरवेल, अशी व्यवस्था मी करतो. त्यामुळे बीमधून अंकुर फुटायला मदत होते. भारतातील वाळवंटातील एखाद्या खेड्यात कुठे तरी एखादी बी हजारो वर्षे तशीच सुप्तावस्थेत राहते. मात्र पुरेशी ची मिळाल्याशिवाय तिला अंकुर फुटत नाही. पुरेशा 'ची'शिवाय कोणत्याही हालचाली निर्माण होत नाहीत. म्हणूनच अंकुर फुटण्यासाठी अनुकूल परिस्थिती निर्माण करणे, हे माळ्याचे कर्तव्य असते. हीच गोष्ट ची रनिंगच्या बाबतीतही लागू होते. तुमच्या शरीरातून 'ची'चे योग्य वहन व्हावे यासाठी अनुकूल परिस्थिती निर्माण करणे, हे तुमचे काम असते... आणि मग.. मग धावणे घडून जाते— आपोआप!

ची रनिंग पद्धती

सक्षमतेने धावण्यासाठी अनुकूल परिस्थिती कोणत्या असाव्यात, हे मी इथे देणार आहे. त्याच गोष्टी या ची रनिंग पद्धतीच्या पायाभूत गोष्टीही आहेत.

- उत्तम शारीरिक ढब
- सैलावलेले पाय
- सैलावलेले सांधे
- धावण्याशी संलग्न झालेले पोटाचे अंतर्गत स्नायू
- एकवटलेले मन
- श्वसनाचे चांगले तंत्र

ची रनिंग पद्धती वापरण्याचे काही फायदे इथे देत आहे.

- उत्तम शारीरिक ढब
- सैलावलेले पाय
- सैलावलेले सांधे
- धावण्याशी संलग्न झालेले पोटाचे अंतर्गत स्नायू
- एकवटलेले मन
- श्वसनाचे चांगले तंत्र
- अधिक ऊर्जा

तुमच्या लक्षात आले का? प्रक्रिया हाच हेतू वा ध्येय आहे! ची रनिंगचे आणखीही कित्येक लाभ आहेत. पण मला इथे एक गोष्ट आवर्जून नमूद करावीशी वाटते. ती म्हणजे, ची रनिंग ही एक पवित्र पद्धती आहे. याचा अर्थ या तंत्राच्या प्रत्येक घटकामुळे सर्वांनाच लाभ होतो. इतरांना आपापले काम करण्यासाठी सकारात्मक ठरून हे तंत्र सामूहिकरीत्या सर्वांचाच फायदा करून देते. त्यामुळे दर वेळी एकदम सगळ्याच घटकांमध्ये तुम्ही तज्ज्ञ बनले पाहिजे, असे नाही. फक्त एकच घटक व्यवस्थित वापरून लाभ झालेले माझे काही विद्यार्थी मला माहीत आहेत. त्यांनी फक्त आपल्या शरीराची ढब कशी सुधारावी, या एकाच घटकाकडे लक्ष दिले होते. कोणताही एक घटक तुमच्या धावण्यात लक्षणीय सुधारणा घडवून आणतो. त्यामुळेच ज्या वेळी सर्व घटक एकत्रितपणे काम करू लागतात, त्या वेळी घडून येणारा परिणाम केवळ अकल्पित आणि असामान्य असतो.

स्नायूंच्या बळावर धावण्याच्या तंत्राच्या बरोबर विरुद्ध हे तंत्र आहे. यातील कोणतीही एखादी गोष्ट करून कोणालाही दुखापत होत नाही. या मूलभूत तंत्रांपैकी कोणतीही गोष्ट तुम्हाला दुखापत करत नाही. तुम्हाला वेदनांना सामोरे जायला लावत नाही. यापैकी कोणतीही गोष्ट व्यावहारिक दृष्ट्या विचार करता अतिरेकी प्रमाणात करणे शक्यही नसते. त्यामुळेच याचे कोणतेही दुष्परिणामही नाहीत. या पद्धतीला कोणतीही नकारात्मक किंवा तोट्याची बाजू नाही.

ची रनिंग पद्धती तुमच्या धावण्याच्या पद्धतीशी तुम्ही संलग्न करून टाकलीत की, आपल्या पायांच्या स्नायूंच्या बळावर अवलंबून राहणे तुम्ही लक्षणीयरीत्या कमी करून टाकता. गुरुत्वाकर्षण शक्ती तुम्हाला पुढे ओढत राहते आणि शरीर खोलपणे सैलावण्याच्या तुमच्या क्षमतेवर तुमची गती अवलंबून असते. तुमच्या शरीराला पुढे ढकलण्याच्या तुमच्या क्षमतेवर ती अवलंबून नसते. मी यालाच 'चााखीचे श्रम' म्हणतो.

मला विचाराल, तर स्नायू घाटदार करणे आणि त्यांची वाढ राखणे यांवर तास न् तास व्यतीत करण्याची माझी वैयक्तिकरीत्या अजिबात इच्छा नाही. आपल्या भुकेल्या स्नायूंच्या पोषणासाठी प्रथिनयुक्त शेक्स पिण्यातही मला रस नाही आणि घट्ट झालेल्या व आखडलेल्या स्नायूंना सैलावण्यासाठी इब्युप्रोफेन घेण्याची मला इच्छा नाही. त्याऐवजी मी माझ्या मनोवस्थेवर काम करण्याचा निर्णय घेतला.

'ची रनिंग' मानसिकता

तुमच्या बाह्य उद्दिष्टांपेक्षा आंतरिक गोष्टीवर लक्ष केंद्रित करणे आणि शरीराची संवेदना जाणवून घेणे, याविषयी तुम्हाला ची रनिंगची मानसिकता शिकवते. ची रनिंगच्या मानसिकतेमुळे तुमचे शरीर आणि मन यांच्यात स्पष्ट व सातत्यपूर्ण संवादाची साखळी निर्माण होते. त्यामुळे प्रक्रिया हेच ध्येय वा हेतू बनून जातो. तुमचे शरीरच तुमचा शिक्षक आणि तुमचा विद्यार्थीही होते. तुम्ही त्याच्याकडे बारकाईने लक्ष दिलेत; तर तुम्हाला ते काय करू शकते आणि काय करू शकत नाही, ते समजते. एकदा ही माहिती मिळाली की, मग तुम्ही त्याला नवी कौशल्ये आणि सवयी शिकवू शकता. मात्र त्यासाठी सुरुवातीला तुम्हाला त्याच्या संवेदना जाणल्या पाहिजेत. त्यासाठी तुम्ही प्रयत्न केले पाहिजेत. कोणत्याही वेळी तुमच्या शरीरात काय सुरू आहे, याची संवेदना तुम्हाला जाणून घेता आली पाहिजे. त्यानंतर त्या हालचालीला अनुसरून असलेला प्रतिसाद तुम्ही देऊ शकता. यालाच शरीराची संवेदना जाणून घेणे असे म्हणतात. मी तुम्हाला या कौशल्याविषयी अधिक माहिती तिसऱ्या प्रकरणात सांगणार आहे. आपण आपल्या शरीराचे शिक्षक कसे बनावे याविषयी ची रनिंग तुम्हाला शिकवते. स्वत:चे उत्तम प्रशिक्षक बनण्यासाठी ची रनिंग तुम्हाला मार्गदर्शन करते.

आपल्या समाजात ॲथलिट असणे, ही सन्मानाची बाब मानली जाते. पीळदार किंवा सुडौल शरीर असलेच पाहिजे, असा एक प्रकारचा सामाजिक दबावही इथे आढळतो. जगभर सर्वत्रच आता थोड्याफार फरकाने हा प्रवाह सुरू आहे. ॲथलिट वा चपळ नसल्यामुळे न्यूनगंड निर्माण झालेल्या अनेक लोकांनाही मी भेटलो आहे. आठवड्यातून चार दिवस ते चालतात किंवा धावतात, तरीही त्यांचा हा न्यूनगंड

तसाच होता. अशा प्रकारे एकदा आपल्या मनात आपलीच नकारात्मक प्रतिमा निर्माण झाली की, ती आपल्या शरीराकडून दिले जाणारे संदेश घेण्याचे थांबते. शरीर काही तरी सांगण्याचा प्रयत्न करत असते, पण आपण तिकडे साफ दुर्लक्ष करतो. नवोदित धावपटू आपल्या हालचालींचा अभ्यास करतात आणि त्यांच्यात आवश्यक सुधारणाही करतात, हे मी अनेकदा पाहतो. त्या वेळी त्यांच्या चेहऱ्यावर आत्मविश्वासाचे स्मितहास्य झळकतानाही मी पाहतो.

शर्ली ही छप्पन्न वर्षांची महिला आहे. माझ्या इतर अनेक विद्यार्थ्यांप्रमाणे तिच्या मनातही आपण धावण्यात वाईट असल्याची भावना होती, कारण धावताना जोरजोरात श्वासोच्छ्वास करण्याची तिला सवय होती. त्याची तिला एवढी लाज वाटत होती की, त्यामुळे ची रनिंगच्या वर्गात तिचे लक्ष लागत नव्हते. अखेरीस तिने मला त्याविषयी सांगितले. त्यानंतर मी तिला काही तंत्रे उपाय सांगितले. त्यामुळे ती खूपच सक्षमपणे श्वासोच्छ्वास करू लागली. आता तिचे लक्ष श्वसन अचूकपणे करण्यावर केंद्रित झाले आहे. त्यामुळे कानकोंडे होण्यावरचे लक्ष तिने दुसरीकडे वळले आहे. साहजिकच ती आपल्या श्वसनात सातत्याने सुधारणा करत आहे आणि त्यातील यशामुळे तिचा आत्मविश्वास वाढत आहे.

तुमचे शरीर आणि मन यांच्यातील समतोल, सहजसुंदर नृत्य म्हणजेच ची रनिंग होय. शरीर आणि मनाने परस्परांना समाधानाने सहकार्य देऊन साधलेला समन्वय म्हणजे ची रनिंग. इथे सरळसरळ, स्पष्ट, दुहेरी संवाद साधला जातो. तो सातत्याने घडत असतो. एकसंध हालचाला आवश्यक उत्तम वातावरण निर्माण करण्यासाठी हे दोन्ही सहकारी परस्परांशी सतत अंतर्गत संभाषण करत राहतात आणि ची रनिंग घडून येते. तुमचे मन शरीराशी एकसंध बनविणे, एवढीच गोष्ट ची रनिंगमध्ये साधली जात नाही; तर आपल्यासमोर ठाकलेल्या आव्हानांचा मुकाबला करण्यासाठी त्या एकसंधतेतून विविध प्रभावी हालचाली केल्या जातात. उपाय शोधले जातात. टेकडीवर चढणे, टेकडीवरून उतरणे, उतारावर घसरत जाणे, प्रतिकूल हवामान, जमिनीची प्रतिकूल स्थिती किंवा प्रकार, मॅरॅथॉनचा अठराव्या मैलाचा टप्पा, थकवा, किंवा तुमच्या पुढच्या दिशेने सुरू असलेल्या हालचालीत येणारा कोणत्याही स्वरूपाचा अडथळा अशा प्रकारची ती आव्हाने असू शकतात. तुमच्यासमोर आलेल्या कोणत्याही प्रकारच्या आव्हानाचा मुकाबला करण्यासाठी शरीर आणि मनाने एकत्रितपणे प्रतिसाद देणे यासाठी ची रनिंग उपायांची जादूई पेटी आहे.

दोन शक्तींशी सहकार्य करणे : गुरुत्वाकर्षण शक्ती आणि रस्त्याची शक्ती

तुमच्यासोबत शक्ती असावी – ओबी-वान केनोबी

'ताय ची'मध्ये आम्हाला सर्वप्रथम एक गोष्ट शिकवली जाते, ती म्हणजे तुम्ही शक्तीशी सहकार्य करून पुढे गेले पाहिजे. तुम्ही तिला विरोध करता कामा नये. तुम्ही जर शक्तीच्या विरोधात गेलात, तर तुम्ही त्या शक्तीलाच अधिक शक्ती पुरवता. उलट, जर तुम्ही शक्तीच्याच दिशेने गेलात, म्हणजेच तुम्ही तिच्याशी सहकार्य केलेत, तर तुम्ही त्या शक्तीला उदासीन बनवता. कोणत्याही शक्तीला तुम्हाला अचूक प्रतिसाद द्यायचा असेल, तर तुमची स्वीकारार्हता वाढवा. तिला स्वीकारायला शिका. मग ती शक्ती तुमची मित्र बनेल आणि कदाचित ती तुमची सहकारीही बनेल.

तुम्ही धावता, त्या वेळी तुमच्या शरीरावर दोन शक्ती कार्य करतात. गुरुत्वाकर्षण शक्ती तुम्हाला खालच्या दिशेने सातत्याने खेचत असते; तर तुमच्या समोरून येणारा रस्ता तुम्हाला पुढच्या दिशेने खेचत असतो. ची रनिंगमध्ये प्रत्येक टप्प्यावर तुम्ही या शक्तींशी सहकार्य करून त्यांना आपले साथीदार बनवता. उत्तम शारीरिक ढब हा या दोन्ही शक्तींना हाताळण्याच्या प्रक्रियेचा प्रमुख घटक आहे.

गुरुत्वाकर्षणाची खेचण्याची शक्ती

गुरुत्वाकर्षणाची खेचण्याची ताकद ही मोठी शक्ती आहे. तुम्ही तिला सहकार्य केलेत, तर ती तुम्हाला रस्त्यावरून धावण्यासाठी सहकार्य करू शकते. पण जर तुम्ही तिला सहकार्य केले नाहीत, तर तुम्हाला धावण्यासाठी खूपच अधिक श्रम करावे लागतात. या प्रतिपादनामागचे विज्ञान मी आता तुम्हाला सांगतो. स्नायूंच्या बळावर धावण्याच्या तंत्राला अनुसरून तुमचे शरीर ताठ ठेवून तुम्ही धावता, त्या वेळी तुमच्या वस्तुमानाचे केंद्रस्थान थेट तुमच्या पायांच्या वर असते आणि तुमची शरीराची ढब गुरुत्वाकर्षण शक्तीच्या खेचण्याशी समांतर असते. या स्थितीत उभे राहणे हे न्यूटनच्या हालचालीच्या पहिल्या नियमाचे उदाहरण आहे. 'विश्रामावस्थेत असलेली वस्तू बाह्य शक्तीने तिच्यावर कार्य करेपर्यंत तशीच विश्रामावस्थेतच राहते', हा तो नियम आहे. या स्थितीत तुम्ही उभे असता, त्या वेळी तुमचे शरीर विश्रामा-वस्थेत असते. त्यामुळे ते तुम्ही हलवल्याशिवाय हलणार नाही किंवा हालचाल करणार नाही. त्यासाठी तुमच्या पायांच्या साह्याने तुम्हाला त्याला पुढे न्यावे लागते. म्हणूनच आपण त्याला बळाने किंवा ताकदीने धावणे म्हणतो. अशा

प्रकारे स्वतःला पुढे ढकलणे तुम्ही थांबवल्याबरोबर तुमची हालचाल थांबते. म्हणजेच तुमची सगळी हालचाल तुमच्यावर अवलंबून असते आणि तुम्ही स्वतःला पुढे नेण्यासाठी जमिनीला मागे ढकलण्याचा प्रयत्न करता, त्यामुळे तुम्ही गुरुत्वाकर्षण शक्तीच्या विरोधात काम करता.

ची रनिंगच्या तंत्रात तुम्ही तुमच्या शरीराची ढब ताठ न ठेवता ती गुरुत्वाकर्षणाच्या खेचण्याच्या बळाच्या रेषेत ठेवता. त्यामुळे स्वतःला पुढच्या दिशेला झुकवून गुरुत्वाकर्षणाच्या खेचण्याच्या शक्तीशी तुम्ही सहकार्य करता. तुमच्या वस्तुमानाचे केंद्रस्थान म्हणजेच तुमचे ओटीपोट तुमच्या जमिनीशी संपर्कात असलेल्या बिंदूच्या म्हणजेच तुमच्या पावलांच्या पुढे असल्यामुळे तुमचे शरीर पुढे झुकते. त्यामुळे तुम्हाला तुमचे झुकणे सावरण्यासाठी आपोआपच आपले पाऊल उचलून पुढे टाकावे लागते. (आकृती क्र. ३ आणि ४ पाहा.)

या किंचित पुढच्या बाजूला झुकण्यातून तुम्ही स्वतःचा समतोल साधण्यास

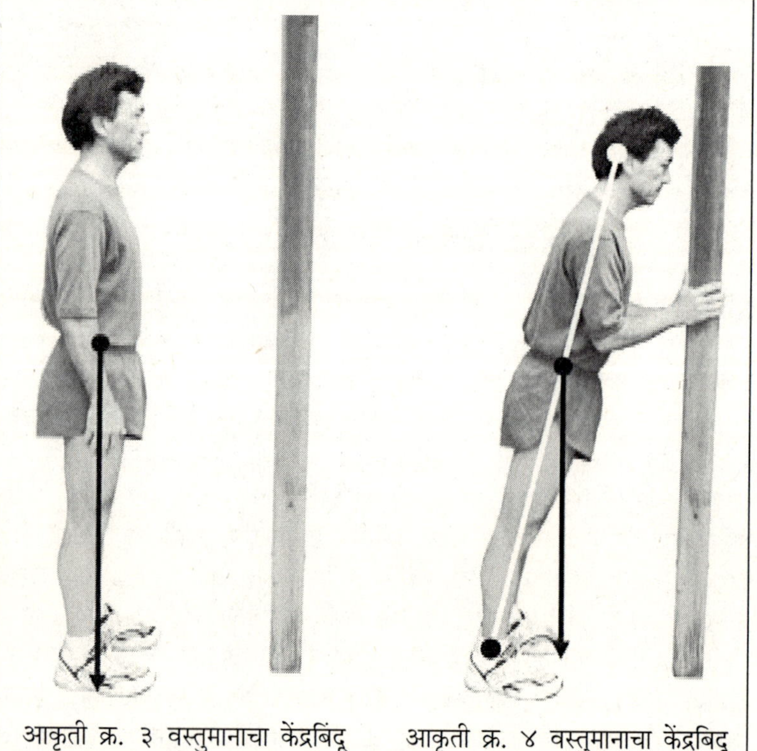

आकृती क्र. ३ वस्तुमानाचा केंद्रबिंदू सरळ, ताठ अवस्थेत.

आकृती क्र. ४ वस्तुमानाचा केंद्रबिदू झुकलेल्या अवस्थेत.

शिकता, त्या वेळी एकाच दिशेने तुमच्या शरीराला पुढे-पुढे नेणाऱ्या गुरुत्वाकर्षण शक्तीशी तुम्ही सहकार्य केलेले असते. म्हणूनच तुम्ही कल्पनाही केली नसेल, एवढ्या सक्षमतेने तुम्ही धावू शकता. अशा वेळी ते गरीब बिच्चारे, अतिश्रमाने दमले-भागलेले तुमच्या पायांचे स्नायू सुट्टी घेतात; कारण आता त्यांना शरीराला पुढे ढकलण्याचे काम करायचे नसते. त्यांना फक्त तुम्ही ढांगा टाकत असताना तुमच्या शरीराला तात्पुरता आधार द्यायचा असतो. अशा वेळी त्या स्नायूंना किती समाधान वाटत असेल, याची कल्पना तरी तुम्ही करू शकता का?

रस्त्याची शक्ती

आता तुम्हाला रस्त्याच्या शक्तीचा विचार करायचा आहे. या शक्तीची हाताळणी कशी करावी, तिच्याशी कसे जुळवून घ्यावे, ते पाहू या. ज्या वेळी तुमचे शरीर पुढील बाजूला हालचाल करते, त्याच वेळी सर्वसाधारणपणे, सापेक्षतेने पाहायचे झाले तर तेवढ्याच गतीने किंवा वेगाने रस्ता मागच्या बाजूला जात असतो. बळाचा किंवा शक्तीचा वापर करणारे बहुतेक धावपटू आपल्या पायांचा वापर करून पुढे पोहोचतात. आपल्या टाचेचा आघात शरीराच्या पुढे करून ते थांबतात. ज्या वेळी तुम्ही धावत असता, त्या वेळी जर तुम्ही तुमच्या पायांच्या साह्याने पुढे पोहोचलात, तर त्या वेळी तुमच्यावर आदळत असलेल्या रस्त्याच्या शक्तीवर तुम्ही हेलकावे खाता. तुमच्या समोरच्या जमिनीवर तुमची टाच जोपर्यंत आघात करत नाही, तोपर्यंत शरीर हेलकावत राहिलेले असते आणि ज्या वेळी तुम्ही टाचेने आघात करता, तेव्हा तुमच्या पायाला हादरवून टाकणारा धक्का बसतो. साहजिकच त्यामुळे तुमच्या टाचांना आघात होतो आणि दुखापत होते. याशिवाय घोटे, पोटऱ्या, गुडघे, नितंब आणि कंबर यांच्यापर्यंतही हा आघात पोहोचून त्यांनाही दुखापत होते. तुमच्या शरीरातील दुर्बल सांधा किंवा दुवा कुठे असेल, तिथे तुम्हाला ही दुखापत अधिक प्रमाणात जाणवते. तुम्ही तुमच्या शरीराच्या पुढच्या भागात टाचेने आघात करणे म्हणजे आपल्या हालचालींना ब्रेक लावण्यासारखेच आहे. कारण टाचेच्या या आघाताने तुम्ही तुमची पुढच्या दिशेने धावण्याची क्रिया बंद करता. ज्या-ज्या वेळी तुमचे पाय जमिनीवर असा जोरदार आघात करतात, त्या-त्या वेळी तुमच्या शरीराच्या गतीला ते ब्रेक लावतात आणि तुमची धावण्याची क्रिया बंद करतात. ही गोष्ट अगदीच अकार्यक्षम आहे, असे मी म्हणेन. तुमचा माझ्यावर विश्वास बसत नसेल, तर तुम्ही तुमच्या बुटांचे तळ पाहा. तुमच्या बुटांच्या टाचा फाटल्या आहेत की नाहीत, ते तपासा. तेच तुमचे ब्रेक पॅड्स असतात.

म्हणूनच जर तुम्ही तुमच्या शरीराची स्थिती ताठ ठेवून, स्नायूंच्या शक्तीच्या

बळावर धावत असाल; तर त्या वेळी तुम्ही तुमच्या एका पायाने स्वत:ला पुढे ढकलत असता, तर दुसऱ्या पायाने आपल्याच धावण्याला ब्रेक लावत असता. आता या प्रकारच्या धावण्यात काय चूक आहे? तुम्ही तुमचा एक पाय गॅस पॅडलवर आणि दुसरा पाय ब्रेकच्या पॅडलवर ठेवून दोन्ही पाय एकाच वेळी दाबून गाडी चालवू शकता का?

आपला पाय आपल्या शरीराच्या वस्तुमानाच्या केंद्राच्या थोडासा मागे ठेवून कसे धावायचे, ते आम्ही तुम्हाला ची रनिंगच्या तंत्रात शिकवतो. त्यामुळे नेहमीच जमिनीच्या संपर्कात येत असलेल्या बिंदूच्या, म्हणजेच तुमच्या पावलाच्या पुढे तुमच्या वस्तुमानाचे केंद्रस्थान असेल. यामुळे तुमच्या पायांना तुमच्या हालचालीला ब्रेक न लावता तुमच्या मागे हेलकावत यावेच लागेल. टाचेच्या आघाताने पाय जमिनीवर टेकवण्याऐवजी तुम्ही पावलाच्या मध्यभागाच्या छानशा हळुवार आघाताने पाय जमिनीवर टेकवू शकता. त्यामुळे तुमच्या दिशेने येणारी रस्त्याची सगळी शक्ती तशीच पुढे निघून जाईल. तुमचा वेग कमी करण्याचे किंवा तुमच्या शरीरावर परिणाम करण्याचे काम ही शक्ती करू शकणार नाही. उलटपक्षी, ही शक्ती तुमच्या पायांना तुमच्यासाठी हेलकावा देऊन जाईल. तुम्ही तुमच्या शरीराच्या वरच्या भागाच्याही पुढे असता आणि शरीराचा खालचा भाग आरामदायक स्थितीत विसावलेला असतो, तुमच्या दिशेने येणारी रस्त्याची शक्ती तुमच्या पायांना झोका देते, हेलकावा देते. प्रकरण क्रमांक ४ मध्ये शरीराच्या या खालच्या भागाचा उपयोग करून घेऊन रस्त्याच्या शक्तीशी कसा समन्वय साधावा आणि तिला तुमचा मित्र कसे बनवावे, याची माहिती दिली आहे.

धावण्याचा सराव करा

ची रनिंगमुळे आणखी एक कल्पना प्रामुख्याने समोर येते. ती म्हणजे, धावण्याची क्रिया प्रदीर्घ काळापर्यंत करत राहिले पाहिजे. म्हणजेच, धावणे हा फक्त क्रीडाप्रकार न मानता तो दैनंदिन चिंतनाचा विषय झाला पाहिजे. रोज प्रदीर्घ काळ धावत राहिले पाहिजे, याचा विचार करा. कारण तुम्ही जर धावण्याकडे फक्त एक क्रीडाप्रकार म्हणून पाहत असाल, तर तुम्ही फक्त त्याच्या शारीरिक फायद्यांपुरतेच स्वत:ला मर्यादित ठेवता. फक्त हात-पाय ताणून व्यायाम करणे आणि योगासने करणे यात जो फरक आहे, तोच ची रनिंग आणि एक क्रीडाप्रकार म्हणून धावणे यांत आहे. तुम्ही ध्यानधारणेसाठी बसता आणि एखाद्या प्रतीक्षाकक्षात बसलेले असता; यात जो फरक आहे, तोच या दोन्ही प्रकारच्या धावण्यांमध्ये आहे. तुमच्या शरीराला वेगाने आणि अधिक अंतर धावण्यासाठी प्रशिक्षित करणे आणि मन लावून

प्रभावीपणे धावण्यावर प्रभुत्व मिळवून धावणे, यांत नक्कीच फरक आहे.

एखाद्या गोष्टीचा दैनंदिन जीवनात समावेश करून तिचा सतत रियाज करत राहाणे, हा स्वत:वर प्रभुत्व मिळविण्याचाच एक प्रकार आहे. कारण त्या वेळी तुम्ही फक्त त्या गोष्टीचा साधासुधा सराव करण्यापुरते स्वत:ला मर्यादित ठेवत नाही, तर तुम्ही त्याविषयीचे अधिकाधिक ज्ञान मिळवू लागता. अधिकाधिक शिकू लागता. तुम्ही ती गोष्ट अधिकाधिक समजून घेता आणि स्वत:वर व त्या गोष्टीवरही प्रभुत्व मिळवता. दुखापत करून न घेता शारीरिक दृष्ट्या स्वत:ला निरोगी आणि तंदुरुस्त ठेवण्याची संधी तुम्हाला ची रनिंगमुळे मिळतेच; पण त्याचबरोबर तुम्ही तुमच्या शरीराविषयी अधिक गोष्टी शिकता, त्याला समजून घेता, त्याच्यावर प्रभुत्व मिळवता. तुमच्या मनाचे निरीक्षण करून त्यावर चित्त एकाग्र करता. होय, आणखी एक गोष्ट तुम्ही नक्कीच करता. तुमच्या आत्म्याची जाणीव तुम्हाला होते आणि तुम्ही त्याला अधिकाधिक मुक्त बनवू लागता.

एखाद्या कौशल्याचा सराव करण्याचा आणखी एक फायदा आहे. तो म्हणजे, त्यामुळे तुम्ही ते कौशल्य सहजपणे आत्मसात करून वापरू शकता. नंतर ते कौशल्य वापरत असताना तुम्हाला कष्ट घ्यावे लागत नाहीत. ते तुम्ही विनासायास अभिव्यक्त करता, याचाही तुम्ही विचार करा. समजा, तुम्ही व्हायोलिनवादन शिकत आहात, तर तुम्हाला त्याचा सतत रियाज करावा लागतो. त्या वाद्याविषयी अधिकाधिक माहिती मिळवणे, हा तुमचा हेतू असतो. वादन सतत करून तुम्ही ते वाद्य आणि वादन या दोहोंचा सराव करून वादन सहजशक्य बनवून टाकता. ज्या वेळी तुम्ही दैनंदिन रियाज सुरूच ठेवता, तेव्हा कालांतराने तुम्ही व्हायोलिनवर सहजपणे नोटेशन वाजवू शकता. तुमची बोटे त्यावर लीलया फिरू लागतात. तुम्ही जलद गतीनेही वाजवू शकता. ज्या वेळी तुम्ही योगाचा सराव करता, त्या वेळीही तुम्ही शरीरात लवचिकता आणण्यास शिकत असता. त्याचबरोबर शरीराची आणि मनाची ताकदही वाढवायला शिकत असता. सरावामुळे त्यासाठीच्या गोष्टी, हालचाली सहजसुलभ बनतात. ज्या वेळी तुम्ही ध्यानधारणेचा सराव नियमितपणे करता; त्या वेळी तुम्हाला अधिक शांत, निरामय आणि एखाद्या गोष्टीवर चित्त सहजपणे एकाग्र करू शकणारे मन प्राप्त होते. तुमचे दैनंदिन जीवन अत्यंत तणावपूर्ण असले, तरीही तुमचे मन त्या परिस्थितीतही शांत राहते. ज्या वेळी तुम्ही गोल्फ खेळत असता, त्या वेळी योगाच्या या सरावामुळे तुम्ही परिपूर्णतेने आपल्या चेंडूवर सहजपणे लक्ष एकाग्र करू शकता.

त्याचप्रमाणे ज्या वेळी तुम्ही धावण्याला आपल्या जीवनाचे एक अविभाज्य अंग बनवून टाकता, त्या वेळी वैयक्तिक विकासाचे ते एक साधन बनते. त्याचबरोबर तुम्हाला तंदुरुस्तीही मिळवून देते. आपल्या आयुष्याचा दर्जा सुधारण्यासाठी नियमितपणे,

मन लावून केलेली गोष्ट म्हणजे सराव होय. उत्तम सरावामुळे तुमच्या शरीराला, भावनांना, मनाला आणि आत्म्यालाही लाभ होतो. तुमचे शरीर, मन आणि आत्मा एकमेकांत गुंतून प्रगती करून घेतात. कोणतीही गोष्ट नीट ऐकून घेण्यास शिकणे, एक चांगला विद्यार्थी बनणे आणि तुम्ही जे काही शिकता त्याचा चांगला सराव करण्यास शिकणे, हा ची रनिंगच्या सरावाचा एक भाग आहे.

माझ्या काही विद्यार्थ्यांच्या ची रनिंगविषयीच्या प्रतिक्रिया मी खाली देत आहे.

'मी तुमच्या एकाच सत्रातून जे शिकलो, त्यामुळे माझी मोठीच प्रगती झाली. तुमच्याकडे मी शिकलो आणि मला पुन्हा एकदा चालण्यातील अर्थ गवसला. मी पुन्हा एकदा धावायला शिकलो. माझ्या हालचालींत एक सहजसुलभता आली. माझ्या आयुष्यातील इतर सर्वच गोष्टींमध्ये ही सहजता मी वापरू शकतो. माझ्या संपूर्ण आयुष्यावरच या सहजसुलभतेने आपली छत्रछाया धरली आहे.'

- डॅरिल डेंटन, वय ५४

'तुमच्या शिकवण्याने मी आश्चर्यचकित आणि रोमांचित झालो आहे. त्यामुळे मी ज्या-ज्या वेळी बसतो किंवा चालतो, त्या-त्या वेळी मी माझा पाठीचा कणा ताठ ठेवू लागलो आहे. 'उत्तम ढब' हा माझा नवा मंत्र आहे.'

- पॅट्रिक नोलान, वय ३७

ज्या वेळी तुम्ही ची रनिंगचा सातत्याने सराव करू लागता, त्या वेळी ची रनिंग तुमच्यासाठी फक्त एक क्रीडाप्रकार उरत नाही; कारण त्यात तुमचे मन गुंतते. तुमच्या शरीराशी त्याचे दृढ संबंध प्रस्थापित होतात. त्याच वेळी तुमच्या संपूर्ण शरीराचे आरोग्यही सुधारत असते.

शोध आणि उलगडा

ची रनिंग शिकवण्यातून मिळणारा आणखी एक आनंद म्हणजे लोकांना त्यांच्या कल्पनेपलीकडे उत्तम असा धावण्याचा अनुभव घेता येतो. ते स्वत्वाचाही अनुभव घेतात. गेली काही वर्षे सातत्याने मी शिकवतो आहे आणि प्रत्येक विद्यार्थी आपल्या धावण्यातील सुधारणा पाहून चकित होतो आहे. धावल्यामुळे आपल्याला किती आनंद मिळतो, याचा अनुभव घेऊन लोक रोमांचित होतात. ज्या लोकांना ते कधीच धावू शकणार नाहीत, असे सांगण्यात आले होते आणि त्यामुळे ज्यांच्याजवळ

अत्यल्प आत्मविश्वास होता, त्यांनाही ची रनिंगचा लाभ झाला. शिवाय धावण्यास प्रथमच सुरुवात करणारेही भरपूर लाभ मिळाल्याचे सांगतात आणि त्यांच्या धावण्यातूनही ते दिसते. कसलेले धावपटू आपली शर्यत पूर्ण करण्याच्या वेळात प्रगती करताना दिसतात. म्हणूनच मी म्हणतो की, ची रनिंगमुळे खूपच मोठ्या प्रमाणात प्रत्येकालाच यश मिळाल्याचे मला आढळले आहे.

निसर्गाच्या नियमाबरहुकूम सर्व हालचाली करण्याच्या ची रनिंगच्या तत्त्वामुळेच हे शक्य होते, म्हणूनच ते एवढे लाभदायक ठरते. ज्या वेळी तुम्ही तुमच्या शरीराचे म्हणणे ऐकू लागता, त्याच्यावर जबरदस्ती करत नाही; त्या वेळी प्रत्येक गोष्ट जशी झाली पाहिजे, तशी होऊ लागते. धावण्याविषयीचा हा दृष्टिकोन आत्मशोधाच्या तत्त्वावर आधारित आहे. तुमच्या क्षमतेचा नैसर्गिकरीत्याच तुम्हाला उलगडा होत जातो. स्वत:च्या अस्तित्वाशी आणि शरीराशी समृद्ध संबंध प्रस्थापित करण्याची एक संधीच ची रनिंगमुळे तुम्हाला मिळते.

ची रनिंग तुम्हाला एका वेगळ्याच विश्वात घेऊन जाते. या विश्वात धावण्याची क्रिया बाह्य बळाचा वापर करून घडत नाही, तर ती आंतरिक ऊर्मी आणि शक्तीतून आपोआप घडत जाते. यात धावण्याचा वेग वाढवणे किंवा अधिक अंतर धावणे यावर भर नसतोच; कारण अधिक वेग किंवा अधिक अंतर ही योग्य, सक्षम धावण्याच्या फॉर्मची उपफलिते असतात. खरे तर वेग आणि अंतर याबाबतीत त्याग करण्याची बिलकुल गरज नसते. पण याला खीळ घालणारे आणि तुमच्यात आरामात लपून बसलेले राक्षस या प्रकारच्या धावण्याने बाहेर फेकले जातात. तुम्ही पूर्वीपेक्षा जलद गतीने आणि अधिक अंतर आरामात धावू शकता. तुमच्या शरीराला अजिबात दुखापत होत नाही किंवा झालीच तर ती अत्यल्प आणि नगण्य असते. तुम्ही कष्ट न घेता सहजपणे धावू शकता. ज्यांना गतीचे आकर्षण नाही किंवा जे जलद गतीने धावू शकत नाहीत, अशा तुमच्यापैकी काही लोकांविषयी काय? सांगतो. तुम्ही एक ॲथलिट म्हणून स्वत:विषयी अभिमान बाळगू शकता. कोणत्याही वयात आणि कोणत्याही प्रकारच्या कौशल्याच्या पातळीवर तुम्ही धावू शकता, म्हणजे तुम्ही धावपटू असताच. मुक्तपणे आणि आनंदाने आयुष्यभर धावता यावे, हा आपला मुख्य हेतू आहे. शारीरिक, मानसिक आणि आध्यात्मिक दृष्ट्याही, धावण्यामुळे मिळणाऱ्या फायद्यांचा लाभ आपल्याला आयुष्यभर घेता यावा, हाच आपला खरा हेतू आहे. याविषयी आपल्या कोणाच्याही मनात शंका असू नये.

प्रकरण २

ची रनिंगची मूलतत्त्वे : निसर्गाशी सहकार्य करून हालचाल करणे

जगभर कुठेही वापरता येण्याजोगी सखोल मूलभूत सत्ये म्हणजे तत्त्वे. मानवी वर्तणुकीला मार्गदर्शन करणारी चिरशाश्वत, टिकाऊ मूल्ये म्हणजे तत्त्वे.

\- स्टिफन कॉव्हे

तुम्हाला अधिक विनासायास व सक्षम पद्धतीने धावण्यासाठी आणि प्रशिक्षण घेण्यासाठी मदत करणाऱ्या तत्त्वांच्या संचावर ची रनिंग आधारित आहे. मास्टर शू यांच्याकडून मी नियमितपणे घेत असलेल्या 'ताय ची' च्या तत्त्वांमध्ये या तत्त्वांचा मोठ्या प्रमाणावर समावेश होता. या तत्त्वांचा माझ्यावर विलक्षण प्रभाव पडला. फक्त आपल्या शरीराची हालचाल कशी करावी, एवढ्यापुरताच हा प्रभाव मर्यादित नव्हता; तर संपूर्ण जगाचे आकलन मी कसे करून घ्यावे आणि पर्यायाने माझ्या आयुष्याला कसे मार्गदर्शन करावे, यासाठीही मला त्याचा उपयोग झाला.

निसर्गाचे काम कसे चालते, याचा चिनी साधकांनी हजारो वर्षांपूर्वी अभ्यास केला आणि काही तत्त्वे शोधून काढली. या तत्त्वांवर आधारित पुस्तकही त्यांनी लिहून काढले. बायबलखालोखाल ज्या पुस्तकाचे सर्व भाषांमध्ये भाषांतर झालेले आहे, असे हेच पुस्तक असावे. त्या पुस्तकाचे नाव आहे, 'ताओ ते चिंग.' याशिवाय 'आय चिंग' या पुस्तकातही या तत्त्वांविषयीचेच लेखन आहे. हे पुस्तक

चिनी तत्त्वज्ञानावर आधारित आहे. मार्शल आर्टची जननी समजल्या जाणाऱ्या 'ताय ची' या कौशल्याच्या सरावातही या तत्त्वांचा अभ्यास अंतर्भूत आहे. मात्र फक्त चिनी लोकांनीच या तत्त्वांचा अभ्यास केला होता, असे नाही. भौतिकशास्त्राचे नियम म्हणून आइन्स्टाईन आणि न्यूटन यांनीही यांपैकी अनेक तत्त्वे विषद केली आहेत.

सखोल विद्वत्ता आणि बुद्धिमत्ता असलेल्या लोकांनी निसर्गाच्या अभ्यासावर आपले लक्ष केंद्रित केले, यात नवल वाटण्याजोगे काहीच नाही. या सर्वांमध्ये काही मूलभूत तत्त्वांचा संच आहे आणि तो सर्वत्र उपयोगी पडतो. ज्या वेळी निसर्गाच्या कामात ढवळाढवळ केली जात नाही, त्या वेळी निसर्ग किती परिपूर्णतेने आपले काम पार पाडतो, ही पाहण्याजोगी गोष्ट असते. निसर्गातील प्रत्येक गोष्टीत एक प्रकारची शिस्त आणि न्यायीपणा, योग्यायोग्यतेची समज असते. ती एकसंध असते. प्राणी नको तिकडे जात असलेले तुम्हाला आढळणार नाहीत किंवा त्या-त्या पर्यावरणाशी सुसंगत नसलेले प्राणी तुम्हाला तिथे सापडणार नाहीत. जिथे पर्यावरणीय गोष्टी अनुकूल नसतात, तिथे वनस्पतीही वाढताना तुम्हाला दिसणार नाहीत. अगदी रेणूच्या पातळीवर विचार केला, तरीही हेच आढळते. प्रत्येक गोष्टीला तिचे स्वतःचे स्थान आणि शिस्तबद्धता असते. या सगळ्या गोष्टींचा विलक्षणरीत्या समतोल साधलेला असतो आणि त्यामुळे त्या सगळ्या गोष्टी नीट काम करतात किंवा त्यांचे काम नीट चालते.

हे नियम वैश्विक असल्याचे मानले जाते. एखादा नियम वैश्विक पातळीवर लागू होण्यासाठी तो अस्तित्वाच्या चारही पातळ्यांच्या कसोटीवर टिकला पाहिजे. शारीरिक, भावनिक, मानसिक आणि आध्यात्मिक या त्या चार पातळ्या होत. उदाहरणार्थ— 'एखादी गोष्ट विश्रामावस्थेत असताना बाह्य शक्तीचा प्रभाव तिच्यावर पडल्याशिवाय तिची विश्रामावस्था सोडत नाही.' हा एक नियम आहे.

विविध पातळ्यांवर हा नियम कसा लागू पडतो, ते काही उदाहरणे घेऊन पाहू या.

- **भौतिक पातळी** : जोपर्यंत चिप्ससाठी कापला जात नाही, तोपर्यंत आपण आणून ठेवलेला बटाटा स्वतःहून हलत नाही.
- **मानसिक पातळी** : ख्रिस्तोफर कोलंबसने नव्या जगाचा शोध लावला, हा तत्त्वज्ञानविषयक बदल होता.
- **भावनिक पातळी** : मी दिवसभर माझ्याच विश्वात रमलेला असतो. दिवसभरातील ताणतणाव आणि विविध नाट्यमय प्रसंगांमध्येच मी घुटमळत असतो. पण माझी मुलगी येऊन माझ्या गळ्यात हात टाकते आणि मला म्हणते, ''डॅडी, माझं तुमच्यावर खूप प्रेम आहे'', त्या वेळी मी झटका

बसल्यासारखा माझ्या त्या विश्वातील नाट्यपूर्ण प्रसंगांमधून बाहेर पडतो. माझ्या मेंदूतील विचारांत मी गुरफटलेला असतो. त्यातून बाहेर पडून मी माझ्या हृदयात डोकावून पाहू लागतो.

- **आध्यात्मिक पातळी** : आयुष्य खरोखरच किती मौल्यवान आहे, हे एखाद्याला मृत्यूच्या दारातून परत आल्यावरच समजते.

तुम्ही जेव्हा एका पातळीवर हे नियम शिकता, त्या वेळी आयुष्य दुसऱ्या पातळ्यांवरही कसे काम करत असते, हे वैश्विक नियम दाखवून देतात. हेच या वैश्विक नियमांचे सौंदर्यही आहे.

नियमांविरुद्ध वागल्यास काय घडते?

केवळ दंड भरून 'हे मी पुन्हा करणार नाही,' असे लिहून देण्यापेक्षाही अधिक काही आपल्याला नैसर्गिक नियम मोडले तर भोगावे लागते. कमी वेळात आपल्यावरचा कामाचा बोजा वाढू शकतो. शिवाय वर उल्लेख केलेल्या चार पातळ्यांपैकी कोणत्या तरी एका पातळीवर दीर्घ काळासाठी आपण अपयशी ठरू शकतो. धावण्याचा विचार केला, तर कदाचित तुमचा वेग अधिक असू शकेल, पण त्याच वेळी तुमचे शरीर थकून गेलेले असेल. कदाचित तुम्ही शर्यतीत खूप चांगली कामगिरी केलेली असेल; पण दुसऱ्या दिवशी तुम्हाला आपण नरकयातना भोगतो आहोत, असे वाटण्याएवढा त्रास सोसावा लागेल. तुम्ही भौतिकशास्त्राचे कोणतेही नियम मोडलेत, तर तुम्हाला नैसर्गिक शक्तींकडून लाभ घेता येण्याऐवजी स्वत:ची अधिक ताकद खर्ची घालावी लागेल.

निसर्गाच्या नियमांशी सुसंगत राहून त्या पद्धतीने धावणे शक्य आहे. पण बळाच्या किंवा स्नायूंच्या शक्तीच्या जोरावरच्या धावण्यात हे शक्य होत नाही. अमेरिकेतील एक कोटी साठ लाखांहून अधिक धावपटूंना दर वर्षी गंभीर दुखापती होतात, ही आकडेवारी हा नक्कीच धोक्याचा इशारा आहे. त्यामुळेच 'स्पोर्ट्स इंज्युरी बुलेटिन'ने धावणे हा सर्वाधिक दुखापती घडवून आणणारा खेळ आहे, असे म्हटले, त्यात काहीच वावगे नाही. यातून निर्माण होणारे काही प्रश्न असे आहेत– १) लोकांनी धावावे का? २) यापेक्षा अधिक चांगल्या पद्धतीने धावण्यासाठी काही पर्यायी मार्ग आहे का?

पहिल्या क्रमांकाच्या प्रश्नाचे उत्तर प्रथम देतो. त्याचे उत्तर आहे 'होय– लोकांनी धावावे.' दुसऱ्या प्रश्नाचे उत्तर आता देतो. ची रनिंगविषयीच्या माझ्या स्वत:च्या आणि मी शिकवलेल्या माझ्या हजारो विद्यार्थ्यांच्या अनुभवावरून मी

नि:संदिग्धपणे म्हणू शकतो की, होय, त्यासाठी अधिक चांगला पर्याय उपलब्ध आहे.

तुम्ही प्रवाहाच्या विरुद्ध दिशेने पोहण्याचा कधी प्रयत्न केला आहे का? तुम्ही जर पुरेसे शक्तिशाली असाल, तर तुम्ही ते करू शकता. पण तुम्ही जर तेवढे ताकदवान नसाल, तर तुम्ही अधिक कष्ट करता आणि आपले स्नायू अधिक मोठे व बळकट बनवता. त्यामुळे तुम्ही अखेरीस ते करू शकता. पण तुम्ही त्याकडे कोणत्या दृष्टीने पाहता, याला काहीच महत्त्व नाही; कारण मुळातच तुम्ही प्रवाहाच्या विरुद्ध पोहत असता आणि त्यामुळेच तुम्हाला अधिक कष्ट करावे लागतात. सालमन मासे हे करू शकतात. पण ज्या वेळी ते किनाऱ्यापर्यंत पोहोचतात, त्या वेळी त्यांना मृत्यूला कवटाळावे लागते. त्यामुळे जोपर्यंत तुम्ही पाण्याच्या प्रवाहात असता, तोपर्यंत तुम्हाला पाण्याचे नियम पाळावेच लागतात. त्याउलट, तुम्हाला जर प्रवाहाच्या विरुद्ध दिशेने कमी श्रमात पोहत जायचे असेल, तर तुम्ही पाण्यातून सरळ बाहेर या आणि दुसऱ्या नियमांच्या संचांचे पालन करा. तुम्ही कडेने नेचे (फर्न) लावलेल्या रस्त्यावरून प्रवाहाच्या विरुद्ध दिशेने चालत तुम्हाला हव्या त्या ठिकाणी पोहोचा. तिथपर्यंत पोहोचण्यासाठी यासारखी सोपी गोष्ट दुसरी नाहीच. सेसिल बी. डीमिलेने त्याच्या 'द टेन कमांडमेंट्स' या गाजलेल्या चित्रपटाविषयी म्हटले आहे, ते सत्यच आहे. तो म्हणाला होता, ''आपण होऊन नियम मोडणे आपल्यासाठी अशक्यच असते. आपण नियमांच्या विरोधात जाऊन फक्त स्वत:लाच खिळखिळे करून टाकतो.''

प्रवाहाच्या दिशेने पोहणे

ज्या वेळी तुम्ही नैसर्गिक नियमांच्या अधीन राहून काम करता, त्या वेळी तुम्हाला कमी श्रम करावे लागतात. त्यामुळे तुम्हाला शारीरिक थकवाही कमी येतो. हीच बाब धावण्यालाही लागू पडते. बळाच्या जोरावर धावण्यापेक्षा ची रनिंगमध्ये तुम्हाला कमी श्रम पडतात. ज्या वेळी तुम्ही तुमच्या ऊर्जेची बचत करून धावत असता, त्या वेळी तुम्हाला धावण्यासाठी अधिक इंधनाची गरज भासत नाही. त्या वेळी तुम्ही झट्कन दमत नाही. त्यामुळेच धावल्यानंतर पुन्हा मूळ स्थितीला येण्यासाठीही तुम्हाला अधिक श्रम घ्यावे लागत नाहीत. ज्या वेळी तुम्ही ढोरमेहनत करत नाही, त्या वेळी तुमच्या स्नायूंना आणि सांध्यांना दुखापती होण्याची शक्यताही खूप कमी असते. ज्या वेळी तुम्ही नैसर्गिक नियमांशी समन्वय साधता, त्या वेळी तुम्ही सर्वच पातळ्यांवर अधिकच शक्तिशाली बनता. यात तुमच्या दृष्टिकोनाचाही समावेश होतो. तुम्ही धावायला बाहेर पडता, त्यापेक्षा धावून आल्यानंतर तुम्हाला

अधिक चांगले वाटू लागते. तुम्ही निसर्गनियमांचा तुमच्या जाणिवेशी समतोल साधता, त्या वेळी धावण्यासाठी या नियमांचा कसा उपयोग करून घेता येतो, ते तुम्ही शिकता. त्याचप्रमाणे या नियमांचा तुमच्या आयुष्यातही उपयोग करून घेऊन ऊर्जेचा प्रवाह योग्य प्रकारे वाहता राहावा यासाठी योग्य परिस्थिती निर्माण करण्यासही तुम्ही शिकता.

मुख्य तत्त्वे

ज्या मुख्य तत्त्वांवर ची रनिंग आधारित आहे, ती तत्त्वे खाली देत आहे. या प्रकरणात मी त्यांच्या व्याख्या देणार आहे आणि तुमच्या शरीराच्या हालचाली सहज, गतिमान, सक्षम आणि लालित्यपूर्ण होण्यासाठी या तत्त्वांचा विशिष्ट दृष्टिकोनातून व्यायामात कसा उपयोग करावा, ते चौथ्या प्रकरणात सांगणार आहे. टप्प्याटप्प्याने एकेक पायरी पूर्ण करूनच आपल्याला ही सहजता, गतिमानता आणि सक्षमता अनुभवता येते. निसर्गाच्या हालचालींना मार्गदर्शन करणारी कित्येक तत्त्वे आहेत. पण आपण तीन मुख्य तत्त्वांचा विचार करणार आहोत. त्यांचा वापर करून आपण आपल्या धावण्यात सुधारणा करणार आहोत. ही तीन मुख्य तत्त्वे अशी आहेत—

१) सुती कपड्यातील सुई : शिस्तबद्ध हालचाल आणि त्यानंतर विसावा.
२) हळूहळू प्रगती : टप्प्याटप्प्याने प्रगती करून घेणे.
३) हालचालींमध्ये समतोल : शारीरिक समतोल आणि पूरक समतोल

जसजसा तुमचा सराव वाढत जातो आणि तुम्ही धावण्यात या तत्त्वांचा समावेश करू लागता, तसतशी तुमच्या हालचालीत सहजता येऊ लागते. तुमचे शरीर हे धावण्याचे एक साधन बनण्याऐवजी तुमचे धावणे हेच तुमच्या शरीराचे एक साधन बनते.

सुती कपड्यातील सुई : शिस्तबद्ध हालचाल आणि त्यानंतर विसावा

'ताय ची'मध्ये शिकवले जाणारे हे एक महत्त्वाचे तत्त्व आहे. हे तत्त्व म्हणजे शरीरातील सर्व हालचालींचा पाया असल्याचे मानले जाते. 'ताय ची'चा सराव करणाऱ्याच्या मनातील भावना व्यक्त करण्यासाठी 'कपड्यातील सुई' हा वाक्प्रचार वापरला जातो. तुम्ही तुमच्या शरीराची शिस्तबद्ध हालचाल करता आणि ची

म्हणजेच ऊर्जा किंवा प्राणशक्ती केंद्रस्थानी एकवटता, त्या वेळी तुमचे हात आणि पाय एखाद्या कापडासारखे मऊ असतात. त्यांच्यावर कोणत्याही प्रकारचा ताण नसतो.

यासाठी एक उदाहरण घेऊ. एखाद्या कापडाच्या चेंडूत सुई उभी आत घुसवली, तर ती तुमच्या शरीराचे आणि ऊर्जेचे प्रतिनिधित्व करते. कसे ते पाहा. सुई तुमच्या मध्यरेषेचे प्रतिनिधित्व करते. तुम्ही धावत असताना तुम्ही ज्याभोवती फिरत असता, तो अक्ष म्हणजे ही सुई असते. ही सुई खूपच एकवटून गेलेली असते, असे चिनी लोक म्हणतात. अर्थातच हे एकवटणे म्हणजे ऊर्जेचे एकवटणे असते. त्या सुईच्या जागी ऊर्जा एकवटलेली असते. ती सडपातळ, उभी आणि बळकट असते. तुम्ही हालचाल करत असता, तेव्हा तुम्हाला तुमच्या आकृतिबंधाची रेषा अशीच सरळ, ताठ हवी असते. तुम्ही तुमच्या शरीरातील ऊर्जा तुमच्या केंद्रस्थानी असलेल्या रेषेवर एकवटलेली असते आणि तिच्या कडेतून तुम्ही ती तुम्हाला हव्या असलेल्या कडेच्या अवयवांकडे ओढून घेत असता. हे अवयव तुम्ही सुती कापडाप्रमाणे सैलसर सोडलेले असतात. 'ताय ची'प्रमाणेच ची रनिंगमध्येही तुमच्या शरीरातील सगळ्या हालचालींचा उगम तुमच्या केंद्रस्थानाच्या रेषेतूनच होत असतो. तोच तुमच्या शक्तीचा स्रोत असतो. तो एखाद्या अक्षाप्रमाणे काम करत असतो आणि त्याभोवतीच साऱ्या गोष्टी फिरत असतात. 'ताय ची'नुसार, तुमचे केंद्रस्थान किंवा 'डॅन टायन' हे तुमच्या बेंबीच्या बरोबर खालच्या बाजूला आणि पाठीच्या कण्याच्या पुढे असते. तुमचे हात आणि पाय यांच्याशी कित्येक हाडे, स्नायुबंध आणि अस्थिबंध यांनी ते सहजपणे जोडले गेलेले असते. त्यामुळे तुम्ही कशीही आणि कुठेही हालचाल केली; तरी तुमचे हे केंद्रस्थान, तुमचे हात आणि पायही हलतात. पण तुमच्या केंद्रस्थानाने सक्षमपणे काम करण्यासाठी तुमच्या पाठीच्या कण्याची (सुईची) शिस्तबद्ध हालचाल होण्याची गरज होते. त्यामुळे तुमची कंबर आणि नितंब कसेही हलू, फिरू शकतात. त्याचप्रमाणे हात, पाय, तुमचे खांदे व नितंबही विसावलेले आणि सैलसर असावे लागतात; तरच तुमच्या हालचाली मुक्तपणे होऊ शकतात. तुमच्या केंद्रस्थानातून निर्माण झालेल्या कोणत्याही हालचालीला त्यामुळे प्रतिबंध होत नाही. त्यामुळे या केंद्रस्थानापासून कसे धावावे, यावरच ची रनिंगमध्ये भर असतो. तुम्ही धावण्यासाठी तुमच्या पायांवर जेवढ्या कमी प्रमाणात अवलंबून राहू लागता, तेवढ्या अधिक प्रमाणात तुम्हाला केंद्रस्थानाकडून धावण्यासाठी मदत मिळू लागते. हे सगळे विसंगत वाटत असेल, याची मला जाणीव आहे; परंतु ते सारे सत्य आहे. मास्टर शू मला हालचाल करायला शिकवत असताना ते मला माझी संपूर्ण ऊर्जा केंद्रस्थानी एकवटायला लावत होते. त्या वेळी माझे हात, पाय आणि इतर संपूर्ण शरीर

सैलावलेले असे. त्यामुळे माझ्या हालचाली केंद्रस्थानाकडून केल्या जात असत; माझ्या स्नायूंकडून नाही. मानसिक दृष्ट्या ते मला डॅन टायनवर लक्ष केंद्रित करायला लावत असत. माझ्या सैलावलेल्या शरीराची हालचाल केंद्रस्थानाकडून घडवून आणली जात असे. ज्या वेळी माझ्या शरीराच्या हालचाली अशा प्रकारे होत असत, त्या वेळी मला एक प्रकारचा आनंद आणि शांतता अनुभवास येत असे. माझ्या मनावर कोणत्याही प्रकारचा ताण त्या वेळी नसे. धावण्यासाठी माझ्या पायांवर मी भर देत नसल्याने या हालचालींत माझ्या पायांचे स्थान दुय्यम असे.

ज्या वेळी तुम्ही केंद्रस्थानाऐवजी दुसऱ्याच एखाद्या स्थानापासून धावत असता, त्या वेळी ते कमी प्रभावी ठरते; कारण तुम्ही ते असमतोल अवस्थेत करत असता. जर तुमचे संपूर्ण शरीर मदत करत असेल, तर तुमचे पाय अधिक जलद गतीने धावू शकतात. पण ज्या वेळी तुम्ही तुमच्या केंद्रस्थानाच्या साह्याने वा केंद्रस्थानापासून धावत नसता, त्या वेळी तुमचा धावण्याचा फॉर्म संघटित बनलेला नसतो. कारण त्या वेळी तुमचे हात, पाय आणि कंबर हे तिन्ही अवयव एकत्रितपणे काम न करता स्वतंत्रपणे काम करत असतात. आपले हात आणि पाय यांच्या स्वतंत्र हालचाली करून धावणारे कित्येक धावपटू मी पाहिलेले आहेत. आपल्या बळकट केंद्रस्थानाची जाणीव असली की जी एकसंधतेची जाणीव निर्माण होते, तिचा मात्र या हालचालींमध्ये अभाव असतो.

आपल्या आकाशगंगेतील सारे तारेही केंद्रस्थानाभोवती फिरत असतात. आपल्या सौरमंडळालाही सूर्य हा केंद्रबिंदू असतो. त्याभोवती सारे ग्रह फिरत असतात. आपल्या पृथ्वीलाही केंद्रस्थान आहे. तीही स्वत:च्या अक्षाभोवती फिरते. प्रत्येक देशालाही केंद्रस्थान असते. मी अद्याप कधीच तिकडे गेलो नसलो, तरी अमेरिकेचा विचार केला, तर ते मिसुरीत कुठे तरी आहे, हे मला माहिती आहे. तुम्ही धावत असताना तुमच्या केंद्रस्थानाला शोधणे आणि त्याची जाणीव करून घेणे यापासूनच ची रनिंगच्या तंत्रात प्रशिक्षणाची सुरुवात होते.

हे करून पाहा— तुम्हाला जी तुमची उत्तम ढब वाटते, त्यानुसार ताठ उभे राहा. एक पाय दुसऱ्याच्या किंचित मागच्या बाजूला ठेवा. नितंब रुंद करा. तुमचे खांदे सैल ठेवा आणि हातांना तुमच्या दोन्ही बाजूंना लोंबकळत्या अवस्थेत राहू द्या. आता तुमचा पाठीचा कणा हा तुमचा ताठ अक्ष आहे, अशी कल्पना करा. सुरुवातीला त्याला एका दिशेला वळू द्या आणि नंतर त्याला दुसऱ्या दिशेला वळवा. तुम्ही तुमचा कणा जसा मागे-पुढे हलवता, तसे तुमचे हातही हलू लागतील; कारण तुमचा कणा हलत असतो. या परिस्थितीत तुमचे खांदे, हात आणि मनगटे किती सैलावलेल्या अवस्थेत असतात, ते पाहा. तुमचे संपूर्ण स्नायू एकसंधपणे काम करत असल्याचे हे एक उदाहरण आहे. त्या वेळी तुमचे हात

फक्त त्याबरोबर हलत असतात.

दिवसातून केव्हाही आणि शक्य तितक्या अधिक वेळा तुम्ही अशी कल्पना करून पाहा. तुमच्या डोक्याच्या वरच्या भागातून तुमच्या माकडहाडापर्यंत एक रेषा गेली असल्याची कल्पना करा. ती तुमची केंद्रस्थानी असलेली रेषा असते. तुम्ही चालत किंवा पळत असतानाही ती तुमच्या मन:चक्षूंसमोर तशीच ठेवा. तुम्ही उभे असतानाही तिच्यावरच लक्ष केंद्रित करून ठेवा. तुम्ही या रेषेशी मैत्री जुळवा आणि तिला लक्षात ठेवा. श्वासोच्छ्वासाएवढीच या रेषेलाही आपलीशी करा. तिच्याशी काहीही करण्याचा प्रयत्न करू नका. फक्त तिची जाणीव ठेवा आणि तिच्याशी कृतज्ञ राहा. तिला पाहत राहा. तुमच्या शरीरातील ते एक स्थान आहे, हे शिका.

- तुमच्या शरीरातील तुमचे केंद्रस्थान शोधा.
- तुमच्या मनातच तुम्ही त्या केंद्रस्थानाची जाणीव अनुभवा.
- मनातही तुमचे हे केंद्रस्थान पाहा.
- तुमच्या आत्म्यावर लक्ष केंद्रित करा.

हळूहळू प्रगती : टप्प्याटप्प्याने प्रगती करणे

आपल्या स्वत:च्या प्रगतीच्या टप्प्यानुसार प्रत्येक गोष्टीचा हळूहळू विकास झाला पाहिजे. 'कमी'पासून 'अधिक'पर्यंत किंवा लहानापासून मोठ्यापर्यंत अशा क्रमाने हा विकास झाला पाहिजे. ज्या वेळी विकासाची प्रक्रिया हळूहळू होते, त्या वेळी प्रत्येक टप्पा हा पुढच्या टप्प्यासाठी भक्कम पाया निर्माण करत असतो. कोणत्याही वाढीच्या प्रक्रियेसाठी हे तत्त्व लागू पडते— मग ती वाढ एखाद्या गोष्टीची, कल्पनेची, भावनेची किंवा एखाद्या सजीवाची असो! भौतिक दृष्ट्या एक उदाहरण पाहू या. बीपासून झाडाची वाढ होण्याची प्रक्रिया लक्षात घेऊ या. सुरुवातीला असलेले छोटेसे बीज नंतर एका वृक्षात रूपांतरित झालेले असते. म्हणजेच लहान आकारापासून प्रचंड आकारापर्यंत त्याची वाढ होते, कारण त्याच्या पेशी त्याप्रमाणे विभाजित होऊन संख्येने कित्येक पटींनी वाढलेल्या असतात. एखाद्या व्यवसायाची सुरुवात होते, त्याचा आपण एक उदाहरण म्हणून विचार करू या. प्रथम त्या मालकाच्या मनात कल्पनेचा उगम होतो. त्यानंतर ती वाढत जाते आणि तिचे पर्यवसान लोकांसमोर एखादा व्यवसाय सुरू होण्यात होते. व्यवसायाची सुरुवात छोट्या प्रमाणावरच झालेली असते, पण मालकाने जर योग्य पावले उचलली, तर त्या व्यवसायाचा वटवृक्ष तयार होतो.

तुम्ही जर हा नियम मोडून यातील काही पायऱ्या वगळल्या, तर तुमच्या या

प्रक्रियेवर एक प्रकारचा विपरीत परिणाम होईल किंवा तुम्हाला त्याचे योग्य फळच मिळणार नाही.

आता प्रेमाचे उदाहरण घेऊ या. असा विचार करा की, बघताक्षणीच प्रेम जमल्याचे हे उदाहरण आहे. दोन जीव एकमेकांना भेटतात, पाहतात आणि तत्क्षणीच त्यांच्या मनात एकमेकांविषयीच्या प्रेमाची ठिणगी पडते. लगेच पुढच्या चार रात्री ते प्रणयात दंग होऊन घालवतात आणि मग लास व्हेगासला विवाहबद्ध होण्यासाठी जातात. मात्र त्यानंतर तीनच महिन्यांत ते घटस्फोटासाठी अर्ज दाखल करतात. कारण या सगळ्या घिसाडघाईत एकमेकांत मैत्रीचे बंध विकसित करण्यास ते साफ विसरलेले असतात.

त्यामुळेच या तत्त्वाच्या प्रक्रियेतील सर्वांत महत्त्वाचा घटक म्हणजे वेळ आहे, हे कदाचित या सर्व उदाहरणांवरून तुमच्या आतापर्यंत लक्षात आलेच असेल. माझ्याकडे कित्येक लोक येतात आणि आपल्याला मॅरेथॉनमध्ये धावायचे असल्याचे सांगतात. "तुम्ही अलीकडेच पार केलेले सर्वाधिक अंतर किती किलोमीटरचे आहे?" असा पहिलाच प्रश्न मी त्यांना विचारतो. जर दहा किलोमीटरपेक्षा कमी अंतर ते धावलेले असतील, तर मी त्यांना पुढचा प्रश्न विचारतो, "तुम्हाला मॅरेथॉनमध्ये कधी धावायचे आहे?" तुम्ही जर तुमच्या धावण्याच्या तंत्रात हळूहळू बदल करत गेलात आणि त्यासाठी पुरेसा वेळ दिलात, तर मॅरेथॉनमध्ये धावणे ही काही फारशी अवघड गोष्ट नाही. मी प्रथम ज्या शर्यतीत धावलो आणि प्रथमच ज्या शर्यतीसाठी प्रशिक्षणही घेतले होते, ती शर्यत तब्बल ५० मैल अंतराची होती. पहिल्याच शर्यतीसाठी हे अंतर खूपच जास्त वाटू शकते. पण त्यासाठी मी साडेतीन वर्षे प्रशिक्षण घेत होतो. मी दहा मैल अंतर धावण्याच्या सरावापासून सुरुवात केली होती आणि हळूहळू हे अंतर वाढवत नेले होते. आधी माझ्याकडे परिपूर्ण तंत्र नसल्यामुळे मला वेदना होत असत. त्या घालवून आपला फॉर्म परिपूर्ण बनवण्यासाठी मला हा साडेतीन वर्षांचा कालावधी लागला होता. माझा आत्मविश्वास वाढविण्यासाठी या काळाचा मला सर्वाधिक फायदा झाला, त्यामुळे ५० मैलांचे अंतर म्हणजे फार मोठे अंतर नाही, असे वाटण्याएवढा आत्मविश्वास माझ्या मनात निर्माण झाला होता. शिवाय त्यामुळे माझ्या शरीराला दुखापत होणार नाही, असा आत्मविश्वासही माझ्या मनात निर्माण झाला होता.

शर्यतीच्या दिवशी हा नियम तोडताना मी अनेक धावपटूंना पाहतो. सगळेच जण सुरुवातीच्या रेषेला अगदी चिकटून उभे असतात आणि ज्या क्षणी हवेत गोळी उडवली जाते, त्या क्षणी जीव तोडून पळू लागतात. जणू काही त्या ब्लॉकच्या जवळच अंतिम सीमारेषा असते! मी जर शर्यतीत अखेरपर्यंत टिकून राहिलो, तर सुरुवातीच्या रेषेपासून सशासारखे सुसाट धावत सुटलेल्या अनेकांचे ओळखीचे

चेहरे अखेरच्या टप्प्यात पाश्चात्त्य चित्रपटांतील पाठीत गोळी बसल्यामुळे पाय ओढत चालणाऱ्या खलनायकांसारखे झाल्याचे मला दिसतात.

बळाच्या किंवा ताकदीच्या जोरावर धावणाऱ्यांच्या बाबतीत हे दृश्य नित्याचेच असते. त्यांच्या प्रशिक्षणाचे काही नियम त्यांच्या मनावर कोरलेले असतात. ते असे आहेत—

१) शर्यतीसाठी भरपूर प्रशिक्षण घ्या. २) एकदा शर्यत सुरू झाली की, तुम्हाला जेवढ्या जोरात धावता येईल, तेवढे सुसाट धावत सुटा. अगदी तुमच्या शरीरातील सगळे इंधन संपेपर्यंत तसेच धावत राहा. ३) तुम्ही नंतरच्या टप्प्यात ज्या वेदना अनुभवल्या असतील, त्या घेऊन अंतिम रेषेपर्यंत येऊ नका.

ची रनिंगमध्ये उपयुक्त हळूहळू प्रगतीचे तत्त्व नेहमीच ठरते. तेच तत्त्व सातत्याने प्रत्येक गोष्टीसाठी वापरले जाते. मग ते एकेरी धावणे असो किंवा धावण्याची स्पर्धा असो. धावण्यास सुरुवात करताना हळूहळू धावू लागा. धावण्याच्या हालचालीसाठी आवश्यक असलेली आणि तुमच्या शरीराला झेपण्याएवढीच गती ठेवा. तुम्ही अंतिम रेषेजवळ पोहोचताना चौथ्या गिअरमध्ये असणे आवश्यक असते. संपूर्ण शर्यतभर तसे असणे शक्य नाही. तुम्ही हळूहळू गती वाढवून तुमच्या योग्य त्या गतीपर्यंत स्वतःला न्या. एखाद्या गाडीप्रमाणेच हे असते. गाडी एकदम चौथ्या गिअरमध्ये तुम्ही चालवत नाही. तुमचे शरीरही या नियमाला अपवाद नाही. भरपूर वेगाने धावण्याचा किंवा भरपूर अंतर धावण्याचा कोणताही प्रकार सुरुवातीलाच स्वीकारू नका; अन्यथा तुम्हाला दुखापत होईल. आपले शरीर ज्या गतीने स्नायूंच्या नव्या पेशींची निर्मिती करत असते, त्याहून अधिक गतीने ज्या वेळी एखाद्याचा अहम् वाढू लागतो, त्याच वेळी बऱ्याचदा दुखापती होतात. कोणत्याही गोष्टीची भक्कम फलश्रुती होण्यासाठी टप्प्याटप्प्याने पुढे जाणेच आवश्यक असते. विकासाचे सर्व टप्पे क्रमाक्रमानेच पार करण्याची गरज असते. तुम्ही जर त्यांपैकी काही टप्पे वगळून एकदम पुढच्या पुढच्या टप्प्यांवर उड्या मारू लागलात, तर त्याचे परिणाम गंभीर होतात. अशक्तपणापासून वेदना आणि दुखापतींपर्यंतचे भयानक परिणाम भोगावे लागतात. साठ टक्क्यांहून अधिक दुखापती अतिप्रशिक्षणामुळे होतात. एक तर अधिक अंतराचा टप्पा ओलांडण्यासाठी किंवा गती वाढवण्यासाठी किंवा अधिक अंतर अधिक गतीने कापण्यासाठी प्रशिक्षणाचा हा अतिरेक केला जातो. भावनिक पातळीवर विचार करता, जर तुम्ही खूपच अधिक वेगाचा कार्यक्रम स्वीकारला असेल आणि त्यामुळे तुमची दमछाक होऊ लागली, तर तुम्ही तिथल्या तिथेच संपून जाता. बाहेर जाऊन इतर कोणत्याही शर्यतीत भाग घेण्याएवढी शक्तीच तुमच्या अंगात उरत नाही. 'कार्यक्रमाचा विकास' या सहाव्या क्रमांकाच्या प्रकरणात मी या तत्त्वाचा मोठ्या प्रमाणात वापर करणार आहे.

धावत असताना जर मी हा नियम मोडला, तर मला कोणत्या ना कोणत्या स्वरूपात त्याची शिक्षा भोगावीच लागते. कमी वेळात मी शर्यत जिंकली, तर माझे पाय सुजलेले असतील. मला त्यातून बाहेर पडण्यासाठी बराच वेळ लागू शकेल किंवा कदाचित दुखापतीलाही सामोरे जावे लागेल. माझ्या आयुष्यातीलही एखाद्या गोष्टीची मी अत्यंत वेगाने सुरुवात केली, तर मी माझ्या अपयशाच्या किंवा नैराश्याच्या शक्यता तेवढ्याच अधिक वेगाने निर्माण करून ठेवत असतो. म्हणूनच टप्प्याटप्प्याने पुढे जा. गती किंवा अंतर हळूहळू वाढवा. आधीच्या टप्प्यातून तुम्ही जे काय शिकला असाल, त्या पायावर पुढच्या टप्प्याची उभारणी करा. त्यामुळे हळूहळू प्रगती हाच नियम आपण आयुष्यातही सगळ्याच गोष्टींना लागू केला पाहिजे.

हालचालींत समतोल : पूरक समतोल आणि शारीरिक समतोल

यिन किंवा यँगचे चिन्ह तुम्ही कदाचित पाहिले असेल. एक अर्धे काळे असलेले वर्तुळ असते. एसच्या आकारातील रेषा वर्तुळाच्या या दोन्ही भागांना एकमेकांपासून विलग करते. इतर काही गोष्टींप्रमाणेच हेही समतोलाचे प्रतीक आहे. मात्र एका सरळ रेषेने वर्तुळाचे दोन अर्धवर्तुळाकार भाग करण्याऐवजी यात एसच्या आकाराच्या रेषेने दोन भाग केले जातात. यांतून पूरक ऊर्जेतील समतोल स्पष्टपणे दिसतो. या रेषेच्या एका बाजूचा भाग थोडा मोठा; तर दुसऱ्या बाजूचा भाग थोडा लहान असतो. ज्या वेळी एक बाजू प्रसरण पावलेली असते, त्या वेळी दुसरी बाजू आकुंचित झाल्याचे दिसते. ज्या वेळी एक बाजू खडबडीत असते, त्या वेळी दुसरी बाजू गुळगुळीत किंवा मऊ असते. ज्या वेळी एक बाजू हलकी असते, त्या वेळी दुसरी बाजू जड असते. ज्या वेळी एक गोष्ट चपळ असते, त्या वेळी दुसऱ्या गोष्टीला थोडेसे संथ राहावेच लागते. समतोल याचा अर्थ समान समतोल असा नेहमीच होत नाही. याचाच अर्थ असा होतो की, ज्या वेळी परस्परपूरक असलेल्या दोन शक्ती बऱ्यापैकी चांगल्या प्रमाणात कार्यरत असतात, त्या वेळी तिथे समतोलाची आणि केंद्रीकरणाचीही स्थिती प्राप्त झालेली असते. तुमच्या धावण्याच्या पद्धतीत तुम्ही दोन प्रकारे समतोल साधला पाहिजे. तुमच्या प्रयत्नांत आणि तुमच्या शारीरिक हालचालींमध्ये असा दोन प्रकारे समतोल तुम्हाला साधता आला पाहिजे. 'ताय ची'प्रमाणेच ची रनिंगमध्येही सहा दिशांनी समतोल साधता येतो. डावीकडून उजवीकडे, खालून वर आणि समोरून मागच्या बाजूला. ज्या वेळी तुमच्या

शरीराचा एखादा भाग पुढे जातो, त्या वेळी त्याला पूरक असलेला शरीराचा भाग मागच्या बाजूला असला पाहिजे. ज्या वेळी तुमचे शरीर पुढे झुकलेले असते, त्या वेळी तुमचे पाय मागच्या बाजूला फाकून तुम्ही उभे असता. ज्या वेळी तुमच्या शरीराची एखादी बाजू विस्तारते, त्या वेळी दुसरी बाजू आकुंचित होते. तुमच्या शरीराची हालचाल कशीही होत असली तरीही तुमच्या डाव्या किंवा उजव्या बाजूवर भर न देता नेहमीच शरीराची प्रमाणबद्धता टिकवून ठेवण्याचा प्रयत्न तुम्ही करता. त्याचप्रमाणे तुमच्या कमरेच्या वरच्या बाजूच्या आणि खालच्या बाजूच्या शरीराच्या भागातही तुम्ही समतोल राखण्याचा प्रयत्न करता.

शरीराच्या इतर कोणत्याही अवयवाची किंवा भागाची मदत न घेता जर तुम्ही फक्त दोन पायांवर भार टाकून धावत असाल, तर तुम्ही असमतोल अवस्थेत धावत असता. त्यामुळे तुमच्या पायांना अधिक काम करावे लागते. जर तुम्हाला एखादा मोठा खडक उचलायचा असेल, तर तो पाच जणांनी मिळून उचलणे केव्हाही अधिक चांगले; नाही का? कारण त्या वेळी तेच काम त्या पाच जणांत विभागले जाते. एकाच वेळी शरीराच्या सर्वच भागांची मदत घेऊन, त्यांना एकसंध बनवून, एकाच कामासाठी त्यांना तयार करून धावण्याची क्रिया ची रनिंगमध्ये घडते. प्रत्येक भाग त्यामुळे आपापला योग्य वाटा उचलतो. ज्या वेळी सर्वच भाग एकसंधपणे काम करत असतात, त्या वेळी तुमचे शरीर समतोलपणे हलते. ज्या वेळी चित्ता धावत असतो, त्या वेळी त्याच्या शरीराचा कण न् कण त्याच्या धावण्यात सहभागी झालेला असतो. त्यामुळेच त्याचे धावणे अत्यंत समतोल पद्धतीने सुरू असते.

समतोल शोधण्याची गुरुकिल्ली म्हणजे तुमचा केंद्रबिंदू कुठे आहे, हे शोधून काढणे होय. त्यामुळे तुम्ही त्याभोवती समतोल पद्धतीने काम करू शकाल. ज्या वेळी आपले शरीर समतोल अवस्थेत आहे की नाही, हे तुम्ही पाहत असता, त्या वेळी तुम्ही आपल्या उजव्या बाजूची डाव्या बाजूशी तुलना करा. तुमचा एक खांदा दुसऱ्या खांद्यापेक्षा चढलेल्या अवस्थेत आहे का? तुमचे एक पाऊल कोणत्याही बाजूला अधिक प्रमाणात वळलेले आहे का? मध्यबिंदू हीच तुमची केंद्ररेषा असते आणि तुम्हाला केंद्रीय रेषेवरील प्रत्येक बिंदू समतोल अवस्थेत हवा असतो. चौथ्या प्रकरणात आम्ही तुम्हाला तुमच्या संपूर्ण शरीरात समतोल कसा साधावा ते समजण्यासाठी मदत करणार आहोत. त्यामुळे तुम्ही समतोल पद्धतीने आणि म्हणूनच अधिक सक्षमपणे धावाल.

समतोल आपोआपच कसा साधला जातो, त्याची काही उदाहरणे खाली देत आहे–

- द्रव पदार्थांमधील समतोल : तुम्हाला जेवढा अधिक घाम येईल, तेवढी तुम्हाला पाण्याची अधिक गरज लागते.
- कामामधील समतोल : सोपे आणि अवघड कामाचे प्रकार आपण आलटून-पालटून करतो.
- इंधनातील समतोल : तुम्ही जेवढे अधिक कष्ट कराल, तेवढी तुम्हाला इंधनाची अधिक गरज भासेल.
- श्रमातील समतोल : तुम्ही जेवढे अधिक जोरात धावाल, तेवढी पायांना अधिक विश्रांती देण्याची गरज तुम्हाला भासेल.
- काम आणि खेळातील समतोल : तुम्ही जेवढे अधिक खडतर काम कराल, तेवढी तुम्हाला खेळाची अधिक गरज भासेल.

आपण निसर्गाच्या नियमांशी सहकार्य साधून हालचाली करण्यास जोपर्यंत शिकणार नाही; तोपर्यंत दुखापती, अशक्तपणा, नैराश्य किंवा अगदी त्याच त्या जुन्या अडचणी यांनी आपली प्रगती वेढलेली असेल. ज्या वेळी या तत्त्वांचे मार्गदर्शन घेण्यास तुम्ही तयार व्हाल, त्या वेळी तुमच्या संपूर्ण अस्तित्वाचेच आरोग्य चांगले राखण्यास ची रनिंगचा तुम्हाला उपयोग होईल. त्यातूनच धावणे आपल्यासाठी लाभदायक आहे की नाही, ही शंका तुमच्या मनातून हद्दपार होऊन जाईल. निसर्गाची शक्ती तुम्हाला भरपूर पाठबळ देईल आणि मोठ्या प्रमाणात आनंदही मिळवून देईल.

प्रकरण तीन

'ची'ची चार कौशल्ये

'तुम्ही कोणत्याही गोष्टीच्या परिपूर्णतेकडे उत्तम पद्धतीने कशी काय वाटचाल करू शकता? याचे उत्तर अगदी साध्या शब्दांत सांगायचे तर, तुम्ही फक्त सराव करायचा म्हणून अत्यंत परिश्रमपूर्वक मेहनत केलीत, सराव केलात; तर तुमची वाटचाल परिपूर्णतेकडे होऊ शकते.' – जॉर्ज लिओनार्द, 'मास्टरी'

मी १५ वर्षे सुतारकाम केले. एखाद्याच्या कौशल्याची पातळी वाढविण्याचे मूल्य शिकण्यासाठी मी हे केले. जेव्हा मी एखाद्या महागड्या वस्तूविषयीचा हिशेब चुकीच्या पद्धतीने करत असे; त्या वेळी कल्पकता, चातुर्य आणि कौशल्य यावर मला अधिक लक्ष केंद्रित करण्यास भाग पाडले जात असे. लाकडापासून वस्तू बनविण्याची अनेक पुस्तके माझ्या शेल्फवर पडून आहेत. मी ती वाचलीही आहेत. पण खरे सांगायचे तर या पुस्तकांपेक्षाही मी चुकांमधूनच अधिक शिकत गेलो. एखाद्या झाडाच्या बुंध्याचे एखाद्या सुंदर फर्निचरमध्ये रूपांतर करण्यासाठी आपण आपल्या कल्पना कशा वापराव्यात, हे शिकवणारे काही कल्पक गुरू मला याही क्षेत्रात भेटले, हे मी माझे भाग्य समजतो.

कोणत्याही अडचणींवर मात करण्यासाठी कारागीर आणि कलाकुसरीच्या वस्तू बनवणारे लोक आपल्या कौशल्यावरच अवलंबून असतात. धावण्याची किंवा

आयुष्याच्या क्रियाही याला अपवाद नाहीत. लाकूडकाम आणि ची रनिंग या दोन्ही तशा एकमेकींशी कोणत्याही प्रकारे साधर्म्य नसलेल्या गोष्टीच आहेत. पण या दोन्ही गोष्टींमध्ये मला चांगलेच स्वारस्य आहे आणि या दोन्ही गोष्टींना ची रनिंगची चारही तत्त्वे लागू पडतात. लक्ष केंद्रित करणे, शरीराच्या हालचालींची जाणीव करून घेणे, योग्य प्रकारे श्वसन करणे आणि अंग सैलावणे— ही ती चार तत्त्वे होत.

धावण्यासाठी या ची कौशल्यांचा वापर मी करतो आणि तुमच्यासह मला त्यांच्यावर चर्चा करायची आहे. ज्या वेळी मी ५० किलोमीटर एवढ्याच अंतराची शर्यत पार करणार असतो, त्या वेळी ही सगळी कौशल्ये वापरून माझी कामगिरी अधिक उत्तम कशी होईल, याकडे मी लक्ष देतो आणि माझे शारीरिक श्रम कमीत कमी करण्याचा प्रयत्न करतो. ची कौशल्ये वापरल्यामुळे तुमचे कौशल्य अनेक मितींनी खुलून येते, बहुआयामी बनते. तुमच्या कामाच्या विभागणीत तुम्ही अधिक खोली आणि व्याप्तीचा समावेश करता, कारण त्या वेळी तुम्ही फक्त धावण्यापेक्षा आणखीही काही करण्याचा प्रयत्न करत असता. केवळ अधिक अंतर धावून जाणे किंवा जलद गतीने धावणे यापेक्षाही अधिक वेगळ्या दृष्टीने तुम्ही ची रनिंगकडे पाहत असता.

ही कौशल्ये वापरून आयुष्यातील कोणतीही ध्येये तुम्ही सहजसाध्य करू शकता. आपण सारेच जण ती कौशल्ये दैनंदिन आयुष्यात नकळत वापरत असतो. पण याच तत्त्वांचा तुमच्या धावण्याच्या कौशल्यांत जाणीवपूर्वक वापर करून तुम्ही आपले लक्ष केंद्रित करण्याची, तुमच्या शरीराची जाणीव करून घेण्याची, विश्रांती घेण्याची किंवा सैलावण्याची (या महत्त्वाच्या कौशल्यासाठी आपल्यापैकी बऱ्याच जणांना फारसा त्रास पडतच नाही. होय की नाही?), श्वसन करण्याची या क्षमता वृद्धिंगत करू शकता. या सर्वच प्रकारच्या क्रियांचा सर्वोत्तम परिणाम साधण्यासाठी श्वसनाची क्षमता वृद्धिंगत करण्याची आवश्यकता असते.

ची रनिंगमध्ये नेहमीच प्रक्रिया हेच उद्दिष्ट असते. ची कौशल्ये नेहमी एकाच वेळी महत्त्वाची कौशल्ये आणि आत्यंतिक महत्त्वपूर्ण उद्दिष्टेही असतात. त्यामुळेच ज्या वेळी तुम्ही तुमचे चित्त एकाग्र करण्याचा सराव करू लागता, त्या वेळी तुम्ही लक्ष अधिक केंद्रित करण्याचे तुमचे उद्दिष्टही पूर्ण करता. हा अत्यंत समाधानकारक प्रयत्न असतो.

तुमच्या धावण्याच्या कार्यक्रमात ची रनिंगची कौशल्ये आणि तंत्रे यांचा कसा वापर करावा, याचा विचार आपण सहाव्या प्रकरणात करणार आहोत. पण सध्या तरी पाच मिनिटांच्या धावण्याचा सराव करायचा असेल किंवा इतर कोणत्याही गोष्टीचे (डिश धुण्यापासून ते डायपर बदलण्यापर्यंतची कोणतीही गोष्ट

तुम्ही यात घेऊ शकता.) प्रात्यक्षिक सादर करायचे असेल; तर या कौशल्यांच्या वापरामुळे तुमच्या कौशल्याबरोबरच तुमची क्षमताही वाढते, हे लक्षात घ्या. त्याचप्रमाणे धावण्याचे किंवा त्या गोष्टीतील तुमचे कौशल्यही सरावामुळे वाढते. म्हणजेच या कौशल्यांमुळे तुमच्या धावण्याचा आणि तुमच्या आयुष्याचा दर्जा सुधारतो.

मनावर लक्ष केंद्रित करणे

ची रनिंग हे विचारपूर्वक काम करणाऱ्या माणसाचे धावणे होय. उगीचच गंमत म्हणून धावणाऱ्या दिखाऊ धावपटूंसाठी ते नाही. लोकांना प्रथम शारीरिक अनुभव घेणे महत्त्वाचे वाटत असले, तरीही ची रनिंगमध्ये मन मोठ्या प्रमाणात काम करत असते. खरे तर ची रनिंगमध्ये मनाचाच सिंहाचा वाटा असतो. तुमचे मन त्या वेळी सुरू असलेल्या विचारांचे पान पलटते आणि मग आपल्या शरीराचे म्हणणे ऐकू लागते. तुमचे मन तुमच्या स्नायूंना काम करण्याची किंवा सैलावण्याची सूचना देते. तुमचे मन धावण्याच्या परिपूर्ण क्रियेसाठी संरचना करते. सुरुवात हळूहळू करा, परिपूर्ण स्थितीपर्यंत हळूहळू पोहोचा, परिसराचे सौंदर्य आणि ऊर्जा यांना तुमच्यात शोषून घ्या. त्यामुळे तुम्ही सैलावले जाल. पण लगेच तुम्हाला शक्ती मिळेल आणि संपूर्ण दिवसासाठी तुम्हाला ती पुरेल. कोणतीही नवी गोष्ट शिकण्यासाठी कित्येक महत्त्वाची कारणे असतात— मग ते एखादे नवीन वाद्य वाजवायला शिकणे असो, ची रनिंग असो, एखादी परकी भाषा शिकणे असो, नाही तर एखादी नवी पाककृती शिकणे असो. आपल्याला जे काही करण्याची इच्छा असते, ते करण्यास शिकणे म्हणजे शिक्षण होय. माणूस म्हणून तो आपला हक्कच असतो. आपण शिकण्याचे थांबलो, तर आपली वाढ खुंटेल आणि आपली मने तुंबतील. आपण त्यांचा वापर करणे बंद केले, तर आपली मनेच हरवून जातील.

ची रनिंगच्या सरावात वापरले जाणारे अध्ययनाचे दोन महत्त्वाचे घटक आणि मोठे लाभ म्हणजे एकाग्र झालेले लक्ष आणि प्रतिसाद देणारे शरीर होय. आपल्या शरीराच्या हालचालींना मार्गदर्शन करण्यासाठी आपल्या मनाचा वापर करण्याची क्षमता असणे, ही कोणत्याही क्रियेवर शारीरिक दृष्ट्या प्रभुत्व मिळविण्याची महत्त्वाची पायरी असते. तुम्ही धावत असताना, उभे असताना, बसलेले असताना किंवा चालत असताना तुमच्या मनाला शरीराची अनुभूती होणे, मनाने शरीराला प्रतिसाद देणे आणि शरीराच्या विविध हालचालींसाठी शरीराला मार्गदर्शन करणे या गोष्टी लक्षात ठेवूनच ची रनिंगचे प्रशिक्षण कार्यक्रम आखले जातात. या गोष्टी तुम्हाला शिकवल्या जातात.

तुमच्या 'सी ची'चा वापर करणे

तुमच्या दृष्टीतून जेव्हा तुमचे मन तुमच्या ऊर्जेला आणि तुमच्या शरीराच्या हालचालीला मार्गदर्शन करते, त्या वेळी चिनी लोक ज्याला 'सी ची' म्हणतात, तिचा वापर तुम्ही करत असता. ती तुमचे संपूर्ण मन आणि तुमची इच्छा असू शकते. ही कावळ्याची तीक्ष्ण नजर असू शकते किंवा सर्व्हिससाठी वाट पाहत असलेल्या टेनिस खेळाडूची नजर असू शकते अगर तुम्हाला पार्किंगमध्ये गाडी लावताना हेरून ताबडतोब तुमच्याकडे भाड्याचे पैसे मागणाऱ्या व्यक्तीची नजरही असू शकते.

आपल्या भक्ष्याची शिकार करणाऱ्या मांजराचे उदाहरण घेऊन आपण 'सी ची' उत्तम प्रकारे जाणून घेऊ शकतो. जवळपास एखादा पक्षी बसल्याचे बघितलेल्या मांजराला तुम्ही कधी ना कधी पाहिले असेलच. मांजर आपली नजर प्रथम आपल्या भक्ष्यावर खिळवून ठेवते. त्या वेळी ते आपल्या जागेला खिळल्यासारखे बसलेले असते. नंतर आपली नजर ढळू न देता मांजर हळूहळू आणि शांतपणे त्या पक्ष्याकडे सरकू लागते. यालाच 'ते मांजर ताय ची करते,' असे म्हणता येऊ शकेल. त्याचे पाय ते अगदी हळुवारपणे टाकत असते. आपल्या पायांचा किंचितही आवाज होऊ नये, अशा बेताने ते मांजर आपले पाऊल पुढे-पुढे सरकवत असते; खरे तर ते पाऊल पुढे टाकतच नाही. त्या मांजराच्या शरीराच्या इतर हालचाली होत असल्या, तरीही त्या पक्ष्यावरची त्याची नजर मात्र हटलेली नसते. ते त्याच्याकडे एकटक पाहत असते. याला 'सी ची' म्हणतात. त्याच्या एकाग्र झालेल्या नजरेमुळे त्या मांजराला आपले शरीर कसे पुढे सरकवावे, याचे ज्ञान किंवा मार्गदर्शन होत असते. मांजरासाठी ही काही फार मोठी विचारप्रक्रिया नसते. त्या मांजराच्या 'सी ची'मुळे ते मांजर त्या पक्ष्याकडे ओढले जाते.

सर्व महान ॲथलिट 'सी ची'चाच वापर करताना दिसतात. त्यांना 'सी ची' म्हणजे काय माहीत असो वा नसो; त्यांच्याकडून जाणीवपूर्वक किंवा नकळत या तत्त्वाचा वापर मात्र नक्कीच होत असतो. फुटबॉलमध्ये चेंडूवरून खेळाडू त्यांची नजर अजिबात ढळू देत नाहीत. हॉकीमध्येही हीच गोष्ट दिसते. बेसबॉलचा विचार करून बघा. मी काय म्हणतो आहे, ते आता तुमच्या लक्षात आले असेल. टायगर वूड्स गोल्फ बॉलसाठी उभा राहतो, तेव्हा प्रथम तो त्याच्या गोलकडे पाहतो. त्यानंतर चेंडूकडे खाली पाहतो आणि नंतर आपल्या शरीराची हालचाल करण्याआधी तो आपली सारी दृष्टी एकवटतो. अशा प्रकारे दृष्टी चेंडूवर स्थिर ठेवून आणि सारे चित्त एकाग्र करून मगच तो आपल्या हालचाली करतो. आपल्या शरीराला हेलकावे देत खेळू लागतो. यालाच 'सी ची' म्हणतात. ज्या वेळी प्रत्येक गोष्ट

एकमेकांशी नीट जोडली गेलेली असते, त्या वेळी ती आपोआप घडून येते. तुमची दृष्टी, शरीर, बुद्धी, तुमचे मन, तुमच्या पुढच्या दिशेने होणाऱ्या हालचाली आणि तुमचे अंत:करण या साऱ्या गोष्टींमध्ये जेव्हा पूर्ण समन्वय साधला गेलेला असतो, त्या वेळी 'सी ची' घडून येते.

'सी ची'च्या सरावामुळे तुम्हाला नेहमीच ऊर्जाभारित झाल्यासारखे वाटते, तसेच तुमच्या मनातील गोंधळही नष्ट होतो; कारण त्या वेळी तुमचे मन फक्त उद्दिष्टावरच केंद्रित झालेले असते. जोपर्यंत तुम्ही एकटक नजर वापरता, तुमची नजर उद्दिष्टापासून किंवा वस्तूपासून अजिबात मागे-पुढे होत नाही, तोपर्यंत तुमच्या मनात येणाऱ्या कोणत्याही विचाराचा मागोवा घेण्याची संधी तुमच्या मनाला मिळतच नाही. चौथ्या प्रकरणात 'सी ची'चा सराव कसा करायचा, याविषयीचे स्पष्टीकरण मी देणार आहे.

'पण एवढ्या मोठ्या प्रमाणात लक्ष केंद्रित करण्याची इच्छाच कोणाला आहे?' असा प्रश्न कदाचित तुम्ही मला विचाराल. 'मी फक्त माझ्या शरीराला आणि मनाला विसावा मिळावा म्हणून धावतो किंवा धावते,' असेही तुम्ही म्हणू शकाल. ध्यानधारणेच्या सरावाप्रमाणे मनाला इतस्तत: भटकू न देण्याची काळजी ची रनिंगमध्येही घ्यावी लागते. शांतपणे बसून राहण्याएवढा आराम टी.व्ही. बघण्याने शरीर आणि मनाला मिळत नाही, असे संशोधनांती दिसून आले आहे. एखाद्या गोष्टीवर केंद्रित झालेले मन हे त्या दिवसातील किरकोळ प्रसंग आणि क्षणांच्या आठवणींतून इतस्तत: भटकणाऱ्या मनापेक्षा किती तरी ताकदवान असते. तुम्ही ज्या वेळी एखादी नवी गोष्ट शिकण्यावर तुमचे मन केंद्रित केलेले असते, त्या वेळी ते केंद्रित करण्यासाठी लागलेले श्रम हे त्यामुळे मिळणाऱ्या लाभांच्या किती तरी पट अधिक असतात. पण तुमच्या शरीराला आणि मनालाही यापासून लाभ झालेले असतात. ज्या वेळी ची रनिंगसाठीचा फॉर्म तयार होतो, त्या वेळी तुमचे शरीर आणि मन एकसंध बनलेले असते. एखाद्या गोष्टीवर लक्ष केंद्रित करण्यासाठी तुम्ही पूर्णपणे तयार झालेले असता. आता लक्ष केंद्रित करण्याची तुम्हाला काहीही गरज नसते, त्याचप्रमाणे आता ती फक्त एक वैचारिक प्रक्रियाही नसते. कारण परिस्थिती आणि तिला मिळणारा प्रतिसाद एकापाठोपाठ येत असतात. मांजर ज्याप्रमाणे त्या पक्ष्याकडे बघता-बघता पुढे सरकत असते, त्याप्रमाणे तुम्ही तुमच्या 'सी ची'चा वापर करून कोणत्याही परिस्थितीत पुढे सरकत राहता. ची रनिंगच्या तत्त्वांचा सराव करणे, ही विकासाची आणि कोणत्याही प्रकारच्या परिस्थितीत तुमच्या 'सी ची'चा वापर करून घेण्याची तयारीच असते.

बॉब ४८ वर्षांचा आहे. तो प्रथम ची रनिंगच्या वर्गासाठी आला, त्याआधी तो

१५ वर्षे हौशी धावपटू म्हणून खेळत होता. गेली तीन वर्षे आठवड्यातून पाच दिवस तो धावण्याचा सराव करत होता. आपल्या परिसरात तो तीन मैल धावत होता. तो हा सराव इतका नियमितपणे करत होता की, कोणत्याही ठिकाणी तो असला तरी तिथून आपल्या घराच्या मुख्य दरवाज्याजवळ पोहोचायला त्याला किती वेळ लागेल, याचा त्याला नेमका अंदाज येत असे. ची रनिंगच्या प्रशिक्षण वर्गात आल्यानंतर तो दुसऱ्या दिवशी धावायला गेला होता. त्याला जेवढ्या गोष्टी लक्षात आल्या होत्या, त्या सगळ्यांचा वापर करून तो त्या दिवशी धावत होता. जेवढा व्यायाम सक्तीने केलाच पाहिजे, तेवढा व्यायाम करून आपण परतल्याचे त्याला रोज परत आल्यावर जाणवत असे. त्या दिवशीही घरी पोहोचल्यावर त्याने आपल्या घड्याळात पाहिले. त्या वेळी त्याला रोजच्याप्रमाणे अपेक्षित वेळ दिसणार याची खात्रीच होती. मात्र त्याच्या आधीच्या सर्वोत्तम वेळेपेक्षा पाच मिनिटे तो आधीच पोहोचला होता. त्याला त्यामुळे खूपच आश्चर्य वाटले होते. त्याने मला सांगितले की, धावता-धावता त्या दिवशी त्याचे घड्याळ कदाचित पाच मिनिटे बंद पडले असण्याची शक्यता होती. त्यामुळे त्याने घड्याळावर टिचक्या मारून ते चालत असल्याची खात्री करून घेतली. एवढेच नाही, तर तो अजिबात दमलाही नव्हता. त्याऐवजी त्याला खरे तर इतके चांगले वाटत होते की, तो लगेच पुन्हा बाहेर पडला आणि आणखी दोन मैल धावून आला. त्याने आपले मन जागरूक ठेवून हे काम इतक्या चांगल्या प्रकारे केले होते की, त्यामुळे त्याचे शरीर व्यवस्थित सैलावले होते आणि त्यामुळेच त्याला पुन्हा दोन मैल पळण्यात काहीच अडचण जाणवली नव्हती.

ची रनिंगच्या तत्त्वांचा एखाद्या ध्यानधारणेप्रमाणे सातत्याने सराव करत राहण्याने मनाला प्रशिक्षण मिळत राहते. मन नित्याप्रमाणे इतस्तत: न भरकटता आपल्याला जे करावयाचे असते, त्यावरच लगेच एकाग्र होऊ लागते. ध्यानधारणेप्रमाणेच आपल्या शरीराबरोबर आणि मनाबरोबर कसे राहावे, हे तुम्ही ची रनिंगच्या प्रशिक्षणातूनही शिकता आणि त्यातच खरेखुरे आंतरिक स्वातंत्र्य लपलेले असते.

आपल्याला दुखापत होऊ न देता तुम्हाला धावायला शिकायचे असेल किंवा कदाचित अधिक गतीने किंवा अधिक अंतर धावायचे असेल, तर ची रनिंगमुळे तुम्हाला या सर्व गोष्टीही साध्य होतात. कारण ची रनिंगमध्ये एकाग्र झालेले मन सैलावलेल्या आणि प्रतिसाद देणाऱ्या, आरामशीर शरीराबरोबर फिरत असते. त्यातूनच तुम्ही तोपर्यंत शोध घेत असलेल्या हालचालीतील सहजसुलभतेचा तुम्हाला लाभ होतो.

तुम्हाला जर चित्त एकाग्र करण्याचे एखादे उदाहरण हवे असेल, तर हे करून पाहा. खुर्चीत ताठ बसा आणि आता तुम्हाला तुमची जी सर्वोत्तम शारीरिक स्थिती

वाटते, त्या प्रकारे या प्रकरणातील पुढचा सगळा मजकूर वाचेपर्यंत बसून राहा. त्या स्थितीपासून एकदाही ढळू नका. ठीक आहे? आता तसेच बसून राहा. फक्त उत्तम शारीरिक ढब बनवणे आणि तिच्यातच बसून राहणे एवढेच तुमचे आताचे उद्दिष्ट आहे. या प्रकरणाच्या अखेरीस तुम्ही काय केले, याविषयीचे प्रश्न मी तुम्हाला विचारणार आहे.

शरीराची संवेदना : उच्च गतीपर्यंत पोहोचणे

सर्व ची कौशल्यांपैकी संवेदना हे महत्त्वाचे तत्त्व आहे. तुम्ही तुमच्या शरीराची हालचाल करत असता, त्या वेळी तुम्ही करत असलेली शरीराची हालचाल दोषरहित किंवा दोषपूर्ण असल्याची संवेदना जाणवण्याच्या क्षमतेवरच तुमचे यश अवलंबून असते; अन्यथा धावण्याची क्रिया तुम्ही पाण्यातही करू लागलात आणि तुम्हाला त्याची संवेदनाच जाणवली नाही, तर तुमचा मृत्यू अटळ असेल. तुमच्या शारीरिक हालचालींतील अडथळा लक्षात घेणे, त्याची जाणीव होणे, ही गोष्टही आवश्यक असते. त्यामुळे तुम्हाला तुमची क्षमता वाढवण्यासाठी कोणत्या हालचालींत सुधारणा करण्याची गरज आहे, ते समजू शकते. तुमची गती कितीही असली तरी तुमचे श्रम कमी करण्यासाठी या सुधारणा आवश्यक असतात.

शरीराची संवेदना हे तुमच्या शरीराला आणि मनाला कामाला लावण्याचे कौशल्य आहे. तुमचे शरीर आणि मन एक संघ म्हणून त्या वेळी काम करू लागतात. तुमचे शरीर आणि मन यांमध्ये स्पष्ट संवादाचा दुवा जेवढ्या जास्त प्रमाणात निर्माण होईल, तेवढ्याच जास्त प्रमाणात आणि जलद गतीने तुमच्या धावण्यात वाढ होईल. तुम्ही नव्याच सुलभतेने आणि आनंदाने धावू लागाल.

मी छोटा होतो, तेव्हा माझा भाऊ आणि मी टेलिफोनचा खेळ खेळत असू. दोन पत्र्याचे कॅन आणि एक वायरचा तुकडा आम्ही घेत असू. संवाद साधण्याचा हा एक अगदीच प्राथमिक प्रकार होता, पण त्याचा उपयोग होत असे. आता माझ्याकडे कॉम्प्युटर, केबल मोडेम आहे. त्यामुळे मी ई-मेल, संगीत किंवा फोटो पाठवू शकतो. आज संवादाच्या कित्येक पद्धती उपलब्ध आहेत: मात्र या सर्व पद्धतींमागे एकच प्रमुख उद्देश आहे आणि तो म्हणजे, आपल्या संवादाच्या क्षमतेत सुधारणा करणे.

पत्र्याच्या त्या छोट्या कॅनऐवजी आज शारीरिक संवेदनांची जाणीव अधिकाधिक वाढवून देणाऱ्या अनेक गोष्टी उपलब्ध आहेत. माझे मन माझ्या शरीराला बाहेर जाऊन धावण्यास सांगते. आपण थकलो असल्याचे माझे शरीर मला सांगेपर्यंत मी धावतो. त्यानंतर माझ्या शरीराची ही संवेदना माझ्या मनापर्यंत पोहोचून माझे मन

त्या दिवसापुरता तो सराव थांबविण्यास मला सांगते. शरीर आणि मनामध्ये होणारे हेच संदेशवहन असते, संवाद असतो.

आता शारीरिक संवेदनेच्या बाबतीत मी अधिक कौशल्ये आत्मसात केली आहेत. मी माझ्या धावण्याच्या फॉर्ममध्ये येणाऱ्या यत्किंचित अडथळ्याचेही आकलन करून घेऊ शकतो. त्या क्षणी मी किंचित तडजोड करून तो अडथळा दूर करू शकतो. मी ज्या-ज्या वेळी तडजोड करतो, त्या-त्या वेळी माझ्या मनाचे म्हणणे मी अत्यंत काळजीपूर्वक ऐकतो. माझ्या मनाला माझे शरीर बऱ्याच गोष्टी वेळोवेळी सांगत असते. माझ्या शारीरिक प्रतिसादांना मी चांगले किंवा वाईट या वर्गवारीत टाकत नाही. त्यांच्यावर कुठलाही शिक्का मारत नाही. ते फक्त प्रतिसाद असतात आणि मी माहिती गोळा करत असतो. त्याच वेळी माझे मन आणि शरीर माझ्याशी अत्यंत उत्स्फूर्तपणे संवाद साधत राहते. विवाहाला बरीच वर्षे उलटून गेलेल्या एखाद्या जोडप्याप्रमाणे हे सारे घडत असते. मला या आंतरक्रियेमुळे फक्त आनंदच मिळत नाही; तर मी त्यांवर अवलंबूनही राहतो. मी जर पुरेशा काळजीपूर्वक ते ऐकले, तर माझे शरीर मला आवश्यक आणि अपेक्षित असलेल्या गोष्टी कशा मिळवाव्यात, याचे बारीकसारीक तपशील पुरवत असल्याचे माझ्या लक्षात येते.

आता इथे पत्र्याच्या डबीच्या त्या टेलिफोनशी असलेले आणखी एक साधर्म्य सांगतो. ज्या वेळी मी त्या प्राथमिक स्वरूपातील वायरच्या कनेक्शनमधून माझ्या भावाशी बोलत असे, त्या वेळी माझ्या भावाचे बोलणे मला स्पष्ट ऐकू यावे, एवढाच ताण किंवा स्थिरता त्या वायरला दिलेले असे. माझ्या आणि त्याच्यातील अंतरात कोणताही अडथळा आला आणि वायरचा त्याला स्पर्श झाला, तर त्या लाईनमधून अतिरिक्त आवाज ऐकू येत असे. त्यामुळे त्याच्याकडून येणाऱ्या संदेशात त्याची सरमिसळ होत असे. तो काय म्हणतो आहे, ते मला त्या वेळी स्पष्ट ऐकू येत नसे. याचप्रमाणे आपल्या लाईनवर ताण देणारे, अडथळा निर्माण करणारे घटक धावण्याच्या प्रक्रियेतही असतात. त्यामुळे तुमच्या शरीराकडून येणारा संदेश आपल्याला स्पष्टपणे समजू शकत नाही. मी ज्या ताणाविषयी बोलतो आहे; तो तुमच्या मानसिक क्रिया-प्रतिक्रियांमधून, विचारांमधून निर्माण झालेला असतो. तुमच्या शरीराविषयीच्या तुमच्या कल्पना, तुमचे दृष्टिकोन, मते हे ते अडथळे असतात. तुमचे शरीर काय करू शकते आणि काय करू शकत नाही, हे तुम्ही मनानेच ठरवलेले असते. मात्र शरीराची संवेदना जाणून घेणे, ही काही विचारप्रक्रिया नाही; ती आकलन करून घेण्याची गोष्ट आहे. आता खालील काही वाक्यांकडे पाहा. 'मी करावे', 'मी करू नये', 'मी करू शकणार नाही', 'मी करू शकेनच', 'मला केलंच पाहिजे', 'मला हे करणं शक्यच नाही.' कोणत्याही

नकारात्मक किंवा निर्णयात्मक विचारामुळे त्या लाईनवर अडथळा निर्माण होतो. पण ज्या वेळी तुम्हाला स्वच्छ प्रतिसादाची अपेक्षा असते, त्या वेळी असा अडथळा असून कसे चालेल?

ची रनिंगचे अध्ययन आणि विकास या प्रक्रियांमध्ये मी शारीरिक संवेदनेच्या आकलनाचे हे तंत्र वापरले होते. आता हे कौशल्य म्हणजे माझा दुसरा स्वभावच बनला आहे. फक्त रनिंग फॉर्मपेक्षाही ची रनिंगचे तत्त्व वेगळे आहे. तुमच्या शरीरात आणि मनात बळकट दुवा निर्माण करण्याची ती क्रिया आहे. ची रनिंगच्या तत्त्वाचा अभ्यास करताना तुम्हाला एखाद्या विशिष्ट पद्धतीने तुमच्या शरीराच्या हालचाली करण्यास सांगितले जाते. त्यानंतर तुम्हाला शरीराच्या प्रतिसादाचे आकलन करून घेण्यास सांगितले जाते. त्यामुळे तुम्ही जे करत आहात, ते प्रभावी ठरते आहे का, ते तुम्ही सांगू शकता.

शारीरिक संवेदनेचे आकलन कसे करावे?

शारीरिक संवेदनेचे अध्ययन करण्यासाठी हा एक महत्त्वाचा आणि आवडता व्यायाम आहे. त्यामुळे तुम्हाला समज आणि वास्तव यांतील फरक कसा ओळखायचा, ते शिकतायेते. त्याविषयी तुमचे शरीरच तुम्हाला सांगत असते. ते कौशल्य त्या शरीराने आत्मसात केलेले असते. आपण सारेच ते वेळोवेळी वापरतही असतो.

एक स्वाध्याय : आरशाचा धडा

१. संपूर्ण लांबीच्या आरशासमोर उभे राहा. डोळे बंद करून तुमचे पाय समांतर ठेवून तुम्हाला हवी ती पोझ घ्या. तुमचे गुडघे किंचित वाकलेले असू द्या. खांदे ताठ ठेवा. हात दोन्ही बाजूंना आरामदायक अवस्थेत ठेवा.

२. आता प्रथम आपले तळपाय जमिनीवर आहेत, या संवेदनेचे आकलन करण्यापासून सुरुवात करा. त्यानंतर तुमच्या पावलांविषयीची संवेदना जाणून घ्या. मग तुमच्या पायांकडे लक्ष वळवा. त्यानंतर तुमचे लक्ष तुमचे नितंब... तुमच्या नितंबांच्या वरचा भाग... तुमचे हात... तळहात, खांदे आणि तुमच्या डोक्याची स्थिती– या क्रमाने वर-वर वळवा. प्रत्येक संवेदनेचे आकलन करा. म्हणजेच, प्रत्येक गोष्टीकडे लक्ष देऊन तिची जाणीव करून घ्या.

   तुम्हाला तुमचे शरीर कसे वाटते, त्यावरून तुम्ही कसे दिसत असाल, त्याचा विचार करा. आपल्या शरीराची संवेदना जाणून घेण्यात काही काळ व्यतीत करा.

३. सुमारे मिनिटभर हे केल्यानंतर डोळे उघडा. आता आरशात दिसणारे तुमचे

खरेखुरे शरीर आणि तुम्हाला आपले शरीर जसे आहे असे वाटत होते, ते तुमच्या कल्पनेतील शरीर यांमधील फरक जाणून घ्या.

- तुमची पावले खरोखरच समांतर आहेत का?
- तुमचे खांदे एकमेकांशी व्यवस्थित समांतर रेषेत आहेत का?
- तुमची बोटे सरळ आहेत की वाकडी किंवा वळलेली आहेत?
- तुमचे डोके सरळ, ताठ आहे का?

आता आरशासमोर एका बाजूने उभे राहा. आता आपले डोळे पुन्हा एकदा मिटून घ्या. आता तुमची पावले पुन्हा एकमेकांशी समांतर ठेवा. तुम्हाला आपली उभी राहण्याची जी उत्तम ढब वाटत असेल, तसे उभे राहा. आता पुन्हा एक मिनिट आपल्या संपूर्ण शरीराच्या स्थितीचे पूर्वीप्रमाणेच आकलन करून पाहा. त्यानंतर तुम्ही डोळे उघडल्यावर आता तुम्हाला तुमचे डोके हलवावे लागेल. आरशातील तुमची प्रतिकृती पाहा. आता पुन्हा एकदा तुम्हाला जे वाटले आणि प्रत्यक्षात शरीर जसे आरशात दिसत असेल, त्याच्यातील फरक लक्षात घ्या.

- तुमचा पाठीचा कणा ताठ आहे की वाकला किंवा वळला आहे?
- तुमची हनुवटी वर आहे की खाली आहे?

याचा नियमित सराव करा. आपल्या हाताच्या, पायांच्या आणि उर्वरित संपूर्ण शरीराच्या नेमक्या स्थितीचा अंदाज घेण्याचा तुम्हाला सराव होईल. शरीरिक स्थितीच्या संवेदनेचे तुम्ही पूर्णपणे आकलन करून घेऊ शकाल. त्यामुळे आपल्या शरीराची हालचाल करण्यासाठी तुम्ही तुमच्या शरीराला योग्य प्रकारे मार्गदर्शन करू शकाल. त्यात तुम्ही तरबेज व्हाल.

मी विद्यार्थ्यांच्या व्हिडिओटेप्स बनवतो, त्या वेळी ज्याप्रमाणे घडते, तसाच हा धडा आहे. आपण एका विशिष्ट पद्धतीने धावत असतो, असे त्यांना वाटत असते. पण प्रत्यक्षात आपण काय करत होतो, हे ज्या वेळी ते पाहतात; त्या वेळी स्वत:विषयीच्या त्यांच्या दृष्टिकोनात बदल होतो. व्हिडिओ कॅमेऱ्यामधून आपल्या नजरेने 'सत्य' पाहिल्यानंतर त्यांना आपल्या शरीराच्या हालचालींमध्ये तडजोड घडवून आणून त्यांमध्ये आपल्या हालचालींमध्ये मोठ्या प्रमाणात अचूकता आणता येते.

तुमचा घाई-गडबडीचा दिवस सुरू होण्यापूर्वी किंवा तुम्ही जिममध्ये जाण्याआधी

थोडा वेळ तुम्ही वर दिलेला आरशासमोर थांबण्याचा स्वाध्याय करा. त्या संपूर्ण स्वाध्यायासाठी तुम्हाला पाच मिनिटांपेक्षाही कमी कालावधी लागू शकतो. तुम्हाला यापेक्षा अधिक वेळ लागत असेल, तर तुमच्यासाठी या स्वाध्यायाचा अधिक चांगला उपयोग होत आहे, असा त्याचा अर्थ आहे. तो करताना घाई करू नका. आपल्या शरीराची जाणीव करून घेण्याचा आनंद पुरेपूर मिळवा. तुमच्या शरीराला जाणून घेण्यातील आनंदही उपभोगा. हे जलद गतीने करणे फारसे चांगले नाही. तुमच्या शरीरातील कुठलीही घडामोड नीटपणे जाणून घेऊन तुमच्या क्षमतेची बांधणी करण्यासाठी हा स्वाध्याय नियमितपणे करण्याची गरज आहे.

शरीराला जाणून घेण्याच्या तीन पायऱ्या

तीन पायऱ्यांमधून शरीराला अधिकाधिक कसे जाणून घ्यावे, हे मी इथे सांगणार आहे. तुम्हाला या प्रत्येक पायरीचा काय अर्थ समजतो आहे, ते पाहा. शरीराला जाणून घेणे, शरीराच्या संवेदनांचे आकलन करणे यासाठीच्या या पायऱ्या म्हणजे तीन टप्पे आहेत. तुम्हाला जेव्हा एखादा बदल घडवून आणायचा असेल, त्या वेळी तुम्ही या पायऱ्या पुन:पुन्हा वापरून पाहू शकता.

१. **काळजीपूर्वक ऐकून घ्या** : एखाद्या किरकोळ अडथळ्याचीही दखल घेऊन तुमच्या धावण्याच्या फॉर्ममध्ये तुम्ही ज्या-ज्या वेळी एखादी तडजोड करता किंवा बदल घडवून आणता, त्या वेळी तुम्हाला शरीराचे म्हणणे अत्यंत लक्षपूर्वक ऐकून घ्यावेच लागते. तुमचे शरीर कशी हालचाल करते आहे आणि त्याला त्यामुळे कसे वाटते आहे, शरीराच्या विविध भागांत त्यामुळे तुम्हाला कोणत्या संवेदना जाणवतात; हे नीट लक्षात घेतलेच पाहिजे.

२. **माहितीचे विश्लेषण करा** : तुम्हाला हव्या त्या पद्धतीने तुमचे शरीर हालचाल करते आहे का, हा प्रश्न स्वत:लाच विचारा. तुम्हाला तुमच्या हालचालीत घडवून आणावयाचा एखादा बदल व्यवस्थितपणे व प्रयत्नपूर्वक घडवून आणण्याचा प्रयत्न करा. या प्रयत्नांमुळे तो बदल घडून येतो आहे की नाही, ते अजमावून पाहा. ते जर सोपे वाटत असेल, तर त्यामुळे तुम्हाला जाणवलेल्या संवेदना आठवण्याचा प्रयत्न करा. तुम्ही त्या हालचाली कशा घडवून आणल्या, तेही पुन्हा एकदा आठवून पाहा. जर ते अधिक अवघड किंवा त्रासदायक वाटले असेल; तर कोणती गोष्ट तुम्हाला अधिक अयोग्य असल्याचे जाणवले, ते शोधण्याचा प्रयत्न करा.

३. **बदल हळूहळू घडवा** : बदल हळूहळू घडवणे किंवा तडजोडी करणे, हे

उत्तम धोरण असते. तुमच्या शरीराच्या हालचालींमध्ये अचानक घडवून आणलेला कोणताही बदल दुखापतींना निमंत्रण देणारा ठरू शकतो.

ची रनिंग फॉर्मची तत्त्वे आचरणात आणण्यासाठी तुमच्या मनाचा कसा वापर करून घ्यावा, याविषयी चौथ्या प्रकरणात तुम्ही शिकणार आहात. यातूनच ची रनिंगचे उत्तम, सक्षम तंत्र तुम्हाला अवगत होईल. तुम्ही यापैकी कोणत्याही गोष्टीवर काम करत असाल, तर तुम्हाला शरीराची संवेदना प्रथम समजली पाहिजे. तुम्ही त्या हालचाली अचूकपणे करत आहात की नाही, हे तुम्हाला त्यातून व्यवस्थितपणे समजू शकेल. आता समजा की, तुम्हाला तुमच्या घोट्यांना आरामदायक पद्धतीने सैलावायचे आहे. त्यासाठी तुमचे लक्ष तुम्ही घोट्याकडे वळवा. ते सैलावले आहेत की नाही, ते बघा. तुम्ही जर हे योग्य प्रकारे केले असेल, तर तुम्हाला तुमचे घोटे सैलावल्यासारखे आणि आरामदायक स्थितीत असल्यासारखे वाटतील. त्या वेळी घोटे सैलावणे म्हणजे काय, हे तुम्हाला समजेल. मग तुम्ही ते तुमच्या स्मरणात ठेवण्याचा प्रयत्न करा. त्यामुळे धावण्यासाठी तुम्ही पुन्हा बाहेर पडाल, त्या वेळी तुम्हाला ते सहजगत्या करता येईल. जर तुम्हाला घोटे पूर्णपणे सैलावता आले नाहीत, तर कदाचित तुम्हाला तुमचे स्नायुबंध ताणल्याची जाणीव होईल किंवा तुमच्या पोटऱ्यांमध्ये तुम्हाला ताठरपणा जाणवेल. याचाच अर्थ, घोटे अद्याप पूर्णपणे सैलावलेले नाहीत, असे तुम्हाला तुमचे शरीर सांगत आहे. मग तुम्ही परत फिरा आणि तुमच्या घोट्यांना पुन्हा एकदा किंचित तडजोड करून सैलावण्यास सांगा. जोपर्यंत तुमचे समाधान होत नाही, तोपर्यंत अशा प्रकारे पुन:पुन्हा तुम्ही प्रयत्न करून पाहत राहणे केव्हाही अधिक चांगले! तुम्ही अचूक हालचाली करत आहात किंवा निदान योग्य दिशेने चालला आहात, एवढा दिलासा तरी तुम्हाला मिळाला पाहिजे.

तुम्ही जर शरीराची संवेदना प्रथमच अनुभवण्यास शिकत असाल, तर त्या वेळी तुम्ही धावत असताना कोणाला तरी त्याचे व्हिडिओ शूटिंग करायला लावा. ती टेप पाहताना तुम्हाला हव्या असलेल्या क्रियेच्या वेळी एक तर टेप थांबवा किंवा तिची गती कमी करून ती पाहा. तुम्ही कशी हालचाल करत आहात, ते अशा प्रकारे बारकाईने तुम्ही पाहू शकता. त्यातूनच आपण काय करायचे ठरवले होते आणि प्रत्यक्षात काय केले ते तुम्हाला समजू शकेल. कदाचित तुम्हाला ज्या वेळी तुम्ही थोडे झुकला आहात असे वाटत असेल, त्या वेळी प्रत्यक्षात तुम्ही झुकलेले नसाल. तुमचे हात वेड्यासारखे लोंबकळत राहिल्याचे तुम्हाला कदाचित वाटत असेल, पण प्रत्यक्षात ते त्या वेळी फक्त दोन्ही बाजूंना व्यवस्थितपणे सोडले गेलेले असतील. लोक ज्या वेळी आपल्या या क्रिया व्हिडिओ टेपवर प्रत्यक्षात पाहतात,

त्या वेळी त्यांना त्यातून बऱ्याच गोष्टी गवसतात, असा माझा आजवरचा अनुभव आहे. कारण त्यामुळे आपण धावत असताना आपल्याला काय वाटत होते आणि प्रत्यक्षात त्या वेळी काय होते याची तुलना ते स्वत:च करू शकतात. स्वत:चे मार्गदर्शक स्वत:च बनू शकतात. दुसऱ्या कोणी सांगितल्यावर त्यातून त्यांनी निष्कर्ष काढण्यापेक्षा स्वत:ला प्रत्यक्ष कामगिरी करत असताना पाहून आपल्या चुका अधिक योग्यपणे ते पाहू शकतात.

शारीरिक विश्लेषण

शारीरिक विश्लेषण हे शरीराच्या संवेदनांचे आकलन करून घेण्याचे दुसरे महत्त्वाचे साधन आहे. तुम्ही सकाळी झोपेतून उठता, त्या वेळी आपल्या शरीराचे विश्लेषण करू शकता, शिवाय दिवसभर केव्हाही ते करू शकता. विशेषत: धावण्यापूर्वी आणि धावल्यानंतर तुम्ही ते करू शकता. तुम्ही याची नियमित सवय लावून घ्या.

तुमच्या डोक्यापासून सुरुवात करा आणि शरीराच्या खालच्या भागाकडे येऊ लागा. तुमच्या शरीराच्या प्रत्येक अवयवाकडे मनातल्या मनात नीट लक्ष द्या. शरीराच्या एखाद्या भागात तणाव, घट्टपणा, स्नायू आखडणे, अस्वस्थपणा किंवा वेदना जाणवते आहे का, हे लक्षपूर्वक पाहा. जर यापैकी काहीच संवेदना तुम्हाला जाणवत नसेल, तर तुम्ही देवाची प्रार्थना करा आणि आभार माना व पुढचे काम करा. जर तुम्हाला एखादी गोष्ट सुरळीत नसल्याचे जाणवले, तर तुमचे चित्त त्या भागावर केंद्रित करा. खोल श्वास घ्या. तो भाग जर ताणल्यासारखा किंवा घट्ट झाला असेल, तर सैलावण्याचा प्रयत्न करा. तो गोलाकार फिरवा किंवा हलवा आणि सर्व ताण घालवून टाका.

जर एखादा भाग सैलावण्यासाठी मोठ्या प्रमाणात मदतीची गरज लागत असेल, तर थोड्या प्रमाणात ते करून पाहा आणि त्यानंतर तुमच्या संपूर्ण शरीराची हालचाल करा. तुम्ही एकदा सैलावलात आणि इतर भागही विश्रामावस्थेत आणलेत की, मग तुम्ही पुन्हा त्या सैलावण्याची गरज असलेल्या विशिष्ट भागाकडे वळू शकता आणि त्याच्याकडे खास लक्ष पुरवू शकता.

तुमच्या शरीराच्या भागांची क्रमवार यादी मी खाली देत आहे. तुम्ही या प्रत्येक भागाची चांगली ओळख करून घेतली पाहिजे. या यादीतील पहिल्या भागापासून सुरुवात करा. ही यादी वाचत तुम्ही खालच्या दिशेने जाऊ लागाल, त्या वेळी ज्या भागाची जाणीव तुम्हाला सहजासहजी होऊ शकत नाही, त्या भागाला बोटाने किंवा हाताने स्पर्श करा. स्पर्शामुळे त्या भागाशी तुमचे मन जोडण्यासाठी तुम्हाला भरपूर प्रोत्साहन मिळू शकेल. प्रत्येक ठिकाणी थोडा वेळ थांबा आणि तुम्हाला तिथे

तणाव किंवा आखडल्यासारखे वाटते का, याचा विचार करा. त्यानंतर यादीप्रमाणे पुढे सरकत राहा. प्रत्येक भागात थांबून त्याचे म्हणणे ऐकण्यास मात्र विसरू नका. तुम्ही खुर्चीवर बसून हे पुस्तक वाचत असाल, तर उठू नका. तुम्ही खाली बसूनही ते करू शकता.

खालील क्रमाने तुमच्या शरीराची जाणीव करून घेण्याचा प्रयत्न करा. ...डोके.... मान.... खांदे.... दंड... कोपरे... मनगटे, हात, गळा... पाठीचा वरचा भाग.... छाती आणि श्वसन..... पोट..... पाठीचा खालचा भाग.... कंबर.... नितंब.... ओटीपोट... गुप्त अवयव.... मांड्या..... गुडघे..... पोटऱ्या..... घोटे.... आणि अखेरीस तळपाय.

ज्या वेळी तुम्ही तुमच्या संपूर्ण शरीराच्या विश्लेषणाचे काम संपवाल, त्या वेळी पुन्हा मूळ ठिकाणी जा आणि पुन्हा एकदा डोक्यापासून पायांपर्यंतचे विश्लेषण करा. यासाठी आता तुम्हाला जेमतेम दहा सेकंद लागतील.

ज्या वेळी शरीरिक संवेदना जाणवण्यात तुम्ही तरबेज व्हाल, त्या वेळी तुम्ही स्वत:चे उत्तम शिक्षक आणि मार्गदर्शक बनाल. शरीराची जाणीव करून घेण्याच्या या तिन्ही पायऱ्या वापरण्याची एकदा तुम्ही स्वत:ला सवय लावून घेतलीत, तर शरीराच्या संभाव्य दुखापतीपासूनही तुम्ही अंधारात राहणार नाही. आता पुढे काय करावे किंवा तुम्ही जे केले ते योग्य होते का, याविषयीही तुम्हाला विचार करत बसावे लागणार नाही. लक्षात ठेवा : १) लक्षपूर्वक ऐका, २) माहितीचे विश्लेषण करा आणि ३) त्यानुसार हळूहळू तडजोड करा.

श्वसन : 'ची'मध्ये सुरू असलेली टकटक

शरीराची संवेदना जाणवणे आणि त्यावर लक्ष केंद्रित करणे यांप्रमाणेच श्वसन हेसुद्धा एक प्रकारचे कौशल्य आहे. विविध प्रकारच्या पौर्वात्य पद्धतींमध्ये त्याचे महत्त्व सांगितलेले आढळते. उदाहरणार्थ— योग, तंत्र, ची गंग आणि ध्यानधारणा. श्वसनावर आणि योग्य पद्धतीच्या श्वसन तंत्रावरच पुस्तकेच लिहिली गेली आहेत. श्वसन हा शरीरातील 'ची'च्या प्रवेशासाठीचा एक मार्ग आहे. योगामध्ये श्वसनाच्या विविध क्रियांना प्राणायाम म्हटले जाते. प्राण म्हणजेच ची. एरोबिक्स इतर सर्वच व्यायाम प्रकारांप्रमाणे धावण्यामध्येही ऑक्सिजनचा पुरवठा करण्याचे मोठेच काम श्वास करतो. ऑक्सिजनमुळे स्नायूंना इंधनाचा व्यवस्थित पुरवठा होतो. जर तुमच्या स्नायूंसाठी तुम्हाला पुरेसा ऑक्सिजन मिळाला नाही, तर इंधनाच्या ज्वलनासाठी आवश्यक असलेला प्रमुख घटकच त्यांना लाभणार नाही. तुमचे शरीर जेवढ्या

कार्यक्षमतेने हवेतून ऑक्सिजन काढून घेऊ शकेल आणि तुमच्या स्नायूंना त्याचा पुरवठा करू शकेल, तेवढेच तुम्हाला कितीही गतीने धावत असाल, तरी धावणे सोपे आणि सुलभ वाटेल. (सहाव्या प्रकरणात तुमच्या श्वसन स्थितींमध्ये कशा सुधारणा घडवून आणाव्यात आणि तुमची क्षमता कशी वाढवावी, याच्या काही टिप्स दिल्या आहेत.)

कित्येक लोकांना धावताना धाप लागण्याचा अनुभव येत असेल. ही काही वाईट गोष्ट नाही. हे घडणार, असे गृहीतच धरलेले असते. तुमचे शरीर सहजपणे जेवढे अंतर कापू शकते किंवा जेवढ्या गतीने धावू शकते, त्यापेक्षा अधिक अंतर किंवा गती तुम्ही वापरली तर धाप लागणारच. आपण अजिबात दमलेलो नाहीत, हे दाखवण्यासाठी आपण मुद्दामच हळूहळू श्वसन करण्याचा देखावा करण्यास जाणीवपूर्वक शिकल्याचे कित्येक लोकांनी माझ्याकडे कबूल केले आहे. दरम्यान, ते अशा प्रकारे चांगले दिसण्यासाठी आपल्या मेंदूच्या कोट्यवधी पेशींचा नाशही करत असतात. त्याचप्रमाणे कित्येक लोकांना धाप लागल्यासारखे वाटू लागले की, प्रचंड भीती वाटू लागते. आपल्याला धाप लागली आहे, असे जाणवणे हे प्रत्येकाचे सर्वाधिक दुःस्वप्न असू शकते. त्यामुळे त्यांच्या मनात अनेक प्रकारच्या असुरक्षिततेचा शिरकाव होऊ लागतो. उदाहरणार्थ—

- मी आता मरण पावणार.
- मला आता हे करता येणार नाही.
- मी आता हे सहन करू शकणार नाही.
- मी चांगला किंवा चांगली राहिलेलो किंवा राहिलेली नाही.
- हे कठीण आहे.
- मला लाज वाटते.
- माझे शरीर एवढे बोजड झाले आहे, यावर माझा विश्वासच बसत नाही.

धाप लागल्यामुळे हवाविरहित स्थितीत पळत असल्याप्रमाणे वाटते, गुदमरल्यासारखे होते. ऑक्सिजन नसलेल्या ठिकाणी असल्याप्रमाणे किंवा हृदयविकाराचा झटका आल्याप्रमाणे वाटू लागते.

तुम्हाला जोरजोरात श्वास घेतल्यावरच बरे का वाटू शकते याची काही कारणे आणि त्यावरचे उपाय खाली दिले आहेत.

- हवा आत घेण्याची क्षमता कमी असणे
- वरवर श्वसन करणे

- स्नायूंमध्ये तणाव असणे
- तुम्ही नुकतेच भरपेट जेवण केलेले असणे

हवा आत घेण्याची क्षमता कमी असणे

धावण्याच्या एखाद्या कार्यक्रमानुसार तुम्ही नुकतेच धावण्यास सुरुवात करता, त्या वेळी प्रथमच तुम्हाला धाप लागण्याची शक्यता असते. कारण वाढत्या कामासाठी आवश्यक असलेला ऑक्सिजनचा वाढता पुरवठा पेलण्याची आणि साठवून ठेवण्याची स्नायूंची क्षमता कमी असते, त्यांची तेवढी तयारी झालेली नसते. तुम्हाला हवा आत घेण्याची क्षमता वाढवायची असेल, तर त्यासाठी 'एलएसडी'बरोबर काम करणे आवश्यक असते. नाही, याचा लाँगफॉर्म लिसर्जिक ॲसिड डाथायलामाईड असा नाही. प्रदीर्घ काळ मंद गतीने धावण्यासाठी एलएसडी हा शॉर्टफॉर्म वापरला जातो. एलएसडी दिल्यामुळे तुमची हवा आत घेण्याची क्षमता वाढते. (हा एरोबिक प्रशिक्षणाचा भाग मी सहाव्या प्रकरणात दिला आहे.) तुमच्या कार्यक्रमात दीर्घ पल्ल्याच्या धावण्याचा समावेश असेल, तर तुमच्या स्नायूंना मागणीएवढा ऑक्सिजनचा पुरवठा करण्याची तुमची क्षमता आहे, असे मानले जाते. आपली हवेची क्षमता वाढविण्यासाठी एक क्लृप्ती आहे. दीर्घ पल्ल्याची शर्यत जिंकण्यासाठी जेवढ्या गतीने तुम्ही सहज धावू शकता, तेवढीच गती कायम ठेवा. त्यापेक्षा गती वाढू देऊ नका. आपल्याला धाप लागण्याएवढी गती तुम्ही वापरूच नका. तुम्ही धावायचे थांबल्याबरोबर दुसऱ्या क्षणालाच तुम्ही संभाषण करू शकला पाहिजेत. म्हणजेच धाप न लागण्याएवढ्या गतीने तुम्ही धावले पाहिजे. अर्थातच, तुमच्याबरोबर धावत असलेल्या सहखेळाडूबरोबरच तुम्ही संभाषण कराल, असे मी गृहीत धरतो.

वरवरचे श्वसन

तुम्ही जर फुप्फुसाच्या वरच्या भागातून श्वसन करत असाल, तर त्यामुळे जेवढा ऑक्सिजन तुम्हाला आवश्यक असेल आणि जेवढा मिळविण्याची तुमची क्षमताही असेल, तेवढा ऑक्सिजन तुम्ही मिळवू शकणार नाही. माझ्या एका प्रशिक्षण वर्गातील एका डॉक्टरने मला खात्रीपूर्वक सांगितले होते की, तुमची ऑक्सिजन आणि कार्बनडाय ऑक्साइडची बहुतांश देवाणघेवाण फुप्फुसाच्या खालच्या भागात होते. म्हणून जर तुम्ही तुमच्या फुप्फुसाच्या वरच्या भागातूनच श्वसन करत असाल, तर तुमच्या रक्तप्रवाहात तुम्हाला आवश्यकता असलेला ऑक्सिजन पोहोचत नाही. तुम्ही अगदी स्टेशनातून धाडधाड सुटलेल्या रेल्वेगाडीप्रमाणे श्वसन करत असाल, तरीही ते शक्य होत नाही. यावरचा उपाय म्हणजे तुम्ही खोल श्वसन केले पाहिजे. तुमच्या फुप्फुसाच्या खालच्या कप्प्यातूनच श्वसन झाले

पाहिजे. तुमची फुप्फुसे अगदी तळापासून रिकामी होण्याची गरज असते. त्यामुळे तुम्ही वापरलेली हवा पूर्णपणे तुमच्या शरीराच्या बाहेर फेकली जाईल आणि ताज्या ऑक्सिजनचा पुरवठा तुमच्या शरीराला होईल.

ज्या वेळी तुम्ही वरवर श्वसन करता आणि ज्या वेळी पोटातून श्वसन करता, त्या वेळी काय होते ते आपण पाहू या. वरवर श्वासोच्छ्वास केल्यास तुम्हाला निव्वळ सहानुभूती म्हणून जगण्याची अनुमती मिळाल्यासारखे असते. तुम्ही केवळ जिवंत राहण्याचा प्रयत्न करत असता, त्यासाठी लढा देत असता, त्या लढ्याला प्रतिसाद देत असता. त्यामुळे छातीतील तणावाचे रिसेप्टर उत्तेजित होतात आणि छातीचे ठोके वाढतात. या प्रकारचा श्वसनाचा लढा सुरू झाला की कॉर्टिसोल आणि ॲड्रिनलिन यांच्यासारखे तणावाचे हार्मोन्स स्रवू लागतात. त्यांच्या साह्याने शरीरातील रक्तशर्करा आणि साठलेल्या चरबीचे ज्वलन होऊ लागते. त्यामुळेही रक्तदाब वाढू लागतो कारण स्नायूंना ऑक्सिजनचा पुरवठा होण्याचे प्रमाण कमी झालेले असते. त्याचा ताण ॲड्रिनल ग्रंथीवर येतो आणि शरीर थकू लागते.

पोटातून श्वसन करणे : वरवर केल्या जाणाऱ्या श्वसनावरील उपाय

पोटातून केल्या जाणाऱ्या श्वसनामुळे (डायफ्रॅग्मॅटिक ब्रीदिंग) फुप्फुसाच्या खालच्या कप्प्यापर्यंत श्वास पोहोचतो. शरीराच्या 'पॅरासिम्पॅथेटिक' प्रतिसादाला त्यामुळे उत्तेजन मिळते. परिणामी, शरीरातून लाभदायक हार्मोन्स एकत्रितपणे स्रवू लागतात. (उदाहरणार्थ— सिरेटोनिन आणि बिटा-एंडोमॉर्फिन). हृदयाच्या ठोक्यांचा दर कमी होतो, रक्तदाब कमी होतो, रक्ताभिसरण सुधारते आणि शरीरात एकूणच शांतता निर्माण होते. आपल्याला बरे वाटू लागते.

पोटातून श्वसन कसे करावे, ते मी पुढे देत आहे. हे तुम्ही उभे राहून किंवा बसूनही करू शकता. तुमचे हात बेंबीवर ठेवा. आता मेणबत्ती विझवत असल्याप्रमाणे तुमच्या ओठांचा चंबू करा आणि उच्छ्वास बाहेर टाका. तुमची फुप्फुसे पूर्ण मोकळी करून तुमचे पोट आत ओढून घ्या. तुमच्या पाठीच्या कण्यापर्यंत ते जास्तीत जास्त नेण्याचा प्रयत्न करा. तुम्ही शक्य तेवढी सर्व हवा बाहेर फेकून दिली की, मग तुमचे पोट सैलावा. आता नैसर्गिकरीत्या तुम्ही श्वास घ्याल. जर तुम्हाला तुमच्या फुप्फुसांमध्ये अतिरिक्त हवा हवी असेल, तर तुम्ही तुमच्या छातीच्या पिंजऱ्याचा खालचा भाग फुगवा. तो प्रसरण पावेल. तुम्ही धावत नसताना अशा प्रकारच्या श्वसनाचा सराव करा. त्यामुळे शारीरिक हालचालींच्या ताणाखाली नसताना तुम्ही नैसर्गिकरीत्या सहजपणे पोटातून श्वसन करू लागाल. एकदा का तुम्हाला पोटातून श्वसन करणे सहजशक्य होऊ लागले की, तुम्ही धावताना सहजपणे त्याचा वापर करू शकाल. तुमच्या धावण्यातील चढ-उताराशी तुमच्या श्वसनाची संगती

साधण्याचा प्रयत्न करा. मी नेहमीच तीन पावले टाकेपर्यंत उच्छ्वास सोडतो आणि दोन पावले टाकेपर्यंत श्वास आत घेतो. श्वास आत घेण्यापेक्षा तो बाहेर सोडण्यास तुम्ही अधिक वेळ दिलात, तर ते अधिक चांगले ठरते.

पोटातून श्वसनापेक्षा तुम्हाला नाकाने श्वसन केल्यास त्याचा अधिक फायदा मिळतो. तुमची श्वसनाची क्षमता योग्य प्रकारे वापरण्यासाठी कमी वेगाने (धावणे थांबवल्याबरोबर तत्क्षणी तुम्हाला संभाषण करता येईल एवढ्या कमी वेगाने) नियमितपणे दीर्घ पल्ल्याचे अंतर धावण्याचा सराव करणे, ही आदर्श पद्धती आहे. त्यासाठीचा उत्तम उपाय म्हणजे तुम्ही नाकाने श्वासोच्छ्वास करणे. तो कसा करायचा, ते मी तुम्हाला सांगतो. पुढच्या वेळी तुम्ही धावण्यासाठी बाहेर पडाल, त्या वेळी प्रथम आपले तोंड बंद ठेवा. (आणि ते बंदच ठेवा.) प्रथम पोटातून श्वसन करा. जर तुम्हाला तोंड उघडून ऑक्सिजन घ्यावा लागला, तर तुम्हाला अधिक ऑक्सिजनची गरज असते. दुसऱ्या शब्दांत सांगायचे झाल्यास, तुमच्या फुप्फुसात ऑक्सिजनची कमतरता निर्माण झालेली असते. याचाच अर्थ, तुम्ही खूपच जलद गतीने धावत असता. नाकाने श्वसन करणे ही श्वसनाची अत्यंत उत्तम स्वयंनियंत्रित पद्धती आहे; कारण जर तुम्ही खूपच जोरजोरात धावत असाल, तर तुम्हाला फक्त नाकाने श्वासोच्छ्वास करून चालत नाही. तुम्ही स्नायू पूर्णपणे सैलावून धावत नसाल किंवा अयोग्य पद्धतीने धावत असाल, असाही याचा अर्थ असतो. म्हणजेच तुमच्या हालचाली अकार्यक्षम असू शकतात. मी जेव्हा प्रथम नाकाने श्वसन करूनच धावण्याचा सराव करू लागलो, तेव्हा मी जेमतेम मिनिटभरच नाकाने श्वसन करू शकलो. त्यानंतर मला तोंडाने श्वसन करावे लागले. त्यानंतर मी अधिक कार्यक्षम बनलो. माझ्या धावण्याच्या फॉर्ममध्ये मी निवांतपणे धावू लागलो. त्यानंतर मी नाकाने दीर्घ काळ श्वसन करू लागलो. सध्या मी माझ्या धावण्याच्या काळातील बहुतेक सर्वच अंतर तोंड न उघडता फक्त नाकाने श्वसन करून पार करू शकतो. अशा प्रकारे धावण्याने शरीराला आणि मनालाही मोठ्या प्रमाणात आराम मिळू शकतो.

स्नायूंमधील तणाव

तुमचे स्नायू जर घट्ट किंवा तणावपूर्ण स्थितीत असतील, तर तुम्हाला श्वसनाला अधिक त्रास होऊ शकतो, कारण अशा वेळी फुप्फुसात ऑक्सिजन मिळून शुद्ध झालेल्या रक्ताला फुप्फुसातून स्नायू-पेशींमध्ये येण्यात अडचण जाणवू लागते. पॅनकेकवर सिरप ओतणे आणि एखाद्या पिशवीवर ते ओतणे यात जसा फरक असतो, तसा हा फरक असतो. पिशवीची वीण घट्ट असल्याने ती सिरप शोषून घेऊ शकणार नाही. मात्र पॅनकेक बऱ्याच अंशी स्पंजसारखा असल्याने तो सिरप

सहजपणे शोषून घेईल.

यावर एक सोपा उपाय आहे. फक्त अंग सैलावा आणि निवांत राहा. अगदी सुरुवातीला तुम्हाला धावावेसे वाटले होते, त्या वेळी तुम्हाला असेच काहीसे वाटले नव्हते का? तुम्ही स्वत:ला फार गांभीर्याने घेऊ नका. होय, मी हेच सांगतो आहे. स्वत:ला फार त्रास देऊ नका. तुमचे खांदे पाडा. स्मितहास्य करा. तुमच्या पायांच्या नसांनाही विश्रांती द्या. गाढवासारखे ताठच्या ताठ राहू नका. फुलपाखरांसारखे मस्त विहरा... स्वत:ला हलकेफुलके बनवा.

तुम्ही धावत असताना अशा प्रकारे आराम करायला शिकाल, त्या वेळी तुम्हाला श्वसनासाठी मोठीच मदत मिळेल. त्यानंतर प्रत्येक गोष्टच अधिक सुलभतेने होईल. तुम्ही अधिक कार्यक्षमतेने काम करत असाल, त्यामुळे तुम्हाला लागणारी ऑक्सिजनची गरज कमी असेल आणि अधिकाधिक नैसर्गिक प्रमाणातच श्वसन होत राहील.

आता समजा, तुम्ही नुकतेच भरपेट जेवला आहात. तुमच्या आठ वर्षांच्या मुलाला तुमच्याशी शिवाशिवीचा खेळ खेळायचा आहे.

आता तुम्हाला एखाद्या जड झालेल्या देवमाशासारखे वाटत आहे.

याला काहीच उपाय नाही. मग फक्त इकडच्या-तिकडच्या गप्पा मारून मजा करा आणि आपले जेवण व्यवस्थित पचण्याची वाट पाहत राहा; नाही तर तुम्हाला श्वसनाला लवकर त्रास होईल, धाप लागेल.

फक्त आपल्या श्वसनाची पद्धती सुधारून आपली धावण्याची गती वाढवलेले आणि आपले धावण्याचे अंतरही वाढवलेले धावपटू मला माहिती आहेत. यासाठी तुम्ही आपल्याला धाप का लागते, यामागचे नेमके कारण शोधून काढले पाहिजे. एकदा ते कारण समजले की, तुम्ही त्यावर उपाय शोधण्यात लवकरच यशस्वी होता.

योग्य श्वसन ही सगळ्याच गोष्टींची गुरुकिल्ली आहे. तुमची दृष्टी, बुद्धी सुधारण्यापासून तुमचे लैंगिक जीवन सुधारण्यापर्यंत प्रत्येक गोष्ट करण्याची ताकद योग्य श्वसनात असते. त्यामुळे आपल्या श्वसनाच्या क्षमतेवर काम करण्याला अंत नाही. त्यासाठी मी तुम्हाला काही सूचना दिल्या आहेत, स्पष्टीकरणे दिली आहेत. तुमचा हेतू कोणताही असला, तरीही त्यांच्या साह्याने तुम्ही श्वसन उत्तम प्रकारे करू शकाल आणि मग तुमच्या कोणत्याही कामात अधिक सुधारणा होईल. आता हे पुस्तक तुमच्या मांडीवर ठेवा. ताठ बसा. खोल श्वास घ्या आणि नंतर

जोरात उच्छ्वास टाका... 'अहहहहहहहहहहहहह'– बघितलंत? उत्तम प्रकारे श्वसन करणे तितकेसे अवघड नाही. फक्त तसे श्वसन आपल्याला करायचे आहे, याची स्वत:लाच आठवण करून द्या.

शरीर सैलावणे : किमान विरोधाचा मार्ग

आपल्या आयुष्यात आणखी थोडा आराम आपल्याला मिळाला असता, तर बरे झाले असते, असे न म्हणणारी एकही व्यक्ती मला अद्याप सापडलेली नाही. या सर्व व्यक्तींमध्ये माझाही समावेश आहेच. पण हे कितीही विसंगत वाटले, तरीही आपल्यापैकी प्रत्येकाला एखादी गोष्ट घडून येण्यासाठी काम तर करावेच लागते. तुम्हाला विश्रांती घेण्यासाठी जी तीन साधने वापरावी लागतात, ती असतात– लक्ष केंद्रित करणे, शारीरिक संवेदनेचे आकलन करणे आणि श्वसन. आहे की नाही गमतीची गोष्ट? म्हणूनच शरीर सैलावण्याचा किंवा आरामदायक स्थितीत जाण्याचा समावेशही ची कौशल्यांमध्ये केला जातो.

आपल्याला न आवडणाऱ्या कोणत्या ना कोणत्या गोष्टी घडणाऱ्या ठिकाणी माझ्या माहितीतील जवळजवळ प्रत्येक जणच राहत किंवा काम करत असतो. म्हणूनच आपल्याला सर्वांना आपल्या आयुष्यात आपल्यासाठी स्वत:चे असे थोडेफार अवकाश मिळणे गरजेचे असते— मग ते शारीरिक असेल किंवा शाब्दिक असेल. मी धावत असताना माझ्या नजरेसमोर मला नजर केंद्रित करण्यासाठी भरपूर अवकाश दिसत असते. त्याच वेळी मी माझे सांधे खुले होत असल्याची आणि माझ्या हालचालीत आत्यंतिक सुलभता आल्याची कल्पना करतो. आता मी जबरदस्तीने कोणतीच हालचाल करत नसतो. माझी हालचाल मुक्त आणि आरामदायक स्थितीत होत असते. मी तुम्हाला ज्या प्रकारे शरीर सैलावायला किंवा आरामदायक स्थितीत आणायला सांगतो आहे, ती स्थिती हीच आहे.

मास्टर शू मला 'ताय ची'चा आणखी एक धडा शिकवत होते. स्नायूंची हालचाल न दिसताही ते त्यांचे शरीर हलवत होते. स्मितहास्य करत ते मला म्हणाले, "इकडे ये आणि माझ्या हातावर तुझा हात ठेव. मी हालचाल पूर्ण करेपर्यंत तू तुझा हात तिथेच ठेव." त्यांनी सांगितल्याप्रमाणेच मी केले.

"आता हातांचे स्नायू वापरून मी माझा हात हलवतो," ते म्हणाले. त्याही वेळी त्यांच्या चेहऱ्यावर स्मितहास्य उमटले होते. ते खरोखरच तसे करत होते. मला त्यांच्या मनगटातील ताकद त्या वेळी समजली होती. त्यांचे मनगट घट्ट आणि स्थिर होते. थँक्स गिव्हिंग समारंभातील जेवणाच्या वेळी वाजवल्या जाणाऱ्या ढोलावर आपण खूप वेळा काठ्या बडवल्यावर हात जसे घट्ट होतात, तसे ते मला वाटत होते.

"आता मी माझ्या हाताची 'ची'च्या साह्याने हालचाल करतो आहे." ते म्हणाले. आता त्यांच्या चेहऱ्यावरील हास्य अधिकच वाढले होते.

त्यांनी आधी केल्याप्रमाणेच आताही पुन्हा तीच हालचाल केली. मात्र त्या हालचालींतील फरक अत्यंत नाट्यपूर्ण होता. त्या वेळी मला त्यांचा हात अत्यंत मऊ जाणवत होता. आता मी त्यांच्या हाताची तुलना गाढ झोपेत असलेल्या माझ्या मुलीच्या हाताशी करू शकत होतो. मात्र तरीही त्या हातांत त्यांच्या शरीरातून खोलवरून आलेली एक प्रकारची ताकदही मला जाणवत होती. ती त्यांच्या मनगटातून किंवा हातातून आलेली नव्हती, हेही समजत होते. मी त्यांच्या हातावर कितीही जोरात दाब दिला तरीही ते त्यांचा हात सहजपणे हलवू शकत होते. आपल्या 'ची'च्या साह्याने ते मला हलवू शकत होते, कारण त्यांचे स्नायू त्या वेळी सैलावलेले होते. स्नायूंच्या सैलावण्यातील ताकद मला मास्टर शू यांनी अशा प्रकारे दाखवून दिली होती. मी निदान या जन्मात तरी ती कदापिही विसरणे शक्य नाही.

स्नायू सैलावणे किंवा विसावणे याची एक मोठी महत्त्वपूर्ण व्याख्या एका आध्यात्मिक गुरूने मला सांगितली होती. ते म्हणाले होते, "अकारण केले जाणारे कष्ट किंवा श्रम न करणे म्हणजे विसावणे किंवा सैलावणे." ऐकायला हे नक्कीच सोपे वाटते, ते पण सांगायलाच अधिक सोपे असते. ते करून दाखवणे अत्यंत कठीण असते. मी या कल्पनेवर सातत्याने काम करू लागलो. त्यानंतर मी ते माझ्या धावण्यात वापरू लागलो, तरीही माझे काम अद्याप सुरूच आहे. माझे पाय जेवढे सहजपणे आणि श्रम न करता मी सैलावतो, तेवढा पुढच्या क्षणी मला कमी विरोध जाणवतो. ची रनिंगच्या तत्त्वानुसार, तुम्ही तुमचे लक्ष पायांवरून हटवले पाहिजे. ज्या वेळी तुम्ही असे कराल, त्याच वेळी तुमचे संपूर्ण शरीर धावू लागेल. याचा अर्थ, तिथे अजिबात प्रयत्न किंवा कष्ट करावेच लागत नाहीत, असा नाही. त्या वेळी अनावश्यक श्रम करावे लागत नाहीत. मी जेवढा अधिक गतीने धावतो, तेवढी माझ्या केंद्रापासून मी हालचाल करत असल्याची जाणीव मला होते. त्या वेळी माझ्या पायांचा वापर मला कमी करावा लागतो. त्याचप्रमाणे ज्या वेळी माझ्या केंद्राभोवती मी स्वत:ला अधिकाधिक केंद्रित करतो, त्या वेळीही मी माझ्या पायांचा कमी वापर करतो आणि जलद गतीने धावतो. कोणत्याही प्रकारे या चक्राचा विचार केला तरी ते त्याच प्रकारे काम करते.

आपले स्नायू सैलावण्याचे आणखीही काही लाभ मी सांगणार आहे. आपले शरीर हलवण्यासाठी तुम्ही ज्या वेळी फक्त तुमच्या स्नायूंचा वापर करता, त्या वेळी ते काम तुमच्या स्नायूंमध्ये साठवल्या गेलेल्या मर्यादित ऊर्जेच्या साह्याने तुम्ही करता. पण ज्या वेळी तुम्ही ची ऊर्जेचा वापर करून हालचाल करता, त्या वेळी तुमच्या शरीराचे एक प्रकारचे संकरित यंत्र बनलेले असते. ते दोन प्रकारच्या

इंधनांवर काम करते. ते त्या वेळी हायब्रीड कार्सप्रमाणेच काम करते. त्या गॅसवर आणि विजेवरही काम करू शकतात. जेव्हा आवश्यकता असते, तेव्हाच फक्त गॅस इंजिन काम करते (टेकडीवर चढण्यासाठी किंवा जलद गतीने गाडी चालवण्यासाठी) आणि विजेवर चालणारे इंजिन उर्वरित सर्व गोष्टी करत असते. त्याचप्रमाणे ची रनिंग तंत्रामुळे तुम्हाला स्नायूंची आत्यंतिक कमी ताकद वापरावी लागते. म्हणजेच तुमचे स्नायू गॅसप्रमाणे काम करतात, कारण तुमची ची उर्वरित बहुतेक सर्वच काम करत असते. म्हणजे ची विजेप्रमाणे काम करत असते. तुम्हाला तुमच्या 'ची'चा जेवढा अधिक वापर करता येईल, तिच्यावर जेवढे प्रभुत्व मिळवता येईल, तेवढे तुम्ही स्नायूंचे इंधन कमी प्रमाणात वापराल. याचा अर्थ तुम्ही थकणार नाही, असा नाही. पण तुम्ही अशा प्रकारे 'ऊर्जासक्षम पद्धतीने' हालचाल करू लागाल की, तुमच्या स्नायुबद्ध ऊर्जेमधून तुम्ही अत्यल्प ऊर्जाच वापराल. तुम्ही बहुतांशी 'ची'वर अवलंबून धावू लागलात, तर तुमचे धावणे कसे वाटेल, याची तुम्ही काही कल्पना करू शकता का?

कमीत कमी श्रमात धावण्यास शिकण्यासाठी शरीर सैलावण्याच्या मध्यवर्ती कल्पनेवर मी भर देतो आहे. याशिवाय हीच कल्पना धावण्याव्यतिरिक्त माझ्या उर्वरित आयुष्यासाठीही कशी लाभदायक ठरते, त्याचाही मी विचार करतो आहे. आतापर्यंत तरी मला ही कल्पना प्रत्येक परिस्थितीत लागू पडत असल्याचे आढळले आहे. जोपर्यंत माझे शरीर सैलावलेले असते आणि माझे चित्त एकाग्र झालेले असते, तोपर्यंत माझ्यासमोरचे कोणतेही काम मी सहजपणे पूर्ण करू शकतो. मग ते १० किलोमीटर धावणे असो, जेवण तयार करणे असो, की प्रचंड गर्दी असलेल्या वेळेत गाडी चालवणे असो! आपण करत असलेल्या कोणत्याही कृतीमध्ये कोणत्याही प्रकारचा अडथळा जोपर्यंत आपल्याला जाणवत नाही, आपल्यासमोर येत नाही; तोपर्यंत आपण ते काम सहजपणे करत असतो. विशेषत: आपल्याला जे काम करायला आवडत नाही, ते करण्यासाठी या गोष्टीचा आपल्याला अधिक उपयोग होतो. माझ्या पायांनी माझ्या धावण्यात कोणताही अडथळा निर्माण केला नाही, तर माझे धावणे जसे असायला हवे तसेच होईल. जर मी कशाला विरोध केला नाही, तर माझे आयुष्य जसे असेल, तसे सुरू राहील.

आपले शरीर अत्यंत सैलावण्यासाठी धावणे, ही एक उत्तम गोष्ट आहे. तिथे तुम्हाला शरीर सैलावण्याची सगळी क्षमता पूर्णपणे वापरता येते. तुमच्याकडे जेव्हा बळकट केंद्रस्थान असते, त्या वेळी इतर सर्व गोष्टींकडे दुर्लक्ष करून तुम्ही तुमचे शरीर सैलावू शकता. ची रनिंगमधून तुम्हाला असे बळकट केंद्रस्थान मिळवण्यासाठी आवश्यक असलेली साधने मिळतात आणि त्यांचा वापर शिकवला जातो. तुमच्या धावण्यासाठी आता सुती कपड्यातील सुईचे तत्त्व तंतोतंत लागू पडते.

स्वाध्याय : सैलावण्यासाठी एक ते दहापर्यंतच्या आकड्यांचा वापर

ज्या वेळी तुम्ही धावत नसाल, त्या वेळी तुम्ही हा स्वाध्याय करून पाहा. नंतर त्याचा वापर तुमच्या गरजेनुसार, तुमच्या धावण्याच्या व्यायामात तुम्ही करू शकाल. (आपले चित्त एकाग्र करण्याची ताकद तुम्ही अधिक सुधारत आहात आणि तुमच्या शरीराच्या जाणीवेचे आकलन करून घेणेही तुम्हाला अधिक चांगल्या प्रकारे जमत आहे, असे तुमच्या लक्षात येईल.)

खुर्चीत बसा किंवा जमिनीवर झोपा अगर ताठ उभे राहा. आता श्वास आत घ्या आणि एकाच वेळी शरीरातील प्रत्येक स्नायू ताणण्याचा प्रयत्न करा. एक ते दहापर्यंत आकडे म्हणा. तोपर्यंत तुमची शारीरिक स्थिती आहे तशीच ठेवा. त्यानंतर उच्छ्वास सोडा आणि सर्वच स्नायूंवरील ताण हलका करा. तुमच्या शरीरात आखडल्यासारखा वाटणारा प्रत्येक स्नायू मोकळा होईपर्यंत हे करा. प्रत्येक स्नायू ताणण्याचा जाणीवपूर्वक सखोल प्रयत्न करा. त्याचबरोबर तेवढ्याच जाणीवपूर्वक स्नायूंवरील ताण काढून टाकण्याचाही प्रयत्न करा.

दुसऱ्या दिवशी धावत असताना आपला प्रत्येक स्नायू सैलावण्याचा प्रयत्न अशाच प्रकारे करा. आता ज्या वेळी गरज असेल, तेव्हा वापरण्यासाठी तुमच्या हातात एक मोठेच शस्त्र असेल.

जर लक्ष केंद्रित करणे, शरीराच्या संवेदनांची जाणीव होणे, श्वसन आणि शरीर सैलावणे या ची रनिंगच्या चार कौशल्यांचा वापरच केला गेला नाही, तर आपल्या जगात काय शिल्लक राहील, याची कल्पना करून पाहा. मानवी अनुभवाची ही चार क्षेत्रे म्हणजे आपल्या सर्व सार्वजनिक संस्थांमधील प्राथमिक स्तरावरची कौशल्ये आहेत. मानवी अस्तित्वाच्याच या जणू प्राथमिक खुणा आहेत. आपल्याला ही चारही कौशल्ये जणू काही जन्मजात देणग्या म्हणूनच मिळालेली आहेत. विविध वेळी आपल्याला ही कौशल्ये विविध प्रकारे वापरावी लागतात. पण ती सर्वच कौशल्ये एकाच वेळी वापरावी लागत असतील, वापरता येत असतील, याची कल्पना तुम्ही करू शकता का? तुमच्या कोणत्याही अनुभवाची खोली वेगवेगळी असू शकते. या कौशल्यांचा तुमच्या धावण्यामध्ये वापर केला, तर त्यांचा वापर आपल्या दैनंदिन जीवनात सहजगत्या करत असल्याचे तुम्हाला जाणवू लागेल. त्यामुळे तुमचा 'स्व'विषयीचा अनुभव समृद्ध होईल, त्याचप्रमाणे तुमच्या सभोवतालचे जगही समृद्ध बनेल.

ते काही का असेना..... तुम्ही तुमची शारीरिक स्थिती तशीच्या तशी ठेवून अद्याप उभे किंवा बसलेले किंवा झोपलेले आहात ना? आता तुम्हाला कसे काय वाटते आहे?

प्रकरण चौथे

फॉर्मकडे लक्ष देण्याच्या तंत्राचे प्राथमिक घटक

कोणत्याही गोष्टीला खोली आणि वजन प्राप्त होण्यासाठी उत्स्फूर्ततेची मोठीच गरज असते आणि उत्स्फूर्तता अर्थपूर्ण बनण्यासाठी आणखी कोणत्या तरी गोष्टीची गरज असते. – अनामिक.

तुमची अध्ययन प्रक्रिया शक्य तितकी सोपी बनवावी आणि तुम्हाला झट्‌कन आमचे म्हणणे समजावे, हा हे पुस्तक लिहिण्यामागचा एक प्रमुख हेतू होता. त्यामुळे आम्ही हे प्रकरण दोन भागांत विभागले आहे. सुरुवातीला आम्ही 'ची रनिंग'च्या तंत्राचा आढावा घेणार आहोत. त्यामुळे तुम्हाला ची रनिंगमुळे काय होऊ शकते, हे समजेल. त्याचबरोबर या तंत्राचा कसा उपयोग होतो, त्याची संपूर्ण प्रक्रिया कशी असते आणि तुम्ही तुमच्या ची रनिंगच्या कौशल्यात सुधारणा घडवून आणत असताना तुमचे भवितव्य कसे आकाराला येऊ शकते, या बाबीही तुम्हाला समजतील.

दुसऱ्या विभागात ची रनिंग तंत्राच्या इतर सर्व साह्यभूत भागांविषयी आम्ही तुम्हाला स्पष्टीकरण देणार आहोत. यालाच आपण फॉर्मकडे लक्ष देणे, असे म्हणणार आहोत. तुमच्या शरीराच्या प्रत्येक भागाने किंवा अवयवाने काय काम करावे, याची ती यादी असेल. तिचा समावेश तुमच्या धावण्याच्या क्रियेत केला जाईल.

भाग १ : ची रनिंग फॉर्मचा आढावा- विनादुखापत, श्रमविरहितपणे धावण्याचा क्रांतिकारक दृष्टिकोन

तुम्ही कोणत्या गोष्टीसाठी काम करत आहात, याचा आढावा आम्ही प्रथम तुमच्यासमोर मांडत आहोत. त्यामुळे आपल्या मार्गात आपल्याला कशाकशाचा सामना करावा लागणार आहे आणि त्यावर मात करून आपल्याला कसे कसे पुढे जायचे आहे, ते तुमच्या लक्षात येईल.

ज्या वेळी तुम्ही ची रनिंगचा पूर्णपणे वापर करून धावू लागाल, त्या वेळी श्रमविरहित धावण्याचा अनुभव घेण्याची एक विलक्षण संधी तुम्हाला मिळेल. ची रनिंग शिकणे ही गोष्ट मात्र सहजसाध्य नाही; ती कष्टसाध्यच आहे. आपल्याला ते माहिती आहेच. पण धावण्याच्या या फॉर्मविषयीच्या मी सांगणार असलेल्या अधिकाधिक बाबींचा तुम्ही तुमच्या धावण्यात जसजसा उपयोग करू लागाल, तसतसा तुम्हाला मिळणारा आनंद अधिकाधिक वाढत जाईल. अखेर 'मी कायमच धावू शकतो किंवा शकते,' असे आनंदोद्‌गार तुमच्या तोंडून बाहेर पडतील आणि त्या दिवशी तुम्हाला लाभलेला आनंद अवर्णनीय असेल. संपूर्ण श्रमविरहित धावण्याचा आनंद मी सुमारे साठ टक्के वेळा मिळवू शकतो. उर्वरित चाळीस टक्के वेळा मी हे आनंदाचे क्षण मिळवण्यासाठी प्रयत्न करतो. मी सातत्याने दुरुस्त्या करतो. काही तरी नवे करण्याचा प्रयत्न करतो. सराव करतो आणि माझ्या धावण्याच्या तंत्रातील दुर्बल घटकांकडे लक्ष देतो. मला या बाबी करायलाही आवडतात; पण ज्या वेळी ते सारे करून मला श्रमविरहित धावता येते, त्यात मी स्वत:ला झोकून देतो, त्या वेळी पूर्णपणे शुद्ध आनंदाचा लाभ मला होतो.

या श्रमविरहित धावण्याच्या अवस्थेचा लाभ झालेल्या माझ्या कित्येक विद्यार्थ्यांनी त्याविषयीची पत्रे मला पाठवली आहेत. जिन्नीने लिहिले आहे, 'डॅनी, मला हे तुम्हाला पुन्हा एकदा सांगावेसे वाटते आहे की, ची रनिंग अक्षरश: शिखरावर पोहोचले आहे. तुम्हाला मी खरोखरच अत्यंत गांभीर्याने हे सांगते आहे की, आज सकाळी मी धावत असताना जणू काही मला पायच नाहीत, असे वाटत होते. मी फक्त तरंगत होते. पायांच्या स्नायूंचा वापर मला करावाच लागत नव्हता. मला ते खूपच आवडले. खरेच मी तुमची खूप आभारी आहे.'

ची रनिंगच्या सर्वच बारीकसारीक तपशिलांचा आढावा मी या प्रकरणात घेतला आहे. मात्र हे तंत्र तुम्ही ज्या क्रमाने शिकले पाहिजे, त्या क्रमाने ते इथे मांडलेले नाही, हे लक्षात घ्या. या सर्व घटकांचा क्रमवारपणे उत्तम पद्धतीने कसा उपयोग करून घ्यावा, हे मी पाचव्या प्रकरणात सांगणार आहे. तिथेच मी दहा

तुम्हाला महत्त्वाचे धडेही देणार आहे. हजारो धावपटूंना यशस्वीपणे ची रनिंगचे तंत्र शिकवण्याच्या अनुभवातून या पुस्तकातील या प्रकरणांचा क्रम मी ठरवला आहे. हे तंत्र शिकण्यासाठी हाच क्रम सर्वोत्तम ठरेल, असे मला वाटते.

फॉर्मसाठी लक्ष द्यावयाच्या विविध बाबींची सहा विभागांत वर्गवारी केली जाते : ढब म्हणजेच पोस्चर, झुकणे, कमरेखालचे शरीर, कमरेचे फिरणे, कमरेच्या वरचे शरीर, हालचालीतील लयबद्धता, गिअर्स आणि दोन पावलांतील अंतर. या प्रकरणात आम्ही या प्रत्येक फॉर्ममागचे तत्त्वज्ञान आणि तो कसे काम करतो, हे शिकवणार आहोत. प्रत्येक फॉर्मसाठी लक्ष द्यावयाच्या बाबींचे तपशीलवार वर्णन या प्रकरणात करण्यात आले असल्याने पाचव्या प्रकरणातही या प्रकरणाचा संदर्भ तुम्हाला सातत्याने मिळत राहील. शिवाय पुस्तकाच्या उर्वरित भागासाठीही हे प्रकरण महत्त्वाचे आहे. तुमच्या मनात यापैकी कोणत्याही फॉर्मच्या स्पष्टीकरणाविषयी काही शंका किंवा प्रश्न निर्माण झालेच, तर तुम्ही त्या ठिकाणी खुणा म्हणून कागदाचे कपटे किंवा प्लॅस्टिकचे तुकडे घालून ठेवा. तुम्हाला आलेल्या शंकांची किंवा प्रश्नांची उत्तरे तुम्हाला या पुस्तकात इतरत्र नक्कीच मिळून जातील.

आता हे प्रकरण वाचताना तुम्ही फक्त माहिती घेण्याचे काम करा.... आणि आरामात बसून वाचा. तुम्हाला आताच हे सगळे शिकून घेतले पाहिजे, असे नाही. त्यावरची क्विझ स्पर्धाही लगेच आयोजित केली जाणार नाही. त्यामुळे मन शांत ठेवा, एकाग्र करा आणि फक्त माहिती समजून घेण्याचा प्रयत्न करा.

योग्य फॉर्मसाठी लक्ष द्यावयाच्या गोष्टी

ढब

ची रनिंगच्या तंत्राचा अत्युत्तम उपयोग होण्यासाठी त्यामागची ही प्राथमिक संकल्पना समजून घेण्याची आत्यंतिक गरज आहे. तुमचे शरीर एका रेषेत ताठ असेल, अशी शरीराची ढब ठेवा. तुमच्या डोक्यापासून ते पायांपर्यंत एक अगदी सरळ रेषा मारता आली पाहिजे. आपण त्यालाच तुमचा स्तंभ म्हणतो. ज्या वेळी तुमचा स्तंभ नीट, सरळ स्थितीत असेल, त्या वेळी आपले वजन तुमचे शरीर व्यवस्थित तोलून धरेल. त्या वेळी तुमचे स्नायू वजन तोलण्याचा प्रयत्न करणार नाहीत.

झुकणे : गुरुत्वाकर्षणाच्या साह्याने धावणे

तुमचा स्तंभ हळुवारपणे, नियंत्रित पद्धतीने पुढे झुकवणे ही ची रनिंगमागची कल्पना आहे. त्यामुळे गुरुत्वाकर्षण शक्ती तुम्हाला पुढच्या दिशेने ओढत नेते.

तुम्ही जसे पुढे झुकता, तशी रस्त्याची मागच्या दिशेची शक्ती तुमच्या मागच्या पायाला मागे खेचते. तो पाय मागे राहतो आणि त्यामुळे तुमचे पुढे पडणारे पाऊल तुमच्या वस्तुमानाच्या केंद्रस्थानाच्या मध्ये पडते. त्यामुळे तुम्ही पडण्यापासून बचावता. त्यानंतर तुम्ही त्या पायावर उभे राहून क्षणभरासाठी तुमचे वजन तोलून धरता, कारण तुम्ही झुकलेले असल्यामुळे तुमचा कणा पुढे गेलेला असतो. आता तो पाय हळूच खाली टेकवला जातो. त्या वेळी तुमच्या पावलाच्या मध्यभागाचा आघात तुमच्या पाठीच्या कण्याच्या रेषेच्या तळाशी होतो. (पुढे होत नाही.) त्यानंतर रस्त्याची शक्ती त्याला तुमच्या मागच्या बाजूला ओढते.

कमरेखालचा भाग

तुम्ही पुढे झुकता, त्या वेळी तुमचे पाय तुम्ही जमिनीपासून हळूच वर उचलता आणि खाली पडण्यापासून स्वतःला वाचवता. त्यामुळे कोणत्याही कारणाने तुमच्या शरीराला पुढे ढकलण्यासाठी तुमच्या पायांचा उपयोग तुम्ही करत नाही. तुमच्या पोटऱ्या, घोटे किंवा पायांची बोटे, टाचा यांपैकी कोणत्याही भागाचा वापर करून तुम्ही स्वतःला पुढे नेत नाही. तुम्ही तुमच्या धोंडशिरांच्या (हॅमस्ट्रिंग्ज) साह्यानेही धावत नाही. (धोंडशीर ही गुडघ्याच्या मागच्या बाजूला असलेल्या स्नायूंना जोडणारी दोरीसारखी उभी शीर असते.) त्यामुळे आम्ही पायाच्या या खालच्या भागाला 'पायाचा उदासीन भाग' म्हणतो. कारण तुमच्या पायाच्या या खालच्या भागाचा उपयोग फक्त मांड्या आणि वरचे शरीर यांना तोलून धरण्यापुरताच असतो; धावण्यासाठी तो होत नाही.

ओटीपोटाचा भाग फिरवणे

तुमच्या पायांच्या हालचालीमुळे तुमचे कमरेखालचे शरीर आणि कमरेवरचे शरीर उलटसुलट दिशेने फिरत असते आणि तुमची कंबर आणि ओटीपोटाचा भाग (जर तुम्ही फिरवलात तर) केंद्रीय रेषेभोवती (पाठीचा कणा) फिरत असतो. जर तुमचे ओटीपोट फिरत नसेल, तर तुमचे गुडघे, मांड्या, पोटऱ्या रस्त्याची शक्ती शोषून घेतात. तुमच्याकडे येणाऱ्या रस्त्याच्या शक्तीला सहकार्य करण्याचे काम ओटीपोटाला फिरवून तुम्ही करत असता. त्यामुळे तुमचे शरीर ती शक्ती शोषून घेत नाही.

कमरेच्या वरचा भाग

ची रनिंगमध्ये या संपूर्ण कार्यक्रमाचे नेतृत्व तुमच्या शरीराचा कमरेच्या वरचा भाग करत असतो. आमचे एक प्रशिक्षक म्हणतात, ''प्रथम तुम्ही अंतःकरणापासून

धावा.'' स्वत:ला पुढे झुकवून तुम्ही गुरुत्वाकर्षण शक्तीला सहकार्य करत असता. त्यामुळेच तुमच्या शरीराचा वरचा भाग पुढे झुकत असताना मागच्या बाजूला हलणाऱ्या तुमच्या कोपरांमुळे तुमच्या शारीरिक हालचालींचा समतोल राखला जातो.

हालचालींतील लयबद्धता, दोन पावलांतील अंतर आणि गिअर्स

तुम्ही शिकणार असलेला या तंत्राचा पुढचा भाग म्हणजे हालचालीतील लयबद्धता, गिअर्स आणि दोन पायांतील अंतर हा होय. ची रनिंगमध्ये एक गोष्ट कधीही बदलत नाही, ती म्हणजे तुमची लयबद्धता. तुमची पावले ज्या लयीत जमिनीवर आघात करतात, ती लय महत्त्वाची असते. स्ट्राईड्स प्रति मिनिट या परिमाणात ती मोजली जाते. तुमच्या दोन पावलांतील अंतर ही गोष्ट मात्र सातत्याने बदलत असते. तुमची गती वाढली की तुमच्या पावलांतील अंतरही वाढत जाते. ही अगदी साधी गोष्ट आहे. त्याचप्रमाणे तुमच्या धावण्याची गती मंदावली की, तुमच्या दोन पावलांतील अंतरही कमी होते. तुमच्या दोन पावलांतील अंतर तुमच्या गतीनुसार अशा प्रकारे सातत्याने बदलत असल्यामुळे तुम्ही कार किंवा सायकलच्या गिअरशी साधर्म्य दाखवत धावत असता.

ची रनिंगमध्ये तुम्हाला सुचवली गेलेली लयबद्धता, कदाचित आधी तुम्ही ज्या लयबद्धतेने धावत असाल, त्याहून अधिक असू शकेल. तुमच्या असेही लक्षात येऊ शकेल की, कमी गती असताना तुमच्या पावलांतील अंतर तुम्ही आधी धावत असताना तुमच्या पावलांत असलेल्या अंतरापेक्षा कमी असू शकेल. ची रनिंगचे चित्रीकरण तुम्ही पाहिले, तर तुमच्या हे अधिक चांगल्या प्रकारे लक्षात येऊ शकेल. मी चार विविध प्रकारच्या गतींनी धावू शकतो. तरीही माझी लयबद्धता तीच राहते. मात्र त्या वेळी प्रत्येक गिअरमधील पावलांतील अंतरामधील फरक तुम्ही स्पष्टपणे पाहू शकता.

श्रमविरहितपणे धावण्यातील प्रगत टप्पे

कोअर स्नायूंचा वाढता वापर

तुम्ही जसजसे प्रगत पातळीवर जाऊ लागता, तसतसे तुमच्या लक्षात येऊ लागते की, तुम्ही पुढे झुकून धावत असल्यामुळे पडण्याची शक्यता असताना तुम्हाला कोअर स्नायूंची सामूहिक शक्ती त्यापासून वाचवते आणि शरीराचा समतोल साधते. हा समतोल राखून तुम्ही तुमची गती वाढविण्यास किंवा कमी करण्यास शिकता. टेकड्यांवर चढण्यास किंवा उतरण्यास शिकता. तुम्हाला

अशक्तपणापासून वाचवण्यास शिकता आणि त्याचबरोबर धावण्याचा आनंद घेण्यासही शिकता. जसजशी तुमची कोअर स्नायूंची शक्ती अधिकाधिक बळकट बनत जाते, तसतसे तुम्ही जलद गतीने धावू शकता किंवा तुमच्या श्रमांत अधिक वाढ न करता अधिक अंतर कापू शकता. कोअर स्नायू म्हणजे पाठ, पोट, नितंब आणि ओटीपोट यांच्यातील स्नायू.

अस्थिबंध (लिगॅमेंट्स) आणि स्नायुबंध (टेंडन्स)

ची रनिंगच्या तंत्रामुळे तुमच्या पाठीच्या कण्याला हळुवारपणे वळवून तुमचे नितंब आणि खांदे यांच्यामध्ये परस्परविरोधी दिशेने पीळ दिल्याप्रमाणे फिरण्याची हालचाल घडून येते. पीळ दिल्याप्रमाणे घडणाऱ्या या हालचालीमुळे तुमचे खांदे, पाठीचा कणा आणि नितंब यांच्यातील स्नायू यांच्यातील अस्थिबंध आणि स्नायुबंध ओढले जातात. पीळ पडलेल्या तुमच्या पाठीच्या कण्याला पुन्हा एकदा नेहमीच्या स्थितीत आणण्यासाठी या अस्थिबंधांचा आणि स्नायुबंधांचा उपयोग रबरबँडसारखा होतो. या रबरबँड परिणामाने, तुमचे हात आणि पाय हलत असतात. तुमच्या अस्थिबंधांचे आणि स्नायुबंधांचे प्रसरण होते आणि पुन्हा ते मूळ स्थितीला येतात. ऊर्जेच्या दृष्टीने सक्षम असलेल्या या स्नायूंचा वापर न करता केलेल्या या हालचालींचा उपयोग धावण्यासाठी केला जातो. ऊर्जेच्या दृष्टीने सक्षम असलेले हे धावण्याचे तंत्र आहे. तुमचे स्नायुबंध आणि अस्थिबंध इंधनाचे ज्वलन करत नाहीत. (त्यासाठी ऑक्सिजन आणि ग्लायकोजिन यांची गरज असते.) त्यामुळे तुम्ही धावत असताना लॅक्टिक ॲसिड कमी प्रमाणात निर्माण होते. तुमचे स्नायू उलगडले जात नाहीत. त्यांचा वापर केला जात नाही. साहजिकच, धावल्यामुळे होणारा ऊर्जेचा निचरा भरून काढण्यासाठी कमी काळ लागतो. तुम्ही धावत असताना तुमचे स्नायू आरामदायक स्थितीत असतात आणि त्यांच्यावरचा ताण दूर झालेला असतो. त्यामुळे तुमचे स्नायुबंध अधिक लवचिक आणि संवेदनक्षम बनतात. गुरुत्वाकर्षण तुम्हाला पुढच्या दिशेला ढकलत असते. तुमचे शरीर पुढच्या बाजूला प्रतिसादात्मक क्रियेने झुकलेले असते. एकदा का तुम्हाला या प्राथमिक फॉर्ममध्ये राहण्याचे कौशल्य साध्य झाले की, तुम्ही हे प्रगत तंत्र धावण्याच्या क्रियेत व्यवस्थितपणे वापरू शकता.

विचार करण्यास आणि धावताना उपयोग करण्यास ही गोष्ट अत्यंत विचित्र आणि अवघड वाटू शकते, याची मला कल्पना आहे. म्हणूनच तुमचे ची रनिंगचे तंत्र वापरत असताना तुम्ही एका वेळी एकाच गोष्टीवर लक्ष केंद्रित करा, अशी शिफारस आम्ही करतो. हे तंत्र पूर्णपणे आत्मसात करण्यासाठी तुमच्याकडे भरपूर वेळ असतो. त्यामुळे घाईने कोणतीच गोष्ट करू नका. पुढच्या विभागात तुम्हाला

याविषयीच्या विशिष्ट सूचना मिळतील.

ची रनिंगचा फॉर्म नेमका कसा दिसला पाहिजे, यासाठी आम्ही या पुस्तकात भरपूर आकृत्या आणि स्पष्टीकरण दिले आहे. हा फॉर्म उकलण्याबाबत आमच्याकडून आम्ही पुरेपूर प्रयत्न केले आहेत. तरीही ची रनिंगची डीव्हीडी पाहणे, ही गोष्ट अत्यंत उपयुक्त ठरते. तुम्ही तुमची चित्रफीत तयार करून ती पाहिली, तर तिचा अधिक चांगला उपयोग होऊ शकतो. आम्ही अलीकडेच केलेल्या सर्वेक्षणात आम्हाला असे आढळून आले आहे की, ची रनिंगच्या तंत्राचा बरीच वर्षे वापर करून आपल्या धावण्यात खूपच सुधारणा केलेल्या व्यक्तींनाही त्या योग्य तऱ्हेने हे तंत्र वापरत आहेत का, याची खात्री नव्हती. त्यामुळेच ची रनिंगमधील तज्ज्ञ व्यक्ती तुम्हाला धावताना पाहून काही सूचना देत असेल, तर त्यांचे महत्त्व अनन्यसाधारण असते किंवा जिथे हे शक्य नसेल, तिथे तुम्ही स्वतःच आपली चित्रफीत पाहून आपल्या फॉर्ममध्ये दुरुस्त्या करू शकता. कितीही प्रयत्न केला, तरी या पुस्तकात आम्हाला तेवढ्या बारकाईने तपशील देणे शक्य नाही. एखाद्या मित्राबरोबर किंवा मैत्रिणीबरोबर धावायला जाणे, ही आणखी एक अधिक चांगली गोष्ट आहे.

भाग २ : फॉर्मबाबत लक्ष द्यावयाच्या गोष्टी

क्रीडाप्रकारातून धावण्याला दैनंदिन सरावाच्या गोष्टीत समाविष्ट करणे, हा ची रनिंगचा महत्त्वाचा हेतू आहे. ज्या वेळी एखाद्या गोष्टीचा तुम्ही सातत्याने सराव करू लागता, त्या वेळी तुम्ही एक तर तुमच्यात किंवा तुमच्या कौशल्यात सुधारणा करू लागता. तुमच्या मनाची तशी तयारी होते. कोणत्याही प्रकारे तुम्ही सुधारणेला सुरुवात केलीत, तरी तुम्ही जिथून सुरुवात केलेली असते, त्यापेक्षा तुमच्यात दिवसेंदिवस अधिकाधिक सुधारणाच होत जाते. ज्या वेळी तुम्ही एखाद्या गोष्टीचा दैनंदिन सराव सुरू करता, त्या वेळी ती गोष्ट प्रक्रियेशी संबंधित बनते; फक्त ध्येयाशी संबंधित राहत नाही. ची रनिंगमध्ये तुम्ही फॉर्मसाठी कोणत्या गोष्टींकडे लक्ष दिले पाहिजे, त्याचा सराव करत असता.

ची रनिंगचे तत्त्व सुती कपड्यातील सुईच्या उदाहरणाने अधिक चांगले स्पष्ट होते. सरळ ताण आणि विसावा हे यातील तंत्र असते. तुमच्या शरीराच्या कोणत्या ना कोणत्या भागाला ताण देणे आणि नंतर त्याला विसावू देणे, यांतून एक तर ऊर्जेची बचत केली जाते किंवा दुखापतींना रोखले जाते. अशाच प्रकारे फॉर्मसाठी लक्ष द्यावयाची प्रत्येक गोष्ट आखलेली असते. धावत असताना ऊर्जा बचत आणि दुखापती रोखणे या दोन गोष्टी प्रत्येक धावपटूच्या मनात कुठे तरी सतत

दडून बसलेल्या असतात. ची रनिंगमध्ये लक्ष केंद्रित करण्याच्या गोष्टींचे सौंदर्य म्हणजे फक्त धावत असतानाच नव्हे, तर दिवसभर त्या गोष्टी तुमच्या सर्वच व्यवहारांमध्ये न्तुम्ही वापरू शकता. उत्तम ढब, विसावलेले व सैलावलेले स्नायू आणि उत्तम श्वसनकौशल्य या गोष्टी तुमच्या दैनंदिन जीवनाचा अविभाज्य भाग बनू शकतातच.

इथे मी पुन्हा एकदा त्या फॉर्मविषयी लक्ष देण्याच्या सहा घटकांचा उल्लेख करतो.

१. ढब
२. झुकणे
३. शरीराचा कमरेच्या खालचा भाग
४. ओटीपोटाचे फिरणे
५. कमरेच्या वरचा भाग
६. गिअर्स, लयबद्धता आणि दोन पावलांतील अंतर

ढब

ताण देणे आणि सैलावणे या तंत्रावरच चांगल्या प्रकारे, सक्षमपणे धावण्याचे तंत्र आधारित असते. त्यामुळे आपण आता सुरुवातीला ताणाचा विचार करू या. ताणाचा प्राथमिक नियम असा आहे : तुम्ही ज्या वेळी धावत असता, त्या वेळी तुम्ही ज्या दिशेने धावत असता, त्या दिशेला तुमच्या शरीराचे अधिकाधिक भाग वळलेले असले पाहिजेत.

हा अत्यंत साधा नियम आहे. पण तुम्हाला हे ऐकून आश्चर्य वाटेल की, हा साधासाच नियम मोडणारे अनेक जण मी पाहिले आहेत. मी काही उदाहरणे देतो. तुमचे हात जर शरीराच्या एका बाजूकडून दुसऱ्या बाजूकडे हलत असतील, तर तुम्ही ऊर्जेचा अपव्यय करता आहात. तुम्ही जर धावताना उसळी मारल्याप्रमाणे उड्या मारत असाल, तर तुमची नजर ज्या दिशेला असते, त्या दिशेला तुम्ही पूर्णपणे हालचाल करत नसता. धावताना तुमचे खांदे जर एका रेषेत नसतील, तर रॉकी बाल्बोवाप्रमाणे तुम्ही अकार्यक्षमतेने हलत असता. ही तर फक्त निवडक गोष्टींचीच यादी मी दिलेली आहे. तुम्ही ज्या दिशेने धावत असता, त्याच दिशेला तुमच्या शरीराच्या कोणत्याही भागाची हालचाल होत नसेल, तर त्यामुळे तो भाग तुमच्या धावण्यासाठी तर तुम्हाला उपयुक्त ठरत नसतोच; पण त्यामुळे तुम्ही तुमच्या सांध्यांची पडझडही करून घेत असता, कारण ज्या प्रकारे हालचाल करू

नये, त्या प्रकारेच त्यांची हालचाल सुरू असते. तुम्ही ज्या दिशेने धावत असता, त्या दिशेला तुमच्या त्या-त्या भागाची हालचाल करून तुम्ही हे सर्व भरून काढू शकता.

तुमची ढब व्यवस्थित ताणलेली आणि ताठ ठेवण्यासाठी इथे क्रमवार सहा पायऱ्या दिल्या आहेत–

१. तुमचे पाय आणि पावले ताठ ठेवा.
२. तुमचा पाठीचा कणा ताठ, सरळ करून तुमच्या कमरेच्या वरचा भाग ताणून धरा. ताठ ठेवा.
३. तुमचा ओटीपोटाचा भाग सरळ करून घ्या आणि संघटितपणे काम करण्यासाठी स्नायूंना एकत्रित करा.
४. तुमचा स्तंभ तयार करा.
५. एका पायावर उभे राहण्याची ढब स्वीकारा.
६. आता सी आकारात उभे राहा.

तुमच्या शरीराची जी ढब आहे, तिला ताण देण्यापासून आपण सुरुवात करू या; कारण उत्तम ढब असणे, हे ची रनिंग तंत्राचे एक महत्त्वाचे अंग आहे. त्यामुळे स्नायूंचे काम एकसंधपणे होते. ज्या वेळी तुमच्या शरीराची ढब अचूक असते, त्या वेळी तुमच्या शरीरातून ची किंवा ऊर्जा विनाअडथळा वाहू लागते. एखाद्या वक्राकार पाईपमधून वाहण्यापेक्षा पाणी जसे सरळ पाईपमधून व्यवस्थित वाहते, तसेच हे असते. ताण घेऊन तयार केलेली शरीराची ढब वापरून धावण्यामुळे तणाव निर्माण होतो; शिवाय अशक्तपणा, अस्वस्थपणा येऊ शकतो आणि अगदी दुखापतसुद्धा होऊ शकते. ज्या वेळी तुमची ढब योग्य रीतीने ताणली गेलेली असते, त्या वेळी तुमचा तो आकृतिबंध तुमच्या स्नायूंऐवजी तुमच्या शरीराच्या संपूर्ण वजनाला पाठबळ देत असतो.

सुती कापडातील सुईचे तत्त्व शारीरिक ढबीसाठीही लागू पडते. ज्या वेळी तुमची ढब योग्यरीत्या ताणली गेलेली असते, त्या वेळी तुमचा पाठीचा कणा किंवा केंद्ररेषा तुमच्या शरीराच्या मध्यभागी नीट उभी असते. ज्या वेळी ही केंद्ररेषा सरळ आणि ताठ असते, त्या वेळी ती 'सुई' असते आणि तुमच्या शरीराला पाठबळ देत असते. त्याच वेळी ती हात आणि पायांना सैलावते किंवा आराम देते. अशा वेळी हात आणि पाय सुती कापड बनलेले असतात.

कित्येक लोकांना असे वाटते की, ढब ही बहुतांशी त्यांची कंबर आणि नितंब या भागांवर अवलंबून असते. त्यामुळे त्यांना ज्या वेळी ताठ उभे राहण्यास

सांगितले जाते, त्या वेळी ते आपले पाय कसे आहेत तिकडे बिलकुल लक्ष देत नाहीत. ते फक्त आपला कमरेचा वरचा भाग व्यवस्थित सरळ करून उभे राहतात. पण विशेषत: तुम्ही धावपटू असाल, तर तुमच्या कमरेच्या खालचे शरीरही तेवढेच महत्त्वाचे असते. त्यामुळे तुमचे पाय आणि पावले यांना व्यवस्थित ताण देऊन ते ताठ करण्यापासून सुरुवात करू या. तुमच्या पावलांतील अंतरासाठी पाठबळ देणारा भाग म्हणून तर त्याला विशेष महत्त्व असते.

ढब पहिली : तुमची पावले आणि पाय यांना ताण देणे.

–तुम्ही धावत असताना तुमची पावले बाहेरच्या बाजूला वळलेली असतील, तर काय होईल ते पाहा : धावताना तुमची पावले बाहेरच्या बाजूला वळलेली असतील, तर तुमच्या टाचेच्या बाह्य भागाने तुम्ही जमिनीवर आघात करता. त्यामुळे पावलाच्या मध्यभागाचे अस्थिबंध कमकुवत बनतात. त्याचप्रमाणे घोट्याचे स्नायुबंधही कमकुवत होतात, कारण तुम्ही तुमचे पाय तिरक्या रेषेत घासता. तुमच्या दोन पावलांतील अंतराचा विचार करूनच तुम्ही पुढे झेपावता किंवा तुमचे शरीर झुलत राहते. त्यामुळे या हालचालीने पोटऱ्यांमध्ये पीळ पडतो आणि गुडघ्यातील मध्यभागी असलेल्या स्नायुबंधावर ताण येतो. धावपटूच्या गुडघ्याला, नितंबाला किंवा मांडीच्या स्नायूंना होणाऱ्या दुखापतीचे हे अत्यंत महत्त्वाचे कारण आहे. याविषयीची अधिक माहिती नवव्या प्रकरणात दिली आहे.

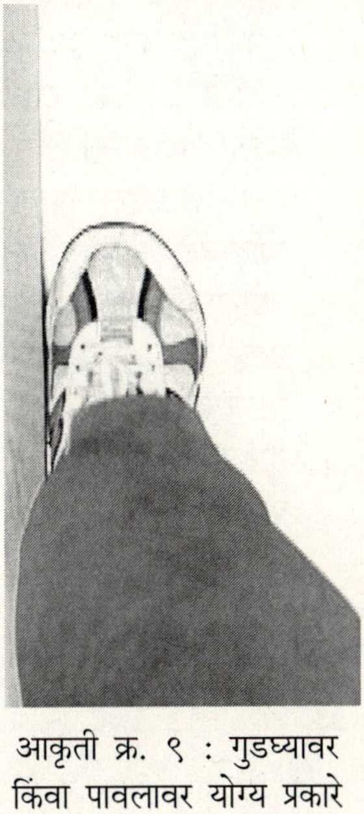
आकृती क्र. ९ : गुडघ्यावर किंवा पावलावर योग्य प्रकारे दिला गेलेला भार किंवा ताण

१. तुम्ही ज्या दिशेला तोंड करून उभे आहात, त्याच दिशेला तुमची पावले असतील, अशा प्रकारे पाय आणि पावले ताठ करून, त्यांना ताण देऊन उभे राहा. पाय आणि पावले एकमेकांना समांतर ठेवा. तुमची पावले सरळ ठेवण्यासाठी फक्त तुमची पावले सरळ समोरच्या दिशेला ठेवू नका. प्रत्येक पावलाच्या मध्यभागाची हालचाल करून पाहा. तुमची पावले पुढच्या बाजूला वळेपर्यंत योग्य हालचाल करा. पावलाच्या प्रत्येक

हालचालीबरोबर तुम्ही बळकट स्नायूंची बांधणी करत असता. त्यामुळे धावताना तुमची पावले बाहेरच्या बाजूला वळणार नाहीत. ज्या वेळी अशा प्रकारे तुम्ही धावू लागाल, त्या वेळी अतिश्रमाने झालेल्या सगळ्या दुखापती इतिहासजमा होतील.

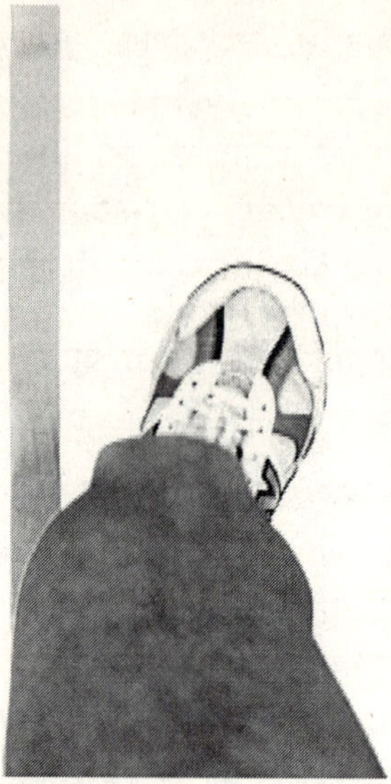

आकृती क्र. १० : गुडघ्यावर किंवा पावलावर अयोग्य प्रकारे दिला गेलेला भार किंवा ताण

२. त्यानंतर तुमच्या पावलांच्या तळाशी असलेला दाब संतुलित करा. तुमच्या डाव्या आणि उजव्या पावलावर तुमच्या शरीराचे वजन समान पडलेले आहे, याची खात्री करून घ्या. तुमच्या टाचा आणि चवडे यांच्यावरचा दाब सारखाच असल्याचे जाणवले की, तुमची पावले संतुलित अवस्थेत असल्याचे समजा. तुमच्या पावलांचा बाह्य कडेचा भाग आणि पावलाजवळील आतील कडेचा भाग यांवरील दाब सारखाच असल्याची खात्री करून घ्या. आता तो 'स्वीट स्पॉट' तुम्हाला जाणवेल. मग तुम्ही पावलांना आरामदायक स्थितीत ठेवू शकता. आपल्या चवड्यांवर जोर देऊन ताकद मिळविण्याचा प्रयत्न तुम्ही करत नाही ना, याचीही एकदा खात्री करून घ्या. आता सैलावलेल्या अवस्थेत, हळुवारपणे पावले ठेवून तुमच्या दोन पावलांतील अंतर कमी-जास्त होत असताना धावणे, ही पायाचा खालचा भाग उदासीन असताना कसे धावावे हे शिकण्याची गुरुकिल्ली आहे.

दुखापतीपासून संरक्षण : क्लृप्ती – आपले पाय आणि पावले सरळ, ताठ ठेवून त्यांच्यावरचा दाब संतुलित ठेवल्यानंतर तुमचे गुडघे सैलावा. त्यामुळे ते आखडणार नाहीत. तुमचे गुडघे आखडले असतील, तर त्यामुळे नी कॅपवर भरपूर भार पडून गुडघ्यांना दुखापती होऊ शकतात.

अध्ययनासाठी टीप : धावताना तुमच्या पावलांची दिशा समोरच्याच बाजूला राहावी, म्हणून धावपट्टीवर एक पट्टा मारलेला आहे आणि त्याच्या दोन्ही बाजूंना तुम्हाला पाय समांतर ठेवायचे आहेत अशी कल्पना करा आणि पाय ठेवा.

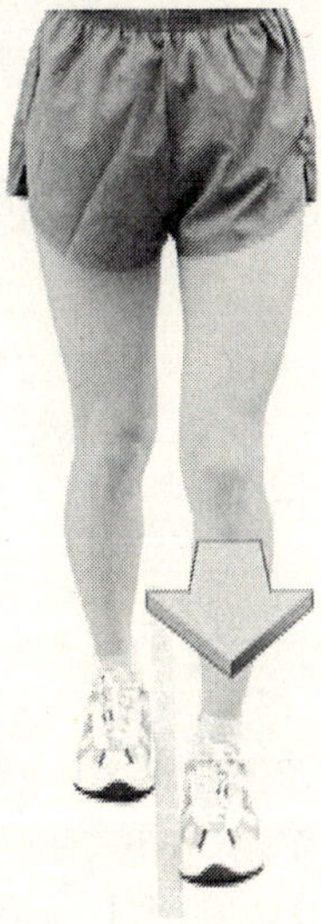

आकृती क्र. ११ : पाय योग्य प्रकारे ताणलेल्या आणि ताठ अवस्थेत.

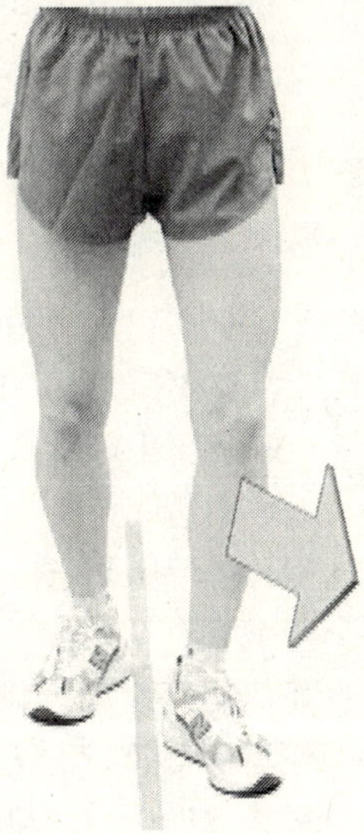

आकृती क्र. १२ : पाय अयोग्य प्रकारे ताणलेल्या आणि ताठ अवस्थेत.

दुखापतींपासून संरक्षणासाठी टीप : मी ज्या-ज्या वेळी वीस मैलांचे अंतर पार करत असे, त्या-त्या वेळी मला खूप श्रम होत असत आणि माझ्या गुडघ्यात वेदना होत. दैनंदिन सरावाच्या वेळी काही गोष्टी सातत्याने करून मी यावर मात केली. त्या मी पुढे देत आहे– मी ज्या वेळी दमलेला असे, त्या वेळीही धावताना किंवा चालताना गुडघे आतल्या बाजूला वळवण्याची हालचाल मी आवर्जून करत असे. जर तुमची पावले नैसर्गिकरीत्याच थोडीशी बाहेरच्या बाजूला वळत असतील, तर त्यांना जाणीवपूर्वक समोरच्या दिशेने वळवणे गैरसोईचे वाटू शकते. जर असे असेल, तर पावले आतल्या बाजूला वळवून ठेवण्याचा सराव सातत्याने करा. सुरुवातीला कंटाळवाणे

वाटले, तरी हळूहळू ती आतल्या बाजूला अधिकाधिक वळत जातील. त्यानंतर पावले आतल्या बाजूला आणि समोरच्या दिशेने सहजतेने ठेवता येऊ लागतील आणि त्याबरोबरच ही कृती गैरसोईचे वाटणेही बंद होईल. यासाठी कित्येक महिने लागतील; पण तुम्हाला त्यात यश येईलच, याची खात्री बाळगा. तुम्ही हे सगळे बदल हळूहळू घडवा, म्हणजे त्यांतून होणाऱ्या दुखापती तुम्हाला टाळता येतील. त्यानंतर पावले आत किंवा बाहेर न वळता समोर पडू लागतील.

ढब दुसरी : पाठीचा कणा ताठ करून कमरेच्या वरचा भाग सरळ, ताठ ठेवा.

आता तुमचे पाय आणि पावले एकमेकांना अगदी समांतर, व्यवस्थित, समोरच्या दिशेने असून पाय सरळ, ताठ आहेत. तुमचा पाठीचा कणा कसा ताठ करायचा, यासाठी मी तुम्हाला तीन सोप्या पायऱ्या सांगणार आहे.

१. एका हाताचा अंगठा आणि त्या शेजारचे बोट रुंद करा आणि तो हात बरोबर तुमच्या गळ्याच्या हाडाखाली ठेवा. तुमच्या हाताचा पंजा तुमच्या छातीवर असू देत. तुमच्या दुसऱ्या हाताचा अंगठा तुमच्या बेंबीवर ठेवा. त्या वेळी तुमची बोटे तुमच्या खालच्या बरगड्यांवर स्थिरावलेली असावीत.
२. आता तुमच्या गळ्याच्या हाडाचा हँडलसारखा वापर करून तिथला हात वरच्या दिशेने ओढा आणि तुमचा खालचा हात खालच्या दिशेने ओढा. या हालचालीमुळे तुमच्या पाठीच्या वरच्या भागातील कण्याचा भाग ताठ होईल. त्यामुळे तुमच्या यकृताची क्षमता वाढेल. तुम्ही हे करत असताना तुमचे खांदे हळुवारपणे सैलसर अवस्थेत आणा. तुमच्या पाठीचा खालचा भाग वाकू देऊ नका किंवा तुमची छातीही पुढे काढू नका. फक्त पाठीचा कणा ताठ करा आणि प्रत्येक मणक्यामध्ये अंतर राखा.
३. आता डोके आणि मान एका रेषेत आणण्यासाठी तुमच्या छातीवरचा तुमचा हात बाजूला करा. आता तो मानेवर कवटीच्या खाली ठेवा. तुमच्या मानेचा भाग ताठ करा. तुमची मान वरच्या दिशेने ढकलण्याचा किंवा कवटीचा खालचा भाग वर सरकवण्याचा प्रयत्न करा, त्यामुळे साहजिकच तुमची हनुवटी खालच्या दिशेने झुकेल. या तिन्ही पायऱ्या एका वेळी करायच्या असतील, तर फक्त तुमची मान सरळ रेषेत आणण्याचा प्रयत्न करा. (आकृती क्र. १४ पाहा.)

आकृती क्र. १३ : कमरेच्या वरच्या भागाशी सरळ रेषेत असलेले हात.

आकृती क्र. १४ : हाताच्या साह्याने मान सरळ रेषेत आणा.

मानेचा भाग वर उचलण्याचा प्रयत्न करत असताना तुमची हालचाल मंद होईल आणि त्यामुळे विरुद्ध दिशेला तुमच्या पावलांवर दाब निर्माण होईल. (आकृती क्र. १५ पाहा)

तुम्ही मान सरळ, ताठ ठेवण्याचा प्रयत्न नियमितपणे करत राहा. त्यामुळे तुमची उभे राहण्याची ढब उंच, ताठ आणि सरळ राहील. त्या वेळी तुम्हाला आपल्या पाठीचा कणा ताठ होत असल्यासारखे वाटत राहील. तो माकडहाडापासूनच कवटीच्या खालच्या भागापर्यंत सरळ झाल्यासारखे वाटेल. कोणी तरी तुमचे केस धरून तुम्हाला उचलत असल्याप्रमाणे तुम्हाला वाटत राहील. तुम्ही दिवसभरात केव्हाही किंवा संपूर्ण दिवसभरही याचा सराव करत राहू शकाल. मग तुम्ही उभे असा, गाडी चालवत असा किंवा तुमच्या खुर्चीत बसलेले असा; हा सराव करणे केव्हाही शक्य असते.

तुम्ही कमरेच्या वरचा शरीराचा भाग अशा प्रकारे सरळ, ताठ केलात की, मग तुमचे गुडघे हळुवार, सैलावलेल्या अवस्थेत ठेवण्यास विसरू नका. त्यांना

आखडू देऊ नका. पाठीचा कणा सरळ, ताठ केलात की तुमचा छातीचा पिंजरा खुला होईल. त्यामुळे तुम्ही अधिक चांगल्या प्रकारे भरपूर श्वास घेऊ शकाल. तुमच्या कमरेच्या वरचा भाग अशा प्रकारे ताठ आणि सरळ असताना धावण्याने तुम्हाला ऑक्सिजनची गरज नेहमीपेक्षा तीस टक्क्यांपर्यंत कमी भासू शकते.

आकृती क्र. १५ : वरच्या बाजूची शक्ती गुरुत्वाकर्षण शक्तीला उदासीन करते.

ढब तिसरी : ओटीपोटाची पातळी राखा आणि कोअर स्नायूंना एकसंध बनवा.

तुमच्या धावण्यात तुमच्या कोअर स्नायूना एकसंधपणे कार्यरत करण्यासाठी काय करावे लागेल, हे मी इथे सांगत आहे. यालाच ओटीपोटाची पातळी राखणे असे म्हणतात. धावताना उत्तम ढब राखण्यासाठी हा एक महत्त्वाचा घटक असतो.

या प्रकारे तुमच्या कोअर स्नायूंना एकत्रितपणे कार्यरत व्हायला लावण्यामागे अनेक कारणे असतात. त्यांपैकी खालील तीन प्राथमिक बाबी व्यवस्थित करण्यासाठी कोअर स्नायू एकसंध होणे आवश्यक असते–

१. चालताना किंवा धावताना तुमचा स्तंभ व्यवस्थित, सरळ रेषेत राखणे.
२. हालचाल करताना ओटीपोटाची पातळी समान राखणे.
३. ओटीपोट आणि पाय यांच्यात अधिक बळकट दुवा राखणे आणि त्यातूनच कमरेखालच्या शरीराच्या भागाच्या हालचालींमध्ये सुसूत्रता आणणे.

या विभागात आपण पहिल्या कारणावर लक्ष केंद्रित करणार आहोत. आपण ओटीपोटाच्या चलनवलनाचा विचार नंतर करणार आहोत. त्याच वेळी आपण तिसऱ्या कारणाचाही विचार करू.

तुमच्या स्तंभाचा सरळ ताठपणा टिकवून ठेवणे, हा ची रनिंगचा एक महत्त्वाचा घटक आहे. तो ऊर्जासक्षम बनण्यासाठी आणि दुखापतींना रोखण्यासाठीही आवश्यक आहे. झुकताना हा संपूर्ण स्तंभ झुकला पाहिजे.

मास्टर शू ओटीपोटाला एखाद्या भांड्याची उपमा देत. ते जर पुढच्या बाजूला कलंडल्यासारखे असेल, तर त्या भांड्यातील सगळे घटक सांडून जातील. मात्र जर ते व्यवस्थित पातळीत असेल, तर ते आपले सगळे घटक व्यवस्थित राखून ठेवेल. ते सांडणार नाहीत.

आकृती क्रमांक १६ पाहा. त्या भांड्यातील घटक म्हणजे तुमची ची असेल, तर तुम्ही ओटीपोट जसे पुढच्या बाजूला कलंडल्यासारख्या स्थितीत ठेवाल, तशी त्याच्यातील ची सांडून जाईल. (आकृती क्र. १७ पाहा.) तुमचे ओटीपोट व्यवस्थित पातळीत ठेवण्याचे दोन फायदे होतात. त्यामुळे तुमच्या पोटाच्या खालच्या भागातील स्नायू ताणले जातात. तुम्हाला तुमचा स्तंभ सरळ ठेवण्यास मदत होते. त्यामुळे तुमचे लक्ष मध्यभागी केंद्रित होते. तिथेच तुमची खरी शक्ती असते. त्याच्यातच तुमची ची असते. त्यामुळे शारीरिक दृष्ट्या आणि ऊर्जात्मक दृष्ट्याही तुमच्या हालचालीत तुम्ही केंद्रस्थानी असल्याची भावना तुमच्या मनात सतत घोळत राहते.

स्वाध्याय : ओटीपोटाची पातळी व्यवस्थित राखणे :

तुमचे ओटीपोट कसे व्यवस्थित पातळीत राखावे, ते मी आता सांगतो.

१. तुमचा अंगठा तुमच्या बेंबीवर ठेवा. उरलेली बोटे अंगठ्याभोवती पसरून ठेवा आणि तुमच्या पोटाच्या खालच्या भागावरच ती असू द्या. तुमच्या पोटाच्या खालच्या भागाचे कार्य जाणवण्यासाठी

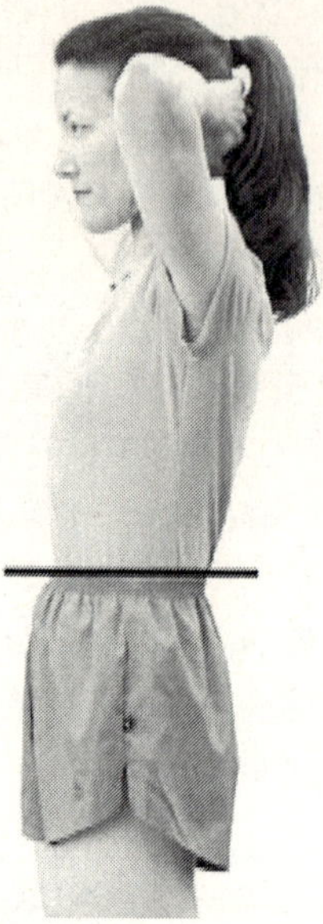

आकृती क्र. १६
ओटीपोटाची योग्य पातळी राखली गेली आहे. त्यामुळे त्याच्यात ची आहे.

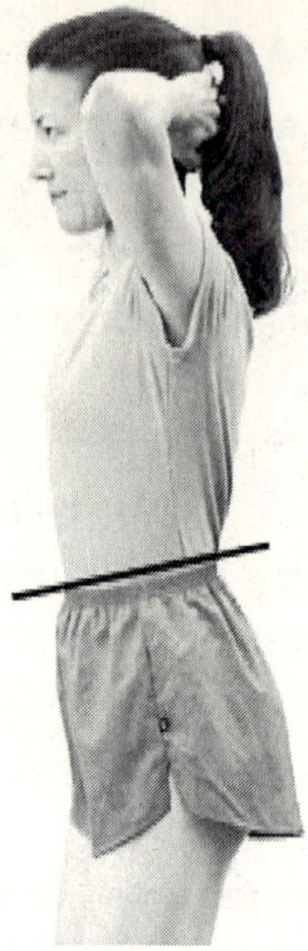

आकृती क्र. १७
ओटीपोटाची पातळी हलली आहे. त्यामुळे ची सांडत आहे.

उगीचच खोकून पाहा. तुम्हाला पोटाचा तो भाग आकुंचित होत असल्याचे जाणवेल.

२. ओटीपोटाची पुढची बाजू वरच्या बाजूला उचलून तुमचे ओटीपोट योग्य पातळीत राखण्यासाठी पोटाचा खालचा भाग आकुंचित करा.
३. हा स्वाध्याय करताना तुमच्या नितंबांतील स्नायू आवळून धरू नका, फक्त त्यांना विलग करा आणि पोटाच्या खालच्या भागाला कार्य करायला लावा. आता तुम्ही उभे असलात तरीही तुम्हाला क्रंच व्यायाम करत असल्याप्रमाणे वाटेल. मी याला 'उभा क्रंच' म्हणतो.
४. प्रत्येक वेळी तुमच्या ओटीपोटाचा पुढचा भाग वर उचला. त्याला त्याच स्थितीत दहा सेकंद ठेवा आणि नंतर सैलावू द्या.

दुखापत रोखण्यासाठी टीप : जर तुमचे भांडे (पुढच्या बाजूचा ओटीपोटाचा भाग) पुढे झुकलेले असेल, तर तुमच्या स्नायूंच्या एकूण ताकदीपैकी बरीचशी वाया जाते, कारण या स्थितीत कोअर स्नायूंची एकत्रित शक्ती फारशी वापरलीच जात नाही किंवा ती अविकसित अवस्थेतच राहते. त्यामुळेच तुमचे भांडे ऊतू जाण्याच्या अवस्थेत न ठेवता तुमचे ॲब्ज सरळ, ताठ करा. त्याच वेळी तुमच्या पाठीच्या खालच्या भागाचे स्नायू सैलावा. तुमच्या पाठीच्या खालच्या भागाच्या स्नायूंना खूपच बाक आला, तर त्याचा अर्थ तुमच्या पोटाचे स्नायू नको इतके ताणले गेले आहेत आणि तुमच्या पाठीच्या खालच्या भागाचे स्नायू खूपच आकुंचित झाले आहेत. तुमच्या पाठीच्या खालच्या भागाला थोडासा बाक येणे स्वाभाविक असून ते निरोगीपणाचे लक्षण आहे. खूपच बाक आला, तर तुमच्या पाठीच्या कण्यातील चकत्यांमधील अंतर खूपच कमी होत जाते. त्यामुळे पाठीच्या कण्यावर दाब येतो आणि तुमच्या स्टाईलवर याचा गंभीर परिणाम होतो. मीही यातून गेलो आहे. तुमच्या शरीराच्या पुढच्या आणि मागच्या बाजूत जेवढा अधिक समतोल साधण्याचा प्रयत्न कराल, तेवढीच तुमच्या दोन मणक्यांमध्ये अधिकाधिक जागा निर्माण होईल. साहजिकच, पाठीच्या खालच्या भागाला दुखापत होण्याची किंवा तुम्हाला त्या भागात वेदना होण्याची शक्यता त्यामुळे खूपच कमी असते.

तुम्ही ज्या वेळी हालचाल करत नसाल, त्या वेळी या स्वाध्यायाचा सराव करा. त्यामुळे तुम्हाला हे करताना कसे वाटते, ते समजेल. त्यानंतर हे वाटणे तुमच्या हालचालींमधूनही दिसू देत. कोणत्याही वेळी हा व्यायाम करा. समजा, तुम्ही कशासाठी तरी रांगेत उभे असाल किंवा किराणा माल घेऊन घरी येत असाल किंवा विशेषत: तुमच्या कडेवर लहान मूल असेल, तर तुम्ही हा व्यायाम जरूर करा. तुमचे खालचे ॲब्ज अधिक बळकट बनले की, तुम्ही त्यांचा उपयोग धावताना अधिक अचूकतेने करू शकाल.

तुमच्यापैकी ज्यांना पाठीच्या खालच्या भागाचा त्रास असेल, त्यांच्यासाठी तुमच्या ओटीपोटाला व्यवस्थित पातळीत राखणे ही अत्यंत आवश्यक बाब आहे. ही कृती तुमच्या जेवढी लवकर लक्षात येईल, तेवढे लवकर तुमच्या पोटाच्या खालच्या भागाचे स्नायू अधिक बळकट बनतील आणि तुम्ही धावत असताना तुमच्या ओटीपोटाला ते योग्य पातळीत राखतील.

आकृती क्र. १८
सर्व स्नायू एकत्रितपणे काम करत नाहीत.

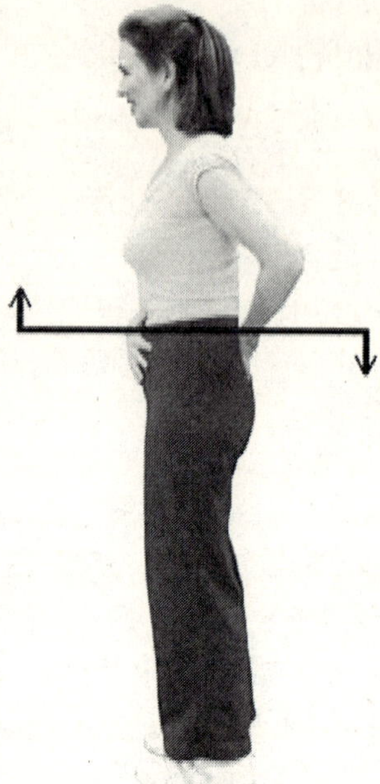

आकृती क्र. १९
सर्व स्नायू एकत्रितपणे काम करत असून ओटीपोट योग्य पातळीत आहे.

दुखापती रोखण्यासाठी टीप : तुम्हाला ओटीपोटाला योग्य पातळीत ठेवायचे आहे, पण तुम्हाला ही पातळी तीव्रतम बनवायची नाही. त्यामुळे मागच्या बाजूला ओटीपोटाला पीळ पडू शकेल. स्नायूंवर खूपच मोठ्या प्रमाणात ताण निर्माण होईल. त्याचा तुमच्या पायांच्या खुल्या हालचालींना प्रतिरोध होईल. तुम्हाला बळकट बनायचे आहे; तणावपूर्ण स्थितीत राहायचे नाही. नैसर्गिकरीत्याच ज्यांच्या ओटीपोटाच्या मागच्या बाजूला पीळ पडलेला आहे, असे लोक मी अगदीच क्वचित पाहतो. आपल्या ओटीपोटाला पातळीत राखण्याची गुरुकिल्ली म्हणजे तुम्ही तुमचे पोटाचे खालचे स्नायू विलग करा आणि त्यांचा वापर करा.

व्यायाम : तुमचे ॲब्ज ताणा

तुमच्या पोटाचे स्नायू ताणण्यासाठी हा एक पर्यायी व्यायामप्रकार आहे. यात तुमचे ओटीपोटही वळते, पण तुमच्या नितंबांच्या स्नायूंचा त्यात समावेश होत

नाही. तुमच्या कमरेजवळ कण्याला खूपच बाक आला, तर ते अधिक चांगले असेल.

१. पाठीवर झोपा. गुडघे वाकवा. पाय आतल्या बाजूला वळवा. आता तुमच्या टाचांचा तुमच्या नितंबांना स्पर्श होऊ दे.
२. तुमच्या पाठीच्या खालचा भाग जमिनीवर हळुवारपणे दाबून धरा. त्यामुळे तुमच्या पाठीच्या कण्यात आणि जमिनीमध्ये अंतर राहणार नाही.
३. आता तुमचे पाय हळूहळू सरळ करत चला. पाय तुमच्या पाठीच्या मागच्या भागापासून हळूहळू पुढे-पुढे पडू लागतील. तुम्हाला अशा प्रकारे पाय हळूहळू पुढे घेणे जेवढे शक्य असेल तेवढे पुढे घ्या. पण त्या वेळी पाठ जमिनीला चिकटलेलीच असली पाहिजे. ज्या वेळी तुमच्या पाठीचा खालचा भाग हळूहळू वर उचलला जात आहे, असे तुमच्या लक्षात येईल, त्या वेळी तत्काळ तिथेच थांबा. त्याच स्थितीत सुमारे तीस सेकंद थांबा. त्यानंतर पुन्हा हळूहळू पाय पूर्वस्थितीत न्या. तुमची पाठ वर येईपर्यंत तुम्ही किती अंतर पावले टाकलीत, त्या अंतराला काहीच महत्त्व नाही, कारण एक गोष्ट लक्षात घ्या— प्रगती हळूहळूच झाली पाहिजे. या व्यायामामुळे तुमच्या पोटाच्या खालच्या भागाचे स्नायू बळकट होतील. तुमच्या नितंबांच्या स्नायूंचा वापर यात करून घेतला जाणार नाही. यामुळे तुमचे ओटीपोट वर उचलले गेल्यासारखे तुम्हाला वाटेल. मात्र तुम्ही उताणे झोपलेले असाल. हाच व्यायाम पाच वेळा करा आणि प्रत्येक वेळी तुमचा पाठीचा कणा जमिनीवर तीस सेकंद दाबून धरा.

स्वाध्याय : ओटीपोटा योग्य पातळीत ठेवण्यासाठी महत्त्वाचा भाग ताणणे

ओटीपोटा योग्य पातळीत ठेवण्यासाठी तुमचे महत्त्वाचे स्नायू ताणण्याबाबत आता हा दुसरा व्यायामप्रकार आहे. सुरुवातीला तुमचे स्नायू किती बळकट आहेत, यावर हाच व्यायामप्रकार दोन वेगवेगळ्या पद्धतींनीही करता येईल.

सुरुवातीला करायचा व्यायाम : गुडघे वाकवून पाठीवर झोपा. तुमचे पाय सरळ खाली जमिनीवर सोडा. जमिनीवर तुमचे खांदे ठेवा. आता तुमचे नितंब वर उचला. तुम्ही धावण्याच्या स्थितीत असल्याप्रमाणे तुमच्या खांद्यांपासून गुडघ्यांपर्यंत तुम्ही एका रेषेत असाल. या स्थितीत वीस सेकंद राहा. त्यानंतर तुमचे शरीर खाली जमिनीवर घ्या. काही सेकंद विश्रांती घ्या. हाच व्यायाम पाच वेळा करा. दर आठवड्याला एका आकड्याने व्यायाम वाढवा. म्हणजे आधी पाच वेळा केला असेल, तर पुढच्या आठवड्यात सहा वेळा, तर त्याच्या पुढच्या आठवड्यात सात

वेळा तो करा. दहा वेळेपर्यंत हा व्यायाम करा. त्यानंतर पुढचा प्रगतीचा व्यायाम करा.

पुढच्या टप्प्यातील व्यायाम : जमिनीवर बसा. पाय समांतर आणि सरळ ठेवा. समोर पाय सोडून बसा. शरीर ताठ ठेवा. तुमच्या नितंबांजवळ उजव्या बाजूला तुमचे तळहात ठेवा. तुमच्या हातांची बोटे समोरच्या दिशेने असावीत. तुमची कोपरे घट्ट बसलेली असावीत. तुमचे पाय जसे असतील तसेच ठेवून तुमचे ओटीपोट वर उचला. आता तुमच्या शरीराची पुन्हा एकदा एक प्रकारची फळी बनेल. तिला तुमच्या पोटरीपासूनच्या खालच्या भागाचा आणि तुमच्या हातांचा आधार मिळालेला असेल. याच अवस्थेत वीस सेकंद राहा. नंतर तुमचे शरीर खाली घ्या आणि जमिनीवर वाका. हाच व्यायाम पाच वेळा करा. दर आठवड्यात एक याप्रमाणे आणखी पाच आठवडे हा व्यायाम करा आणि दहा वेळेपर्यंत व्यायाम करण्याचा सराव करा.

तुम्हाला यापेक्षाही पुढच्या टप्प्यातील व्यायाम करावयाचा असेल, तर आता पूर्ण उताणे झोपा. त्यानंतर तुमचा एक पाय ताणून धरा. त्यामुळे तुमच्या डोक्यापासून ते जमिनीवरच्या पायापर्यंत एक सरळ रेषा तयार होईल. त्याच अवस्थेत वीस सेकंदांपर्यंत राहा आणि नंतर दुसरा पाय ताणून हाच व्यायाम पुन्हा एकदा करा. तुम्हाला जेवढ्या वेळा शक्य असेल, तेवढ्या वेळा आलटून-पालटून दोन्ही पायांनी हाच व्यायाम करत राहा. तुम्हाला अजूनही हा व्यायामप्रकार आव्हानात्मक वाटत नसेल, तर तुम्ही फळीसारखे आपले शरीर ताठ केल्यावर एखाद्या मित्राला तुमच्या पोटावर बसायला लावा. आता तुमच्या अहंकाराची ही खरीखुरी परीक्षा असेल. (अर्थातच हे करताना फारच सावध राहावे लागेल. झेपेल तेवढेच वजन पोटावर घेणे केव्हाही चांगले.)

दुखापती रोखण्यासाठी टीप : तुमची पावले जवळ-जवळ ठेवून उभे राहा. आता तुमच्या ओटीपोटाला योग्य पातळीत ठेवू नका. तुमचे वजन एका पायावरून दुसऱ्यावर टाकत राहा. त्या वेळी तुमचे नितंब एका बाजूकडून दुसरीकडे झुकत असल्याचे लक्षात येईल. आता तुमच्या ओटीपोटाला योग्य पातळीत ठेवा आणि पुन्हा तशाच प्रकारे एका पायावरून दुसऱ्या पायावर वजन टाकत राहा. आता तुमचे नितंब एका बाजूकडून दुसरीकडे जात राहणार नाहीत. एका दिशेकडून दुसरीकडे होणाऱ्या नितंबांच्या हालचालींमुळे नितंबदुखी आणि दुखापतींना आमंत्रण मिळते. नितंब एका बाजूकडून दुसरीकडे झुकण्याची हालचाल पुरुषांपेक्षा स्त्रियांमध्ये अधिक प्रमाणात होते.

चौथी ढब : आता तुमचा स्तंभ तयार करा.

मी आतापर्यंत जेवढ्या धावपटूंना शिकवले आहे, त्यांच्यापैकी बहुतांश धावपटू आपले नितंब खूपच पुढे करून उभे राहतात. त्यांचे पाय मागच्या बाजूला असतात. त्यांचे खांदे मागे असतात आणि त्यांचे गुडघे आखडल्यासारखे घट्ट असतात.

तुम्ही तुमचे नितंब पुढे करून उभे राहिलात, तर काही वर्षांनी तुम्हाला तुमच्या पाठीचा मागचा भाग दाबला गेल्यासारखा, आकुंचित झाल्यासारखा वाटेल. त्यामुळे तुमच्या पाठीच्या कण्यातील चकत्यांवर दाब येऊन त्या दाबल्या जातील. तुमच्या मानेचे स्नायू घट्ट होतील किंवा नितंबांमध्ये वेदना निर्माण होऊ लागतील. म्हणजेच हा काही उभे राहण्याचा योग्य प्रकार नाही, हे वेगळे सांगण्याची गरज नाहीच. पण धावण्याचा तर हा अत्यंत वाईट प्रकार आहे. तुमचे नितंब पुढे करून धावण्याने तुम्ही तुमच्या पाठीच्या खालच्या बाजूवर मोठ्या प्रमाणात दाब आणत असता आणि माझ्यावर विश्वास ठेवा, तुम्हाला या गोष्टीची अजिबातच गरज नसते.

खालील व्यायाम केल्यामुळे तुमचे नितंब तुमच्या खांद्याच्या रेषेत येतील. तुमच्या शरीराचा वरचा भाग त्यामुळे तुमच्या नितंबांवर अगदी व्यवस्थित तोलला जाईल. तुमचे खांदे, नितंब आणि घोटे यांच्या साह्याने तुमचा स्तंभ निर्माण होईल. (आकृती क्र. २१ पाहा.) ज्या वेळी तुमचा स्तंभ ताठ असेल, त्या वेळी तुमच्या वजनाला तुमच्या शरीराच्या इतर भागांकडून आधार मिळेल. त्यामुळे तुमचे स्नायू ची रनिंगमध्ये त्यांचे आवश्यक समजले गेलेले काम बिनदिक्कत करू शकतील. हे काम आहे— विश्रांती घेणे आणि सैलावणे.

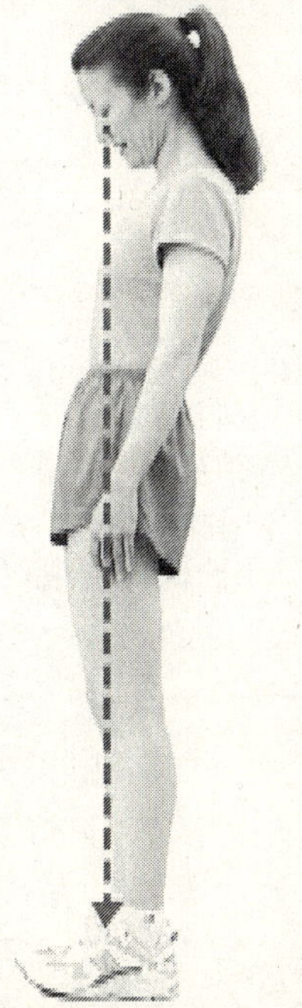

आकृती क्र. २० : आजची सर्वसामान्यपणे आढळणारी ढब. चुकीची ढब : नितंब पुढे झुकले आहेत

व्यायाम : तुमचा स्तंभ निर्माण करा.

हा व्यायाम पूर्ण लांबीच्या आरशासमोर उभे राहून अधिक चांगल्या प्रकारे करता येईल. तुम्ही तुमच्या मित्राबरोबर किंवा मैत्रिणीबरोबर हा व्यायाम अधिक चांगल्या प्रकारे करू शकता.

१. तुमचे पाय आणि पावले जुळवून उभे राहा. तुमचा पाठीचा कणा ताठ ठेवा आणि ओटीपोट

योग्य पातळीत ठेवा.

२. आपले शरीर न हलवता तुमची हनुवटी खाली करा. त्यानंतर फक्त तुमची नजर खाली वळवून तुम्हाला तुमची पावले दिसतात का, ते पाहा. जर तुम्हाला तुमच्या बुटांची लेस दिसू लागली, तर याचा अर्थ तुमच्या रेषा व्यवस्थित जुळल्या आहेत आणि तुमचा स्तंभ अचूकपणे निर्माण झाला आहे.

३. जर तुम्हाला तुमच्या बुटांच्या लेस दिसल्या नाहीत, तर त्याचा अर्थ तुमचे नितंब एकमेकांच्या खूप लांब आहेत. यात सुधारणा करा. त्यासाठी तुमच्या बोटांची टोके तुमच्या नितंबांच्या हाडांवर ठेवा आणि नितंब मागच्या बाजूला ढकलून पुन्हा एकदा पाहा. तुमचे खांदे बरोबर तुमच्या पावलांच्या वरच्या रेषेत असले पाहिजेत. (अर्थात तुम्ही कोणत्याही शारीरिक कारणामुळे जर तुमच्या बुटाच्या लेस पाहू शकत नसाल, तर मग काहीही करू नका. फक्त आरशातून आपली बाजू योग्य असल्याचे पाहा. तुमची छाती रुंद असेल किंवा वजन अधिक असल्यामुळे अगर गर्भारपणामुळे पोट पुढे आले असेल, तर ही शारीरिक कारणे लगेच दूर करता येणार नाहीत. म्हणून फक्त आरशाचा वापर सुचवला आहे.)

४. एकदा तुम्हाला तुमच्या बुटांच्या लेस दिसू लागल्या की, हळूहळू तुमचे डोके वर उचला. आता तुमची नजर अगदी सरळ असेल. आता तुमच्या उर्वरित शरीराची हालचाल

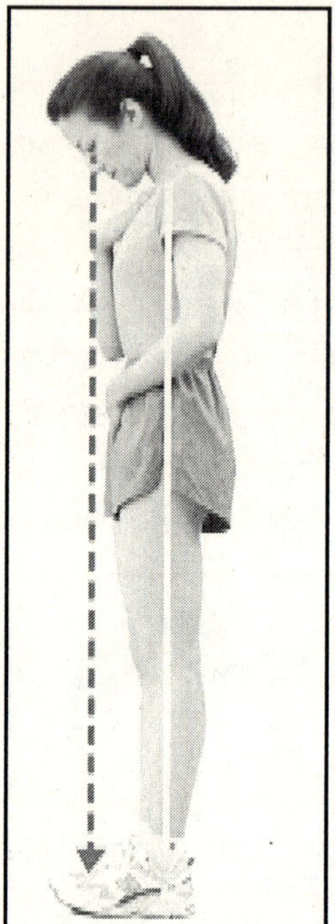

आकृती क्र. २१
योग्य ढब : नितंब ताणलेल्या अवस्थेत आणि सरळ रेषेत आहेत.

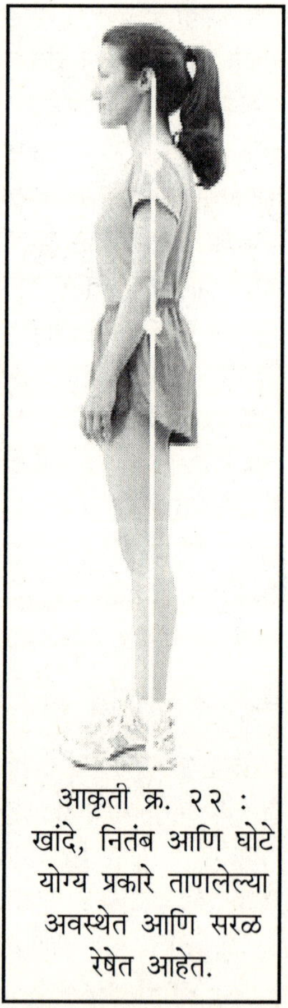

आकृती क्र. २२ :
खांदे, नितंब आणि घोटे योग्य प्रकारे ताणलेल्या अवस्थेत आणि सरळ रेषेत आहेत.

करू नका. फक्त डोके वर करा. आता स्वत:कडे आरशात नीट पाहा. आता तुमचे खांदे, नितंबांची कडेची हाडे आणि घोटे एका सरळ रेषेत आहेत का? जर तसे असेल, तर मग खूपच छान!

५. पुन्हा एकदा तुमचे गुडघे सैलसर करा आणि तुमच्या पायांवरचे वजन समतोल बनवा. मागून पुढे आणि एका बाजूकडून दुसऱ्या बाजूकडे हा समतोल असला पाहिजे.

६. ज्या वेळी तुम्ही ही सरळ रेषा मिळविण्यात यशस्वी व्हाल, त्या वेळी शरीराच्या संवेदनेची जाणीव करून घ्या आणि अशा प्रकारे उभे राहिल्यामुळे कसे वाटते, त्याचा विचार करा. ही जाणीव लक्षात ठेवण्याचा प्रयत्न करा. त्यामुळे ज्या वेळी तुम्ही उभे राहण्याचा प्रयत्न कराल, त्या वेळी तुम्हाला कसे उभे राहायचे ते लक्षात येईल. जर पोट सैलावून आणि नितंब पुढे करून उभे राहण्याची तुम्हाला सवय असेल, तर अशा प्रकारे तुम्ही शरीर मागे-पुढे करून तुमचा स्तंभ तयार केलात, तर तुम्ही झुकला आहात, असे तुम्हाला वाटू शकेल. कमरेतून झुकल्यासारखे तुम्हाला वाटू शकेल. अशा वेळी तुम्ही तुमच्या मित्राला किंवा मैत्रिणीला विचारा किंवा आरशात पाहून तुम्ही वाकलेले किंवा झुकलेले, नाहीत याची खात्री करून घ्या. कदाचित तुम्ही एखाद्या बाणासारखे सरळ उभे असल्याचे ते तुम्हाला सांगतील. तरीही तुम्हाला कमरेतून पुढे झुकल्यासारखे वाटत राहील. आता आपण खरेच झुकलो आहोत का, याची तपासणी करण्याचा आणखी एक सोपा मार्ग सांगतो. तुमच्या पायांच्या तळाचा आणि तुमच्या पाठीचा विचार करा. ते जर सर्वच दिशांनी एकाच रेषेत असतील, तर तुम्ही योग्य स्थितीत उभे आहात. तुमची स्थिती तशीच असली पाहिजे.

तुमचे आवश्यक सर्व अवयव एकाच रेषेत आहेत की नाहीत, हे पाहण्यासाठी एक गमतीशीर चाचणी आहे, ती सांगतो. सैलावलेल्या अवस्थेत उभे राहा. तुमच्या मित्राला किंवा मैत्रिणीला तुमचे खांदे हळुवारपणे खाली ओढायला सांगा (मागच्या बाजूने). जर तुमचा स्तंभ निर्माण होत नसेल, तर तुमचा मित्र किंवा मैत्रीण तुमचे खांदे ओढत असताना तुमचे नितंब खूपच रुंदावलेले असतील. आता तुमचे पाय आणि पावले एकमेकांना चिकटवून उभे राहा. तुमच्या शरीराचा वरचा भाग ताठ ठेवा. आता तुमचा स्तंभ निर्माण झाला असेल. म्हणजेच तुमचे नितंब किंचित मागच्या बाजूला आलेले असतील आणि तुमचे खांदे किंचित पुढे झुकलेले असतील. आता तुमचा स्तंभ व्यवस्थित निर्माण झालेला असताना तुमच्या मित्राने किंवा मैत्रिणीने तुमचे खांदे मागच्या बाजूने ओढले,

आकृती क्र. २३ : तुमचे मुख्य भागाचे स्नायू सैलावलेल्या अवस्थेत ठेवून उभे राहा.

आकृती क्र. २४ : खांद्यावर हळूच दाब देऊन खांदे मागे ओढा. (तुमचे नितंब त्या वेळी पुढे झुकतात.)

आकृती क्र. २५ : ज्या वेळी तुमचे मुख्य भागाचे स्नायू सहभागी झालेले असतील, त्या वेळी खांदे खाली खेचा.

तर तुम्हाला पहिल्या वेळेपेक्षा त्यात भरपूर फरक जाणवेल. माझ्या सगळ्याच कार्यशाळांमध्ये या वेळी बहुतेकांच्या तोंडून 'आहा'चा उद्‌गार निघतो.

पाचवी ढब : एका पायावर उभे राहण्याचा विशिष्ट पवित्रा किंवा ढब

तुमची ढब सरळ, ताठ ठेवायची असल्यास ते तुमच्या मुख्य भागांच्या स्नायूंना प्रशिक्षित करून तुम्हाला साध्य करता येते. या वेळी तुमच्या दोन पावलांतील अंतर त्या पवित्र्याला पाठबळ देणारे असायला हवे. ज्या वेळी तुम्ही धावत असता, त्या वेळी तुम्ही एका वेळी एकाच पायाचा उपयोग पाऊल पुढे

टाकण्यासाठी करता. आपण ज्या वेळी आपल्या कमरेच्या खालच्या भागाविषयी बोलू, त्या वेळी तुमच्या हे लक्षात येईल की, तुम्ही कोणत्याही परिस्थितीत तुमचा कमरेखालचा भाग पुढे किंवा मागे ढकलण्यासाठी किंवा ओढण्यासाठी तुमच्या पायांचा वापर करत नाही. तुमचे पाय फक्त या भागाला आधार देतात. ची रनिंगमध्ये तुमच्या पायांकडे एवढेच प्राथमिक कार्य असते. त्यामुळेच जेव्हा तुम्ही एका पायावर भार देऊन अचूकपणे उभे राहता, त्या वेळी तुम्हाला तुमच्या शरीराची संवेदना व्यवस्थित समजली पाहिजे.

व्यायाम : एका पायावर उभे राहण्याचा पवित्रा

१. तुमचा स्तंभ निर्माण करा.
२. आपण उत्तम प्रकारे या पवित्र्यात उभे असल्याची संवेदना एकदा का तुमच्या शरीरात निर्माण झाली की, दोन्ही पाय जवळ घेऊन उभे राहा. आता तुमच्या शरीराचा भार एकाआड एकेका पायावर टाकत उभे राहा आणि तुमचा स्तंभ तसाच स्थिर ठेवा. अगदी सोपी पद्धत वापरा. तुमच्या एका पायाची टाच जमिनीपासून वर उचला. त्यामुळे तुमचे वजन तुमच्या दुसऱ्या पायावर ढकलले जाईल. पाच सेकंदांपर्यंत याच पवित्र्यात उभे राहा. हा संपूर्ण व्यायाम करत असताना नेहमीच तुमचे गुडघे किंचित वाकलेल्या अवस्थेत ठेवा.
३. आळीपाळीने तुम्ही वजन दुसऱ्या पायावर टाकता त्या वेळी तुमच्या एका पायावरच्या पवित्र्याच्या तळाजवळ दुसरे पाऊल असल्याची जाणीव करून घ्या. तुमचा संपूर्ण स्तंभ थेट त्याच्याशी समतोल साधून असेल. तुमच्या शरीरातील ही संवेदना नीट लक्षात ठेवा. यालाच एका पायावर उभे राहण्याचा पवित्रा म्हणतात.

टीप : तुमच्या दोन पावलांतील अंतराचा आधार असेही या पवित्र्याला म्हटले जाते.

सहावी ढब : 'सी' चा आकार

आता तुमची ढब सरळ रेषेत ताठ कशी ठेवायची, हे तुम्हाला माहिती झाले आहे. शिवाय तुमच्या स्तंभाची जाणीव कशी करून घ्यायची, हेही माहीत झाले आहे. हे सगळे तुम्हाला क्षणार्धात जाणवून घेता येईल, यासाठी इथे आणखी एक व्यायामप्रकार देत आहे. तो जलद गतीने करता येतो, शिवाय सोपाही आहे.

रस्त्यावरून तुम्ही धावत असताना वर दिलेल्या विविध पायऱ्यांमधून जाण्यापेक्षा तुम्हाला हा व्यायाम करणे अधिक सोपे वाटू शकेल.

व्यायाम : 'सी' चा आकार

१. शरीराच्या दोन्ही बाजूंना हात सोडून उभे राहा. पाय जुळवून ठेवा. ओटीपोट पुढच्या बाजूला झुकवून उभे राहा. (पातळीत नको.) हनुवटी किंचित वर उचललेली असावी. सहसा नेहमीच आपण नैसर्गिकपणे ती जेवढी उचलतो, तेवढीच उचललेली असावी.

२. आता एका हळुवार हालचालीने तुमचे ओटीपोट एका पातळीत आणा आणि तुमची मान ताठ करा. तुम्ही जर तुमच्या वरच्या बाजूला उचलल्या गेलेल्या हनुवटीपासून डोक्यावरून एखादी रेषा काढली आणि ती तुमच्या पाठीवरून ओटीपोटाकडे आणि तिथून पुन्हा तुमच्या कमरेच्या पुढच्या हाडाकडे वळवली, तर तो 'सी'चा आकार होतो. तुमची हनुवटी ही 'सी'चे पहिले टोक असते आणि कमरेचे पुढचे हाड हे दुसरे टोक असते. हे तुम्ही हळुवारपणे पाच वेळा करा. प्रत्येक वेळी तुमचे ओटीपोट पुढे ढकला आणि तुमची हनुवटी वर उचला, त्यानंतर तुमच्या ओटीपोटाची पातळी राखा आणि मान उंच करा.

३. आता एक ते तीनपर्यंत आकडे म्हणा. ज्या वेळी तुम्ही तीन म्हणता, त्या वेळी मान ताठ करा आणि संपूर्ण शरीराच्या हळुवार हालचालीने तुमचे ओटीपोट एका पातळीत आणा. अशा प्रकारे तुमचे शरीर 'सी' आकारात थोडा वेळा ठेवा. अगदी शांतपणे धावत असताना हे करून पाहा, शिवाय तुम्ही हालचाल करत असतानाही करून पाहा. तुम्ही धावत असताना तुम्हाला तुमच्या स्नायूंच्या दृढतेत मोठ्या प्रमाणात फरक जाणवेल.

तुमच्या लक्षात आलेच असेल की, शरीराची ढब किंवा पवित्रा याविषयी शिकण्यासारखे बरेच काही आहे. मी संपूर्ण दिवस ची रनिंग शिकवत असतो. त्यातील सुमारे एक-तृतीयांश वेळ मी फक्त शरीराच्या पवित्र्यांविषयीच शिकवतो. पण शरीराची ढब किंवा पवित्रा बदलला की, आपले धावणे किती सुलभ बनून जाते, हे लक्षात आले की कोणीही त्याविषयी तक्रार करत नाही. जेवढी तुमची ढब अधिक चांगली असेल, तेवढी तुम्हाला दुखापतींची काळजी करण्याची गरज नसते. त्याचबरोबर तुमचे शरीर किंवा पाय अतिरिक्त काम करत असल्याची चिंता करण्याचीही आवश्यकता उरत नाही. ही इतकी सोपी गोष्ट आहे.

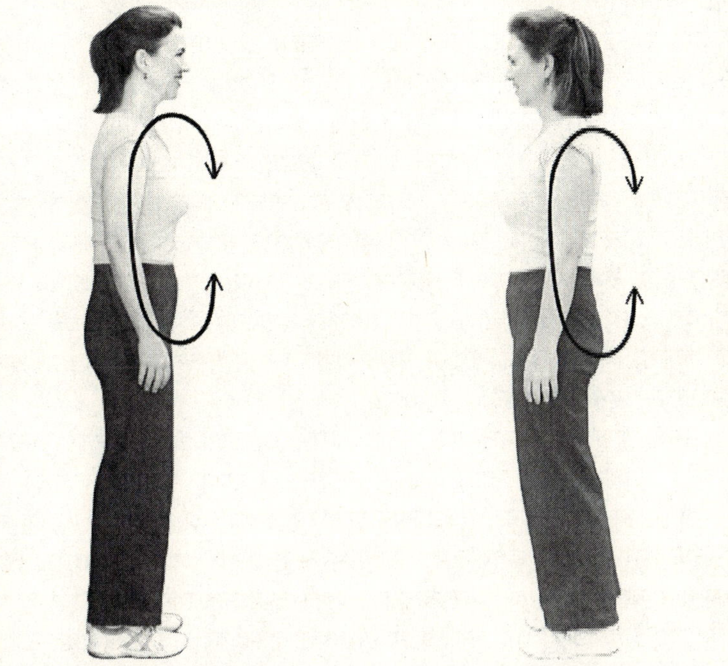

आकृती क्र. २६ : 'सी' आकार दाखवणारी अचूक ढब.

आकृती क्र. २७ : 'सी' आकार दाखवणारी चुकीची ढब.

झुकणे : गुरुत्वाकर्षणाच्या साह्याने धावणे

धावपटूंना गुरुत्वाकर्षणाची मदत मिळावी आणि त्याच्या साह्याने त्यांनी धावावे, यासाठी मी झुकणे हा शब्द वापरतो आहे. संपूर्ण शरीर पुढच्या बाजूला थोडे झुकवून पळणे यात अपेक्षित असते. तुम्ही ज्या वेळी झुकण्याचा विचार करता, त्या वेळी तुमचा संपूर्ण स्तंभ एकसंधपणे झुकविण्याचा विचार तुम्ही केला पाहिजे. तुमचा स्तंभ सरळसोट, ताठ असेल, तर गुरुत्वाकर्षण शक्ती तुमच्या शरीराच्या बाकावर कार्य करेल. व्यवस्थितपणे न जुळलेल्या तुमच्या शरीराच्या भागावर गुरुत्वाकर्षणाचा प्रभाव पडेल. त्यामुळे तुम्ही पुढच्या बाजूला हळुवारपणे झुकण्यास प्रतिबंध करून घ्याल आणि साहजिकच तणाव निर्माण होईल.

आपण आधीही यावर चर्चा केली आहे. त्याप्रमाणे झुकल्यामुळे गुरुत्वाकर्षण तुमच्या बाजूने काम करू लागते, कारण तुम्ही पुढच्या बाजूला पडल्यासारखे

वाकत असता. साहजिकच तुमच्या पायांना तुम्हाला ढकलण्याची गरज पडत नाही. तुमच्या पायांना तुम्हाला ढकलण्याची गरज पडली, तर तुम्ही दमता. ज्या वेळी तुम्ही ताठ उभे राहता, तेव्हा गुरुत्वाकर्षण शक्ती तुमच्या शरीराच्या वस्तुमानावर कार्य करून शरीराला खाली खेचण्याचा प्रयत्न करते. तुम्ही जेव्हा तुमच्या शरीराला पुढे पडू देता, तसे तुमचे वस्तुमान तुमच्या शरीराचा जमिनीला स्पर्श झालेल्या बिंदूच्या पुढे झुकते. गुरुत्वाकर्षण आता पुन्हा तुमच्या वस्तुमानाला खाली खेचू लागते. त्यामुळे तुम्ही पुढे पडू लागता. तुमच्या शरीराची दिशा पुढच्या बाजूलाच असल्यामुळे तुमचे घोटे बिजागिरीसारखे काम करतात. त्या वेळी किंचित पुढे झुकलेल्या अवस्थेत आपल्या शरीराचा समतोल राखण्यास शिकणे, एवढेच तुमचे काम असते. त्यामुळे तुम्ही तोंडावर पडत नाही. हे काम गुरुत्वाकर्षणाकडून करून घेणे मला खूपच आवडते.

तुमचे झुकणे हे तुमचे गॅस पेडल असते. तुम्हाला जलद गतीने जायचे असेल, तर हळूच थोडे अधिक झुका. त्याउलट तुम्हाला मंद गतीने धावायचे असेल, तर थोडे कमी झुका. तुम्ही तुमचे झुकणे वाढवले, तर तुम्ही पुढे पडू पाहत असताना तुमचे पोटाचे स्नायू तुमचा स्तंभ सरळ ठेवण्याचे काम करतात. तुमच्या झुकण्यात वाढ झाली की, गुरुत्वाकर्षण शक्ती तुम्हाला वेगाने पुढच्या बाजूला ओढत राहते. आता तुमचा वेग तुमच्या पायाच्या ताकदीवर अवलंबून राहत नाही. तुमचे शरीर तुम्ही किती क्षमतेने सैलावू शकता, त्या क्षमतेवर तुमचा वेग आता अवलंबून असतो. (याच विभागात नंतर आपण यावर चर्चा करणार आहोत.)

व्यायाम : झुकण्यास शिकणे

तुम्ही कमरेतून पुढे वाकण्याऐवजी तुमच्या घोट्यांपासून पुढे कसे झुकावे, हे हा व्यायाम तुम्हाला शिकवतो.

१. एखादा घट्ट, स्थिर आधार शोधा. त्याची उंची किमान तुमच्या कमरेपर्यंत तरी हवी. उदाहरणार्थ— तुमच्या घराची भिंत, कुंपणाची भिंत, मोटरगाडी.

२. आता त्या आधाराकडे तोंड करून उभे राहा. भिंतीच्या तळापासून एक पाऊल लांब राहा. तरीही तुम्ही भिंतीच्या व्यवस्थित जवळ असाल. तुमचा 'सी' आकार व्यवस्थित टिकतो आहे ना, याकडे सतत लक्ष द्या. तुमची ढब त्याच स्थितीत व्यवस्थित राहिली पाहिजे. तुमच्या तळपायांवर सर्वत्र समान दाब पडू द्या. संपूर्ण व्यायाम पूर्ण होईपर्यंत दोन्ही तळपायांवर समतोल प्रमाणातच दाब असला पाहिजे. आता तुमचे हात कोपरातून वाकवून समोर घ्या. तुमच्या आधारापासून ते काही इंचांवर असू द्या.

३. प्रत्यक्ष खाली न बघता, मनानेच तुमचे लक्ष तळपायांवर केंद्रित करा. तुमच्या दोन्ही पायांचे पोटरीपासूनचे खालचे भाग सैलावा. त्या वेळी तुम्ही पुढे पडू लागाल. त्यामुळे साहजिकच तुम्ही समोर ठेवलेल्या तुमच्या आधाराला हाताने पकडाल. तुम्ही पुढे झुकाल, त्या वेळी तुमचा स्तंभ सरळ, ताठ राहील याची काळजी घ्या आणि तुमचे घोटे सैलावा.

तुम्ही जर खरोखरच तुमचे घोटे सैलावले असतील, तर तुमचे शरीर जमिनीवर पडू पाहत असताना तुमच्या टाचा उंचावणार नाहीत. तुम्ही जर हे योग्य प्रकारे केले, तर तुम्हाला चवड्यांवर दाब आल्यासारखे वाटणार नाही. पण त्याऐवजी जर तुम्हाला तुमच्या चवड्यांवरचा दाब वाढल्यासारखे वाटले, तर त्याचा अर्थ तुमच्या

आकृती क्र. २८ : प्रथम तुमची ढब ताणलेल्या स्थितीत ठेवून सुरुवात करा.

आकृती क्र. २९ : झुकत असतानाही तुमची ढब सरळ, ताठ ठेवा.

पोटऱ्या आणि पोटरीच्या समोरचा पायाचा भाग यांचे स्नायू सैलावण्याऐवजी त्यांच्यावर ताण आलेला असेल. तुम्हाला जोपर्यंत तुमचे घोटे, पावले आणि पोटऱ्यांपासूनचा पायांचा खालचा भाग सैलावल्यासारखा वाटत नाही, तोपर्यंत हा व्यायाम पुन:पुन्हा करत राहा. या अवयवांना पूर्ण विश्रांती मिळाल्याचे जाणवल्याशिवाय त्याचा सराव बंद करू नका.

तुम्ही कमरेतून वाकलात, तर तुमच्या पाठीच्या स्नायूंवर अतिरिक्त ताण येतो. (आकृती क्र. ३० पाहा.)

शिवाय तुम्ही झुकत असाल, तेव्हा डोके वरच्या बाजूला ओढू नका किंवा आकृती क्र. ३१ मध्ये दाखवल्याप्रमाणे तुमची ढब सरळ, ताठ न ठेवता, अकारण वेडीवाकडीही करू नका.

४. तुम्ही आधार पकडला आणि स्वत:ला पडताना सावरले की, पुन्हा स्वत:ला मागे ढकला. ताठ स्थितीत उभे राहा. तुम्हाला झुकण्याची व्यवस्थित

आकृती क्र. ३० : कमरेतून वाकू नका.

आकृती क्र. ३१ : तुमच्या शरीराची ढब सरळ रेषेतच हवी. ती झुकू देऊ नका. त्यामुळे पोटाचे स्नायू कमकुवत होतात.

जाणीव होईपर्यंत हाच व्यायाम पुन:पुन्हा करत राहा. तुमच्या टाचा खालीच ठेवा. स्तंभ ताठ ठेवा. ओटीपोटाची पातळी व्यवस्थित ठेवा. तुमचे घोटे आणि पोटऱ्या सैलावलेल्या अवस्थेत असू द्या.

सारांशाने सांगायचे झाले, तर तुम्ही झुकण्यासाठी नेहमीच तीन पायऱ्यांचा वापर केला पाहिजे. त्या अशा आहेत –

१. तुमची ढब सरळ रेषेत नीट, सरळ आहे ना, ते तपासून पाहा.
२. तुमच्या तळपायांवर लक्ष केंद्रित करा आणि तुमचे पाय जिथे असतील तिथेच व्यवस्थित ठेवा.
३. तुमची पावले असलेल्या ठिकाणाच्या पुढे तुमचा स्तंभ पडेल, अशा प्रकारे झुका.

व्यायाम : झुकण्याची खिडकी

तुम्ही अत्यंत खात्रीपूर्वक खूपच झुकू शकता. ची रनिंगच्या झुकण्यातील सर्वाधिक मोठी चूक म्हणजे सुरुवातीलाच खूप मोठ्या प्रमाणात झुकणे. तुम्ही पुढे झुकता, त्या वेळी तुम्ही समतोल राखायला शिकण्याची क्लृप्ती तुम्हाला समजली पाहिजे. तुम्ही खूप झुकता आहात की पुरेसे झुकता आहात, हे तुम्हाला कसे काय समजणार? झुकण्याची क्रिया योग्य आहे की नाही, हे कसे समजते, ते मी तुम्हाला सांगतो. मी यालाच 'झुकण्याची खिडकी' असे म्हणतो.

तुमची पोटरी किंवा पायाच्या नळीचा पुढचा भाग जास्त घट्ट झाल्यासारखा किंवा आखडल्यासारखा वाटला, तर तुम्ही कदाचित नको इतके झुकलेले असू शकाल. तोंडावर पडण्यापासून वाचवण्यासाठी तुमच्या पायाच्या पोटरीपासूनच्या खालच्या भागाचे स्नायू काम करत असतील. तुम्ही खूपच ताठ राहून धावत असाल, तर तुमच्या पायांना तुम्हाला पुढे ढकलावे लागेल. ज्या वेळी तुम्ही 'खिडकी'त असाल, त्या वेळी तुम्हाला तुमच्या पायांवर कुठेही अत्यल्प ताण असल्यासारखे किंवा ताण अजिबातच नसल्यासारखे जाणवेल, कारण त्या वेळी तुम्ही समतोल अवस्थेत झुकलेले असाल. ...खूप पुढेही झुकलेले नसाल आणि खूप ताठही उभे राहिलेले नसाल.

हे करून पाहा.

१. काही सेकंद ताठ राहून पळून पाहा. तुमच्या शरीराचा तोल तुम्ही थेट तुमच्या पायांवर तोलून धरा. त्या वेळी तुम्हाला तुमचे पाय पुढे नेत

आहेत, याची संवेदना जाणवते आहे का, ते पाहा.

२. त्यानंतर तुमचा स्तंभ सुमारे एक इंचभर पुढे झुकवा. (हा काही फार मोठा फरक नाही. तो अत्यल्प फरक आहे.) त्यानंतर पुढे आणखी दहा सेकंद धावा.
३. आता तुमचे झुकणे आणखी वाढवा. तुम्हाला पडण्यापासून वाचवण्यासाठी तुमच्या पायांची हालचाल करण्याची गरज भासेपर्यंत पुढे झुका.
४. या वाढीव झुकण्यापासून स्वत:ला थोडे मागे घ्या. त्यामुळे तुमच्या पोटरीपासूनच्या पायाच्या भागात निर्माण झालेला ताण दूर होईल. त्या वेळी तुम्हाला अत्यंत उत्तमरीत्या समतोल साधला गेल्याचे स्पष्टपणे जाणवेल.
५. आता तुम्ही जेवढे झुकला असाल, त्यापेक्षा आणखी कमी झुका. त्यामुळे तुमच्या शरीराची गती कशी कमी होते, त्याचा अनुभव घ्या.

तुम्ही किती झुकणे तुमच्या शरीराच्या दृष्टीने परिपूर्ण आहे, हे पाहण्यासाठी आणखी सराव करा. त्यानंतर तुम्ही जेव्हा तुमचा धावण्याचा कार्यक्रम विकसित करता, तेव्हा तुम्हाला झुकण्यात थोडी भर टाकावी लागते किंवा झुकणे थोडे कमी करावे लागते. तुम्हाला तुमच्या धावण्याची गती जशी कमी-जास्त हवी असेल, त्यानुसार अनुक्रमे तुम्ही कमी किंवा जास्त झुकता. तुमच्या पायांवर अतिरिक्त कामाचा भार न टाकता तुम्ही हे पार पाडता.

हा विचार करा : कार्टून फिल्ममधील रस्त्यावरून धावणारी काही पात्रे ही माझी आवडती उदाहरणे आहेत. ही पात्रे खूपच झुकलेली असतात आणि सहसा त्यांचे पाय त्यांच्या मागे गाडीच्या चाकांप्रमाणे फिरत येत असतात.

व्यायाम : एकही स्नायू न हलवता पोटाच्या ताकदीची उभारणी करा.

ज्यांना झुकण्याची अतिरिक्त सवय करून घ्यायची असेल, त्यांच्यासाठी मी इथे आणखी एक व्यायामप्रकार देत आहे. आपण धावत नसताना आपल्या पोटाच्या खालच्या भागाच्या स्नायूंची बांधणी ज्यांना करायची असेल, त्यांच्यासाठीही हा व्यायाम उपयुक्त आहे.

जिच्यावर रेलून, तुमच्या शरीराला पुढे ढकलून तुम्ही झुकू शकाल, अशा प्रकारची एखादी बळकट स्थिर वस्तू किंवा टेबल घ्या. तुमचे शरीर सरळ, ताठ

ठेवा. त्याच वेळी टेबलाला रेलून किंचित पुढे झुका. पोटाचा एखादा स्नायूही न हलवता पोटाच्या खालच्या भागासाठी तुम्हाला एक चांगल्या प्रकारचा व्यायाम मिळेल. या स्नायूंच्या पूरक बळकटीसाठी तुम्हाला प्रशिक्षण घ्यायचे असेल, त्या वेळी ज्या हालचालींसाठी त्या स्नायूंचा वापर केला जाणार आहे, त्याच प्रकारच्या हालचाली करून ते अधिक बळकट बनवणे केव्हाही चांगले असते. या व्यायामामुळे तुम्ही पुढे झुकलेले असताना तुमच्या पोटाच्या स्नायूंना तुमची ढब सरळ, ताठ ठेवण्याचे प्रशिक्षण मिळते.

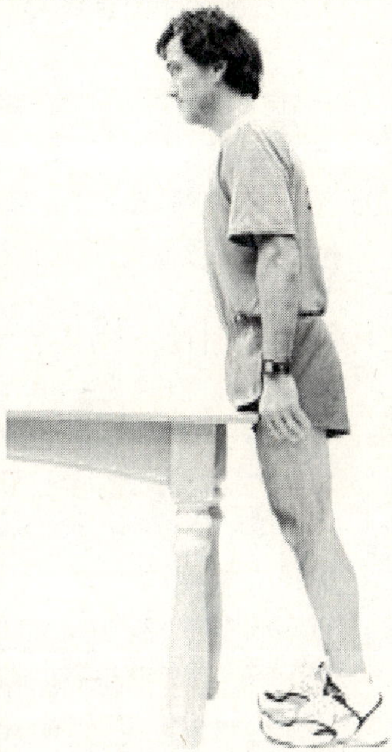

आकृती क्र. ३२ :
तुमच्या शरीराची ढब सरळ, ताठ ठेवून टेबलावर रेलून पुढे झुका.

व्यायाम : तुमच्या 'सी ची'चा उपयोग करा

'सी ची' म्हणजे तुम्हाला जे घडायला हवे आहे, त्यासाठी तुमच्या माहितीची, तुमच्या हेतूशी सांगड घालणे आणि तुम्हाला हव्या असलेल्या दिशेला शरीराची हालचाल होण्यासाठी नजरेचा वापर करणे होय. (तिसऱ्या प्रकरणात याची सविस्तर माहिती आली आहे.) या 'सी ची' ला अधिक ताकदवान बनविण्यासाठी तुमच्या शरीरात ऊर्जा भरलेली आहे, अशी कल्पना करा. तुमच्या शरीराच्या रोमारोमातून ती ऊर्जा खेळत आहे, असे समजा. आता ती सर्व ऊर्जा स्वेच्छेने गोळा करा आणि तुमच्या डोळ्यांतून ती सारी बाहेर पडू द्या. आता थोड्या अंतरावर असलेल्या वस्तूवर किंवा बिंदूवर तुमची नजर पडू द्या. तुम्ही त्या वस्तूपासून तुमची दृष्टी यत्किंचितही हलू देऊ नका.

तुमच्या धावण्यामध्ये तुम्हाला 'सी ची'चा वापर करण्यास शिकता यावे, यासाठी मी एक व्यायामप्रकार देत आहे. त्यामुळे तुम्हाला झुकण्याचा चांगला अनुभव येईल. तुम्ही तिचा वापर करून विनासायास आणि अधिक सक्षमपणे धावू किंवा चालू शकाल.

१. पुढच्या वेळी तुम्ही जेव्हा चालण्यासाठी किंवा धावण्यासाठी बाहेर पडाल; त्या वेळी तुमची नजर क्षितिजावरच्या, काही अंतरावर असलेल्या एखाद्या वस्तूवर किंवा ठिपक्यावर किंवा ठिकाणावर केंद्रित करा. त्यानंतर त्या वस्तूच्या दिशेने धावा किंवा चाला. मात्र त्या वस्तूवरून तुमची नजर जराही ढळू देऊ नका. तुम्ही जर वळणावरून चालत किंवा धावत असाल, तर तुम्ही वळेपर्यंत तुम्हाला दिसत राहील अशा वस्तूची किंवा ठिपक्याची निवड करा.
२. त्याच ठिकाणावर किंवा वस्तूवर नजर केंद्रित करून ठेवा. तुमची नजर कोणत्याही परिस्थितीत हलू देऊ नका.
३. तुम्ही जर ची रनिंगचा सराव नुकताच सुरू केला असेल, तर तुमची चांगली ढब कोणती आहे, ते लक्षात ठेवा. तसेच ओटीपोटाची पातळी व्यवस्थित राखण्याची खबरदारी घ्या. पण जसजसे तुम्ही या तंत्रावर प्रभुत्व मिळवत जाल, तसतशी तुम्हाला आपले संपूर्ण शरीरच ताठ आणि एका पातळीत असल्याची संवेदना जाणवून घेण्याची गरज भासू लागेल. तसेच तुमची संपूर्ण ऊर्जा तुमच्या नजरेतून बाहेर पडून तुम्ही नजर खिळवलेल्या वस्तूवर किंवा जागेवर केंद्रित होत असल्याचेही तुम्हाला भासेल. तुम्ही पुढच्या बाजूला झुकलात तरी तुमची 'सी ची' तुम्हाला तुमचा स्तंभ ताठ ठेवूनच संपूर्ण स्तंभासह वाकायला किंवा झुकायला मदत करेल. त्यामुळे तुम्ही नैसर्गिकरीत्याच तुमचा स्तंभ ताठ ठेवून झुकाल. तुमच्या नजरेच्या दिशेने तुमचे संपूर्ण शरीरच झुकू लागेल.
४. तुमच्या 'सी ची'ने तुम्हाला पुढे ओढल्यामुळे तुमचे संपूर्ण शरीरच त्या दिशेने झुकल्याचा अनुभव घ्या. आता स्पायडर मॅनचा विचार करा. तो आपल्या बोटांतून निघणाऱ्या धाग्यांच्या साह्याने जाळे विणत असतो. त्या धाग्यांना तो एखाद्या इमारतीला चिकटवून ठेवतो. हे धागे हवेतून पुढे जातात आणि नंतर त्या धाग्यांच्या आधारावर तो स्वत: पुढे सरकतो. अर्थातच ती चित्रपटात वापरली गेलेली क्लृप्ती आहे. पण तुम्ही तुमच्या नजरेने हीच गोष्ट करू शकता.... आणि यात सगळ्यात महत्त्वाची गोष्ट म्हणजे, तुम्हाला यासाठी वेडगळ वाटणारे पोशाखही घालावे लागत नाहीत.

तुमची नजर ज्या दिशेने इशारा करत असेल, तीच तुमच्या हालचालीची नेमकी दिशा असेल. 'सी ची' म्हणजे तुमच्या नजरेला दिसणाऱ्या तुमच्या उद्दिष्टापर्यंत तुमच्या 'ची'ला पाठवणे. अर्थातच त्यासाठी डोळ्यांचा वापर करावा लागतो.

कमरेखालचा भाग आणि त्याचे कार्य

आता आपल्या मनात एक प्रश्न निर्माण होतो की, तुम्ही धावत असताना तुमचे पाय नेमके काय करत असतात? जितके शक्य असेल, तेवढे कमीत कमी काम त्या वेळी तुमचे पाय करतात, असे याचे उत्तर आहे. धावताना आपल्या पायांचा उपयोग न करणे, हीच ची रनिंग तंत्र शिकण्यातील सर्वांत अवघड बाब आहे. तुमच्या शरीराच्या या भागाला उत्तम प्रकारे सैलावणे, हाच हे तंत्र शिकण्यातील सर्वाधिक महत्त्वाचा भाग आहे. हे करत असताना तुम्ही धावताना होणाऱ्या बहुतांश दुखापती होण्यापासून स्वत:चा बचावही करत असता. म्हणजेच धावताना होणाऱ्या बहुतांश दुखापती ची रनिंगमुळे तुम्हाला होत नाहीत. याचा आढावा मी खाली घेत आहे.

- पोटरीपासूनचे पाय उदासीन ठेवा.
- तुमचे पाय मागच्या बाजूला झुलवा.
- पावलाच्या मध्य भागाने आघात करा.

पोटरीपासूनचे पाय उदासीन ठेवा

ऐकायला हे खरे तर अगदीच विसंगत वाटू शकेल; पण मी जेवढा जलद गतीने धावतो, तेवढे माझे पाय अधिकाधिक कमी प्रमाणात 'वापरतो.' यासाठीच सुती कापडातील सुईचे तत्त्व वापरात येते. कारण मी जेवढा माझा स्तंभ (सुई) गुरुत्वाकर्षण शक्तीच्या दिशेने अधिक प्रमाणात झुकवतो, तेवढी मला अधिक प्रमाणात स्नायू सैलावण्याची गरज भासते. त्यामुळेच माझ्या हातांच्या आणि पायांच्या साह्याने मला काम करण्याची गरज भासत नाही. ते सुती कपड्याचे काम करतात.

आपण यालाच पोटरीपासूनचा पाय उदासीन असणे, असे म्हणतो. धावण्यासाठी आपण सगळेच जण आपल्या पायांचा आणि अर्थातच पायांच्या स्नायूंचा एवढा उपयोग करत असतो की, पायांवरचा किंवा पायांच्या स्नायूंवरचा भार कमी करण्याची कल्पना आपल्या चट्कन लक्षातच येत नाही. आपल्याला सातत्याने ज्यांच्यावर अवलंबून राहावे लागते, त्या स्नायूंच्या गटाऐवजी (पायांचे स्नायू) आपण दुसऱ्या गटावर (कोअर स्नायू) अवलंबून राहू लागू, ही कल्पनाच आपल्याला पटत नाही.

व्यायाम : तुमच्या टाचा उंचावा

ची रनिंगमध्ये प्रत्येक पावलागणिक तुम्ही स्वत:ला पुढे ढकलत नाही; त्याऐवजी तुम्ही पुढे पडू नये, म्हणून तुम्हाला फक्त पाऊल उचलावे लागते. ऊर्जाबचतीच्या बाबतीत बोलायचे झाले, तर तुमच्या संपूर्ण शरीराला पुढे ढकलण्यापेक्षा फक्त

पाऊल उचलण्यासाठी कमी ऊर्जा लागते. पाऊल उचलण्याचा उत्तम मार्ग म्हणजे तुमच्या टाचा उंचावण्यावर लक्ष केंद्रित करा.

आपल्या टाचा उंचावणे आणि पावलांनी आपल्याला पुढे ढकलत नेणे यांमधील फरक लक्षात येण्यासाठी खालील दोन प्रकारचे व्यायाम करून पाहा.

१. प्रथम तुमची जी उत्तम ढब असेल, तिच्यात उभे राहा.
२. आता तुमचे पाऊल जमिनीपासून वर उचला. प्रथम टाच उचला. आपला घोटा आपण वर उचलतो आहोत, अशी कल्पना मनात करा. टाचा उंचावण्याचा हा एक सोपा मार्ग आहे. त्यामुळे तुमचे पाऊल धपकन पडेल. ही जाणीव होण्यासाठी तुमचे दोन्ही पाय उचलून बराच वेळ सराव करा.
३. आता या प्रकारे टाचा उंचावून, पाऊल पुढे टाका. त्याच वेळी तुमच्या घोट्याचे स्नायू सैलावा.

आता पुढील व्यायाम करून पाहा.

१. जागच्या जागीच पाच सेकंद धावून पाहा.
२. आता पाच सेकंदांसाठी टाचा उंचावा, पण पाऊल उचलून पुढे टाका.
३. पुन्हा जागच्या जागीच पाच सेकंद धावा.
४. पुन्हा पाच सेकंद टाचा उंचावून पाऊल उचलून पुढे टाका.

सगळे करून झाले? आता मी तुम्हाला पर्याय निवडण्यास सांगतो. या दोन्हींपैकी कोणता तरी एक व्यायाम तुम्ही तीन तास करा. कोणत्या व्यायामात तुमची ऊर्जा कमी खर्च होईल? तुम्ही जर टाचा उंचावून पाय पुढे टाकण्याचा पर्याय निवडलात, तर तुम्हाला सुवर्णपदक मिळेल. पण तुम्ही जर तीन तास धावण्याच्या पर्यायाची निवड केलीत, तर तुमच्या पोटरीच्या पुढच्या भागाचे स्नायू दुखावण्याचे बक्षीस मिळेल.

दुखापती रोखण्यासाठी टीप : तुमचे चवडे पुढे ढकलत नेण्यासाठी तुम्हाला अनेक वेळा वरच्या आणि खालच्या दिशेने हालचाल करावी लागेल. त्यामुळे तुम्ही पोटरीखालच्या भागावर अतिरिक्त ताण आणाल. पाय वर घेण्याने तुमचे शरीर तुम्हाला हळुवारपणे धावण्यास मदत करेल. त्यामुळे तुम्हाला उसळ्या मारत, उड्या मारत धावण्याची गरज भासणार नाही. जमिनीशी समांतर हालचाली करत तुम्ही तुमच्या उद्दिष्टाकडे निघालेले असाल. सशाप्रमाणे उसळ्या मारत तुम्ही धावत नसाल. त्यामुळे तुम्हाला प्रत्येक पावलावर गुरुत्वाकर्षण शक्तीशी संघर्ष करावा लागणार नाही.

तुम्ही पाऊल उचलून चालता, त्या वेळी तुम्ही अनेक सर्वसाधारण दुखापती रोखलेल्या असतात. त्यात पोटरीच्या पुढच्या भागाला होणारी दुखापत, ॲचिलीज टेन्डोनायटिस, गुडघ्याच्या दुखापती इत्यादींचा समावेश असतो. पाय मुरगळण्याची आणि त्यामुळे पडण्याची जी भीती प्रत्येकाच्याच मनात दडून बसलेली असते, तीही तुम्ही दूर करू शकता.

व्यायाम : तुमचे पाऊल वर उचलून चाला.

आता चालताना आपले पाऊल उचलण्याचा सराव तुम्ही करणार आहात.

१. जागच्या जागी चालण्याचा सराव करण्याऐवजी आता आजूबाजूला फिरा. चालताना आपली टाच दुसऱ्या पायाच्या घोट्यापेक्षा उंचावण्याचा प्रयत्न करा आणि त्यानंतर चवडा सरकवून पाय पुढे सरकवत चालत राहा. टाचा उंचावण्यावर लक्ष केंद्रित करा.
२. आता फक्त घोटा उचलण्यावर लक्ष केंद्रित करा आणि पाऊल लटकत्या अवस्थेत ठेवा. त्यामुळे तुम्हाला दोन पावलांतील अंतर कमी ठेवावे लागेल. ही चांगली गोष्ट असेल. जमिनीपासून पाऊल वर उचलण्यावर लक्ष केंद्रित करा. वर्तुळाकार हालचाल करून तुमच्या पावलाच्या पाठोपाठ घोट्याची हालचाल होईल असे पाहा. दुसऱ्या पायाच्या घोट्याच्या वरपर्यंत तुमचे संपूर्ण पाऊल उचलण्यावर लक्ष केंद्रित करू नका; फक्त तुमच्या टाचा दुसऱ्या पायाच्या घोट्यापेक्षा अधिक उंचावा.

तुम्ही जेव्हा नेहमीच्या, पारंपरिक पद्धतीने चालता, त्या वेळी तुम्हाला प्रत्येक स्नायूच्या हालचालीची जाणीव होते आणि तुमच्या पोटरीपासूनच्या पायाच्या खालच्या भागावर ताण येतो. तुम्ही जेव्हा जमिनीपासून पाऊल वर उचलण्यावर भर देता, तेव्हा स्नायूंच्या साह्याने काम करणे आणि त्यामुळे येणारा ताण हे सारे काही नाहीसे होते. त्यामुळे पोटरीपासूनचे पायांचे खालचे भाग सैलावलेल्या, ताणविरहित अवस्थेत राहतात. तुम्ही किती अधिक अंतर किंवा किती अधिक गतीने धावता, याला काहीच महत्त्व नाही. तुम्हाला येणारा हा अनुभव समानच असेल.

याच प्रकारे चालण्याचा रोज सराव करा. ज्या-ज्या वेळी चालाल, त्या वेळी संपूर्ण वेळ असाच सराव करा. अशाच प्रकारे तुम्हाला आयुष्यभर चालायचे किंवा धावायचे आहे, हे लक्षात ठेवा. तुमचे पाऊल उचलून टाकण्याचा प्रयत्न तुम्ही केलात की, तुमची हालचाल सहज होऊ लागते. त्यामुळे तुमच्या पायांवर कमी ताण येतो आणि तुम्ही जमिनीशी समतोल राखून चालत राहता. धावताना शरीराच्या

संवेदना जाणून घेत राहा. ही गोष्ट अगदीच साधी वाटू शकेल; पण ती अत्यंत महत्त्वाची आहे, हे लक्षात घ्या. पोटरीपासूनच्या खालच्या भागाच्या बहुतांश सर्वच दुखापती यामुळे टाळता येणे शक्य आहे.

व्यायाम : वाळू खड्डा व्यायाम

पळताना आपले पाऊल उचलण्याचा व्यायाम तुम्हाला कठीण वाटत असेल, तर यासाठी हा व्यायाम खूपच चांगला ठरू शकेल. खरे तर हा माझा एक अत्यंत आवडता व्यायामप्रकार आहे. माझ्या सर्वच विद्यार्थ्यांना सुरुवातीच्या काळात मी तो करायला लावतो. तुम्ही नेहमी जे करता, त्यापेक्षा काही तरी वेगळे करून पाहण्यातच खरी गंमत असते. इतर अनेक धावपटूंप्रमाणेच तुम्हालाही आपल्या पोटरीपासूनच्या खालच्या भागाचा अतिरेकी वापर करण्याची सवय असेल, तर पावलांच्या साह्याने स्वत:ला पुढे कसे ढकलू नये, हे शिकावे लागेल. या व्यायामामुळे कित्येक धावपटूंना चांगले अनुभव आल्याचे त्यांनी मला सांगितले आहे. त्यांनी केवळ पाच मिनिटेच हा व्यायाम केला आणि त्यांना तो अनुभव आला होता. तुम्ही ज्या वेळी चालत किंवा धावत असाल, त्या वेळी संपूर्ण वेळ तुम्ही याच व्यायामाचा सराव करा. तुम्हाला खूपच चांगला परिणाम झाल्याचे जाणवेल. वाळूतून किंवा बर्फावरूनही तुम्ही या प्रकारे सहजतेने धावू शकाल.

१. तुम्हाला वाळूतून धावायचे आहे. त्यासाठी तशी जागा शोधा. तुम्ही समुद्रकिनाऱ्याजवळ रहात असाल, तर हे खूपच सोपे आहे. दूर राहत असाल, तर अवघड आहे; पण अशक्य नाही. तुमच्या स्थानिक शाळेतील धावण्याच्या ट्रॅकवर किंवा जिथे कुठे उडी मारण्यासाठी खड्डा तयार करण्यात आलेला असेल, तिथे तुम्ही जा.
२. आता वाळूतून धावण्यासाठीचा रस्ता तयार करा. त्यावर वाळूचा थर पसरा. त्यामुळे तुम्हाला तुमच्या पाऊलखुणा पाहता येतील.
३. प्रत्येक पावलागणिक पाय उंचावून तुम्ही वाळूच्या थरावरून पळा. वाळूत स्पष्ट पाऊलखुणा उमटवणे, हाच तुमचा उद्देश असेल. प्रत्येक पाऊलखुणेजवळ जर थोडासा विवरासारखा भाग आढळला, तर त्याचा अर्थ तुम्ही चवडे उचलून स्वत:ला पुढे ढकलत आहात किंवा तुमच्या घोट्यांवर काही प्रमाणात ताण आणून धावत आहात. प्रत्येक पावलागणिक तुमच्या बुटांचे सोल (मागचा भाग) उमटल्याचे जोपर्यंत दिसत नाही, तोपर्यंत धावत राहा.
४. आता पुन्हा एकदा वाळूत स्वच्छ रस्ता तयार करा. या वेळी दोन पावलांत

कमी अंतर ठेवून वाळूतून धावा. पाय वर उचलून धावा. आता परत जा आणि तुमच्या पाऊलखुणांकडे पाहा. जर तुमच्या प्रत्येक पाऊलखुणेसमोर खोल खड्डा किंवा विवरासारखा भाग दिसत असेल, तर तुम्ही चवड्यांवर भार टाकून स्वत:चे शरीर पुढे नेत आहात किंवा तुमच्या घोट्यांवर ताण आणत आहात.

५. आता पुन्हा एकदा वाळूत स्वच्छ नवा मार्ग तयार करा. प्रत्येक पावलागणिक तुमचे पाऊल वर उचलण्यावर आणि पोटऱ्यांपासून पायाचा खालचा भाग पूर्णत: उदासीन ठेवण्यावर लक्ष केंद्रित करा. तुम्ही धावत असताना आजूबाजूची वाळू अकारणच हलवत नाही ना, याकडेही लक्ष द्या.

६. वाळूत स्पष्ट पाऊलखुणा उमटेपर्यंत जितक्या वेळा गरज पडेल, तेवढ्या वेळा तुम्ही धावा. तुमचे पोटरीपासूनच्या खालच्या पायाचे स्नायू आपोआपच सैलावले जातील; कारण जर तुम्ही ते व्यवस्थित आणि पूर्णपणे सैलावले नाहीत, तर तुमच्या चवड्यांजवळ खड्डा पडल्यासारखे तुम्हाला दिसेल.

७. चांगल्या पाऊलखुणा उमटेपर्यंत धावण्याचा सराव केलात, तर तुम्ही नेमके काय करत आहात, त्याची जाणीव करून घ्या. त्यामुळे तुमच्या धावण्याच्या नियमित सरावात अशाच प्रकारच्या पावलांच्या हालचालींचा समावेश करू शकाल. काही लोक आपण जळत्या निखाऱ्यांवरून चालत असल्याचा दावा (की ढोंग?) करतात. पण त्यासाठी ते काय करत असतील, ते मला अजून तरी समजलेले नाही.

८. वाळूच्या संपूर्ण मार्गावरून तुमच्या पाऊलखुणांत विवरासारखा भाग न आणता स्वच्छ पाऊलखुणा करून धावू लागलात की, मगच हा पुढचा व्यायाम करा. ब्रॉड जंप मारणारे लोक जो खड्डा वापरतात, त्याच्या शेजारीच सहसा धावण्याचा मार्गही असतो. धावण्याच्या मार्गावरून विरुद्ध दिशेने धावत या आणि वाळूतून धावा. तुम्ही ज्या वेळी त्या खड्ड्याच्या दुसऱ्या बाजूला याल, त्या वेळीही धावतच राहा. तो धावण्याचा मार्ग म्हणजे जणू काही खोल वाळू असलेला मार्गच आहे, अशा प्रकारे धावत राहा. तुम्ही वाळूच्या खड्ड्यावर ज्याप्रमाणे तरंगत राहाल, त्याप्रमाणे या खड्ड्यातही तरंगत राहा. या वेळी तुमचे पाय जमिनीला किती हळुवारपणे स्पर्श करत आहेत, त्याचा अनुभव घ्या.

प्रत्येक पावलागणिक आपल्या पायांचा आणि पावलांचा वापर कमी प्रमाणात करत असल्याचा विलक्षण अनुभव बहुतेक धावपटूंना येतो. जणू काही आपण

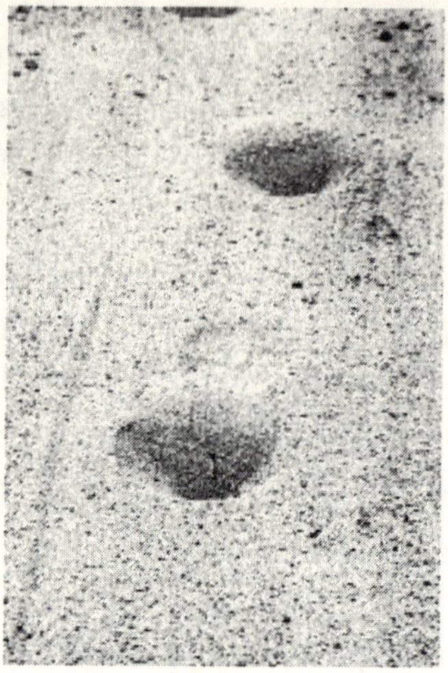

आकृती क्र. ३३ : पाऊलखुणेवर चवड्याजवळ विवर तयार झाल्यासारखे दिसते.

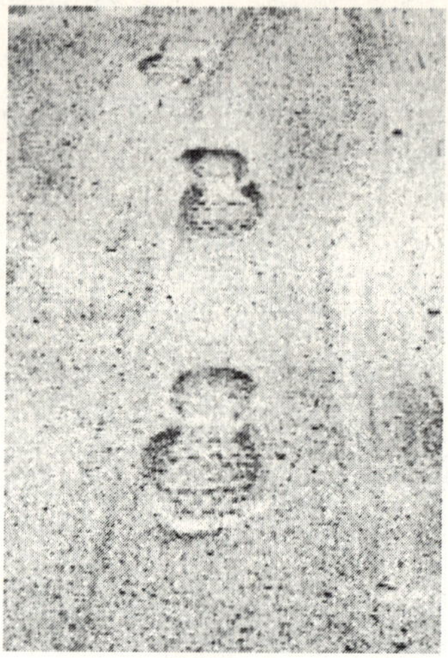

आकृती क्र. ३४ : स्पष्ट पाऊलखुणा दिसत आहेत.

हवेत धावत आहोत, असे वाटत असल्याचे बहुतेक जण सांगतात. ही स्मृती मनात साठवून ठेवा. त्यामुळे तुम्ही जेव्हा धावायला बाहेर पडाल, त्या वेळी याच प्रकारे धावण्याचा प्रयत्न करा.

तुमचे पाय मागच्या बाजूला झुलवा

तुमच्या दिशेने येणाऱ्या रस्त्याच्या शक्तीबरोबर सहकार्य करणे, ही बाबही तुमच्या कमरेखालच्या शरीराला शिकावी लागेल. ज्या वेळी तुम्ही जलद गतीने धावता, त्या वेळी ती शक्ती तुमच्याकडे जोरात येते. तिचा प्रवाहही वाढता असतो, ही गोष्ट लक्षात घेतली पाहिजे. या विभागात या शक्तीशी सहकार्य कसे करावे, ते मी सांगणार आहे. त्यामुळे त्याचा तुमच्या पायांवर उलटा परिणाम अत्यल्प होईल किंवा अजिबातच वाईट परिणाम होणार नाही.

'ताय ची'मधील प्रत्येक हालचालीचा विरुद्ध दिशेने होणाऱ्या हालचालीशी समतोल साधलेला असतो. ची रनिंगच्या बाबतीतही हीच गोष्ट लागू पडते. समतोलाचे तत्त्व असे सांगते की, जर तुमच्या शरीराचा एखादा भाग पुढच्या दिशेने हालचाल करत असेल, तर तुमच्या शरीराचा दुसरा भाग मागच्या दिशेने हालचाल

आकृती क्र. ३५ : कमरेच्या वरचे शरीर पुढील दिशेने हालचाल करते, त्या वेळी कमरेखालच्या शरीराची हालचाल मागच्या दिशेने झाली पाहिजे.

करत असला पाहिजे; म्हणजे दोन्ही हालचालींचा समतोल साधला जातो. आता तुमचे कमरेच्या वरचे शरीर पुढच्या दिशेने धावत असते (गुरुत्वाकर्षणाशी मेळ साधून), त्या वेळी आवश्यक समतोल राखण्यासाठी कमरेखालच्या शरीराची मागच्या दिशेने हालचाल करणे ही तुमची जबाबदारीच असते. तुमच्या दिशेने येणाऱ्या रस्त्याच्या शक्तीशी तुम्हाला मेळ राखायचा असतो. त्यामुळे ही हालचाल आवश्यकच असते. (आकृती क्र. ३५ पाहा.)

गुडघे उचलून तुम्ही प्रत्येक पावलाबरोबर पुढे जाऊ लागलात, तर तुमच्या टाचा तुमच्या शरीराच्या स्तंभाच्या पुढच्या बाजूला आघात करतील आणि प्रत्येक पावलागणिक तुमच्या हालचालीला प्रतिरोध होईल. यालाच आम्ही पावलांचा पुढच्या बाजूला असलेला झोका असे म्हणतो. त्यामुळे प्रत्येक पावलावर तुमच्या गतीला ब्रेक लागल्यासारखे तुम्हाला वाटेल.

त्याउलट, जर तुम्ही गुडघा सरळ वाकवलात (न उचलता) तर पावलाच्या मध्य भागाच्या आघाताने तुमचे पाऊल जमिनीवर टेकेल. आता तुमचे पाऊल तुमच्या स्तंभाच्या पुढे पडणार नाही. या गुडघा वाकवण्यामुळे तुमचे पाऊल तुमच्या शरीराच्या मागे नेहमीच राहील. म्हणजेच त्याच्या नेहमीच्या नैसर्गिक स्थितीत राहील. आता तुम्ही तुमच्या पावलांत अंतर घ्याल, त्या वेळी तुमचे पाय

मागच्या बाजूला हेलकावे खातील किंवा झोका घेतील (रस्त्याच्या दिशेने). त्यामुळे तुम्ही टाकलेली ढांग किंवा पुढचे पाऊल हे नेहमीच सहजतेने आणि समतोल अवस्थेत असेल.

व्यायाम : गुडघे वाकवण्याचा व्यायाम

आपल्या कमरेखालच्या भागाच्या लक्ष केंद्रित करण्याच्या सर्व गोष्टी तुम्हाला आता एकाच व्यायामातूनही करता येतील. तो व्यायाम मी खाली देत आहे. गुडघे वर न उचलता तुमचा पाय वर उचलण्यासाठी करावयाची ही कवायत आहे. तुम्ही हा व्यायाम एकापाठोपाठ केल्या जाणाऱ्या तीन पायऱ्यांमधून करू शकता. गुडघे वाकवणे, त्यानंतर झुकणे आणि नंतर आपल्या कमरेच्या वरच्या शरीराचाही वापर करून घेणे.

पहिली पायरी : गुडघे वाकवा

- चांगल्या पवित्र्यात ताठ उभे राहा. मनात आपल्या स्तंभाचा विचार अवश्य ठेवा. हातांची कोपरे सरळ, ताठ ठेवा आणि तुमचे हात दोन्ही बाजूंना सरळ खाली सोडा आणि ते जिथपर्यंत पोहोचतील, तिथे पायाला (मांडीला किंवा गुडघ्यांजवळ) पकडा.
- तुमचे गुडघे खालच्या दिशेलाच ठेवून जागच्या जागी धावा आणि आपल्या टाचा हळुवारपणे मागच्या बाजूला उंचावा. तुमच्या पोटऱ्या जमिनीला समांतर राहतील, अशा प्रकारे पाय गुडघ्यात वाकवा. (तुमचा पाय आता काटकोनात वाकलेला असेल.) कमरेतून वाकू नका किंवा गुडघे उचलूही नका. (त्यासाठीच तुम्ही हाताने पायांजवळ पकडलेले असेल.) पावलाच्या मध्य भागाने आपण आघात करत असल्याचे तुमच्या लक्षात येईल. चवड्याने आघात करत नसाल, शिवाय चवड्याने स्वत:ला पुढे ढकलतही नसाल. (तसे केले तर तुम्हाला वर-खाली उसळ्या माराव्या लागतील.) हे फक्त टाचा उंचावणे आणि गुडघ्यातून पाय वाकवणे आहे.
- ही पायरी करताना तुमच्या पोटरीपासूनच्या खालच्या पायाला शक्य तितके उदासीन ठेवा. (या भागात तुमचा चवडा, पाऊल, घोटे आणि पोटऱ्या येतात.)
- गुडघे वाकवून एक ते तीस आकडे म्हणेपर्यंत जागच्या जागीच धावा.
- त्यानंतर थांबा आणि तीस सेकंद विश्रांती घ्या.

आकृती क्र. ३६ : गुडघे वाकवण्याचा व्यायाम - तुमच्या हातांनी तुमच्या मांड्या पकडा.

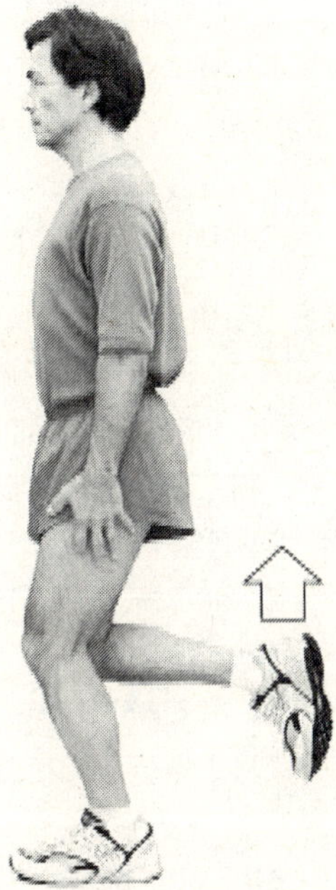

आकृती क्र. ३७ : गुडघे वाकवून आणि टाचा उंचावून जागच्या जागीच धावा.

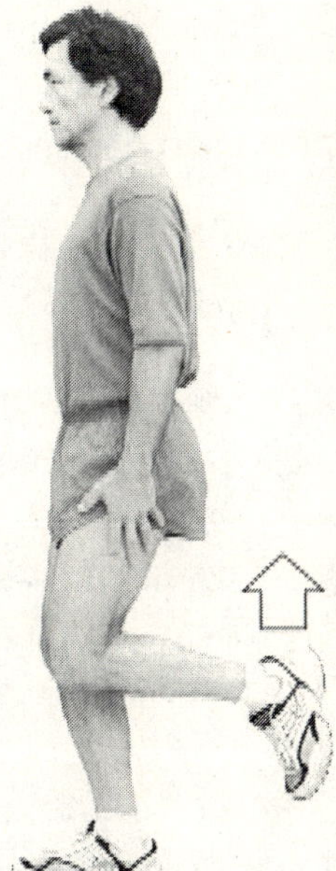

आकृती क्र. ३८ : तुमचे संपूर्ण पाऊल टेकवून उभे राहा.

- हीच कृती तीन वेळा करा आणि हे करताना तुमचे स्नायू शक्य तितके सैलावण्याचा प्रयत्न करा.

दुसरी पायरी : गुडघे वाकवण्याच्या व्यायामात झुकण्याची भर टाका.

- जागच्या जागीच धावण्यास सुरुवात करा. तुमच्या तळपायांवर तुमचे लक्ष केंद्रित करा.
- तुमच्या स्तंभाच्या तळाशीच पावलांचा आघात करून धावत राहा. त्यानंतर तुमचा स्तंभ किंचित पुढे झुकू द्या. तुम्ही तुमच्या शरीराच्या बाबतीत ज्या

गोष्टी करत आहात, त्या अजिबात बदलू देऊ नका. फक्त किंचित झुका. (जेमतेम एक किंवा दोन इंचांनीच झुका.) तुमच्या घोट्यांपासून झुकण्याचे लक्षात ठेवा; कमरेपासून झुकू नका. आता गुरुत्वाकर्षण शक्तीला तुमच्या शरीराला वीस फूट पुढे खेचत नेऊ द्या. घोट्यांवर तुम्ही ताण आणत नाही ना, याची खात्री करून घ्या. तुमच्या पोटऱ्यांपासूनच्या पायांचा वापर करू नका. ते उदासीनच ठेवा.

तिसरी पायरी : हाताच्या झोक्यांची भर घाला.

- दुसरी पायरी पुन्हा एकदा करा.
- तुम्ही जिथून सुरुवात केली असेल, तिथून सुमारे दहा यार्डांवर खूण करून ठेवा. तुम्ही जेव्हा ती खूण ओलांडून पुढे जाल, त्या वेळी तुमची कोपरे वाकवा आणि तुमचे हात मागच्या बाजूला झुलवत ठेवा. तुम्ही सारे काही व्यवस्थित पार पाडलेले असेल, तर पुढे झुकण्यामुळे आपण पुढे ओढले जात असल्याचे तुम्हाला जाणवेल. तुमच्या पुढच्या दिशेने होणाऱ्या हालचालीशी समन्वय राखण्यासाठी पावले उचलून टाकण्यास विसरू नका. तुमच्या धावण्याच्या मार्गावरून पुढे-पुढे तरंगल्यासारखे आपण धावत आहोत, अशी कल्पना करत धावत राहा.

तुमच्या 'सी ची'चा सराव करा– या व्यायामात तुम्हाला तुमच्या 'सी चा'चा उपयोग करायचा असेल, तर तोही करून पाहा. तिसरी पायरी करण्यापूर्वी तुमच्या जागेवरच उभे असाल, त्या वेळी काही अंतरावरच्या एखाद्या ठिकाणावर, जागेवर किंवा वस्तूवर तुमची नजर केंद्रित करा. तुम्ही जणू काही एखादे क्षेपणास्त्र आहात, असे समजून आपण त्याच दिशेकडे सर्व शक्तिनिशी प्रक्षेपण करणार असल्याप्रमाणे नजर त्यावर रोखून धरा. पुढे जाण्यास सुरुवात केल्यावरही तुमची नजर त्या गोष्टीपासून अजिबात ढळू देऊ नका. तुमचे धावणे थांबेपर्यंत तुमची दृष्टी त्या गोष्टीवरच खिळलेली असली पाहिजे. तुमच्या उद्दिष्टाशी तुमची नजर जोडून ठेवा. गुडघे वाकविण्याच्या सर्व प्रकारच्या व्यायामांमध्ये तुम्ही नजरेचा वापर करू शकता.

एक गोष्ट लक्षात ठेवा. तुम्ही शरीराला काही तरी नवे करण्यास शिकवत आहात आणि त्यामुळेच पहिल्याच प्रयत्नात यशस्वी व्हाल आणि अगदी अचूकपणे सगळ्या गोष्टी कराल, असे समजू नका. थोडा वेळ अंग सैलावा आणि पुन्हा प्रयत्न करा. जोपर्यंत गुरुत्वाकर्षण शक्तीबरोबर तुमच्या पायाची हालचाल चालल्याचे

तुम्हाला जाणवत नाही, तोपर्यंत हे करत राहा. तुमचे गुडघे खालीच ठेवणे एवढे महत्त्वाचे का आहे, त्याचे एक कारण आहे. तुम्ही गुडघे उचलले, तर तुमच्या पावलांचा आघात तुमच्या शरीराच्या स्तंभाच्या किती तरी पुढे होत राहील आणि त्यामुळे त्याचा परिणाम तुमच्या धावण्यावर मोठ्या प्रमाणात होईल. तुम्ही गुडघे खालीच ठेवलेत, तर तुमचे पाऊल तुमच्या स्तंभाच्या खाली किंवा मागे आघात करेल आणि त्यामुळे तुमच्या गुरुत्वमध्याच्या मागे तो आघात होत राहील. तो तसाच होण्याची गरजही असेल, शिवाय तुमचे गुडघे पुढे झुलतील, पण पुढे येणार नाहीत.

पावलाच्या मध्य भागाचा आघात : ब्रेक लावून धावू नका

झुकण्याचा आणखी एक फायदा आहे. पावलांचा जमिनीवर कुठे आणि कसा आघात होईल ते लक्षात घेऊन तुम्हाला त्यामध्ये बदल घडवता येतो. कमरेचा वरचा भाग ताठ ठेवून धावण्यामुळे तुम्हाला एका पायाने पुढे जावे लागते. त्या वेळी तुम्ही दुसऱ्या पायाने पुढच्या पायाला पुढे ढकलत असता. त्यामुळे तुमचे पाऊल तुमच्या स्तंभाच्या पुढे पडते आणि टाचेने जमिनीवर आघात केला जातो. याचाच अर्थ तुम्ही प्रत्येक पावलागणिक आपल्या धावण्याला ब्रेक लावत असता. त्या वेळी पुढच्या बाजूला हालचाल करणारे तुमचे शरीर आणि तुमचा थांबणारा पाय यांच्यामधील शक्तीचे आदानप्रदान करणारा बिंदू हा तुमचा गुडघाच असतो. त्यातूनच त्या सांध्यावर प्रचंड प्रमाणात दाब येतो. पुनःपुन्हा येणारा एवढा दाब सहन करण्याची त्याची क्षमताच नसते. सर्वसामान्यपणे धावपटू प्रतिमैल सरासरी अडीच हजार पावले टाकतो. प्रत्येक आघातामुळे आपल्या वजनाच्या सुमारे दहा पट ताण गुडघ्यावर येतो. त्यामुळेच सहसा सर्वांनाच होणाऱ्या गुडघ्याच्या दुखापती समजल्या जातात आणि त्या अत्यंत त्रासदायक ठरतात. मात्र टाचेने केलेला आघातच त्यासाठी प्रामुख्याने कारणीभूत असतो.

ची रनिंगमुळे तुम्हाला या शारीरिक त्रासापासून सुटकेचा मार्ग सापडतो. पावलांपासूनच तुमचा स्तंभ झुकवून (तुमच्या कमरेतून नाही) तुमच्या वस्तुमानाचा मध्य तुमच्या पावलाच्या आघाताच्या पुढे तुम्ही नेत असता. ज्या वेळी हे घडते, त्या वेळी तुम्ही आपल्याच कृतीला ब्रेक लावत नाही, हे कोणताही क्रीडातज्ज्ञ डॉक्टर सहजपणे सांगेल. कारण पावलाच्या मध्य भागाने तुम्ही जमिनीवर आघात केलेला असतो आणि साहजिकच त्यामुळे मागच्या दिशेने ही हालचाल घडलेली असते. त्यामुळे ज्या क्षणी तुमचे पाऊल जमिनीवर आघात करते, त्या वेळीच तुमचा पाय तुमच्या स्तंभाच्या मागे हेलकावतो. तुमच्या गुडघ्यावरचा आणि

मांडीवरचा ताण साहजिकच कमी होतो. जमिनीवर आघात केल्याबरोबर तुमचा पाय मागच्या बाजूला गेलेला असतो. आता त्याला ब्रेक लागलेला नसतो आणि तुमच्याकडे येणाऱ्या रस्त्याच्या शक्तीशी तुम्ही खऱ्या अर्थाने ताळमेळ साधलेला असतो.

पावलाच्या मध्य भागाने आघात करणे याचा नेमका अर्थ पाहू या. तुमच्या टाचेने किंवा चवड्याने जमिनीवर आघात केलेला नसतो, तर तुमचा संपूर्ण पाय जमिनीवर पडलेला असतो. तुमच्या पायावरचा दाब सर्वत्र सारखाच असतो. समोरून मागच्या बाजूपर्यंत आणि एका कडेपासून दुसऱ्या कडेपर्यंत दाबाचा समतोल साधलेला असतो.

किंचित पुढे झुकणे आणि पावलाच्या मध्य भागाने केलेला आघात यामुळे तुमच्या पायाला पूर्णपणे आराम मिळण्यासारखी परिस्थिती निर्माण झालेली असते. त्यामुळे शरीर पुढे नेण्यासाठी तुम्ही पायांचा वापर करत नाही. (आकृती क्र. ३९ आणि ४० पाहा.) तुमच्या पायांचा वापर फक्त दोन ढांगांमधील किंवा पावले टाकण्यातील तात्पुरता आधार म्हणून केला जातो. तुमच्या पावलांना आधार देण्याचे कार्य संपले की, तुमचे पाय मागच्या बाजूला झोके घेतात. रस्त्याची शक्ती त्यांच्याबरोबरच असते. यालाच ची रनिंग म्हणतात. या प्रकारच्या धावण्यात ऊर्जेची बचत केली जाते. म्हणूनच धावण्याच्या इतर प्रकारांपेक्षा ची रनिंग हा वेगळा प्रकार आहे.

तुम्ही वाळूचा खड्डा आणि गुडघ्यात पाय वाकवणे हे व्यायामप्रकार कराल, त्या वेळी पावलाच्या मध्य भागाने केलेल्या आघातामुळे खूपच आरामदायक संवेदना जाणवतील.

आकृती क्र. ३९ : पुढचे पाऊल सैलावलेल्या, आरामदायक स्थितीत आहे.

आकृती क्र. ४० : पावलाच्या मध्य भागाचा आघात.

कल्पना करून पाहा : चाक : एका मोठ्या आकाराच्या चाकात तुम्ही बसला आहात, अशी कल्पना करा. या चाकाच्या वरच्या भागाची (तुमचे डोके) पुढच्या दिशेने हालचाल होत आहे आणि त्या चाकाच्या तळाची (तुमचे पाय) हालचाल मागच्या दिशेने होत आहे. अशा प्रकारे तुम्ही रस्त्यावरून चाकाबरोबर घसरत पुढे निघाला आहात. (आकृती क्र. ३५ पाहा.)

याचप्रमाणे आपले पाय चक्राकार गतीने हालचाल करत असल्याची कल्पनाही तुम्ही करू शकता. समजा, तुमचे पाय सायकलच्या पेडलमध्ये घट्ट बसवलेले आहेत आणि तुम्ही फक्त पेडलबरोबर पुढे-पुढे खेचले जात आहात. आकृती क्र. ४१ मध्ये दाखवल्याप्रमाणे तुमच्या पायांची चाके तुमच्या शरीराच्या स्तंभाच्या किंचित मागे आहेत, हे तुमच्या लक्षात येईल. सायकलमध्ये असे नसते. तिथे पेडल्स तुमच्या शरीराच्या खाली असतात.

आकृती क्र. ४१ : पावलांची वर्तुळाकार हालचाल.

ओटीपोटाचे चलनवलन

ठीक आहे. मला मान्य आहे की, धावण्याचा विचार करताना मी तुम्हाला सातत्याने कोणती ना कोणती गोष्ट अत्यंत महत्त्वाची असल्याचे सांगतो आहे. पण मला खरोखरच तसे म्हणायचे आहे. त्या सगळ्याच गोष्टी अत्यंत महत्त्वाच्या आहेत. मी आता जी गोष्ट सांगणार आहे, ती तर आत्यंतिक महत्त्वाची आहे. तुमचे नितंब फिरवण्यास शिकणे, ही ती गोष्ट होय. धावण्याच्या उत्तम फॉर्मसाठी तुम्हाला आपले नितंब व्यवस्थित फिरवता आलेच पाहिजेत. बाकीच्या सगळ्या गोष्टी जरी महत्त्वाच्याच असल्या तरीही तुमचे नितंब आणि ओटीपोट यांच्या साह्याने तुम्ही ऊर्जेची बचत करून धावू शकता आणि त्यांच्या योग्य हालचालींमुळे दुखापतींना प्रतिबंध करू शकता. एकदा का ओटीपोटाचे योग्य चलनवलन करण्यास तुम्ही शिकलात की, कमरेखालच्या भागावर येणारा ताण तुम्ही घालवू शकता. त्यामुळे तुमची पावले वेगळ्याच सहजतेने पडू लागतात. अशा प्रकारे, एवढ्या सहजतेने आपण धावू शकतो, यावर तुमचा स्वत:चाही विश्वास बसत नाही.

शरीराचे वेगवेगळे पवित्रे मी सांगितले, त्या विभागात तुमच्या स्नायूंच्या एकत्रित शक्तीने ओटीपोट व्यवस्थित पातळीत राखण्यास मी सांगितले होते. ते एवढे महत्त्वाचे का आहे, त्याची तीन कारणेही मी तुम्हाला तिथे सांगितली आहेत. तिथे मी तुम्हाला पहिल्या कारणाचे स्पष्टीकरणही दिले आहे. धावताना किंवा चालताना स्तंभ सरळ राखणे, हे ते पहिले कारण होय. या विभागात आपण दुसऱ्या आणि तिसऱ्या कारणाविषयी चर्चा करू या. हालचाल होत असताना ओटीपोट व्यवस्थित पातळीत राखण्याच्या कारणाचा आपण विचार करू. ओटीपोट आणि पाय यांच्यात प्रभावी समन्वय निर्माण करणे, कमरेखालच्या संपूर्ण शरीराच्या हालचालींमध्ये समन्वय राखणे याविषयी आपण चर्चा करणार आहोत.

ची रनिंगच्या तंत्रात तुमचे पाय मागच्या बाजूला हेलकावे खातात. पायांच्या या हालचालींमुळे तुमच्या कमरेखालच्या भागात गोलाकार हालचाल निर्माण होते. कमरेवरचा भाग स्थिर राहतो. (तो काही गोलाकार फिरत नाही.) तुमच्या कमरेखालच्या भागात तुमचे ओटीपोटही येते. ते शरीराच्या केंद्रीय अक्षाभोवती फिरत असते. ज्या वेळी तुमचे कोअर स्नायू काम करत असतात, त्या वेळी पाय हे तुमच्या ओटीपोटाचा एक वाढीव भाग बनलेले असतात. तुमच्या हालचालींचे उगमस्थान तुमच्या केंद्रीय अक्षात असते. त्यामुळे तुमचे ओटीपोट फिरले की, पाय आपोआपच फिरतात. त्याचप्रमाणे पावलाच्या प्रत्येक आघाताला ते भक्कम आधारही देतात. 'ताय ची'मध्ये तुमच्या पायाच्या सर्व हालचालींचा उगम तुमच्या केंद्रातून म्हणजेच ओटीपोटातून होत असतो.

तुमचे कोअर स्नायू एकत्रितपणे काम करत नसतील, तर तुमचे ओटीपोट आणि पाय यांच्यातील मेळ हरवतो. त्यामुळे तुमच्या कोअर स्नायूंची ताकदही त्या वेळी निर्माण होत नाही. मग तुमच्या पायांनाच सर्व काम करावे लागते. आपल्याला नेमकी हीच गोष्ट टाळायची आहे.

धावपटू आपल्या ओटीपोटाचा वापर नीट करत नाहीत. त्यामागे दोन प्रमुख गोष्टी असतात. एक म्हणजे, धावताना ते ओटीपोट फिरवत नाहीत आणि ओटीपोटाची पातळीही नीट व्यवस्थित राखत नाहीत. त्यामुळे सर्व स्नायू एकत्रितपणे काम करत नाहीत. तुम्ही शरीराची संवेदना स्वत:च ओळखायला शिकले पाहिजे. पण सहसा पुरुष आपल्या ओटीपोटावर अतिरिक्त ताण आणतात. त्यामुळे तिथे कडकपणा येतो. स्त्रिया आपल्या ओटीपोटावर अत्यल्प प्रमाणात ताण आणताना दिसतात. त्यामुळे तो भाग अस्थिर बनतो.

जर तुमचा ओटीपोटाचा भाग फिरत नसेल, तर त्याचा अर्थ, नितंबांच्या सांध्यापासूनच तुम्हाला तुमचे पाय गोलाकार फिरवावे लागतात. म्हणजेच तुम्ही त्यांच्यावर खूपच ताण आणता. जलद गतीने धावण्याने तुमच्या नितंबांमधील अस्थिबंध आणि स्नायुबंध खेचले जातात. त्यामुळे दीर्घकालीन दुष्परिणामांना सामोरे जावे लागते. जर तुमचे ओटीपोट हलतच नसेल; तर त्याचे कारण म्हणजे तुम्ही मांड्या, जांघा आणि पाठीच्या खालच्या भागातील स्नायूंवर ताण आणत असाल. पाठीच्या कण्यातील आणि तुमच्या ओटीपोटातील घट्टपणा जाणवणे, आखडल्यासारखे वाटत असणे यामुळे 'ची'चा पाठीच्या कण्यातून वरच्या किंवा ऊर्ध्व दिशेने वाहणारा प्रवाह रोखला जातो. धावत असताना तुमच्या पायांचे सहजतेने आणि खुलेपणाने मागच्या बाजूला झोके घेणे घडत नाही. ओटीपोट स्थिर करण्याचा आणखी एक अधिक सक्षम मार्ग म्हणजे तुम्ही ओटीपोटाचा भाग व्यवस्थित पातळीत राखून, तुमच्या कोअर स्नायूंना काम करायला लावून मगच धावणे. मग तुम्ही सर्व अतिरेकी वापर झालेल्या स्नायूंना आराम देऊ शकाल.

तुमचे ओटीपोट फिरत नसेल (कारण तुम्ही तिथे ताण आणलेला असेल); तर तुम्ही गुडघे, मांड्या, नितंब किंवा पाठीचा खालचा भाग यांवर रस्त्याच्या शक्तीचा प्रभाव पडतो. तुमच्या ओटीपोटाला फिरण्याची मोकळीक दिल्याने तुम्ही रस्त्याच्या शक्तीला सरळ मार्गाने जाऊ देता. तुमच्या शरीरावर तिचा काडीमात्र प्रभाव पडत नाही.

जर तुमचे नितंब आणि ओटीपोट खूपच सैलसर असेल, तर सहसा तुमचे ओटीपोट एका कडेपासून दुसऱ्या कडेपर्यंत हलू शकत नाही. त्यामुळे तुम्ही धावता त्या वेळी तुमच्या पाठीच्या कण्याभोवती त्याची हालचाल होणे तर दूरच! एखादी मॉडेल रँपवरून नितंब हलवत कशी चालते, ते आठवा. ज्यांच्याकडे कोअर स्नायूंची शक्ती अत्यल्प प्रमाणात असते, त्यांचे हे एक उदाहरण आहे. या बाबतीत

पाय जे करतात, त्यांच्या दयेवरच ओटीपोट आपल्या हालचाली करत राहते. त्यामुळे तुमच्या पाठीचा मागचा भाग आणि नितंब यांना दुखापत होण्याची शक्यता असते, कारण तुमच्या नितंबांची हालचाल पायाच्या अत्यल्प आधारावर सुरू असते.

पायव्हॉट पॉइंट : टी १२ किंवा एल १

तुमच्या ओटीपोटाची हालचाल होण्यासाठी तुमच्या पाठीच्या कण्याने वळले पाहिजे. तुमचा पाठीचा कणा ज्या बिंदूवर वळतो, त्याला टी १२ किंवा एल १ म्हणतात. आपण त्यालाच पायव्हॉट पॉइंट म्हणतो. याच ठिकाणी तुमच्या पाठीच्या कण्याचा वरचा, वक्राकार भाग पाठीच्या कण्याच्या खालच्या भागाला येऊन मिळालेला असतो. तुमच्या खालच्या बरगडीवर बोटे ठेवून तुम्ही तुमचा पायव्हॉट पॉइंट शोधू शकता. कमरेखालच्या शरीराची सुरुवात या पायव्हॉट पॉइंटच्या खालच्या भागापासून होते, असे आम्ही ची रनिंगमध्ये म्हणतो; कारण या बिंदूपासूनच तुमच्या कमरेखालच्या सगळ्या भागांच्या हालचालींची सुरुवात होते. याचा अर्थ काय आहे? (खरे तर हे ऐकायलाही थोडेसे विचित्रच वाटते आहे.) याचा अर्थ असा आहे की, तुमचे पाय फक्त तुमच्या नितंबांपासूनच झुलत नाहीत; तर ते पायव्हॉट पॉइंटपासून झुलत असतात. टी १२ किंवा एल १ बिंदूमुळे हालचालीला चांगलीच मुभा मिळते. पायव्हॉट पॉइंट-पासूनच्या प्रत्येक भागाला हालचाल करण्यास मुभा

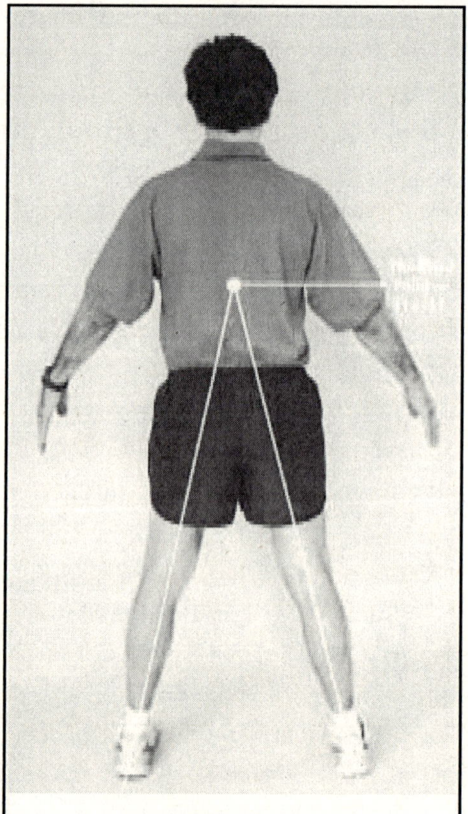

आकृती क्र. ४२ :
तुमच्या पायव्हॉट पॉइंटपासून तुमचे कमरेखालचे शरीर झुलत असते.

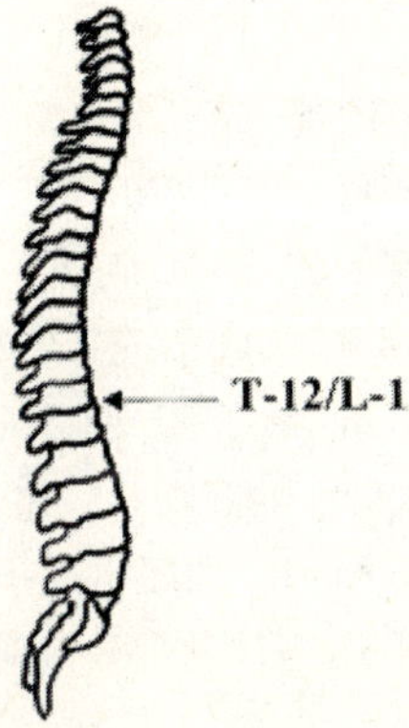

The Spinal Column

आकृती क्र. ४३ : पाठीचा कणा.

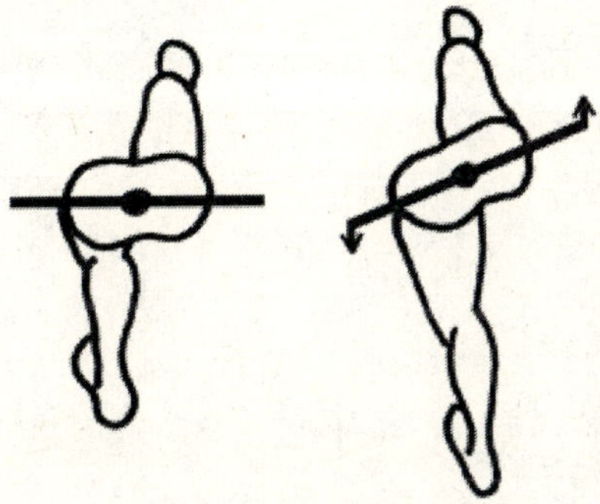

आकृती क्र. ४४ :
न वळणारे आणि वळणारे ओटीपोट.

मिळाल्यामुळे तुमचे खांदे आणि पायव्हॉट पॉइंटच्या वरच्या भागाची दिशा नेहमीच समोर राहते.

आकृती क्र. ४४मध्ये मागच्या बाजूला झेपावणारा पाय दिसतो आहे. त्याच्यामुळे नितंबही मागच्या बाजूला खेचले जातात. पाठीचा खालचा भाग सैलावल्यामुळे तुमच्या पाठीचा कणा अधिक चांगल्या प्रकारे, सहजपणे वळू शकतो. त्यामुळे तुमच्या ओटीपोटाचे चलनवलन वाढते. त्यातूनच तुमच्या मागच्या बाजूला असलेल्या दोन पायांमधील अंतर वाढते. पायव्हॉट पॉइंटवर तुमचे लक्ष केंद्रित करा. त्या बिंदूखालच्या प्रत्येक गोष्टीची हालचाल होत असल्याचे तुमच्या लक्षात येईल. तसेच त्या बिंदूवरच्या भागाची हालचाल होत नसल्याचेही तुम्हाला जाणवेल. तुम्ही जेव्हा चालत किंवा धावत असता, त्या वेळी तुमच्या पाठीच्या कण्याच्या वळण्याकडे लक्ष ठेवा.

प्रत्येक वेळी तुम्ही जमिनीवर पावलाचा आघात करता, त्या वेळी तुमचे नितंब तुमच्या पायांनी मागच्या बाजूला खेचले जातात. त्यानंतर तुमचे ओटीपोट वळते आणि त्यानंतर तुमचे कमरेखालचे संपूर्ण शरीर मागच्या बाजूला हिंदकळते. हे सारे होऊ द्यात. फक्त तुमच्या नितंबांना आणि पाठीच्या खालच्या भागाला आरामदायक स्थितीत ठेवण्याचा प्रयत्न करा. त्यामुळे तुम्ही धावाल, तेव्हा तुमच्या दोन पावलांतील अंतरात वाढ होईल.

आता गंमत म्हणून एक व्यायाम करा. त्यातून तुम्हाला ओटीपोटाचे वळणे म्हणजे काय ते जाणवेल आणि समजेलही. तुमच्या मित्राबरोबर किंवा मैत्रिणीबरोबर हे केलेत, तर त्याचा अधिक चांगला उपयोग होतो.

व्यायाम : पोहण्याच्या तलावावरील ड्रिल

तुम्ही लहान असताना पोहण्याच्या स्थानिक तलावावर गेला होतात का? गेला असाल, तर त्या वेळची गोष्ट तुम्हाला आठवते का? तुम्ही प्रथमच पाण्यात सूर मारण्यासाठी ओळीत उभे राहिला असाल, ते तुम्हाला आठवते का? त्या वेळी तुम्ही काय केले होते? बरोबर आहे. तुम्ही पहिल्या स्थानासाठी पळत सुटला होतात. पण जीवरक्षकाच्या ओरडण्यामुळे तुम्हाला ते शक्य झाले नव्हते. तो ओरडला होता, "ए..... तू? चल, चालत जा. पळू नकोस!!!" मग त्या वेळी तुम्ही काय केले होते? आपण पळतो आहोत, हे त्याच्या लक्षात येऊ नये यासाठी शक्य तेवढ्या जोरजोरात चालत गेला होतात. पण तसे ते थोडेसे पळणेच होते; नाही का?

आता तुमच्या मित्राला किंवा मैत्रिणीला ही जीवरक्षकाची भूमिका बजावायची आहे. तुम्ही रस्त्यावर जा आणि त्या छोट्याशा मुलाची नक्कल करण्याचा प्रयत्न करा. पोहण्याच्या तलावावर पळत असूनही पळत नसल्यासारखे भासवत चालणारे ते मूल. आठवतेय ना? आता धावू लागा. सुमारे दहा यार्ड धावल्यानंतर तुमच्या मित्राला किंवा मैत्रिणीला ओरडू द्या, "ए.... तू? चल... चालत जा, पळू नकोस." आता तुम्ही लहान असताना जे केले होते, तेच करा. बरोबर आहे. आता तुम्ही खूपच भराभरा चालू लागा. जणू काही तुम्हाला पाण्यात सूर मारण्यासाठी पहिल्या स्थानावर जाण्यासाठी आयुष्यच पणाला लावावे लागत आहे!

ज्या दिशेने चालला आहात, त्याच दिशेने तुमचे कमरेच्या वरचे शरीर झुकलेले आहे, याची प्रथम खात्री करून घ्या. त्याच वेळी तुमचे नितंब वेड्यासारखे हिंदकळत असतील. या प्रकारे तुम्ही चालू लागलात की, त्या वेळी तुमचे ओटीपोट हलते आहे की नाही, याविषयी तुमची चूक होणार नाही. तुमचे कमरेच्या वरचे शरीर ज्या दिशेला चालले असेल, त्याच दिशेला तुम्हाला तुमचे खांदेही असल्याचे अगदी स्पष्टपणे जाणवेल. तुम्ही थोड्या अंतरापर्यंत जलद चालत राहा. जशी पुढच्या दिशेने हालचाल करू लागाल, तसे तुमचे ओटीपोट वळत असल्याचे तुम्हाला जाणवत राहील. त्याचबरोबर तुमचे नितंबही हिंदकळत राहतील. तुम्ही अगदी सहजपणे जॉगिंग करत राहाल. त्या वेळी तुम्हाला ओटीपोटही वळत असल्याची स्पष्ट संवेदना जाणवत राहील. तुम्ही जर हे योग्य पद्धतीने करत असाल, तर धावण्यामुळे तुम्हाला चांगला आराम वाटेल आणि सहजगत्या धावत असल्याचेही जाणवेल.

आठव्या प्रकरणात तुम्हाला ओटीपोटाची हालचाल जाणवणारा आणखी एक व्यायाम मी सांगणार आहे.

ची रनिंगमध्ये स्नायूंवर भर दिला जात नाही, तर हालचालीवर दिला जातो. ही हालचाल गुरुत्वाकर्षण शक्ती, रस्त्याची शक्ती आणि तुमच्या ओटीपोटाला हेलकावण्यास मुभा दिल्याने निर्माण होते.

कमरेच्या वरची आणि खालची हालचाल; वरची हालचाल स्थिर, तर खालची हालचाल हिंदकळणारी – कल्पना करा की, तुमचे कमरेखालचे संपूर्ण शरीर पायव्हॉट पॉइंटपासून एखाद्या झुंबरासारखे खाली लटकते आहे. कमरेच्या वरचे शरीर तुम्ही जिकडे चालला आहात, त्या दिशेने चालले आहे. गुरुत्वाकर्षण शक्तीशी मेळ राखून आणि पुढील दिशेने होणाऱ्या हालचालीशी ताळमेळ ठेवून तुमची हालचाल सुरू आहे. तुमचा कमरेखालचा भाग हिंदकळतो आहे.

ची वॉकिंग शिकवत असताना माझ्या असे लक्षात आले आहे की, धावण्यापेक्षा चालतानाच ची रनिंगची हालचाल अधिक चांगल्या प्रकारे लक्षात येते. तुम्हाला एकदा का ती संवेदना चालताना जाणवू लागली की, तुम्ही तिचा उपयोग तुमच्या धावण्यामध्ये करू शकता. धावताना तुम्हाला नितंबांना शक्य तितक्या पूर्णपणे वळण्याची मुभा द्यावी लागते. आणखी पुढच्या टप्प्यावरचे काम करायचे असेल, तर त्यासाठी एखाद्याला नोंद करायला सांगा आणि तुम्ही वळा. पाठीचा कणा किती वळला आहे, ते त्याला निरीक्षणाने नोंदवायला लावा.

लक्ष केंद्रित करावयाच्या कमरेवरच्या भागाच्या गोष्टी

'ज्या गोष्टीला झोका देता येत नाही, जी झुलत नाही; ती गोष्ट गोष्टच नाही'
- ड्यूक एलिंग्टन

ची रनिंगच्या तंत्रात, धावण्यामध्ये तुमच्या कमरेच्या वरच्या भागाचा खूपच मोठा सहभाग असतो. तुमचे शरीर म्हणजे दोघांचा संघ आहे, अशी कल्पना करा. तुम्हाला धावण्यास मदत करण्यासाठी हे दोघेही एकत्रितपणे काम करत आहेत, असे आपण समजू या. या 'संघात' कमरेच्या वरचा भाग आणि कमरेच्या खालचा भाग यांचा समावेश आहे. या दोन्ही भागीदारांना एकत्र आणून एकमेकांशी सहकार्याने काम करण्यास तुम्ही जेवढे अधिक भाग पाडाल, तेवढे त्या दोघांचेही काम एकमेकांत विभागले जाऊन त्यांच्यावरचा कामाचा ताण कमी होईल. ज्या वेळी

कमरेच्या वरचा भाग त्याचे काम योग्य प्रकारे पार पाडत असेल, त्या वेळी तुम्हाला तुमचे श्रम लक्षणीयरीत्या कमी करता येतील.

कमरेच्या वरच्या भागात हातांचे झुलणे किंवा हेलकावणे आणि वरच्या भागाची स्थिती यांच्यावर लक्ष केंद्रित करणे अत्यावश्यक आहे.

हातांचे हेलकावणे

तुमच्या हातांच्या झुलण्यामागच्या भौतिकशास्त्राचा विचार करू या. तुमचे हात (आणि याबाबतीत पायही) लंबकासारखे काम करतात. तुमचे हात खांद्यांपासून खाली आणि तुमचे पाय नितंबांपासून खाली लोंबकळत असतात. लंबकाच्या नियमानुसार, कोणत्याही लांबीचा लंबक नेहमीच समान दराने (दर मिनिटागणिक झोक्यांची संख्या) झोके घेत असतो किंवा हेलकावत असतो. तुम्हाला लंबकाची गती वाढवायची असेल, तर तुम्ही त्याला जबरदस्तीने जोरजोरात हलवू शकता किंवा त्याची लांबी कमी करू शकता. जर तुमचे हात आणि पाय जोरजोरात हेलकावत राहावेत, असे वाटत असेल तर ते घडवून आणण्यासाठी तुमच्याकडे दोन पर्याय असतील. पहिला पर्याय म्हणजे, त्यांच्या स्नायूंच्या साह्याने त्यांना जलद हालचाल करण्यास भाग पाडणे. त्यामुळे त्यांना अधिक प्रमाणात इंधन लागेल. दुसरा मार्ग म्हणजे, अर्थातच लंबकाची लांबी कमी करणे. ती तुम्ही कोपरातून हात दुमडून (किंवा पायाच्या बाबतीत गुडघ्यातून वाकून) करू शकता. त्यामुळे तुमचा हात सरळ, ताठ असताना त्याची जेवढी लांबी असेल, त्यापेक्षा हाताचा लंबक सुमारे निम्म्या लांबीचा बनेल आणि हात जलद गतीने हेलकावू लागतील.

लंबकाच्या परिणामाचे हे प्रात्यक्षिक तुमच्या हातांच्या बाबतीत करून पाहा.

- ताठ उभे राहा आणि तुमच्या हातांना दोन्ही बाजूंना लोंबकळू द्या.
- कोपरे घट्ट ठेवून, हात सरळ खाली सोडून, तुमच्या हातांना शक्य तेवढ्या अधिक गतीने हेलकावू द्या किंवा झोके द्या.
- त्यानंतर सुमारे पाच सेकंदांनंतर तुमची कोपरे ९० अंशांत वाकवा, पण हातांचे झोके तसेच सुरू ठेवा. काही सेकंद हातांना तसेच हेलकावत राहू द्या आणि नंतर थांबा.

तुम्ही कोपरे वाकवल्यामुळे झालेला लक्षणीय फरक तुमच्या लक्षात आला का? हीच गोष्ट पायांच्या बाबतीतही लागू आहे. जर तुम्ही ते गुडघ्यातून वाकवलेत, तर त्यांची हालचाल अधिक जलद गतीने होऊ शकते.

तुमच्या हातांच्या झोक्याची हालचाल सुधारण्यास तुम्हाला मदत व्हावी,

यासाठी खाली काही गोष्टींची यादी दिली आहे.

- **तुमचे हात कोपरांतून वाकवा :** तुमचे हात कोपरांतून ९० अंशांत वाकवा. आता खांद्यापासूनचे हात आरामदायकरीत्या झुलवत राहा. वाकवलेला हात नेहमीच सरळ सोडलेल्या हाताच्या तुलनेत अधिक सहजपणे हेलकावत राहील. हातांना झटके देऊ नका. (९० अंशांत हात वाकवणे आणि सरळ करणे, असे सारखे करू नका.) योग्य स्थितीत तुमचे हात दुमडलेले आहेत की नाही, हे पाहण्याचा एक उत्तम मार्ग म्हणजे तुमचे हात कमरेच्या हाडाच्या खाली येता कामा नयेत. तुम्हाला हात वर ठेवण्याची सवय नसेल, तर सुरुवातीला तुम्हाला अशा प्रकारे हात वर घेणे अवघड वाटेल. पण एकदा का या स्थितीत हात ठेवण्याची सवय झाली की, तुम्ही आरामशीरपणे ते तसेच ठेवू शकाल. आपण अतिरिक्त काम करतो आहोत, असे तुम्हाला अजिबातच जाणवणार नाही. त्यामुळे तुमचे हात अधिक मुक्तपणे हेलकावू शकतील. आता तुमचे लक्ष कोपरांच्या टोकांवर केंद्रित करा आणि हात हेलकावत राहा. संपूर्ण हातावर तुमचे लक्ष केंद्रित करण्याची गरज नाही. शरीराचा छोटासा भाग हेलकावत राहणे हे मानसिक दृष्ट्याही सोपे वाटू शकते. हा छोटासा भाग म्हणजे, तुमचे कोपर होय. तुमचा संपूर्ण हात हलवत राहण्यापेक्षा फक्त कोपराची हालचाल करणे अधिक सोपे आणि सुलभ वाटते.
- **तुमचे हात मागच्या बाजूला हेलकावू द्या** : तुमचे हात पुढच्या बाजूला हेलकावू नका, त्यांना मागच्या बाजूला हेलकावे खाऊ द्या. तुमच्या पुढे असलेल्या कोणाला तरी बुक्का मारण्यापेक्षा तुम्हाला मागे असलेल्या कोणाला तरी कोपरखळी मारायची आहे, अशी कल्पना करा. कोपरे मागच्या बाजूला हेलकावत राहण्याने तुमच्या शरीराचा स्तंभ पुढे झुकण्याच्या हालचालीशी समन्वय साधला जातो आणि शरीराचा समतोल साधला जातो. तुमच्या हातांच्या हालचालींचा आवाका खालील प्रकारे असला पाहिजे. तुमची बोटे तुमच्या छातीच्या फासळीच्या किंवा बरगडीच्या मागे असली पाहिजेत. (आकृती क्र. ४५ पाहा.) तुमची कोपरे तुमच्या बरगडीजवळ आली पाहिजेत. (आकृती क्र. ४६ पाहा.) तुमची कोपरे जर तुमच्या बरगडीच्या पुढे झुलू लागली, तर त्यामुळे तुमचे पाय खूपच पुढच्या दिशेने हेलकावत पुढे जाऊ लागतील. त्यामुळे टाचेने अधिक प्रमाणात आघात केले जातील. आता जर तुम्हाला तुमचे हात पुढच्या दिशेने खरोखरच हेलकावायचे असतील, तर तुम्ही टेकडीवर धावत निघाला असाल किंवा

आकृती क्र. ४५ : हातांचे हेलकावणे : तुमच्या बरगड्यांजवळ तुमचे हात असताना.

आकृती क्र. ४६ : हातांचे हेलकावणे : तुमच्या बरगड्यांजवळ तुमची कोपरे असताना.

भरधाव धावत असाल, त्या वेळी ते करा. (अधिक माहितीसाठी प्रकरण ७ वाचा.)

- **तुमच्या मध्यवर्ती रेषेला हाताने छेदू नका** : तुमचे कोपरापासूनचे पुढचे हात तुमच्या शरीराबरोबर किंचित हेलकावत असतात. पण तुमच्या हातांनी मध्यवर्ती रेषेला छेद जाता कामा नये. तो छेद दिला गेला, तर तुमच्या शरीराची या कडेपासून त्या कडेपर्यंतची हालचाल खूपच मोठ्या प्रमाणात होत राहील. आता अशी कल्पना करा की, तुम्ही तुमच्या तळहातांमध्ये व्हॉलिबॉल पकडला आहे. त्या चेंडूच्या रुंदीपेक्षा तुमच्या हातांना अधिक जवळ येऊ देऊ नका.
- **हातांना आरामशीर अवस्थेत ठेवा किंवा विसावा द्या** : तुमचे हात सैलावा. तुमची बोटे एकमेकांत गुंफा. बोटे आतल्या बाजूला वळलेली असू द्या. अंगठे वर असू द्या. मी हे शिकवत असताना कोणी तरी याचे फार सुरेख वर्णन केल्याचे मला आठवते आहे. 'तुम्ही फुलपाखरू पकडले आहे. तुम्हाला त्याला उडून जाऊ द्यायचे नाही आणि त्याचबरोबर त्याला चिरडूनही टाकायचे नाही, अशा प्रकारे बोटे एकमेकांत गुंफली गेली आहेत,' असे त्यांनी म्हटले होते. तुमची मनगटे सरळ असली पाहिजेत.

ती मागच्या बाजूला वळलेली असता कामा नयेत. यातील मूलभूत बाब अशी आहे की, तुमचे सांधे घट्ट असतील, तर त्यातून 'ची'चे वहन होत नाही. तुमचे सांधे घट्ट असतील, तर तुमचे स्नायू गरजेपेक्षा अधिक काम करत आहेत, असा त्याचा अर्थ होतो.

डोके, मान आणि खांदे

धावत असताना या तीन अवयवांचे नेमके काय करायचे, यालाही मोठेच महत्त्व आहे.

- **खांदे किंचित पडलेले आणि विसावलेल्या स्थितीत असू देत :** तुम्ही हात हलवत किंवा हेलकावत असता त्या वेळी तुमच्या खांद्यांची अवस्था कशी असावी, त्याचे वर्णन या उपशीर्षकाच्या ओळीत केले आहे. कान उबदार ठेवण्यासाठी तुमच्या हॅटचा वापर करा, त्यासाठी तुमच्या खांद्यांचा वापर करण्याची आवश्यकता नाही. तुमच्या खांद्यांवर शक्य तितका कमी ताण असणे महत्त्वाचे असते. मी धावत असताना मला त्या मार्गावर अनेक धावपटू दिसतात. त्यांच्यापैकी बऱ्याच जणांच्या माना ताठ आणि घट्ट झालेल्या असतात. त्यांचे खांदे त्यांच्या कोपरांना पेलताना अधिकच घट्ट झाल्यासारखे दिसत असतात. त्यामुळे त्यांच्या कडेच्या भागापासून कोपरे बाहेरच्या बाजूला झुकलेली असतात. तुमच्या कोपरांना बरगड्यांजवळ ठेवण्याचा प्रयत्न करा. त्यामुळे तुमची मान आणि खांदे विसावलेल्या स्थितीत राहतील. तुम्हाला जर खांद्यांवर ताण घेण्याची सवय असेल, तर हात सारखे बाजूला झटकत राहा. त्यांना फक्त काही पावलांपर्यंत पळण्यापुरतेच वर घ्या आणि पुन्हा झटका.
- **खांदे नेहमीच समोरच्या दिशेला असले पाहिजेत :** तुमच्या खांद्यांना हेलकावे देऊ नका. कारच्या दोन हेडलाईट्‌सप्रमाणे आपले खांदे आहेत, अशी कल्पना करा. त्यामुळे त्यांची दिशा नेहमी समोरच असली पाहिजे. तसे झाले की, तुमच्या कमरेखालच्या शरीराला त्याची हालचाल मोकळेपणाने करता येईल. तुम्ही धावत असताना कमरेच्या वरचे शरीर जर वळत, फिरत राहिले; तर तुमच्या दोन पावलांमधील (ढांगांमधील) अंतर कमी होईल आणि त्यामुळे तुमची क्षमता खूपच कमी होईल.
- **मान ताठ आणि उंच करा :** याविषयी शरीराची ढब किंवा पवित्रा सांगताना त्या विभागात मी विश्लेषण केले आहेच. यामुळे तुमची ढब छान दिसेल आणि प्रत्येक ढांग टाकण्यागणिक तुम्ही उंच दिसाल. या

आकृती क्र. ४७ : हात हेलकावण्याची योग्य पद्धत : तुमच्या मध्यवर्ती रेषेच्या पुढे हात येऊ देऊ नका.

आकृती क्र. ४८ : हात हेलकावण्याची अयोग्य पद्धत : मध्यवर्ती रेषेला हात छेद देत आहेत.

वेळी हनुवटीकडे लक्ष द्या. ती जर तुमच्या स्तंभाच्या पुढे आली, तर त्यामुळे तुमची सगळी ढबच बिघडून जाईल. (याविषयीही शरीराची ढब सांगताना मी लिहिले आहेच.)

- **आजूबाजूला पाहत राहा :** धावताना मान सैलावत राहा आणि सतत आजूबाजूला पाहत राहा. शरीराच्या निव्वळ कोणत्या भागांवर लक्ष केंद्रित करावयाचे आहे, याचे मनन करत राहण्यापेक्षा निसर्गाच्या जिवंत दर्शनाने तुम्हाला खूपच ताजेतवाने वाटत राहील.

थोडक्यात आढावा

तुम्ही धावायला सुरुवात करण्यापूर्वी पुढच्या पानांवरची छायाचित्रे जरूर पाहा. या पानांवर धावण्याच्या अयोग्य आणि योग्य पद्धती दाखवल्या आहेत. पुस्तकातील पानांतून दिला गेलेला मजकूर काही ठिकाणी न समजण्याची किंवा संदिग्ध वाटण्याची शक्यता आहे. ही छायाचित्रे पाहिल्यानंतर ही संदिग्धता नष्ट होईल.

ज्या वेळी तुम्ही अयोग्य पद्धतीने धावत असता, त्या वेळी नेमके काय घडते,

ते प्रथम पाहू या. आकृती क्र. ४९ मध्ये माझे डोके पावलांच्या बरोबर सरळ रेषेत असल्याचे दिसते. पण मी कमरेतून वाकलो आहे आणि माझी हनुवटी पुढे आली आहे. आकृती क्र. ५० मध्ये मी पायांचा वापर करून पुढे चाललो आहे. त्यामुळे माझ्या घोट्यांवर मागच्या बाजूला ताण आला आहे. अशा वेळी मी टाचेने आघात करतो आहे. माझे हातही पुढे आले आहेत. आकृती क्र. ५१ मध्ये तुम्हाला टाचेने आघात करण्याची कृती अगदी स्पष्ट दिसत आहे. (आपल्याच धावण्याला ब्रेक लावला जात आहे.) आकृती क्र. ५२ मध्ये मी गुडघा उचलून धावतो आहे. आकृती क्र. ५३ मध्ये मी गुडघा उचलल्यानंतरही पुन्हा टाचेनेच आघात केल्याचे दिसत आहे. आकृती क्र. ५४ मध्ये मी कमरेतून किंचित पुढे झुकल्याचे तुम्हाला दिसत आहे. माझ्या पायांच्या आघाताच्या मागे माझे नितंब आहेत. हा काही योग्य रितीने धावण्याचा प्रकार नाही. मी या सर्व छायाचित्रांविषयी ज्या-ज्या गोष्टी सांगितल्या आहेत, त्या सर्वांमुळे दुखापती होण्याच्या शक्यता असतात; किंबहुना, ती दुखापती होण्यामागची कारणे आहेत.

आता आपण ची रनिंग फॉर्मचा आढावा घेऊ या. आकृती क्र. ५५ मध्ये माझा स्तंभ एका रेषेत असल्याचे तुम्हाला दिसेल. मी मानही उंचावलेली आहे आणि माझी हनुवटी खाली आहे. आकृती क्र. ५९ मध्ये माझे गुडघे तुम्हाला खालच्या दिशेला असल्याचे दिसतील. मी मागच्या बाजूने आघात करत नाही. माझे चवडे टाचांपेक्षा अधिक खाली आहेत. (त्यामुळे टाचेने आघात करण्याची कोणतीच शक्यता उरत नाही.) माझे कोपर मागच्या बाजूला हेलकावत आहे आणि माझी हनुवटी खाली आहे. आकृती क्र. ५८ आणि आकृती क्र. ६० मध्ये एका पायावरच्या शरीराच्या पवित्र्याला आधार देणारा पावलाच्या मध्य भागाचा आघात तुम्हाला दिसत आहे.

तुम्ही या गोष्टींचा सातत्याने सराव करत राहिलात की, शरीराची संवेदना जाणवत राहील आणि कोणती गोष्ट योग्य आहे व कोणती अयोग्य आहे, याचा तुम्हाला स्वत:लाच व्यवस्थित अंदाज येऊ लागेल.

गिअर्स, दोन पावलांमधील अंतर आणि पावलांची लयबद्धता

आपल्याला न दमता धावता यावे म्हणून दोन ढांगांमधील अंतरासाठी गिअर्सचा वापर करणे, हे नवोदित धावपटूंच्या हाती लागलेले मोठेच साधन आहे; तर कसलेल्या धावपटूंना त्यांच्या धावण्याचा वेग किंवा अंतर वाढविण्यासाठी या साधनाचा चांगलाच वापर करता येईल. त्यामुळे त्यांची ऊर्जाक्षमताही वाढेल. कार किंवा दुचाकी यांच्यामध्ये गिअर्स जेवढी महत्त्वपूर्ण भूमिका बजावतात, तेवढीच

अयोग्य पद्धतीने धावणे

आकृती क्र. ४९

आकृती क्र. ५०

आकृती क्र. ५१

आकृती क्र. ५२

आकृती क्र. ५३

आकृती क्र. ५४,

आता आपण ची रनिंग फॉर्मचा आढावा घेऊ या.

आकृती क्र. ५५

आकृती क्र. ५६

आकृती क्र. ५७

आकृती क्र. ५८

आकृती क्र. ५९

आकृती क्र. ६०

महत्त्वपूर्ण भूमिका ते धावण्याच्या बाबतीतही बजावतात. अर्थातच धावण्याच्या बाबतीतील गिअर्स म्हणजे दोन ढांगांमधील किंवा धावताना पडणाऱ्या पावलांतील अंतर. त्यामुळे हे अंतर बदलून तुम्ही गिअर्स्हेर्प बदलू शकता. तुम्ही जेवढ्या अधिक वेगाने धावाल, तेवढे तुम्ही वरच्या गिअरमध्ये धावत असाल आणि धावण्याच्या बाबतीत अधिक अचूकतेने बोलायचे झाले, तर तुम्ही पुढच्या बाजूला अधिक झुकलेले असाल. त्यामुळे तुमच्या धावण्याच्या दोन पावलांमधील अंतर वाढलेले असेल. ज्या वेळी मंद गतीने धावत असाल, त्या वेळी तुमच्या दोन पावलांतील अंतर अत्यल्प असेल. त्यामुळे त्या वेळी तुम्ही खालच्या गिअरमध्ये धावत असाल.

तुम्ही टेकडीवर धावत निघाला असाल, तर तुमच्या श्रमाची पातळी कमी करण्यासाठीही गिअर्सचा वापर केला जातो. तुम्ही जर तुमची कार टेकडीवर चढवत असाल आणि त्यासाठी वरच्या गिअर्सचा वापर करत असाल, तर कमी गिअरमध्ये कार चालवण्याच्या तुलनेत तुम्ही बऱ्याच अधिक प्रमाणात गॅस जाळत असता. सातव्या प्रकरणातील याविषयीच्या भागात आपण यावर अधिक चर्चा करणार आहोत.

आता जी गोष्ट बदलत नाही, ती म्हणजे तुमच्या पावलांची लयबद्धता. तुम्ही पावलाने ज्या दराने जमिनीवर आघात करत असता, तो आघाताचा दर म्हणजे लयबद्धता. तुम्ही जर लयबद्धतेत स्थैर्य राखले, पण झुकणे वाढवले; तर नैसर्गिकरीत्याच तुमच्या दोन ढांगांमधील अंतर वाढेल. त्यामुळे तुम्ही अधिक गतीने धावू लागाल. गती ही अधिक कष्टाने साध्य करण्याची गोष्टच नाही. शक्तीने धावण्याच्या बरोबर विरुद्ध असलेली ती गोष्ट आहे. तिथेच धावपटू सहसा गुडघे उचलून आपल्या ढांगेतील अंतर वाढवण्याचा प्रयत्न करतात. ते आपल्या पायांच्या साह्याने पुढे पोहोचतात. जर तुम्ही हे केलेत, तर तुमच्या दिशेने येत असलेल्या रस्त्याच्या शक्तीच्या दिशेने तुमचा पाय हेलकावत असता. त्यामुळे जमिनीवरचा तुमचा भार वाढतो.

धावण्यातील लयबद्धतेचा तुमच्या धावण्यावर कसा परिणाम होतो, ते दाखवण्यासाठी आपण आता टेन स्पीड बाईकचे उदाहरण घेऊ या. बहुतेक कसलेले सायकलपटू पायडल मारण्याची लयबद्धता प्रतिमिनिट ८५ ते ९० एवढी ठेवतात. श्रमाची पातळी कायम राखली जाण्यास या लयबद्धतेचा त्यांना उपयोग होतो. त्यांना जर गती वाढवायची असेल, तर ते हीच लयबद्धता ठेवतात, फक्त सायकलचा गिअर पुढचा वापरतात. त्यामुळे गती येते. अशा प्रकारे गिअर्स आणि लयबद्धता यांचा ताळमेळ राखण्याने आपला धावण्याचा वेगही वाढवता येतो.

लयबद्धता आणि दोन ढांगांमधील किंवा धावण्याच्या दोन पावलांतील अंतर यांचा एकत्रितपणे वापर करून घेऊन तुमच्या श्रमाचे प्रमाण कसे कमी करता येते, यावर मला इथे विशेष भर द्यायचा आहे. या दोन्ही गोष्टी जेव्हा एकत्रितपणे काम करतात, त्या वेळी जादू घडते. एकदा का कोणत्याही गिअरमध्ये विशिष्ट लयबद्धतेनेच तुम्ही धावू शकलात की, तुमच्या श्रमाचे प्रमाण मोठ्या प्रमाणात कमी होते; कारण त्या वेळी तुम्ही फक्त झुकणे तसेच राखण्यासाठी तुमच्या कोअर स्नायूंचा वापर वाढवत असता. तुमच्या पायांच्या स्नायूंचा वापर वाढवत नसता. ते त्याच लयबद्धतेत धावण्यासाठी तेवढेच काम करत असतात. तुम्ही तुमच्या ची रनिंगच्या कौशल्यात जशी वाढ करू लागता, तशी तुमच्या धावण्याच्या दोन पावलांतील अंतर कमी-जास्त करण्याची चिंता तुम्हाला करत बसावे लागत नाही. ते नैसर्गिकरीत्याच घडून येते. खरे तर जोरात पळत असलात, तरीही तुमचे पाय फार मोठे कष्ट घेत नाहीत. पायव्हॉट पॉइंटपासून तुमच्या कमरेखालच्या संपूर्ण भागाला जितक्या जास्त प्रमाणात हेलकावू द्याल, तेवढे तुम्ही अधिक गतीने धावू शकता.

गिअर्स

प्रत्येक धावपटूला चार गिअर्स असतात, असे गिअर्सची संकल्पना अधिक सोपेपणाने विशद करण्यासाठी आम्ही ची रनिंगमध्ये म्हणतो. प्रत्येक पुढच्या गिअरमध्ये पोहोचल्यामुळे दोन पावलांमधील किंवा ढांगांमधील अंतर वाढत जाते. तुम्ही जर कधी धावण्याचा सराव केला असेल, तर तुमच्या लक्षात ही चार गिअर्सची संकल्पना लगेच येऊ शकेल. मी याचे स्पष्टीकरण देतो.

- **पहिला गिअर** : हा खालचा गिअर आहे आणि यात तुमची गती अत्यंत कमी असते. ही गती तुम्ही वॉर्म-अपसाठी वापरता.
- **दुसरा गिअर** : सर्वसामान्य धावण्याच्या सरावासाठी तुम्ही बाहेर पडला असाल किंवा प्रशिक्षणादरम्यान तुम्ही धावत असाल, तर ज्या सर्वसाधारण गतीने धावता; ती गती या दुसऱ्या गिअरमध्ये मोडते. ती तुमच्या धावण्याची सहसा सरासरी गती असते. तुम्ही अधिक अंतर पार करण्यासाठी ज्या वेळी निघता, त्या वेळी सहसा तुम्ही ही गती वापरता. या गतीने पळत असताना तुम्ही शेजाऱ्याबरोबर सहजपणे संभाषणही करू शकता.
- **तिसरा गिअर** : एक मैलाहून अधिक अंतराच्या शर्यतीसाठी किंवा साध्या धावण्यासाठी तुम्ही ही गती वापरत असता. तुम्ही कितीही अंतराच्या शर्यतीत भाग घेतलात, तरीही तुमची ही गती सहसा कायम असते. तुमच्या एरोबिक क्षमतेचा विचार करता, तो तुमच्या धावण्याचा उच्च दर

असतो. त्यामुळे तुम्हाला थोडीशी धापही लागते.

- **चौथा गिअर** : ही सर्वाधिक गती असते. या गतीने धावत असताना तुम्ही बोलू शकत नाही. तुम्हाला धाप लागते. शरीरातील जेवढा ऑक्सिजन तुम्ही वापरता, तेवढा पुरवठा होत नाही. ही गती अधिक काळ राखण्यासाठी तुमची फुप्फुसे तुमच्या स्नायूंना पुरेसा ऑक्सिजन पुरवू शकत नाहीत. त्यामुळे एवढ्या अधिक गतीने तुम्ही फक्त थोडेच अंतर पार करू शकता. ही तुमची भरधाव धावण्याची गती असते.

हे चार गिअर्स प्रत्येकाच्या बाबतीत वेगवेगळे असतात. धावत असताना विशिष्ट वेळेत तुम्ही कोणत्या गिअरमध्ये धावता आहात, याची जाणीव तुम्हाला होत असते.

गिअर्स, गती आणि झुकणे

- मंद गती = कमी झुकणे = दोन ढांगांमधील कमी अंतर = खालचा गिअर
- उच्च गती = अधिक झुकणे = दोन ढांगांमधील अधिक अंतर = उच्च गिअर
- तुम्ही तुमचे शरीर पुढे झुकवता, त्या वेळी मागच्या बाजूला तुमच्या दोन पावलांतील किंवा ढांगांमधील अंतर वाढते.
- तुमच्या पावलांच्या आघातातील लयबद्धता नेहमी तीच, समानच राहते.

व्यायाम : गिअर्ससाठी अधिक प्रमाणात झुकणे

अशा प्रकारे झुकण्याचा सराव करण्यासाठी तुमच्या मित्राला किंवा मैत्रिणीलाही बरोबर घ्या. तुमच्या शरीराच्या सर्वोत्तम पवित्र्यामध्ये उभे राहा. तुमच्या मित्राला किंवा मैत्रिणीला तुमच्या नाकासमोर सुमारे इंचभर अंतरावर त्याच्या किंवा तिच्या बोटाचे टोक धरायला सांगा. आता तुम्ही घोट्यापासून समोर झुका. अर्थातच तुमचा स्तंभ ताठच असला पाहिजे. तुमच्या मित्राच्या किंवा मैत्रिणीच्या बोटाच्या टोकाला तुमच्या नाकाचा स्पर्श होईपर्यंत झुका. यामुळे एक इंच झुकणे म्हणजे काय, याची संवेदना तुमच्या लक्षात येईल.

तुम्ही प्रत्येक पुढच्या गिअरमध्ये जाल, त्या वेळी प्रत्येक वेळी एकेक इंच अधिक झुकत जाल. तुम्ही अशा प्रकारे झुकत जाल, त्या वेळी इंचभर झुकणे म्हणजे अत्यल्प झुकणेच असल्याचे तुमच्या लक्षात येईल. त्यामुळे खूप अधिक झुकणे, ही अधिक सोपी गोष्ट असल्याचे तुम्हाला जाणवेल. मात्र तुम्ही खूप अधिक झुकलात की, तुमचा तोल जाऊ लागेल आणि तुमच्या पोटरीपासून पायाचे खालचे

स्नायू तुम्हाला पडण्यापासून वाचवण्यासाठी काम करू लागतील. म्हणजेच तुम्ही जेवढे झुकलेले असाल, तेवढे तुमचे झुकणे ते सांभाळू शकतील. तुमच्या झुकण्यामध्ये तुमचा समतोल राखला जावा, यासाठी नेहमीच जागरूक राहा. त्यामुळे तुमचे पोटरीपासूनचे पाय सैलावलेले राहतील. विश्रामावस्थेत राहतील.

तुम्ही जसजसे अधिक एक इंच झुकू लागाल, तसतसे प्रत्येक एक इंचाच्या अतिरिक्त झुकण्याबरोबर दोन गोष्टी तुम्हाला लक्षात ठेवाव्या लागतील. तुमचे ओटीपोट पातळीत राखा. (त्यामुळे तुमचा स्तंभ सरळ राहील.) तसेच ओटीपोटाला अधिकाधिक वळू द्या. तुमची मान सरळ उंचावण्यासही विसरू नका. त्यामुळे तुम्ही जसे अधिकाधिक झुकाल, तशी तुमची हनुवटी अधिकाधिक पुढे येणार नाही; ती हवी तशी खालीच राहील.

तुम्ही आपली गती कमी कराल आणि खालच्या गिअरमध्ये धावू लागाल, त्या वेळी तुमच्या ढांगांमधील अंतर कमी करण्याचे लक्षात ठेवा. त्यामुळे तुम्ही लयबद्धतेत स्थैर्य राखू शकाल.

लयबद्धता

ची रनिंग तंत्र विकसित करण्यास सुरुवात करण्यापूर्वी मी माझ्या पावलांच्या लयबद्धतेकडे विशेष लक्ष दिलेच नव्हते. माझी लयबद्धता जी असेल ती असो; मी तिच्यात सुधारणा करणे किंवा तिचा विचार अगर अभ्यास करणे, असे काहीही केले नव्हते. मी जसा गतीने धावत असे, तसे माझे पाय जोरजोरात धावू लागत. माझीही तशीच अपेक्षा होती. पण जसा मी क्षमतेचे भौतिकशास्त्र शिकू लागलो, तसे माझे धावणे मला मागासपणाचे वाटू लागले. गती वाढवल्यावर लयबद्धता वाढवण्याऐवजी ती तेवढीच ठेवून धावणे मला सोपे वाटू लागले. त्या वेळी फक्त माझ्या दोन पावलांतील किंवा ढांगांमधील अंतर वाढवणे अधिक महत्त्वपूर्ण असल्याचे माझ्या लक्षात आले. हे केल्यावर माझी गती कितीही असली तरी, माझ्या शरीराने त्याच लयबद्धतेत धावण्याचे तंत्र आत्मसात केले.

तुमची लयबद्धता म्हणजे तुमचा एक पाय प्रतिमिनिट किती ढांगा किंवा धावण्याची पावले टाकतो, त्यांची संख्या होय. या परिमाणात लयबद्धता मोजली जाते. म्हणजेच तुमची लयबद्धता ८५ असेल, तर याचा अर्थ तुमच्या उजव्या पायाने एका मिनिटात ८५ ढांगा टाकल्या.

ची रनिंग शिकण्यापूर्वी सहसा आम्ही प्रत्येकाची लयबद्धता मोजतो, ती ८० ते ८३ च्या दरम्यान असते. तुमची लयबद्धता प्रतिमिनिट ८५ पेक्षा कमी असेल, तर याचा अर्थ तुमचे पाय जमिनीवर अधिक काळ रेंगाळतात. म्हणजेच तुमच्या शरीराचे वजन तुमचे पाय अधिक काळ पेलत आहेत. त्याउलट, तुमची लयबद्धता

प्रतिमिनिट ८५ हून अधिक असेल, तर तुम्ही लक्षणीयरीत्या तुमच्या पायांवर शरीराचा भार कमी वेळ टाकत आहात. साहजिकच तुम्ही मौल्यवान ऊर्जेची चांगली बचत करत आहात. पण जर तुमची लयबद्धता प्रतिमिनिट ९० हून अधिक असेल, तर त्याचा अर्थ तुमचे ओटीपोट हलत नाही. म्हणूनच तुम्ही गतीने धावू लागलात की, तुमचे शरीर अधिक चलनवलन करू लागते. वेगाच्या शर्यतीत धावणाऱ्यांसाठी ही गती उपयुक्त ठरू शकते. त्याचप्रमाणे मध्यम पल्ल्याच्या धावपटूंसाठीही ती उपयुक्त ठरते. पण ही अत्यंत अकार्यक्षम पद्धती आहे; कारण तिच्यामुळे तुमच्या मांड्या, पोटऱ्या आणि धोंडशीर यांच्यावर अतिरिक्त ताण येऊन तुमच्या पायांना ते अधिक गतीने पळवू लागतात.

दोन ढांगांमधील अंतर

ची रनिंगमध्ये आपल्या धावत्या दोन पावलांमधील अंतर कमी असल्यासारखे वाटते आणि आपण जलद धावत असल्याप्रमाणे वाटते, अशा प्रकारची प्रतिक्रिया ची रनिंग शिकणाऱ्या अनेक विद्यार्थ्यांकडून ऐकावयास मिळते. विशेषत: कमी वेग असताना त्यांना हे अधिक प्रमाणात जाणवते. मला हे मान्य आहे, कारण अनेक धावपटूंमध्ये मला एक अत्यंत महत्त्वाची आणि सर्वसामान्य समस्या आढळते. ती म्हणजे, सगळेच नसले, तरी अनेक जण आपल्या दोन ढांगांमध्ये खूपच अधिक अंतर ठेवत असतात; शिवाय हळू धावत असताना त्यांची लयबद्धताही खूपच कमी असते. ही पद्धत अत्यंत अकार्यक्षम असून त्यामुळे शरीर चट्कन दमते.

तुम्ही जेव्हा पहिल्या गिअरमध्ये धावता, त्या वेळी तुमच्या पावलांची हालचाल लहान वर्तुळाकारात झाली पाहिजे. जणू काही तुम्ही छोट्या मुलांची सायकल पेडल मारून चालवत आहात, असे वाटले पाहिजे. तुम्ही धावण्याची गती वाढवता, त्या वेळी हे चाक आकाराने मोठे होते. ची रनिंगच्या डीव्हीडीमध्ये याचे चांगले स्पष्टीकरण मिळू शकते. यात पडद्याचे चार भाग केले जातात. धावपटू प्रत्येक चौरसातून धावत असताना आपला गिअर बदलतो; पण लयबद्धता तीच ठेवतो. झुकणे वाढले की, माझ्या पावलांतील अंतरही वाढते. (अर्थातच माझ्या चाकाचा आकारही वाढतो.) तुमच्या लक्षात येईल की, तुमची गती कितीही असो; तुमची लयबद्धता कधीच बदलत नाही.

ओटीपोटाच्या चलनवलनामध्ये आपण आधीच याविषयी सांगितले आहे की, तुमच्या ओटीपोटाचे चलनवलन वाढवण्यावर तुमच्या पावलांतील अंतर वाढते. त्यामुळेच तुमचे पाय तुमच्या मागे हेलकावत राहतात.

मेट्रोनोम (उलटच्या लंबकावर नियंत्रित असलेले ठेका धरणारे यंत्र) : एक मोठे प्रशिक्षण साधन

विविध गिअर्समध्ये धावण्यासाठीच्या प्रशिक्षणातील पहिली पायरी म्हणजे लयबद्धता समान राखण्यास शिकणे होय. माझ्याकडे अनेक प्रकारची साधने नाहीत. पण मेट्रोनोमबरोबर धावल्याने मला धावण्यातील अनेक गोष्टी समजल्या, असे मी नक्कीच म्हणेन. इतर कोणत्याही साधनापेक्षा हे साधन मला अधिक उपयुक्त ठरले. एखादे पुस्तक, प्रशिक्षक यांच्यापेक्षाही हे साधन मला अत्यंत उपयुक्त वाटले. तुम्हाला ची रनिंगच्या वेबसाईटवर मेट्रोनोम पाहता येईल.

स्थिर लयबद्धतेने कसे धावावे, हे मेट्रोनोम तुम्हाला सहजपणे शिकवते. त्यामुळे तुमच्या दोन धावत्या पावलांतील अंतर साहजिकच कमी होते. त्याचप्रमाणे तुमची गती वाढली की तेही वाढते.

मेट्रोनोमबरोबर कसे काम करावे, हे मी तुम्हाला सांगतो.

- मेट्रोनोमशिवाय धावायला बाहेर पडा. वॉर्म-अप झाल्यावर आणि तुमच्या ढांगांमधील अंतर तुम्ही निश्चित केल्यावर एका मिनिटात तुमच्या उजव्या पायाची किती पावले किंवा ढांगा पडतात, त्यांची संख्या मोजा.
- एकदा का तुमची सध्याची लयबद्धता तुम्ही मोजलीत की, त्यानुसार तेवढ्याच लयबद्धतेवर तुमचा मेट्रोनोम सेट करा. त्यानंतर मेट्रोनोम वापरून आठवडाभर धावण्याचा सराव करा. त्याच्या ठेक्याबरोबर तुमची पावले पडावीत, यासाठीच मेट्रोनोम वापरा.
- एका आठवड्यानंतर, तुमची सुरुवातीची लयबद्धता जर प्रतिमिनिट ८५ पेक्षा कमी असेल, तर तुम्ही सेटिंगमध्ये ठेक्याची गती वाढवा. प्रत्येक मिनिटाला प्रथम एकनेच ही गती वाढवा. त्या गतीने आठवडाभर धावा. नंतर दर आठवड्याला एकेकने ही गती वाढवा. समजा, तुमची सध्याची लयबद्धता प्रतिमिनिट ७८ आहे. त्या गतीनेच तुम्ही तुमच्या मेट्रोनोमबरोबर धावायला सुरुवात केली. मग प्रत्येक आठवड्यात एका आकड्याने हा ठेका वाढवा. त्यानंतर सात आठवड्यांनी तुम्ही प्रतिमिनिट ८५ एवढ्या लयबद्धतेने धावू लागाल.
- यालाच हळूहळू होणारी प्रगती म्हणतात.

तुम्ही मेट्रोनोमच्या लयबद्धतेनुसार तुमची पावले टाकू लागलात की, तुमची गती जशी असेल त्याप्रमाणे तुमच्या पावलांतील अंतरही वाढू किंवा कमी होऊ लागते. मेट्रोनोमच्या वापराचे नैसर्गिक सौंदर्य यातच दडलेले आहे.

आता तुमच्यासाठी कोणती लयबद्धता सर्वोत्तम आहे, याचा विचार करू या. जर तुम्ही उंच असाल किंवा तुमचे पाय उंच असतील, तर तुमची लयबद्धता ८५ च्या आसपास असली पाहिजे. तुम्ही जर बुटके असाल किंवा तुमच्या पायांची लांबी कमी असेल, तर तुम्ही प्रतिमिनिट ९० पर्यंतच्या गतीने धावण्यासाठी प्रयत्न करू शकता. माझे पाय असे कमी लांबीचे आहेत. या छोट्या पायांची हालचाल गतीने झाली पाहिजे.

तुमच्यापैकी कोणाला वॉल्ट्झ आवडते का? एकदा का तुम्ही स्थिर लयबद्धतेने धावू लागलात आणि मेट्रोनोमला तुमच्या पावलांशी सुसंबद्ध लयबद्धतेत सेट केलेत की, तुमचा सराव चांगला होतो. तुम्ही तुमच्या तीन ढांगांसाठी मेट्रोनोमचा एक ठेका अशा पद्धतीने मेट्रोनोम सेट करा, असा सल्ला आम्ही सहसा देतो, त्याचे कारणही सांगतो. तुम्ही तुमच्या मेट्रोनोमवर ९० बीप्स प्रतिमिनिट अशा प्रकारे सेटिंग केलेत आणि तुमच्या उजव्या पायाची लयबद्धता तुम्ही त्याच्याशी सुसंगत बनवत असाल, तर तुम्ही तुमच्या उजव्या पायाच्या हालचालीवर कदाचित नको इतका भार टाकत असाल. समतोल साधण्यास शिकणे, हाच ची रनिंगच्या तंत्राचा गाभा असल्यामुळे तुम्ही वॉल्ट्झची लय राखा. त्यामुळे प्रत्येक तिसऱ्या ढांगेबरोबर किंवा धावत्या पावलाबरोबर मेट्रोनोमचा एक बीप् आवाज झाला पाहिजे. अशा प्रकारे, सुरुवातीच्या बीपने तुमच्या उजव्या पायाशी लयबद्धता साधली जाईल. त्यानंतर तीन पावले झाली की, पुन्हा बीप चा आवाज होईल. त्या वेळी तुमच्या डाव्या पावलाशी लय साधली जाईल. याप्रमाणे पुढेही ही लयबद्धता साधली जाईल. हे वॉल्ट्झसारखेच आहे. उजवा पाय दोन, तीन... डावा पाय दोन, तीन... उजवा पाय दोन, तीन.....

हे लक्षात येण्यासाठी तुमची सध्याची लयबद्धता लक्षात घ्या. तिला ६६ ने गुणा आणि मग जो आकडा येईल, त्यावर मेट्रोनोम सेट करा. उदाहरणार्थ— तुमची लयबद्धता जर प्रतिमिनिट ९० असेल, तर तुम्ही मेट्रोनोम प्रतिमिनिट ६० बीप्सवर सेट करा आणि तीन-तीन आकडे मोजत पळत राहा. मी पळत असताना दोन पावलांच्या मध्ये असलेला हळुवार सरकतेपणा आवडतो. लक्षात ठेवा— एकदा तुम्हाला तुमची लयबद्धता कुठे असावी, हे समजले की तुमची लयबद्धता कधीच बदलणार नाही. मग तुम्ही कितीही गतीने धावलात तरी काहीही फरक पडत नाही. प्रतिमिनिट ८५ ते ९० पावले अशा गतीने धावण्याचा सराव करा. मी माझ्यासाठी ९० वर मेट्रोनोम सेट करतो. मग मी थोडा झुकलेला असो किंवा खूपच झुकलेला असो; लयबद्धता तीच राहते. मी माझा मेट्रोनोम कित्येक वर्षे वापरत आहे आणि मला त्याचा खूपच उपयोग झाला आहे. वेगवेगळ्या गतींसाठी माझ्या पावलांतील अंतर कसे बदलावे यासाठी मला त्याचा खूपच उपयोगही झाला आहे.

चला, धावायला जाऊ या

या सगळ्या झाल्या फॉर्ममधील लक्ष केंद्रित करावयाच्या गोष्टी. आता तुम्ही धावायला सुरुवात करायला हरकत नाही. तुम्हाला हे सगळे पचवायला जड वाटत असेल, याची मला कल्पना आहे. पण काळजी करू नका. धावायला कशी सुरुवात करायची, ते आम्हीच सांगणार आहोत. पाचव्या प्रकरणात आम्ही तुम्हाला काही विशिष्ट धडे देणार आहोत. विशिष्ट वेळेत ची रनिंगचे तंत्र कसे आत्मसात करायचे, हेही तुम्हाला शिकवणार आहोत. तुम्ही नवशिके असाल, किंवा कसलेले धावपटू असाल तरीही काही फरक पडणार नाही.

तुम्ही प्रथमच ची रनिंग शिकायला सुरुवात कराल, त्या वेळी तुम्ही काय केले पाहिजे, याचा धडा मी तुम्हाला प्रथम देणार आहे. मी आधीच म्हटल्याप्रमाणे तुम्ही नवशिके असा, नाही तर कसलेले खेळाडू; तुम्हाला तो धडा गिरवावा लागेल. तुम्ही धावण्यासाठी प्रथमच बाहेर पडत आहात, हे गृहीत धरून आम्ही पहिला धडा खूपच सोपा ठेवला आहे. तुम्ही धावण्यासाठी प्रथमच बाहेर जाण्यापूर्वी याचा आढावा घ्या. तुमच्या मनाला तुमच्या शरीराला मार्गदर्शन करू द्या आणि शरीराला त्या लक्ष केंद्रित केलेल्या बिंदूंची जाणीव होऊ द्या. हे करत असताना फॉर्ममधील लक्ष केंद्रित करावयाच्या गोष्टीची तुम्हाला जाणीव होत राहील आणि त्यामुळे तुम्ही त्या लक्षात ठेवू शकाल.

तुम्ही धावायला सुरुवात करण्यापूर्वी ज्या गोष्टींवर लक्ष केंद्रित करणार आहात, त्यांचा आता थोडक्यात आढावा घेऊ या.

१. प्रथम तुमच्या शरीराची ढब किंवा पवित्रा सरळ व्यवस्थित ठेवून सुरुवात करा.

- तुमचे पाय समांतर ठेवून उभे राहा. नितंब जुळवून उभे राहू नका. ते विलग करा. आता तुम्हाला तुमचे पाय पुढून पाठीमागे, एका बाजूकडून दुसऱ्या बाजूकडे आणि उजवीकडून डावीकडे समतोल अवस्थेत असल्याचे लक्षात येईल.
- तुमच्या कमरेच्या वरचा भाग ताठ करा. तुमची मान ताठ करा आणि उंचावा.
- तुमचे ओटीपोट व्यवस्थित पातळीत ठेवा.
- तुमचे नितंब व्यवस्थित ठेवा. खांदे, नितंब आणि घोटे एका रेषेत यावेत अशा बेताने हे करा.
- आता तुमचा स्तंभ निर्माण झालेला असेल. डोक्यापासून पावलांपर्यंत तयार झालेल्या या स्तंभाचा अनुभव घ्या.
- तुमची हनुवटी खाली करा आणि आता तुम्ही तुमच्या बुटांची लेस पाहू

शकता का, ते पाहा.

२. त्यानंतर जिच्यावर तुम्ही झुकू शकाल, अशी एखादी वस्तू शोधा आणि तुमचा झुकण्याचा व्यायाम करा. पुढच्या बाजूला झुकणे म्हणजे काय, हे लक्षात राहावे म्हणून हा व्यायाम करा.

- आधारासाठी कुंपण, झाड, भिंत असे काहीही तुम्ही घेतले असेल, तर त्यापासून एका बुटाच्या अंतराएवढे दूर राहा. त्याकडे तोंड करून उभे राहा.
- तुमचा सी आकार तयार झाला आहे ना, याची खात्री करून घ्या (तुमचा स्तंभ).
- थोडा वेळ पुढे झुका. प्रत्येक वेळी तशाच ताठ अवस्थेत मागे येऊन उभे राहा.
- पायांचे घोटे सैलावलेल्या स्थितीत ठेवा आणि तुमच्या तळपायांवर समान दाब द्या. संपूर्ण वेळ हा दाब समानच राहील, याची दक्षता घ्या.

३. तुमचे पाय उचलण्याचा सराव होण्यासाठी आजूबाजूला थोडा वेळ फिरा.

- तुमचे पाय हलवा आणि पोटरीपासूनचे पाय उदासीन ठेवा.
- आता तुमची सर्वोत्तम ढब असेल, त्याप्रमाणे उभे राहा.
- प्रत्येक ढांग टाकताना प्रत्येक पाऊल दुसऱ्या पावलाच्या घोट्याच्या वर उचला.
- चालत असताना तुमच्या चवड्यांवर कोणत्याही प्रकारे दाब येता कामा नये. (तुम्ही जणू काही गुपचुप चालत निघाला आहात, अशी कल्पना करा.)

धावण्यास कशी सुरुवात करावी?

१. तुमच्या उत्तम पवित्र्यात उभे राहा आणि तुमचा स्तंभ तयार करा.

२. एका पायावर उभे राहण्याच्या पवित्र्यांचा सराव करा. प्रत्येक पायावर उभे राहाण्याचे पवित्रे लक्षात घ्या आणि त्यांचा सराव करा. धावण्यापूर्वी हे करावे लागेल.

३. तुमचे हात ९० अंशांच्या कोनात वाकवा आणि तुमचे खांदे सैलावा.

४. तुमच्या दोन ढांगांमध्ये अत्यल्प अंतर घेऊन धावण्यास सुरुवात करा. तुमची कोपरे हळुवारपणे मागच्या बाजूला हेलकावत असावीत. (तुमच्या श्वासोच्छ्वासाची गती वाढू नये, एवढ्या मंद गतीने धावा.)

५. एकदा तुम्ही धावायला सुरुवात केलीत की, तुम्ही धावतच नाही आहात, अशी कल्पना करा. होय, मी तेच सांगतो आहे. तुम्ही अशी कल्पना करा

की, तुम्ही एका पायावरच्या पवित्र्यांचाच सराव करत उभे आहात. तुम्ही हे पवित्रे एकापाठोपाठ एक घेत आहात. दर वेळी तुमचे पाऊल जमिनीला स्पर्श करेल, त्या वेळी तुम्ही एका पावलावरच्या पवित्र्यात उभे राहा. आपल्या पावलाच्या मध्य भागाचा आघात करून उभे राहत आहोत, याची जाणीव करून घ्या. टाचेवर आघात करून उभे राहू नका. काही मिनिटे या प्रकारे धावत राहा. या वेळी लक्ष केंद्रित करावयाच्या इतर कोणत्याही गोष्टीचा विचार करू नका किंवा अगदी धावण्याचाही विचार करू नका. एवढेच लक्षात ठेवा की, तुम्ही तुमच्या एका पायावरच्या पवित्र्यांचाच सराव करत आहात. प्रत्येक वेळी तुमचा पाय जमिनीवर आघात करत असताना तुम्ही तुमची रेषा जपता आहात का तेवढे पाहा. म्हणजे खांदे, नितंब आणि घोटे यांना जोडणाऱ्या रेषेचा विचार करा. तसेच तुमच्या स्तंभाची जाणीव करून घ्या.

६. अशा प्रकारे धावत राहा. दोन पावलांमध्ये कमी अंतर असू दे. तुम्ही तुमचा स्तंभ अत्यंत व्यवस्थित पद्धतीने सांभाळू शकता आहात अशी जाणीव आणि खात्री तुम्हाला पटेपर्यंत असेच मंद गतीने धावत राहा.

७. आता तुमच्या झुकण्याशी संलग्न असलेल्या तीन पायऱ्यांचा विचार करण्याची वेळ आली आहे.

- पहिली पायरी : तुमच्या शरीराची ढब योग्य रेषा राखूनच आहे ना, याची खात्री करून घ्या.
- दुसरी पायरी : तुमचे लक्ष तुमच्या तळपायाकडे द्या.
- तिसरी पायरी : तुमच्या स्तंभाच्या तळाशी तुमच्या पायांचा आघात करत राहा आणि तुमच्या स्तंभाची संपूर्ण रेष त्यापुढे राहील याची काळजी घ्या. तुमच्या पायांचा आघात जिथे होत असेल, तिथून ही रेषा किंचितच पुढे असावी. जेमतेम एक इंचभर असली तरी चालेल.

तुम्ही जेवढे झुकलेले असाल, त्यापेक्षा आणखी किंचित अधिक झुका. त्यानंतर या झुकण्याच्या नव्या कोनाशी शरीराचा समतोल राखा. तुमचे पाय आता मागच्या बाजूला हेलकावू देत.

८. आता तुम्ही जेवढे झुकलेले असाल, त्या कोनात तुमचे शरीर सुमारे १५ ते ३० सेकंदांपर्यंत तसेच राहू देत. त्यानंतर तसेच ताठ होऊन मागे या आणि आपल्या मूळच्या स्थितीत उभे राहा. ज्या वेळी तुम्ही हे कराल, त्या वेळी आपली गती कमी झाल्याचे तुम्हाला जाणवेल. याच वेळी अनेक लोकांना आपली गती कमी झाल्याचे आश्चर्य वाटते, कारण त्यांनी झुकणे वाढवल्यावेळीच त्यांची गतीही वाढल्याचे त्यांच्या लक्षात आलेले नसते.

जर तुम्हाला आपली गती कमी झाल्यासारखे वाटले, तर त्याचा अर्थ असा असतो की, तुम्ही धावण्यासाठी पायांचा वापर न करताच धावत असल्याचे तुमचे शरीर तुम्हाला सांगत असते.

९. तुम्ही सातत्याने तुमचा स्तंभ सरळ, ताठ आहे ना, याची खात्री करून घेत राहा. तसेच तुमच्या पायांचा आघात तुमच्या स्तंभाच्या तळाशीच होतो आहे ना याचीही काळजी घ्या. तुमचे झुकणे वाढविण्याचा सराव पुन्हा एकदा करा. तेवढ्या झुकलेल्या अवस्थेत १५ ते ३० सेकंद राहण्याचाही सराव करा. त्यानंतर पुन्हा एकदा आपल्या मूळ स्थितीत या. स्तंभ ताठ राहिला आहे ना, याची खात्री करून घ्या. अशा प्रकारे दहा वेळा हा झुकण्याचा व्यायाम करा. त्यानंतर थोडेसे चाला. तुम्ही ज्या वेळी झुकलेले असता, त्या वेळी तुमच्या कमरेच्या वरचा भाग पायाच्या आघाताच्या किंचित पुढे असला पाहिजे. तुमचे डोके आणि पावले यांच्यातील ही शर्यतच आहे, असे समजा. या शर्यतीत तुमचे डोकेच नेहमी शर्यतीची अंतिम रेषा आधी पार करते, हे लक्षात घ्या.

१०. तुम्ही चालत असतानाही तुमचा स्तंभ तसाच राखला जाईल, याकडे लक्ष द्या. त्याचप्रमाणे तुमचे शरीर सैलावायलाही विसरू नका.

ची रनिंगचे तंत्र शिकण्यासाठी हळूहळू प्रगतीचा मंत्र कसा उपयोगी पडतो, ते आपण पुढच्या प्रकरणात पाहणार आहोत. त्याचप्रमाणे ची रनिंगमध्ये लक्ष केंद्रित करावयाच्या गोष्टी तुमच्या धावण्याच्या कार्यक्रमात कशा अंतर्भूत करता येतील, त्याविषयीही आपण शिकणार आहोत.

लक्ष केंद्रित करावयाच्या गोष्टींची यादी

तुम्ही धावण्यासाठी बाहेर पडण्याआधी कोणकोणत्या गोष्टींची उजळणी करायची, कोणत्या गोष्टींवर लक्ष केंद्रित करावयाचे आहे, याची थोडक्यात यादी खाली देत आहे.

ढब

तुमचे पाय आणि पावले ताठ ठेवा.

तुमचे गुडघे हळुवारपणे सैलावा.

तुमचे पाय समतोल ठेवा (डावा आणि उजवा, मागची आणि पुढची बाजू, आतली आणि बाहेरची बाजू).

मान उंचावा आणि हनुवटी खाली करा.

ओटीपोटाची पातळी व्यवस्थित करा.

नितंबांचे स्नायू सैलावा.

तुमचा स्तंभ तयार करा. (खांदे, नितंब आणि घोटे एका रेषेत असू द्या.)

तुमची पावले तुमच्या स्तंभाखालीच असल्याची खात्री करून घ्या.

तुमच्या बुटांच्या लेसकडे पाहा.

आता एका पायावरच्या पवित्र्यात उभे राहा.

'सी' आकार झाला आहे ना, ते पाहा.

प्रत्येक पावलाच्या आघाताबरोबर तुमच्या स्तंभाची जाणीव मनात राहू द्या.

तुमच्या पोटाचे खालचे स्नायू वगळता सर्व स्नायू सैलावा.

झुकणे

झुकण्याशी संलग्न असलेल्या तीन पायऱ्या—

१. तुमची ढब तपासा.

२. तुमचे लक्ष पावलांवर केंद्रित करा.

३. तुमची पावले जिथे पडतील तिथेच आघात करा, पण त्याच वेळी तुमचा स्तंभ त्या आघाताच्या स्थानाच्या किंचित पुढे झुकलेला असेल असे पाहा.

पोटरीपासूनचे खालचे पाय आणि घोटे सैलावा.

मान उंचावा आणि कपाळापर्यंतचा भाग उंचावा.

पावलाच्या मध्य भागाने आघात करा.

तुमच्या पावलाच्या पुढे कमरेच्या वरचे शरीर असले पाहिजे.

झुकण्याच्या खिडकीशी समतोल साधा.

तुम्ही अधिक पुढे झुकलात की, पोटाच्या खालच्या भागाचे स्नायू त्या कृतीशी अधिक संलग्न झाले आहेत, याची जाणीव करून घ्या.

तुमचे झुकणे हे तुमचे गॅस पेडल आहे.

कमरेखालचे शरीर

पाय

गुडघ्यातून पाय वाकवा.

मागच्या बाजूला पायांचे हेलकावे जाऊ द्या.

तुमचे नितंबही तुमच्या पायांबरोबर मागच्या बाजूला हेलकावू देत.

तुमच्या मध्य रेषेच्या दिशेने पाय वळवा आणि पावले समोरच्या दिशेलाच तोंड करून ठेवा.

पोटरीपासूनचे खालचे पाय

तुमच्या गुडघ्यातून पाय वाकवा.
पोटरीपासूनचे पाय उदासीन बनवा. यात पोटऱ्या, पोटरीच्या समोरच्या नळीचा भाग, घोटे, पावले आणि चवडे यांचा समावेश होतो.
टाचा उंचावा. गुडघे खाली करा.
गुडघे सैलावा.
पोटरीपासूनचे खालचे पाय उदासीन बनवा.

पावले आणि घोटे

पावलांची दिशा समोर असली पाहिजे.
पावले गोलाकार फिरवा आणि खाली ठेवा.
तुमचे घोटे उंचावा.
टाचा उंचावा आणि चवडे खाली करा.
पाय जमिनीवरून उचलून पुढे टाका.
पायाच्या मध्य भागाने जमिनीवर आघात करा.

ओटीपोटाचे चलनवलन

टी १२ किंवा एल १ बिंदूची जाणीव करून घ्या.
ओटीपोट व्यवस्थित पातळीत राखा.
आता ओटीपोटाची हालचाल करून पाहा. त्यानंतर ओटीपोट पुन्हा सैलावा आणि कोणतीही गोष्ट जबरदस्तीने करू नका.
पायव्हॉट पॉइंटच्या खाली संपूर्ण खालचे शरीर फिरते.

कमरेच्या वरचा भाग

हातांचे हेलकावणे

तुमची कोपरे हळुवारपणे ९० अंशांतून वळवा.
बोटे आत वळवून अंगठे वरच्या भागावर घ्या. आता हात सैलावा.
नेहमीच तुमच्या कमरेच्या वरच्या भागाजवळ हात असले पाहिजेत.
तुमच्या हातांनी तुमच्या मध्य रेषेला छेद जाता कामा नये.
कोपरे मागच्या बाजूला हेलकावू देत.
खांदे पुढे झुकू देत. मागे हेलकावणाऱ्या कोपरांमुळे त्यांचा समतोल राखला जाईल.

डोके, मान आणि खांदे

खांदे खाली करा आणि सैलावा.
खांदे नेहमीच पुढच्या दिशेला असले पाहिजेत.
मान ताठ करा आणि पाठीचा कणाही ताठ करा.
तुमच्या नजरेतून बाहेर पडणाऱ्या 'सी ची'मुळे पुढची दिशा स्पष्ट होत जाईल.

श्वसन

पोटातून श्वसन करा. नाकाने श्वास घ्या. पोट आत ओढून घेऊन तोंडाने उच्छ्वास बाहेर सोडा.
तुमच्या श्वसनाची लय पावलांच्या लयीशी सुसंगत ठेवा. दोन पावलांपर्यंत उच्छ्वास सोडा आणि एका पावलावर श्वास आत घ्या.
शक्य असेल, तर नाकानेच श्वसन करा.

लयबद्धता, गिअर्स आणि दोन पावलांमधील अंतर

लयबद्धता

प्रतिमिनिट ८५ ते ९० पावलांचे आघात या प्रमाणापर्यंत पोहोचण्यासाठी सराव करा. त्यासाठी मेट्रोनोमचा वापर करा. तुमच्या सध्याच्या लयबद्धतेचे प्रमाण जर प्रतिमिनिट ८५ हून कमी असेल, तर तिथूनच सुरुवात करा. दर आठवड्याला मिनिटाला एक अधिक पाऊल असे हे प्रमाण वाढवत न्या. तुम्ही ते ८५ पर्यंत नेईपर्यंत वाढवत राहा.

गिअर्स आणि दोन पावलांमधील अंतर

पहिला गिअर

- एक इंच झुका
- दोन पावलांत कमी अंतर घ्या.
- वॉर्म-अप करा.
- या गिअरमध्ये धावताना श्वासोच्छ्वास नेहमीच्याच संथ गतीने होऊ द्या.

दुसरा गिअर

- दोन इंच झुका.

- दोन पावलांतील अंतर मध्यम लांबीचे असू द्या.
- या प्रकारे धावत असताना प्रशिक्षण घेणे किंवा संभाषण करणे सहजशक्य असले पाहिजे.
- श्वसन व्यवस्थित करता येईल, एवढी गती असावी.

तिसरा गिअर

- तीन इंच झुका.
- शर्यतीसाठी आवश्यक असलेली गती ठेवा.
- दोन पावलांमध्ये अधिक अंतर ठेवा.
- श्वासोच्छ्वास सर्वाधिक जलद गतीने होत राहील.

चौथा गिअर

- चार इंच झुका.
- वेगाने धावण्याच्या शर्यतीसाठी उपयुक्त.
- तिसऱ्या गिअरएवढे दोन पावलांमध्ये अंतर.
- धाप लागेल.
- हात पुढच्या बाजूला हेलकावत राहतील. (मागच्या बाजूला नाही.)
- आपल्या नितंबांनी पुढे चला. (पायांनी नाही.)
- लयबद्धतेत किंचित वाढ होईल, पण पावलांमधील अंतर वाढणार नाही.
- सी आकाराशी अधिक संलग्न व्हा आणि नितंब व पाय आणखी सैलावा.

प्रकरण पाचवे

ची रनिंग कसे शिकावे?

'आपल्या उद्दिष्टपूर्तीसाठी किंवा विजयासाठी सहानुभूती, सहनशक्ती, चिकाटीने केलेले दीर्घ प्रयत्न आणि क्षमा या गुणांच्या साह्याने तुम्ही स्वत:च्याच अंतरंगांत खोलवर डोकावू शकलात, तर तुम्ही बऱ्याच गोष्टी शिकता आणि तुमचा खऱ्या अर्थाने विकास होतो.'

- मायकेल तमुरा, (यू आर द आन्सर)

या विभागात तुम्हाला ची रनिंगच्या अध्ययनाचे दहा धडे, अध्ययनासाठी उपयुक्त असलेल्या काही टिप्स आणि या संपूर्ण प्रक्रियेसाठी तुम्ही ज्या पायऱ्या शिकून पुढे जाणे आवश्यक आहे; त्या पायऱ्यांयाविषयीची माहिती मिळेल. तुम्ही नवशिके किंवा कसलेले धावपटू असाल, तरीही तुम्ही या दहा धड्यांचा अभ्यास करावा आणि त्याच क्रमाने ते आत्मसात करावेत, असे मी तुम्हाला सांगेन. अनेक वर्षे ची रनिंग शिकवल्यानंतर मी ज्या गोष्टींकडे एकाच वेळी लक्ष पुरवले पाहिजे, त्या गोष्टींच्या काही जोड्या तयार केल्या आहेत. या गोष्टींचा सराव एकत्रितपणे केला तर खूपच मोठा लाभ होतो, असे माझ्या लक्षात आले आहे. एकदा तुम्हाला हे दहा धडे शिकण्यात कोणतीच अडचण वाटेनाशी झाली की, मग मी दिलेली यादीही तुम्ही वापरू लागा.

आमच्या www.chirunning.com वर तुम्हाला ऑनलाईन प्रशिक्षण आणि

प्रशिक्षण कार्यक्रमांची माहिती मिळू शकेल. नवशिक्या त्याचप्रमाणे अनुभवी धावपटूंसाठीचे कार्यक्रमही तिथे उपलब्ध असतील. पाच, दहा किलोमीटर, अर्धमॅरेथॉन किंवा मॅरेथॉन यांसाठीचे कार्यक्रमही उपलब्ध आहेत. 'कार्यक्रम विकास' या सहाव्या प्रकरणात धावण्याचे विविध प्रकार आणि तुमच्यासाठी धावण्याचा कार्यक्रम कसा तयार करावा, हे आपण पाहणार आहोत. पण या प्रकरणात आपण फक्त ची रनिंगच्या धड्यांवर लक्ष केंद्रित करणार आहोत.

- स्वत:ची ओळख विसरून जा - आपला अहम् दूर सारा. स्वत:ची ओळख विसरणे हा एक प्रकारचा वाक्प्रचार आहे. त्याचा शब्दश: अर्थ घेऊ नका. तुम्ही स्वत:च्या कल्पना, प्राधान्यक्रम आणि प्रत्येक परिस्थितीला आपला प्रतिसाद नोंदवणे बाजूला ठेवा, असा याचा अर्थ आहे. उदाहरणार्थ— समजा, तुम्ही मॅरेथॉन स्पर्धेसाठी तुमच्या गटाबरोबर प्रशिक्षण घेत आहात. त्या दिवशी तुम्हाला आपली गती अत्यंत हळू असल्याची जाणीव होत आहे, तर प्रथम तुमचा अहम् तुम्हाला तसे असल्याचे कबूल करू देणार नाही. (म्हणजे तुमच्या गटातील इतर सर्वच सदस्यांपेक्षा तुम्ही कमी गतीने धावत आहात, हे मान्य करणे तुम्हाला लाजिरवाणे वाटेल आणि तुम्ही तसे मान्य करणार नाही.) त्यामुळे तुम्ही संपूर्ण गटाबरोबर जाण्याचा प्रयत्न करत राहाल. त्यामुळे तुम्हाला वाईट वाटले नाही, तरी प्रत्यक्षात तुमच्या शरीराचे म्हणणे ऐकण्याची गरज असेल. तुमच्यासाठी जी गती योग्य असेल, त्याच गतीने तुम्ही धावले पाहिजे. तुमचे धावण्याचे तंत्र तुम्ही कसोशीने सांभाळले पाहिजे. तुमच्या धावण्याच्या तंत्रानुसार, ज्या वेळी गती वाढायची असेल, त्या वेळी ती वाढेलच; अन्यथा तुम्ही दुखापतींना निमंत्रण द्याल.

  तुम्ही ज्या-ज्या वेळी धावण्यासाठी बाहेर पडाल, त्या वेळी तुम्ही हवामानाच्या स्थितीलाही प्रतिसाद दिला पाहिजे. टेकड्या, खडबडीत रस्ता, थंडी, वारे इत्यादी... अनेक घटक तुम्हाला लक्षात घ्यावेच लागतात. त्याचबरोबर तुमच्या शारीरिक स्थितीही लक्षात घ्याव्या लागतात. अशक्तपणा, स्नायूंवरचा ताण किंवा स्नायू आखडणे, डोळ्यांवर झोपेची झापड असणे, विविध भावनिक स्थिती इत्यादी गोष्टींकडे तर तुम्हाला विशेष लक्ष पुरवावे लागते. म्हणजेच शरीरात आणि मनातही जे काही चालले असेल, त्याचाही तुमच्या धावण्यावर परिणाम होत असतो. यापैकी बहुतेक प्रकरणांत तुमच्या विविध समस्यांवर तुम्हाला काही ना काही तरी मार्ग सापडेलच. तुम्ही जर कोणताही निर्णय न घेता, त्रयस्थपणे संबंधित परिस्थितीकडे

पाहिले, तर तुम्हाला परिस्थितीचे आकलन झट्‌कन आणि अधिक अचूकतेने होते. त्यामुळेच तुमचा प्रतिसादही चांगला असतो. ची रनिंग म्हणजे हेतुत: परिस्थिती न्याहाळणे आणि अधिक योग्य पद्धतीने तिला प्रतिसाद देणे. उदाहरणार्थ— मी जेव्हा अधिक कठीण, खडतर मार्गावरून धावत असतो; त्या वेळी त्या मार्गाच्या शक्तीच्या दिशेने धावत गेल्यावर मी अधिक सक्षमपणे धावू शकतो. मी खड्या टेकडीवर धावत-धावत वर चढत असेन, तर त्या वेळी मी अजून बरीच टेकडी चढून जायची आहे, असा विचार करून स्वत:लाच दमवून टाकत नाही. मी पाय सैलावतो, त्यामुळे माझ्यावरचा ताण कमी होतो. मग ती टेकडी चढणे मला सोपे जाते. मी त्या टेकडीला विरोधक मानत नाही; मी तिच्याशी मैत्री करतो. मग ती टेकडीच मला काय करायचे, कसे चढायचे यासाठी अचूक मार्ग दाखवते. स्वत:ची ओळख विसरून जाणे म्हणजे आपल्या दुखापतींशीही मैत्री करणे होय. आपण कुठे चूक केली, ते या दुखापतीच तुम्हाला दाखवून देत असतात. ज्या वेळी आपण वाईट धावलो, असे लोक मला सांगतात, त्या वेळी मला एखादे संगीत ऐकल्यासारखे वाटते. मी जर त्यांना योग्य प्रश्न विचारला की, त्यांना आपले धावणे वाईट होते, असे का वाटले तर मी त्यांच्या धावण्यातील तंत्रातील दुर्बल घटक सहजपणे शोधून काढू शकेन आणि त्यांना योग्य मार्गदर्शन करू शकेन. त्यामुळे त्यांच्या धावण्यातील चुका ते दुरुस्त करू शकतील. तुम्ही जर या प्रकारे तुमच्या अवघड किंवा आव्हानात्मक धावण्याकडे पाहिलेत, तर तुम्ही त्या धावण्याला 'वाईट' म्हणणार नाही. त्याऐवजी तुम्ही तुमच्या मित्रांना सांगाल, 'आज मला चांगले धावण्यासाठी आवश्यक असलेला एक उत्तम धडा मिळाला.'

- **साधी सुरुवात करा :** तुम्ही हळूहळू प्रगती करण्याचे तंत्र ध्यानात ठेवा. कोणतीही गोष्ट उत्तम होण्यासाठी सहनशक्ती आणि चिकाटीने दीर्घकाळ कष्ट करण्याची तयारी हवी. एखादी अवघड गोष्ट शिकण्यासाठी तुम्ही स्वत:लाच खूप वेळ आणि अवकाश द्या. सुरुवातीलाच खूप काही घेण्याचा प्रयत्न करू नका. हळूहळू जा आणि तुमच्या छोट्या-छोट्या यशांचा आनंद साजरा करा. तुम्ही जेवढे चांगले काम करू शकता, तेवढेच करा. उरलेल्या कामाची काळजी करत बसू नका. ते होणारच आहे. ज्या वेळी तुम्ही लक्ष केंद्रित केलेल्या गोष्टींपैकी एक तुम्हाला आरामशीरपणे जमू लागेल, त्या वेळी दुसरीकडे वळा. ज्या गोष्टीवर तुम्ही लक्ष केंद्रित केलेले होते, ती सहजगत्या येऊ लागली म्हणजे तुमच्या शरीराला कशी संवेदना जाणवते, त्याचा अनुभव घ्या आणि तो लक्षात

ठेवा. नंतर दुसऱ्या गोष्टीकडे वळा. तुम्ही छोट्या-छोट्या पायऱ्या पार पाडून 'हळूहळू यश' या तत्त्वाचा सरावच करत असता. त्यामुळे तुमचे ज्ञान स्थिरपणाने आणि योग्य पद्धतीने वाढत असते.

- **जे करायचे असेल, त्याची स्पष्ट कल्पना तुम्हाला असू द्या :** तुम्ही ज्यावर काम करत असाल, त्या विशिष्ट मुद्द्याविषयी तुमच्या मनात स्वच्छ आणि स्पष्ट कल्पना असू द्या. तुम्ही ती संकल्पना नीट समजून घ्या आणि ज्या वेळी तुम्ही धावण्यासाठी बाहेर पडाल, त्या वेळी तिचा वापर कसा करून घेणार आहात याविषयीही तुमच्या मनात स्पष्टता असली पाहिजे. यासाठी तुम्ही डीव्हीडीवरचा त्या मुद्द्याशी संबंधित असलेला भाग पाहा. तुम्ही घरातल्या घरात काही गोष्टींचा सराव करू शकत असाल, तर तुम्ही ते अगदी अवश्य करा. धावण्यासाठी बाहेर पडण्याआधी त्याचा सराव घरात जरूर करून पाहा. सुरुवातीच्या पायऱ्यांचा सराव अचूक आणि काळजीपूर्वक केलात, तर त्यामुळे तुम्हाला सहजगत्या धावण्याचा सुंदर फॉर्म मिळवता येईल.
- **सातत्य :** जुन्या कुत्र्याला नव्या ट्रिक्स शिकवणे अवघड असते, असे म्हटले जाते. जुन्या कुत्र्याप्रमाणे तुमचे शरीरही नव्या गोष्टी लगेच आत्मसात करत नाही. पुनरुक्ती आणि सातत्य यांद्वारेच ते अधिक चांगल्या प्रकारे शिकू शकते. हालचालींच्या नव्या सवयी लावून घेणे आणि फॉर्मवर लक्ष केंद्रित करून त्या सवयींचा वापर करणे यासाठी तुम्ही अधिकाधिक सराव करण्याची गरज आहे. जेवढा तुम्ही अधिक सराव कराल, तेवढ्या झटपट तुम्ही या गोष्टी शिकू शकाल. तुमचे शरीर या सवयी आत्मसात करेल. तुम्हाला सुरुवातीला आठवड्यातून फक्त तीन दिवसच धावण्याचा सराव करण्यास मी सुचवेन. तुम्ही त्याविषयीची शारीरिक संवेदना विकसित केल्यावर तिचा अधिकाधिक दिवस सराव करण्यास विलंब लावू नका.
- **आणखी एका व्यक्तीचे मत घ्या :** तुम्ही अचूकपणे हालचाली करता आहात की नाही, हे सांगणे काही वेळा कठीण असते. यासाठी आपल्याबरोबर धावण्यासाठी सहकारी घेणे, हा एक मार्ग आहे. जर तुम्ही दोघेही लक्ष द्यावयाच्या गोष्टी एकत्रितपणे शिकत असाल, तर तुम्ही दोघेही एकमेकांचे डोळे म्हणून काम करू लागाल. तुम्ही एकमेकांचे धावणे पाहिल्यावर आपापली निरीक्षणे किंवा सूचना एकमेकांना करू शकाल.

  दुसरी सूचना म्हणजे तुमच्या धावण्याची व्हिडिओ टेप बनवा. त्यामुळे आपण जे करतो आहोत, असे तुम्हाला वाटते; ते तुम्ही खरोखरच करत आहात का, ते स्वत:च पाहू शकता. तुमच्या स्थानिक शाळेच्या क्रीडांगणावर

हे करणे, ही एक चांगली गोष्ट आहे. जिथे कुठे धावण्याचा मार्ग तयार करण्यात आला असेल, तिथे तुम्ही धावू शकता. धावण्याच्या मार्गाचे बाकदार वळण ज्या टोकाला असते, तिथून धावा. त्या वेळी तुमच्या मित्राला तुमच्या धावण्याचे व्हिडिओ शूटिंग करू द्या. व्हिडिओ टेप हे प्रशिक्षणाचे एक उत्तम साहित्य आहे. कारण त्यामुळे तुमच्या एका बाजूने दिसणाऱ्या धावण्याच्या शारीरिक आकृतिबंधाकडे तुम्हाला लक्ष देता येते. तुमच्याकडे नसेल, तर कोणाकडून तरी व्हिडिओ कॅमेरा मागून घ्या. पण तो अत्यंत महत्त्वाचा आहे.

तिसरा पर्याय म्हणजे तुमच्या प्रतिबिंबाकडे पाहा. काचेचे मोठे दार असलेल्या एखाद्या मोठ्या दुकानासमोरून धावता-धावता आपल्या प्रतिबिंबाकडे पाहूनही तुम्ही तुमच्या चुकीच्या गोष्टी दुरुस्त करू शकता. फक्त त्या दुकानांच्या जास्त जवळ जाऊन डोकावून पाहत असताना पकडले जाऊ नका, म्हणजे झाले!

एखादे वाद्य वाजवायला शिकण्यासारखेच ची रनिंग शिकणेही आहे. प्रथम प्रत्येक स्वर स्वतंत्रपणे वाजवायला तुम्ही शिकता. नंतर ज्या वेळी तुम्हाला त्याचा सराव होतो, त्या वेळी तुम्ही गाण्याच्या ओळी वाजवू लागता आणि मग संगीताचे तुकडे वाजवू लागता. या सगळ्याचा पुरेसा रियाज झाल्यावर तुम्ही अखंड गाणे वाजवता किंवा अखंड धून वाजवू शकता. त्याचाही पुरेसा सराव झाल्यावर तुम्ही स्वरलिपी न वाचता वाजवू शकता. या वाद्याच्या वादनात नैपुण्य मिळवल्यावर तुम्ही वादनाच्या बाबतीत विविध प्रयोग करून आपले वादन समृद्ध करता आणि वादनावर प्रभुत्व असलेली व्यक्ती बनून जाता. त्यानंतर तुम्ही आपल्या वादनातून आपल्या भावभावना व्यक्त करण्यासही शिकता.

श्रमाविना, दुखापतीविरहित धावण्यास शिकण्याचे टप्पे

ची रनिंगमध्ये आम्ही तुमच्यासमोर एक शक्यता ठेवत असतो. एक कल्पनारम्य, सोन्याची अंगठी आम्ही तुम्हाला भेट देत असतो. ती असते विनाकष्ट व दुखापतविरहित धावण्याची कल्पना. धावण्याचा सराव करताना दैनंदिन सरावाच्या वेळी होणाऱ्या अपघातांपासून आम्ही तुम्हाला दूर ठेवणार असतो... आणि होय, ज्या वेळी तुम्ही सरावाच्या एका विशिष्ट टप्प्यावर पोहोचता, ज्या वेळी तुम्हाला ची रनिंग अत्यंत कष्टविरहित वाटू लागते; त्या वेळी कित्येक लोक मला सांगतात, 'या प्रकारे मी आयुष्यभर धावू शकेन, याची मला खात्री वाटते आहे.'

दुखापतविरहित आणि विनाकष्ट धावणे या दोन्ही कल्पना तुम्ही आपल्या

दैनंदिन धावण्याच्या सरावाच्या वेळी मनात ठेवाच. त्यांचे राज्यच तुमच्या धावण्यावर असू द्या. मी तेच करतो. मी स्वत:लाच विचारतो की, मी हे सगळं कमी श्रमात आणि कमी ताण घेऊन आणखी कशा प्रकारे करू शकेन? हा प्रश्नच तुम्हाला दुखापतविरहित आणि श्रमाविना धावण्याकडे घेऊन जातो.

ची रनिंगमुळे तुम्हाला खरोखरच श्रमाविना धावण्याचा अनुभव येण्यासाठी काही टप्पेही आहेत, हे अर्थातच आम्हाला माहिती आहे. ते तुम्हाला शिकवले जातात. (काही लोकांना विनाश्रम धावण्याचा अनुभव खूपच लवकर आल्याचे अहवाल आमच्याकडे आहेत. ची रनिंगमुळे त्यांना दुखापतींपासूनही त्वरित आराम मिळालेला आहे.)

पहिला टप्पा - नवोदिताचे मन

आपण नव्या पद्धतीने धावू शकू आणि ही पद्धतीच आपल्यासाठी अधिक चांगली ठरू शकते, ही शक्यता तुम्ही ज्या वेळी मान्य करता, त्या वेळी हा टप्पा येतो. या टप्प्यात कुठे तरी अविश्वासही डोकावत असतो. बौद्ध विचारप्रणालीत याला 'नवोदिताचे मन' असे म्हणतात.

पहिल्या टप्प्यात ची रनिंगची काही महत्त्वाची तत्त्वे समजून घेणे महत्त्वाचे असते. उदाहरणार्थ— तुमचा पाठीचा कणा जेव्हा ताठ असतो, त्या वेळी तुम्ही अधिक सुलभपणे हालचाल करू शकता. तुम्हाला श्रमविरहित आणि वेदनारहित अवस्थेत धावायचे असेल, तर त्यासाठी फक्त पायांच्या स्नायूंचे काम पुरेसे नसते; तर आपण कोअर स्नायूंच्या एकत्रित कामामुळे सर्वाधिक सुलभतेने आणि सक्षमपणे काम करू शकतो. सक्षमपणे धावण्यासाठी पायांचे स्नायू बळकट असण्याची नितांत आवश्यकता असते, हे आपल्याला सातत्याने सांगितले गेलेले असते. त्यामुळेच ज्या वेळी आपल्याला पायांच्या स्यायूंना पूर्णपणे आराम देण्यास सांगितले जाते, त्या वेळी आपल्या मनाची चलबिचल होते; शिवाय त्यासाठी शारीरिक सवयही बदलण्याची गरज असते. हा मोठाच बदल असतो.

दोन ढांगांमध्ये किंवा धावण्याच्या दोन पावलांमध्ये कमी अंतर ठेवण्यास सांगितले, तर तेही चट्‌कन अंगवळणी पडणे कठीण असते. अधिक अंतर पार करायचे असेल, तर आपण पायांनी अधिकाधिक अंतर तुडवून पार केले पाहिजे आणि त्यासाठी पायांचे स्नायू वापरले पाहिजेत, हेच आपल्याला सहजपणे पटलेले असते. पण या प्रकारे धावताना आपण आपली शक्ती अकारणच खर्च करत असतो, शिवाय शरीराला दुखापतींच्या दरीतही लोटत असतो. आता माझ्या पत्नीची– कॅथरिनची कथा तुम्हाला सांगतो. ती म्हणते, ''डॅनीकडून धावायला

शिकणं मला खूपच कठीण जात होतं. नवरा-बायकोमधील या गोष्टी आहेत. छोट्या-छोट्या अंतराची जलद पावलं टाकण्याच्या त्याच्या पद्धतीचा तर मला अत्यंत राग येत होता. एवढ्या गोष्टी लक्षात ठेवून धावणं हेच मला अधिक दमवणारं आणि कष्टप्रद वाटत होतं. पण अखेरीस, काही वर्षांनी स्वत:च्याच मनानं मी छोट्या-छोट्या अंतराची पावलं टाकण्याचा प्रयत्न केला. त्याशिवाय मेट्रोनोमचा वापरही सुरू केला. त्यामुळे मला झटपट पडणाऱ्या छोट्या-छोट्या ढांगा टाकाव्याच लागल्या. थोड्याच दिवसांत मला हे धावणं खूपच आरामदायक वाटू लागलं आणि त्यानंतर गेली कित्येक वर्षं मला पाठदुखीचा त्रास का होत होता, तेही माझ्या लक्षात आलं.''

अध्ययन हा ची रनिंगचा आणखी एक भाग आहे. यात अविश्वास असतोच. कारण बऱ्याच वेळा तुम्ही झुकला आहात, असे वाटत असताना तुम्ही प्रत्यक्षात झुकलेलेच नसता. त्यामुळे तुम्हाला जर प्रयोग करून पाहायचा असेल, तर तुम्हाला पहिल्या टप्प्यातून जावेच लागते. त्यानंतरच दुसऱ्या टप्प्यात तुम्ही प्रवेश करता.

दुसरा टप्पा : श्रम करणे

मन एकाग्र करण्यासाठी तुम्हाला दोन प्रकारचे श्रम करावे लागतात. तुमचे मन ठरावीक गोष्टीवर केंद्रित करण्यासाठी आणि तुमच्या शरीराची हालचाल योग्य प्रकारे घडवून आणून अचूक पद्धतीने तुम्ही पुढे जाण्यासाठी असे हे दोन प्रकारचे श्रम असतात.

शरीराच्या पवित्र्याचे उदाहरण आपण घेऊ या. काही लोकांना ढब तयार करण्याविषयी अधिक कष्ट पडू शकतात. यासाठीच तुम्हाला शरीर ताठ ठेवण्याची गोष्ट लक्षात ठेवावीच लागते, याशिवाय त्यासाठी मन एकाग्र करावे लागते. शारीरिक दृष्ट्या विचार केला, तर शरीर ताठ ठेवण्यासाठी ज्या स्नायूंचा वापर केला जात नाही, त्या स्नायूंना कामाला जुंपण्यासाठी तुम्हाला प्रयत्न करावा लागतो. ज्या वेळी तुमच्या शरीराची योग्य ढब राखणारे स्नायू योग्य पद्धतीने ताणले गेलेले असतात आणि बळकट बनलेले असतात, तसेच ज्या वेळी मनाचा आदेश नसला तरीही नैसर्गिकरीत्याच अशा प्रकारे तुमच्या शरीराची ढब निर्माण झालेली असते; त्या वेळी उत्तम ढब असणे ही विनासायास घडणारी गोष्ट बनते. यासाठी तुम्हाला कित्येक प्रकारचे शारीरिक आणि मानसिक बदल घडवून आणावे लागतात आणि त्यासाठी साहजिकच तुम्हाला शारीरिक आणि मानसिक कष्ट घ्यावे लागतात.

तिसरी पायरी : विसावणे किंवा सैलावणे

विनासायास किंवा श्रमाविना आणि दुखापतविरहित धावण्यासाठी विसावणे किंवा सैलावणे ही आवश्यक बाब असते. मात्र विसावण्यास शिकणे ही कष्टप्रद गोष्ट असू शकते. तुमचे घोटे, पोटऱ्या, मांड्या, नितंब, खांदे आणि तुमचे पाय सैलावणे ही गोष्टच कष्टसाध्य असते. या सर्व प्रकारच्या स्नायूंच्या सैलावण्यासाठी बरीच मोठी मानसिक कसरत करावी लागते. पण मी पुन्हा एकदा सांगतो की, शरीर आपल्या अपेक्षेपेक्षा या गोष्टी अधिक जलद शिकते. ज्या वेळी आपल्याला एखादी गोष्ट आरामदायक वाटते, चांगली वाटू लागते; त्या वेळी शरीर ती झटपट आत्मसात करते. लवकरच अंग सैलावणे विनासायास घडू लागते. साहजिकच त्यामुळे धावणेही श्रमविरहित बनते. पण चौथ्या टप्प्यातच तुम्हाला धावणे आरामदायीही वाटू लागते आणि ते दुखापतविरहितही होऊ लागते.

चौथा टप्पा : खेळ

एकदा तुम्ही ची रनिंग करू लागलात आणि त्याची क्षमता तुमच्या लक्षात आली, धावपटू म्हणून त्याचा किती लाभ होतो आहे, ते तुम्हाला जाणवू लागले की, तुम्ही आपले स्नायू सहजगत्या सैलावून धावू शकता. त्यामुळे हे तंत्र तुमच्या शरीरात भिनते. या टप्प्यात तुम्ही जे शिकलेले असता, त्याचा धावण्यासाठी वापर करून त्याचा अनुभव तुम्ही घेत असता. त्यामुळे आता ची रनिंग हा तुमच्यासाठी खेळ बनलेला असतो. माझ्या प्रत्येक धावण्यामध्ये मला खेळच खुणावत असतो. तो आनंददायी प्रकार असतो. ची रनिंगमध्ये 'ची' नेमके काय करते आहे, याचा मजेशीर अनुभव मी घेत असतो. मी प्रयोग करत करत अनेक गोष्टी शिकलो आहे, शिवाय ची रनिंगच्या मर्यादाही काळजीपूर्वक शोधण्याचा प्रयत्न केला आहे.

खरे तर ची रनिंगला तशा कोणत्याच मर्यादा नसतात. माझे 'ताय ची' शिक्षक मास्टर शू म्हणत असत की, आपल्या हालचाली अमर्याद प्रकारच्या असतात. मी धावतो, त्या दर वेळी सैलावण्यासाठीचा माझा स्वीट स्पॉट शोधत असतो. प्रत्येक वेळी तो बदलत असतो. आपण विविधरूपी जगात धावत असतो. तिथल्या स्थिती कित्येक प्रकारांनी आणि ढंगांनी बदलत असतात. त्यामुळेच त्या स्थितींशी ताळमेळ राखून धावत असताना आपला हा स्वीट स्पॉटही बदलत राहतो. काही वेळा आपण उंचवट्यांवरून धावतो, काही वेळा छोट्या टेकड्यांवरून धावतो, काही वेळा ओबडधोबड रस्ता असतो किंवा काही वेळा आपण पर्वतांवर धावत असतो. त्यांची शिखरे आपल्याला खुणावत असतात.

नवोदित धावपटूंसाठी प्रारंभीचा कार्यक्रम

ज्या वेळी तुम्ही धावायला सुरुवात करता किंवा दुखापत बरी झाल्यानंतर किंवा इतर काही कारणांनी बऱ्याच कालावधीनंतर धावायला येता; त्या वेळी तुमच्या मनात अतिउत्साह, आनंद आणि अपेक्षा असतात. एकदा का तुम्ही शरीर सुडौल बनविण्याचे किंवा आरोग्य उत्तम राखण्याचे ठरवले की, मग तुमच्या धावण्यामागे काही ना काही विशिष्ट उद्देश असतो. 'मला हे करायचं आहे. मला स्वत:ला याच्यातून बाहेर काढायचं आहे किंवा मला आठवड्यातून तीन ते चार वेळा धावायचं आहे,' वगैरे. बहुतेक नवोदितांच्या मनात मला अशा वेळी एक दृढ संकल्प आणि त्याच वेळी थोडीशी भीतीही आढळते.

बहुतेकांच्या मनातील भीती सारख्याच असतात–

'माझं शरीर खूपच बेडौल झालं आहे. मला आता एवढ्या उंचावर चढताना धावणं जमणारच नाही.'

'मी कशाला धावण्याचं नियोजन करतो किंवा करते आहे? चाळिशीनंतर आपण धावू शकत नाही, हे प्रत्येकालाच माहिती असतं. त्यामुळे मी गुडघ्यांचा सर्वनाश करून घेईन.'

'धावणं ही खूपच कठीण बाब आहे.'

'धावणाऱ्या लोकांकडे फाजील उत्साह असतो.'

पण तुम्हाला असला काहीही अनुभव येणार नाही. कारण कदाचित आपण धावतो आहोत, या गोष्टीचेच तुम्हाला अप्रूप वाटत असेल किंवा कदाचित आरोग्य चांगले राखण्यासाठी तुम्हाला धावण्याची गरज भासत असेल. धावणे हा त्यासाठीचा सर्वाधिक सोपा आणि जलद मार्ग आहे, असे तुम्हाला वाटत असेल.

तुम्ही तुमच्या भीतींनाही विसावा घ्यायला पाठवा, कारण बहुतांश लोकांसाठी धावणे हा सुरक्षित आणि प्रभावी पर्याय आहे. कोणत्याही वयात करता येणारा तो मोठाच महत्त्वपूर्ण व्यायाम आहे. मानवप्राणी हे नैसर्गिकरीत्याच धावू शकतात. आपली शरीरे त्या दृष्टीने योग्य प्रकारे बनलेली असतात. जेव्हा तुम्ही उत्तम जैवभौतिक पद्धतीची धावण्याच्या योग्य कार्यक्रमांशी सांगड घालून धावता, तेव्हा दुखापती होण्याच्या शक्यता लक्षणीयरीत्या कमी झालेल्या असतात. ची रनिंगची सुरुवात करणे कठीण नसते; पण तरीही काळजीपूर्वक सुरुवात करणे अत्यंत महत्त्वाचे असते. त्या वेळी तुमच्याकडे व्यवस्थित व्यवस्थापन करता येण्याजोगा धावण्याचा आराखडा असला पाहिजे. सुरुवातीपासूनच योग्य सवयी लावून घेण्याची

संधी नवोदित धावपटू म्हणून तुम्हाला मिळालेली असते, कारण तुमची पाटी कोरी असते. तुम्हाला कोणत्याही वाईट सवयी जडलेल्या नसतात. त्यामुळे तुम्हाला हवा तेवढा वेळ घ्या. एकदा तुम्ही सक्षमपणे आणि सुरक्षितपणे धावू लागलात की, तुम्हाला एखादा मैल आनंदाने धावणे शक्य होईल किंवा हळूहळू तुम्ही तब्बल २६ मैलही आनंददायी रीतीने धावू शकाल. तुमची इच्छा असेल त्याप्रमाणे तुम्ही हे करू शकता. मी तुम्हाला काही उपयुक्त सूचना आणि क्लृप्त्या खाली सांगत आहे–

- **दर दिवसाआड वीस ते तीस मिनिटांचा वेळ राखून ठेवा :** तुमचा धावण्याचा कार्यक्रम सुरू करण्याचा आणि चांगल्या सवयी लावून घेण्याचा उत्तम उपाय म्हणजे दर दिवसाआड तुम्ही वीस ते तीस मिनिटांचा वेळ धावण्यासाठी राखून ठेवा. मैलांमध्ये धावण्यास सुरुवात करण्यापेक्षा तुमच्या धावण्याचा हिशेब मिनिटांमध्ये ठेवा. त्यामुळे तुलनात्मक दबाव दूर होईल. तुमच्या दुसऱ्या दिवशीच्या कामाच्या यादीत हा वेळ बाजूलाच काढून ठेवा. तुम्ही ज्याप्रमाणे एखाद्या महत्त्वाच्या गोष्टीसाठी वेळ काढताच, तसेच महत्त्व तुमच्या धावण्यालाही द्या. काळजी करू नका. सुरुवातीला तुम्ही जेवढा वेळ काढला असेल, तेवढा संपूर्ण वेळ धावणार नाही. पण धावण्यास सुरुवात करण्यापूर्वी तुम्हाला गिरवाव्या लागणाऱ्या शारीरिक हालचालींच्या धड्यांसाठी आणि धावून आल्यानंतर तुम्हाला शरीराचे स्नायू ताणण्यासाठी तेवढा वेळ आवश्यकच आहे. (धावणे आणि धावल्यानंतर– याविषयीचा आठव्या प्रकरणातील भाग वाचा.) ची रनिंगचा फॉर्म दर दिवसाआड तुमच्या धावण्यासाठी वापरल्यावर तुम्हाला जाणवणाऱ्या शारीरिक संवेदनाही तुम्ही लक्षात ठेवू शकता.
- **पुस्तक वाचा आणि डीव्हीडी पाहा :** ची रनिंगच्या संकल्पना नीट लक्षात राहाव्यात म्हणून मी तुम्हाला निदान पाचवे प्रकरण तरी रोजच वाचा, असे आवर्जून सांगेन. शिवाय ची रनिंगची डीव्हीडीही तुम्ही पाहू शकाल. पुस्तक वाचून आणि डीव्हीडी पाहूनच तुम्हाला सुरुवात करावी लागेल. डीव्हीडी उपलब्ध नसेल, तर निदान पुस्तक तरी वाचाच.
- **आधी सांगितलेले दहा धडे क्रमाने गिरवा :** तुम्हाला हव्या तितक्या वेळा तुम्ही ते दहा धडे गिरवू शकता. त्यांचा सराव करू शकता. वेळेचा ताण घेऊ नका.
- **हळूहळू धावा :** तुम्ही धावण्यास अत्यंत कमी वेगाने सुरुवात करा. तुम्ही प्रथमच ची रनिंग शिकत असाल, तर जलद गतीने धावण्याची काहीच गरज नसते. तंत्राचा सराव करत असताना नेहमीच शांतपणे, आरामदायकपणे

धावा. धावता-धावता तुम्हाला सहजपणे एकमेकांशी संवाद साधता यावा, एवढी तुमची धावण्याची गती मंद असली पाहिजे.

- **धावा किंवा चाला :** जोपर्यंत तुम्हाला बरे वाटते आहे, तुम्ही आरामदायक स्थितीत आहात तोपर्यंतच धावत किंवा चालत राहा, हा नवोदित धावपटूंसाठी अत्यंत मोलाचा सल्ला आहे. मग तुम्हाला तीस सेकंदांचे धावणेच योग्य वाटले तरी चालेल किंवा पाच मिनिटेच बरे वाटले, तर तेवढाच काळ धावा. जर तुमचे मन एकाग्र होत नाही किंवा तुम्हाला धाप लागते आहे, असे तुम्हाला वाटले; तर तिथेच थांबा आणि मिनिटभर चालत राहा. त्यानंतर तुमच्या शरीराची रेषा तपासून पाहा. कार्यपद्धती पाहा. ची रनिंगमध्ये प्रथम फॉर्मकडे लक्ष देण्याची गरज असते. त्यामुळे आपला फॉर्म टिकवून तुम्ही जेवढे धावू किंवा चालू शकाल, तेवढीच वाढ तुमच्या धावण्याच्या किंवा चालण्याच्या अंतरात करा.
- **हळू धावा, जलद चाला :** ची रनिंगचा सराव करण्याचा उत्तम मार्ग म्हणजे हळूहळू धावणे. गती अत्यंत संथ असली पाहिजे. (पहिल्या किंवा दुसऱ्या गिअरमध्येच धावा.) पण चालताना मात्र भराभरा चाला. (प्रतिमिनिट ६५ ते ७५ पावले या दराने) धावण्याच्या मध्यंतरात हे चालणे घ्यावे लागत असेल, तरीही त्याची गती जलदच असली पाहिजे.
- समजा, तुम्हाला धावण्याचे आणि चालण्याचे प्रमाण ५ : १ असेच राखायचे असेल, तर पाच मिनिटे धावा आणि मिनिटभर चाला. जसजशी तुमची प्रगती होत जाईल, तसतसा धावण्याचा कालावधी वाढवा आणि चालण्याचा कमी करा. आपण हवे तेव्हा चालण्यासाठी थांबू शकतो, हा दिलासा मनात असल्यामुळे कदाचित तुम्ही कालांतराने सलग वीस ते तीस मिनिटेही धावू लागाल. धावताना नेहमीच तुमच्या श्वसनाच्या क्षमतेतच धावा. धाप लागण्याएवढ्या जलद हालचाली करू नका. सहा ते आठ आठवड्यांत तुमची श्वसनक्षमता हळूहळू वाढू लागेल. त्यामुळे धावण्याच्या वेळात तुम्हाला गरज पडत असलेले चालणे तुम्ही पूर्णपणे दूर करू शकाल. म्हणजेच तुम्ही तो पूर्ण वेळ धावण्यासाठीच हळूहळू वापरू लागाल. या धावण्याचा तुमच्यावर अतिरिक्त ताण येणार नाही.
- **शारीरिक संवेदना :** तुम्ही काय केले पाहिजे, याची व्यवस्थित संवेदना तुमच्या शरीरात निर्माण होणे, ही महत्त्वाची बाब आहे. त्यासाठीच प्रत्येक धडा शिकण्यासाठी तुम्हाला आवश्यक असेल तेवढा वेळ घ्या. पण तुमच्या शरीरात त्याची तीव्र संवेदना उमटली पाहिजे.
- **तुमच्या धावण्याविषयीच्या नोंदी ठेवा :** 'कार्यक्रम विकास' या सहाव्या

प्रकरणात आम्ही तुम्हाला धावण्याविषयीच्या नोंदी ठेवण्यास सांगितले आहे. त्यात तुमच्या आरोग्यविषयक आणि उद्दिष्टपूर्तीविषयक नोंदी ठेवत राहा. तुमचे सर्व धडे गिरवण्याआधीच अशा प्रकारे तुमच्या प्रगतीचा आलेख मांडण्याची कल्पना विलक्षण आहे.

- **एका वेळी दोन-दोन गोष्टींवर लक्ष केंद्रित करत पुढे चला :** एकदा तुम्ही सगळे धडे शिकलात की, या प्रकरणाच्या शेवटी दिलेल्या लक्षात ठेवण्याच्या गोष्टींपैकी दोन-दोन गोष्टींवर एका वेळी लक्ष केंद्रित करत पुढे जा. कोणत्या दोन मुद्द्यांवर जोडीने लक्ष केंद्रित करायचे, ते तुम्ही ठरवा. तुम्हाला योग्य वाटतील तशा या मुद्द्यांच्या जोड्या तुम्ही बनवू शकता.

पुढच्या विभागातील दहा धडे आता तातडीने वाचून काढा.

मध्यम आणि प्रगत वर्गातील धावपटूंसाठी अध्ययन कार्यक्रम

जर तुम्ही आधीच धावपटू असाल, पण ची रनिंगचे तंत्र तुमच्यासाठी नवे असेल, तर हा विभाग तुमच्यासाठीच आहे.

आम्ही सर्वच धावपटूंना समान पद्धतीनेच सुरुवात करायला सांगतो; मग तुम्ही अगदीच नवोदित असा किंवा कसलेले धावपटू असा, सुरुवात सारखीच करावी लागते. तुमच्या आधीपासून असलेल्या सवयी सुधारण्यापेक्षा तुम्हाला नव्या सवयी लावणे आमच्या दृष्टीने अधिक सोपे असते. या आणि नवोदितांसाठीच्या अध्ययन कार्यक्रमातील एक महत्त्वाचा फरक म्हणजे, तुमच्या सध्याच्या धावण्याच्या कार्यक्रमाबरोबर ची रनिंगचे तंत्र तुम्ही शिकत असता. याआधी तुम्ही बऱ्याच वेळा धावलेले असता. त्यामुळे तुम्ही चालण्यासाठी नियमितपणे थांबत-थांबत धावण्याची गरज नाही. तुम्ही सलग धावण्यापासूनच सुरुवात करावी. तुमच्यासाठी खाली काही उपयुक्त कल्पना मांडत आहे–

- **क्रमाने दहा धडे गिरवा :** तुमच्या स्वतःच्या गतीने दिलेल्या क्रमानेच दहा धडे गिरवा. लक्ष केंद्रित करावयाच्या प्रत्येक गोष्टीवर व्यवस्थितपणे लक्ष एकाग्र करा. धावत असताना तुम्हाला हे तंत्र वापरल्याने कसे वाटते, ते लक्षात घ्या. जर यांपैकी काही गोष्टींवर तुम्ही आधीच लक्ष केंद्रित करत आहात, असे तुम्हाला वाटले; तर तुम्ही या गोष्टींपैकी काही गोष्टी एकत्र करून त्यांचा सराव करू शकाल.
- **तुमचा सध्याचा धावण्याचा कार्यक्रम तसाच सुरू ठेवा, फक्त पावलांतील अंतर अगदी कमी करा :** तुमच्या धावण्याच्या नियमित

साप्ताहिक कार्यक्रमात बदल करू नका. त्याच्या वेळात बदल करू नका. तुम्ही आता जेवढा वेळ धावत असाल, तेवढाच वेळ धावत राहा. आम्ही तुम्हाला फक्त एवढाच सल्ला देत आहोत की, तो सगळाच वेळ तुमच्या फॉर्मवर लक्ष केंद्रित करून तुम्ही धावा. त्या काळात तुम्ही फक्त तुमच्या फॉर्मवर काम करा. लक्ष द्यावयाच्या मूलभूत गोष्टींवर प्रभुत्व मिळवल्यावर तुम्ही तुमचा फॉर्म जास्त काळ तसाच टिकवण्यावर लक्ष केंद्रित करा. त्याच फॉर्ममध्ये अधिकाधिक अंतर धावण्याचा सराव करा. तुमच्या शरीराला ची रनिंगच्या तंत्राचा जास्तीत जास्त सराव झाला की, तुम्हाला फक्त अधिकाधिक झुकण्यास आणि स्नायू अधिकाधिक सैलावण्यास शिकावे लागेल. तुमची गती आपोआपच वाढेल.

तुम्ही धावत असताना आरामात बोलू शकत असाल, तर तेवढ्या श्वसनक्षमतेतच फॉर्मवर व्यवस्थित लक्ष केंद्रित करणे शक्य असते. त्यापेक्षा जलद गतीने धावण्याने ते साध्य होत नाही. तुम्ही जेवढा काळ पावलांमध्ये कमी अंतर ठेवून आरामदायकरीत्या धावत असाल, तेवढा काळ तुम्ही फक्त फॉर्म व्यवस्थित ठेवून पुढे झुकण्याचा प्रयत्न करा. तुमची गती वाढत असल्याचा अनुभव तुम्हाला येईल. ची रनिंगचे तंत्र हे तुमचा स्तंभ सरळ रेषेत ठेवणे आणि स्नायू सैलावणे यांवरच अवलंबून आहे. दोन पावलांत कमी अंतर असताना लक्ष केंद्रित करण्याच्या गोष्टींचा अधिकाधिक सराव करत राहा. त्यासाठी तुम्हाला लागेल तेवढा वेळ घ्या. गती जलद होण्यासाठी योग्य स्थिती निर्माण व्हाव्यात यासाठी प्रयत्न करा. धावण्याच्या प्रत्येक सरावाला सक्षमतेने खेळायचा आनंददायक खेळ बनवा. तुमच्या हालचाली तुम्ही अधिक कार्यक्षमतेने करू लागलात की, तुम्हाला हवी असलेली गती तुमच्या धावण्यात आपोआपच निर्माण होईल. ज्या गतीसाठी आधी तुम्हाला कष्ट किंवा श्रम घ्यावे लागत होते, तीच गती आता तुम्हाला आपसूकच लाभल्याचे तुमच्या लक्षात येईल.

- **आधी झालेल्या दुखापतींची काळजी घ्या :** तुम्हाला आधीच काही दुखापती झालेल्या असतील, तर ची रनिंगची योग्य तंत्रे वापरून आधी त्या दुरुस्त करण्याचा प्रयत्न करा. जोपर्यंत ती दुखापत दूर होत नाही, तोपर्यंत तुमच्या कार्यक्रमातील गती वाढवण्याचे कोणतेही तंत्र किंवा व्यायाम वापरू नका. तुमची दुखापत पूर्ण बरी झाली पाहिजे. शिवाय या नव्या तंत्राने तुम्ही श्वसनक्षमता सुधारली पाहिजे. त्यानंतरच ते व्यायाम तुम्ही करू शकाल. तुमच्या धावण्याच्या नव्या फॉर्मने तुम्हाला नवी दुखापत तर होणार नाहीच; पण जुनी दुखापत तुम्ही पूर्णपणे बरी करू शकाल, याचा

विश्वास तुम्हाला प्राप्त होईल. तसेच या प्रकारे आपण अधिक अंतर धावू शकतो, हा विश्वासही तुमच्या मनात निर्माण होईल.

- **तुमच्या धावण्याच्या शर्यतीच्या वेळापत्राविषयी पुनर्विचार करा :** ची रनिंगमुळे किती जलद गतीने फरक पडला याविषयी आपली मते मांडणारी पत्रे अनेक जणांनी आम्हाला पाठवली आहेत, हे खूपच आनंददायक आहे. तरीही कोणत्याही शर्यतीआधी तुमचे लक्ष तुमच्या शरीराच्या ज्या भागांवर केंद्रित करायचे आहे, त्यांवरच केंद्रित झालेले आहे याची सातत्याने खात्री करून घेत राहा. गतीपेक्षाही तुमच्या फॉर्ममुळेच तुम्ही अधिक अंतर धावून पार करू शकता, हा विश्वासही आपल्या मनात जागृत झाला आहे का, ते तपासा. गती आणि शर्यत याविषयी दहाव्या प्रकरणात अधिक माहिती दिली आहे.
- **एका वेळी दोन गोष्टींवर लक्ष केंद्रित करून हालचाल करा :** एकदा तुम्ही सगळे धडे गिरवलेत की, एका वेळी दोन-दोन गोष्टींवर लक्ष केंद्रित करून हालचाल करा. लक्ष केंद्रित करावयाच्या गोष्टींपैकी ज्या जोड्या तुमच्या बाबतीत अधिक चांगल्या प्रकारे लागू पडतात, त्याच बाबींच्या जोड्या तुम्ही स्वत: बनवा.
- **कष्टापेक्षा चाणाक्षपणे प्रशिक्षण घ्या :** सहज संभाषण करता येईल एवढ्या गतीने धावत राहून तुमचे सगळे धडे तुम्ही अत्यंत योग्य पद्धतीने गिरवत असलात, तरीही प्रत्येक वेळी धावण्यासाठी लक्ष केंद्रित करण्याची विशिष्ट गोष्ट, हेतू आणि सराव यांची गरज असते. आता पुन्हा शारीरिक कष्टच अधिक चांगले असतात, असे मानू नका. त्याचा विचारही करू नका. जर अजूनही आपल्याला चांगल्या पद्धतीने धावणे शक्य होत नसल्याचे तुमच्या लक्षात आले, तर तुम्ही तुमच्या गरजेनुसार तुमचा सराव आणखी वाढवू शकता.
- **'सी ची'चा वापर करून सराव करा :** ची रनिंगच्या सर्व मूलभूत मुद्द्यांचा तुमचा योग्य सराव झाला की, तुम्ही 'सी ची'चा वापर करून पाहा. तुम्ही अधिक आरामशीरपणे आणि कार्यक्षमतेने धावू लागाल.
- **ठरावीक अंतराने फॉर्मच्या मुद्द्यांविषयीचे प्रशिक्षण :** सहाव्या प्रकरणाची उजळणी करा. तुमचा स्वत:चा विविध प्रकारच्या धावण्याचा कार्यक्रम तयार करा. फॉर्मवर लक्ष केंद्रित करूनच तुम्ही धावत आहात याची खात्री करून घ्या. तुम्ही जर ठरावीक अंतराने फॉर्मच्या मुद्द्यांवर लक्ष केंद्रित करत असाल, तर ते व्यवस्थित होत आहे ना, याची खातरजमा करून घ्या.

ची रनिंगचे तंत्र शिकण्याचे दहा धडे

तुम्ही नवोदित किंवा कसलेले धावपटू असलात तरीही सर्वांनीच पुढे दिलेले ची रनिंगचे तंत्र शिकण्याचे दहा धडे गिरवावयाचे आहेत. त्यांचा क्रम सोडू नका. एखाद्या धड्यासाठी तुम्हाला अधिक वेळेची गरज भासली, तर तुम्ही हव्या तेवढ्या वेळा तो धडा तुमच्या धावण्याच्या सरावाच्या वेळी गिरवू शकता. तुम्हाला जोपर्यंत त्या धड्याची संवेदना शरीरात जाणवत नाही, तोपर्यंत तो गिरवत राहा. तुमच्या मनात त्या संवेदनेची आठवण नोंदवून ठेवा. त्यानंतर पुढच्या धड्याकडे वळा. कोणत्याही धड्यासाठी तुम्हाला एका आठवड्याचा किंवा त्याहून अधिक वेळ द्यावा लागेल.

पहिला धडा : शरीराची ढब राखण्याचा सराव करून साधेपणाने सुरुवात करा.

प्रथम योग्य ढब शिकण्याचा आणि राखण्याचा सराव करा. त्यासाठी एका पायावरच्या ढबींचा सराव करा. याचा विचार आधी आपण केलाच आहे. त्या वाचण्यासाठी आणि त्यांच्या पुनर्वाचनासाठी तुम्हाला लागेल तेवढा वेळ वापरा. प्रत्येक ढब काळजीपूर्वक वाचा आणि तिचा सराव करा. ढब शिकण्याच्या बाबतीत चालढकल करू नका किंवा 'हळूहळू ढब शिकता येईल', असा विचार करून पुढच्या मुद्द्यांवर उडी मारू नका. हे सगळे तुम्ही तुमच्या घरातील खोलीतही करू शकता. एकदा तुम्हाला या पवित्र्याची शारीरिक संवेदना आपल्याला स्वच्छपणे जाणवत असल्याचे लक्षात आले की, तिचा वापर तुम्ही आपल्या धावण्याच्या सरावाच्या वेळी करा. एकदा हे जमले की, आपले धावणे कसे सुरू करावे, हा धडा वाचून एक ते सहा क्रमांकांच्या सूचना अमलात आणा. अजूनही झुकण्याचा सराव करण्याविषयी काळजी करू नका. फक्त धावण्यात तुमच्या एका पायाच्या पवित्र्याचा तुम्ही सराव करा. धावत असताना एका पायाच्या पवित्र्याचा सराव आरामदायकपणे होत असल्याचे लक्षात येईपर्यंत. हा सराव करत राहा. तुम्ही जर नवोदित असाल, तर तुमच्या चालण्याच्या आणि धावण्याच्या एकत्रित सरावाच्या वेळी हाही सराव करत राहा. तुम्ही जर नियमित धावपटू असाल, तर तुमच्या एका मिनिटाच्या मध्यंतराच्या वेळी हा सराव करा.

दुसरा धडा : शरीराच्या पवित्र्याशी झुकणे संलग्न करा

- **झुकण्याचा आढावा घ्या :** झुकण्याच्या प्रकरणाचा इथे पुन्हा एकदा आढावा घ्या. त्याचा घरातच सराव करा.

- आता धावण्याच्या सरावाच्या वेळी झुकण्याचाही सराव करा. दोन्ही सराव संलग्न करून धावा. ही तीन पायऱ्यांची प्रक्रिया आहे.

  पहिली पायरी : रस्त्यावरून धावत असताना तुमचा स्तंभ व्यवस्थित आहे ना, याची खात्री करून घ्या.

  दुसरी पायरी : तुमचे लक्ष आता तळपायांवर केंद्रित करा.

  तिसरी पायरी : तुमचे पाय जागच्या जागीच आपटत उभे राहा (तुमच्या स्तंभाच्या तळाशी.). आता तुमचा संपूर्ण स्तंभ किंचित झुकू द्या. तुमचे पाय जिथे आपटले जात आहेत, त्याच्या पुढे तुमचा स्तंभ असला पाहिजे.

झुकण्याच्या व्यायामाची खिडकी या संकल्पनेची उजळणी करून समतोल साधा. त्याचा सराव करा. तीन ते चार वेळा धावतानाही त्याचा सराव करा. तुमच्या एका पायाच्या पवित्र्याच्या वेळी झुकण्याचा सरावही करा. किमान आठवडाभर तरी सराव झालाच पाहिजे. तुम्हाला गरज असेल, तर तुम्ही कितीही अधिक काळ तो करू शकता. पण आठवड्याहून कमी काळ तो करू नका.

तुम्ही झुकून आणि न झुकून धावून पाहा. त्यांची तुम्हीच तुलना करून फरकाची नोंद घ्या. त्याच दरम्यान, तुम्हाला किती झुकल्यावर अधिक आरामशीर वाटते आहे, ते तुम्हाला समजेल. मग तेवढेच झुकून धावत राहा. तुम्हाला जर पोटऱ्या किंवा मांड्यांवर कोणत्याही प्रकारचा तणाव आल्यासारखे वाटले, तर तुम्ही खूप पुढे झुकला आहात. त्यामुळे तेवढे झुकणे पेलण्यासाठी तुमच्या पायांच्या स्नायूंवर ताण येत आहे, हे लक्षात घ्या. मग थोडे कमी झुका, पण अगदीच ताठ होऊ नका. याचाच अर्थ असा असतो की, तुम्हाला आपल्याला जेवढ्या झुकण्याची गरज आहे असे वाटत असते, तेवढे झुकण्याची प्रत्यक्षात तुम्हाला गरज नसते.

तिसरा धडा : तुमच्या टाचा उंचावा

दुसऱ्या प्रकरणात आपण तुमच्या झुकण्याशी गुरुत्वाकर्षण शक्तीला संलग्न करण्याचा सराव केला आहे. या प्रकरणात तुम्ही तुमच्या टाचा उंचावण्याचा अभ्यास करणार आहात. त्या वेळी तुम्ही पुढे जात असताना तुमचे चवडे कसे उचलू नयेत, हे तुम्ही पाहणार आहात. तुम्ही तुमचे घोटे वर उचलत आहात. त्यामुळे तुमच्या टाचा जमिनीपासून उंचावल्या जाणार आहेत. प्रथम उभे राहून तुम्ही याचा सराव करा. नंतर चालताना आणि मग मंद गतीने जॉगिंग करताना याचा सराव करा.

- आता मागच्या प्रकरणात सांगितल्याप्रमाणे पोटरीपासूनचा पाय उदासीन ठेवण्याच्या भागाची उजळणी करा.
- त्यानंतर टाचा उंचावण्याचा व्यायाम करा. आता एकापाठोपाठ एक टाच उंचावून चालण्याचा व्यायाम करा. नेहमीप्रमाणेच चालत राहा. फक्त एकाआड एक टाचा उंचावा. आता तुम्हाला पोटरीपासूनच्या खालच्या पायाचा उपयोग करणे आणि न करणे यातील फरक लक्षात येईल.
- पहिल्या प्रकरणात सांगितल्याप्रमाणे धावण्यास सुरुवात करा.
- आता आपल्याला पोटरीपासूनचे पाय नाहीतच अशी कल्पना करा : दर एक मिनिटाआड अशी कल्पना करा. प्रत्येक पावलाबरोबर आपली टाच वर उचलली जात आहे ना, याकडे लक्ष द्या. आधीच्या प्रकरणात सांगितल्याप्रमाणे पायांच्या जागी चाकाची कल्पना करून पाहा. मधल्या मिनिटात धावण्याचा सराव करा. पण त्या वेळी पोटरीपासूनचे खालचे पाय शक्य तेवढे उदासीन ठेवण्याचा प्रयत्न करा.

चौथा धडा : वाळूच्या खड्ड्याचा व्यायाम

वाळूच्या खड्ड्यात तुमच्या पायांचे स्नायू सैलावण्याचा आणि टाचा उंचावण्याचा अभ्यास आता तुम्ही करणार आहात. धावण्याआधी कित्येक वेळा वाळूच्या खड्ड्यातील आधी सांगितलेला अभ्यास करा. यासाठी धावपट्टी असली तर ते अत्यंत उत्तम ठरते, कारण त्यामुळे तुम्ही धावपट्टीवरून आणि वाळूतून अशा प्रकारे आलटून-पालटून धावत राहता.

- वाळूच्या खड्ड्याच्या व्यायामाची उजळणी करा : वाळूच्या खड्ड्यातून पुढे आणि मागे जात राहा. जोपर्यंत दोन्ही पावलांच्या स्पष्ट, स्वच्छ पाऊलखुणा उमटत नाहीत, तोपर्यंत हा अभ्यास करत राहा. प्रत्येक वेळी पाऊलखुणेच्या समोर खड्डा किंवा विवर दिसते का, ते काळजीपूर्वक पाहा. किमान पंधरा मिनिटे तरी खड्डा ओलांडण्यासाठी वेळ द्या. त्यानंतर पाऊलखुणा पुसून टाकून तेच पुनःपुन्हा करत राहा.
- वाळूचा खड्डा किंवा धावपट्टीवरचा व्यायाम : वाळूच्या खड्ड्यातून धावा आणि त्यापाठोपाठ लगेच धावपट्टीवरून धावा. मध्ये एका क्षणाचीही उसंत घेऊ नका. चार वेळा हेच करा. गरज भासली तर अधिक वेळाही करा. तुमच्या पोटरीपासूनच्या खालच्या पायावर तुम्हाला जेव्हा ताण किंवा तणाव जाणवेल, त्या-त्या वेळी हा व्यायाम करा.

पाचवा धडा : ओटीपोटाचे चलनवलन

तुमचे पाऊल उचलण्याचा आणि पोटरीपासूनचा खालचा पाय विसावण्याचा व्यायाम झाला की, आता ओटीपोटाचे चलनवलन केले पाहिजे. या प्रकारात तुम्हाला ओटीपोट फिरवायचे आहे. त्यातून आपल्याला सहजगत्या, विसावल्याप्रमाणे ढांगा किंवा धावण्याची पावले कशी टाकता येतील, हे आपण या प्रकरणात पाहणार आहोत.

- **प्रथम ओटीपोटाचे चलनवलन म्हणजे काय, याची उजळणी करा.**
- **आता पोहण्याच्या तलावावरच्या ड्रिलची उजळणी करा.**
- **त्यानंतर प्रत्यक्षात पोहण्याच्या तलावावरचे हे ड्रिल करा.** धावण्यासाठी समपातळीतील जागा शोधा आणि त्या ड्रिलमधील अखेरची पायरी पुन्हा एकदा करा. काहीही विसरू नका. तुम्ही काहीही करण्याचा प्रयत्न करत नाही, हे लक्षात ठेवा. फक्त निरीक्षण करा आणि तुमच्या ओटीपोटाला फिरत राहू द्या. त्या वेळी तुमच्या ओटीपोटाची पातळी व्यवस्थित ठेवणे अत्यावश्यक आहे, हेही लक्षात घ्या.

सहावा धडा : मागच्या बाजूला पाय हेलकावत राहा.

या धड्यात दुसऱ्या आणि पाचव्या प्रकरणातील काही गोष्टी आपल्याला एकत्रितपणे करावयाच्या आहेत. तुम्हाला स्तंभ झुकवून धावायचे आहे आणि त्याच वेळी तुमचे ओटीपोट फिरवायचे आहे. त्यामुळे तुमचा पाय मागच्या बाजूला हेलकावत राहील. तुमचा स्तंभ पुढे झुकल्यामुळे तुमचे ओटीपोट फिरेल. साहजिकच त्या हालचालीशी समतोल साधण्यासाठी तुमचे पाय मागच्या बाजूला झोके घेतल्याप्रमाणे हेलकावत राहतील.

- **तुमचे पाय मागच्या बाजूला हेलकावत ठेवण्याविषयीच्या भागाची उजळणी करा.**
- **आता पुन्हा एकदा पोहण्याच्या तलावावरील धावण्याच्या व्यायामाचा सराव करा.** या व्यायामाचा वॉर्म-अप म्हणून वापर करा.
- **धावताना एका पायाच्या पवित्र्याचा सराव करा.** हा सराव करण्यासाठी पाच मिनिटे अत्यंत मंद गतीने धावा.
- **आता तुमचे लक्ष टी १२ किंवा एल १** बिंदूवर केंद्रित करा. पायव्हॉट पॉइंटवर लक्ष केंद्रित करून प्रत्येक ढांगेगणिक तुमचे कमरेपासूनचे संपूर्ण

खालचे शरीर फिरत असल्याचा अनुभव घ्या. प्रत्येक वेळी प्रत्येक पाय मागच्या बाजूला हेलकावत राहील आणि त्याच्याबरोबरच तुमचे नितंबही मागच्या बाजूलाच हिंदकळत राहतील.

- **पावलाने जमिनीवर आघात होताक्षणीच तुमचे पाऊल आणि दोन्ही पाय मागच्या दिशेने हेलकावत असल्याचे जाणवून करून घ्या.** तुम्ही योग्य तेवढे झुकल्याशिवाय हे जाणवणे अशक्य आहे.

सातवा धडा : हातांचे हेलकावणे, डोके, मान आणि खांदे

प्रत्येक पावलागणिक आपल्या कमरेपासूनच्या खालच्या शरीराला हेलकावण्यास तुम्ही शिकला आहातच; पण त्याच वेळी तुमच्या कमरेपासूनच्या वरच्या शरीराला स्थिर राखण्याचीही गरज आहे. त्यामुळे तुमचे कमरेपासूनचे खालचे शरीर अधिक मुक्तपणे आणि सहजगत्या फिरू शकेल. या प्रकरणात तुम्ही आता आपले हात कसे हेलकावायचे, ते शिकणार आहात. तुमचे खांदे स्थिर ठेवण्यासाठी ते आवश्यक आहे. त्यामुळे तुमच्या कमरेपासूनच्या खालच्या शरीराला संपूर्ण हालचाल मुक्तपणे करता येईल.

- **आता हात हेलकावण्याची उजळणी करा आणि सरावही करून पाहा.** हात, कोपरे आणि खांदे यांच्या स्थितीकडे बारकाईने लक्ष द्या.
- **ओटीपोटाचे फिरणे आणि हातांचे हेलकावणे एकमेकांशी संलग्न करा :** दहा मिनिटे धावल्यानंतर फक्त आपल्या हातांच्या हेलकावण्याकडे लक्ष द्या. ओटीपोटाच्या फिरण्याची त्यात भर पडू द्या. प्रत्येक पावलागणिक तुमचे पाय मागच्या बाजूला हेलकावत असल्याची जाणीव करून घ्या. आणखी दहा मिनिटे धावत राहा आणि तुमची कोपरे मागच्या बाजूला हेलकावू देत. मात्र त्या वेळी तुमचे खांदे पुढच्या दिशेने स्थिरच राहिले पाहिजेत.
- **झुकण्याची भर घाला.** अखेरच्या दहा मिनिटांत तुमचे हात आणि पाय मागच्या बाजूला हेलकावत असल्याची तीव्र जाणीव व्हायला हवी. त्याच वेळी तुमचा स्तंभ पुढच्या बाजूला झुकू दे. तुमच्या हातांच्या आणि पायांच्या मागच्या बाजूला होणाऱ्या हालचालींचा समतोल साधण्यासाठी तुमचा स्तंभ पुढे झुकला आहे, हा विचार करून तशी जाणीव करून घ्या. अशा प्रकारे केलेल्या सरावाचा उपयोग तुम्हाला तुमची 'झुकण्याची खिडकी' शोधण्यासाठी होईल.

आठवे प्रकरण : 'सी ची' आणि गुडघे वाकवण्याचा व्यायाम

आपल्या पायांनी आपले शरीर पुढे न ढकलता आपण गतीने पळू शकतो, याची संवेदना तुम्हाला जाणवावी, यासाठी हा खास व्यायाम तयार करण्यात आला आहे.

- **आता प्रथम गुडघ्यातून पाय वाकवण्याच्या व्यायामाची उजळणी करा आणि 'सी ची'चा आढावा घ्या.** रस्त्याचा किंवा धावपट्टीचा एखादा शांत, खुला भाग शोधा. तिथे दहा मिनिटे वॉर्म-अपसाठी धावा. त्यानंतर गुडघ्यातून पाय वाकवण्याचा अभ्यास चार वेळा करा. यासाठीच्या सर्व पायऱ्या आपण करत आहोत ना, याची काळजीपूर्वक तपासणी करा. या व्यायामाच्या तिन्ही पायऱ्या क्रमाने करा.
- **'सी ची'चा सराव करा.** तुम्ही तिसऱ्या पायरीकडे वळण्यापूर्वी जागच्या जागीच उभे राहून लांब अंतरावरच्या एखाद्या जागेवर किंवा वस्तूवर तुमची नजर खिळवून ठेवा. हळूहळू पुढे सरकत राहा. नजर ढळू न देता आपले धावणे संपेपर्यंत पुढे जात राहा. तुमच्या उद्दिष्टाशी तुमच्या नजरेचे संधान बांधलेलेच राहू द्या. त्याच वेळी गुडघ्यातून पाय वाकवण्याच्या सर्व पायऱ्या तुमच्या धावण्याशी संलग्न करून धावा.
- **धावणे सुरूच ठेवा :** गुडघ्यातून पाय वाकवण्याचा व्यायाम केल्यानंतर तुम्हाला आरामशीर वाटणाऱ्या गतीने धावत राहा. दोन मिनिटांच्या अंतराने टायमर सेट करा. ज्या वेळी बीपर वाजेल, त्या वेळी थांबा आणि गुडघ्यातून पाय वाकवण्याचा व्यायाम करा. आता पाठ सैलावा. तुमचे धावणे संपेपर्यंत हा व्यायाम करत राहा.

नववा धडा : लयबद्धता आणि मेट्रोनोम

- **तुमची सध्याची लयबद्धता शोधून काढा :** दहा मिनिटे वॉर्म-अपसाठी धावा. नंतर स्थिर, आरामशीर गतीने धावत असताना तुमच्या उजव्या पावलांची दर मिनिटाला पडणारी संख्या मोजा. ती तुमची सध्याची लयबद्धता असते.
- **आता मेट्रोनोम सेट करा :** तुमच्या सध्या प्रतिमिनिट पडणाऱ्या पावलांच्या किंवा ढांगांच्या संख्येनुसार, मेट्रोनोम सेट करा. तुमच्या पुढच्या संपूर्ण धावण्यासाठी असाच सेट केलेला मेट्रोनोम वापरा.
- **गतीत बदल घडवा :** वेगवेगळ्या गतींनी धावण्याचा सराव करा. दर

वेळी मेट्रोनोमच्या लयबद्धतेशी सुसंगती साधा. अत्यंत मंद गतीपासून जलद गतीपर्यंतच्या विविध गतींमध्ये धावा. एकही बीट न सोडण्याचा प्रयत्न करा. त्यामुळे तुमच्या धावण्याच्या गतीनुसार तुम्हाला तुमच्या दोन पावलांतील अंतर वाढवण्याची किंवा कमी करण्याची गरज पडत असल्याचे तुमच्या लक्षात येईल.

- **तुमची लयबद्धता वाढवा :** तुमची सध्याची लयबद्धता प्रतिमिनिट ८५ पावलांहून कमी असेल, तर दर मिनिटाला एक पाऊल याप्रमाणे दर आठवड्याला वाढवत जा.

दहावा धडा : गिअर्स आणि पावलांतील अंतर

तुमची कार्यक्षमता वाढवण्यासाठी दोन पावलांतील अंतर कमी करणे किंवा वाढवणे, यासाठी या अखेरच्या धड्यात तुम्ही तुमचा मेट्रोनोम वापरणार आहात. तुमची गती कमी किंवा जास्त करण्यासाठी कमी किंवा अधिक प्रमाणात झुकण्यासही तुम्ही शिकणार आहात. या अभ्यासाला सुरुवात करण्यापूर्वी तुमच्या टायमरला एका मिनिटाच्या अंतराने सेट करा. त्यामुळे दर मिनिटाला बीपचा आवाज तुम्हाला ऐकू येईल. भविष्यात अत्यंत कार्यक्षमतेने धावण्यासाठी मूलभूत गोष्टी अत्यंत बारकाईने आणि पुन:पुन्हा काळजीपूर्वक करून पाया पक्का करणे अत्यंत आवश्यक आहे. यातून मोठेच फलित हाती लागेल.

- गिअर्स, लयबद्धता आणि पावलांतील अंतर या भागाची उजळणी करा.
- **वॉर्म-अपसाठी पहिल्या गिअरमध्ये धावा. :** मेट्रोनोम सुरू करा. तुमच्या सध्याच्या लयबद्धतेत वॉर्म-अपसाठी पाच मिनिटे धावा. या वेळी तुम्ही एक इंचभरच झुकलेले असाल.
- **आता दुसऱ्या गिअरमध्ये धावा :** आता एका इंचाने अधिक झुकून दुसऱ्या गिअरमध्ये धावायचे आहे. तुमचे झुकणे धावण्याशी संलग्न करण्यासाठी तीन पायऱ्यांची प्रक्रिया पार पाडायला विसरू नका. (प्रकरण २ पाहा.) ज्या वेळी तुमचा टायमर बीपचा आवाज करेल, त्या वेळी तुम्ही झुकलेले असाल, ते थोडे सरळ व्हा. पुढच्या मिनिटासाठी पहिल्या गिअरमध्ये झुका. आता एका मिनिटाला पहिल्या आणि त्यापुढच्या दुसऱ्या मिनिटाला अनुक्रमे दुसऱ्या गिअरमध्ये अशा प्रकारे दहा मिनिटे धावा.
- **तिसऱ्या गिअरमध्ये धावा (शर्यतीची गती) :** त्या पुढची दहा मिनिटे एकाआड एक मिनिटाला अनुक्रमे दुसऱ्या आणि तिसऱ्या गिअरमध्ये धावत राहा. ज्या वेळी तुमच्या झुकण्यात तुम्ही वाढ करता, त्या वेळी

नेहमीच अधिकाधिक अंग सैलावा आणि दोन पावलांतील अंतर वाढवत राहा.

- **गिअर्सच्या साह्याने काम करा :** तुमच्या धावण्याच्या बाबतीत आणखी एक आठवण करून देतो. तुम्ही दर वेळी एका इंचाने तुमचे झुकणे कमी करता किंवा वाढवता. त्यानुसार तुमच्या दोन पावलांतील अंतर कमी किंवा जास्त होते. हा संपूर्ण वेळ मेट्रोनोमच्या बीपवर तुम्ही काम करत असता.

धडे घेतल्यानंतरचे आयुष्य

तुम्ही हे दहाही धडे आत्मसात केल्यावर तुम्हाला ची रनिंगच्या फॉर्मच्या विविध बाबींविषयी अत्यंत स्पष्टपणे आकलन होईल. आपल्या शरीरावर प्रभुत्व मिळविण्यासाठीच्या तुमच्या सातत्याच्या सरावाच्या वेळी तुम्हाला मदत व्हावी म्हणून तुमच्या फॉर्मसंदर्भातील काही बाबी तुम्हाला जोडीजोडीने लक्षात ठेवाव्या लागतील. लक्ष केंद्रित करावयाच्या गोष्टींच्या काही जोड्या मी इथे दिल्या आहेत. सोईसाठी या जोड्या शरीराच्या भागांनुसार एकत्र घेतल्या आहेत. पण तुम्ही कोणत्याही प्रकारे या जोड्या जमवू शकता. तुमचे स्वारस्य आणि तुमच्या धावण्याच्या गरजा यांनुसार त्या वेगळ्या असू शकतील. तुम्ही या जोड्या खालीलपैकी कोणत्याही एका प्रकारे जमवू शकता.

पहिला प्रकार : तुमच्या धावण्याचे आपण तीन भाग केले आहेत. प्रत्येक भाग दहा मिनिटांचा आहे. पहिल्या दहा मिनिटांसाठी धावताना लक्ष केंद्रित करण्यासाठी एक जोडी तयार करा. दुसऱ्या दहा मिनिटांसाठी दुसरी जोडी तयार करा. दहा मिनिटांच्या अखेरच्या तिसऱ्या भागात पहिल्या दोन्ही भागांतील जोड्यांवर एकत्रितपणे लक्ष केंद्रित करा.

दुसरा प्रकार : जर तुम्ही टायमर वापरणार असाल, तर एका मिनिटाला एक आणि दुसऱ्याला दुसरी अशा प्रकारे आलटून-पालटून दोन गोष्टींवर लक्ष केंद्रित करा. अशा प्रकारे पहिल्या दोन भागांत वीस मिनिटे सराव करा आणि तिसऱ्या भागात या दोन्हींवर एकत्रितपणे लक्ष केंद्रित करा.

यापैकी कोणत्या प्रकारात आपण चुकणार नाही याविषयी तुम्हाला आत्मविश्वास वाटत असेल, तो प्रकार निवडा आणि धावताना दोन मुद्द्यांवर एकाच वेळी लक्ष केंद्रित करण्याचा सराव करा.

प्रभुत्व मिळवण्याच्या या प्रक्रियेत कुठे तरी या लक्ष केंद्रित करावयाच्या गोष्टींमध्ये तुमचे शरीर आणि मन इतके समरस होऊन जाईल की, त्यानंतर ते

आपोआपच या गोष्टी पार पाडत राहील. ती पायरी आली की, तुम्ही लक्ष केंद्रित करावयाच्या इतर गोष्टींकडे वळू शकाल. त्यानंतर तुमचे ची रनिंग ही अंत:स्फूर्तीने करावयाची गोष्ट बनून जाईल. अशा वेळी धावपटू उत्स्फूर्तपणे म्हणतात, "आता मला फक्त एकच गोष्ट करावयाची असते, ती म्हणजे माझ्या ओटीपोटाला नीट पातळीत ठेवणे. त्यामुळे मी त्या क्षणात जगू शकतो किंवा शकते आणि माझे सर्व स्नायू एकत्रितपणे काम करू लागतात. बाकीच्या गोष्टी आपोआप घडून येतात."

ची रनिंगच्या लक्षात ठेवावयाच्या गोष्टींच्या जोड्या–

ढब

- एका पायावर उभे राहण्याची ढब आणि दुसरा पाय गुडघ्यातून वाकवणे.
- मान ताठ करणे आणि ओटीपोट नीट पातळीत ठेवणे.
- आपल्या स्तंभाची जाणीव करून घेणे आणि पावलाच्या मध्य भागाच्या आघाताची जाणीव करून घेणे.
- स्तंभाचे बिंदू जोडणे आणि बाकीचे सर्व अवयव सैलावणे.

झुकणे

- खांदे पुढच्या दिशेने स्थिर ठेवणे आणि कोपरे मागच्या बाजूला हेलकावत ठेवणे.
- कमरेच्या वरच्या भागाची हालचाल पुढच्या आणि कमरेच्या खालच्या भागाची हालचाल मागच्या दिशेने करणे.
- सी आकार राखणे आणि झुकण्याच्या खिडकीचा समतोल राखणे.
- ओटीपोट नीट पातळीत ठेवणे आणि घोट्यापासून पुढे झुकणे.

कमरेखालचे शरीर

- पायव्हॉट पॉइंटवर लक्ष केंद्रित करणे आणि टी १२ किवा एल १ खालचे, कमरेखालचे शरीर फिरवणे.
- पावलाच्या मध्य भागाने आघात करणे आणि पायाबरोबर तुमचे नितंब मागच्या बाजूला हिंदकळवणे.
- पाऊल गोलाकार फिरवून दुसऱ्या पावलाच्या घोट्याच्या वर टाचा उंचावणे आणि गुडघे खाली करणे.
- गुडघ्यातून पाय वाकवणे आणि एका पायावरची ढब.

ओटीपोटाचे फिरणे

- ओटीपोट फिरवणे आणि जमिनीवर आपण समपातळीत धावत असल्याची जाणीव करून घेणे.
- कमी वेगासाठी ओटीपोट कमी फिरवणे आणि जास्त वेगासाठी जास्त फिरवणे.
- ओटीपोट नीट पातळीत ठेवणे आणि टी १२ किंवा एल १ बिंदूपासून ओटीपोट फिरवणे.

कमरेवरचे शरीर

- खांदे सरळ करून पुढच्या दिशेने ठेवणे आणि कोपरे मागच्या दिशेने हेलकावणे.
- 'सी ची'च्या साह्याने पुढच्या दिशेला लक्ष केंद्रित करणे आणि छाती फुगवणे.
- स्तंभासह पुढे झुकणे आणि कोपरे व पाय मागच्या बाजूला हेलकावत ठेवणे.
- मान ताठ करणे आणि 'सी ची'च्या साह्याने लक्ष पुढच्या बाजूला केंद्रित करणे.

लयबद्धता आणि श्वसन

- ओटीपोट नीट पातळीत ठेवणे आणि पोटातून श्वसन करणे (नाकाने श्वास घेणे आणि तोंडाने उच्छ्वास सोडणे).
- आपला श्वसनाचा दर आपल्या लयबद्धतेशी सुसंगत ठेवणे (३:२ किंवा २:१ या प्रकारे) आणि छाती फुगवणे.

गिअर्स आणि पावलांतील अंतर

- झुकणे वाढवणे आणि पावलांतील अंतर वाढवणे.
- झुकणे कमी करणे आणि पावलांतील अंतर कमी करणे.
- प्रत्येक गिअरमध्ये एकेक मिनिट धावणे आणि पोटरीपासूनचे पाय सैलावणे.
- मेट्रोनोमच्या साह्याने लयबद्धता नियमित ठेवणे आणि गिअर्सच्या साह्याने चाकाचा विचार करणे.

शरीराच्या संवेदनेची जाणीव आणि शरीर सैलावणे

- ओटीपोट नीट पातळीत राखणे आणि पाठीचा खालचा भाग सैलावणे.
- ओटीपोट फिरवणे आणि पाठीचा खालचा भाग सैलावणे.
- खांदे सैलावणे आणि मान ताठ करणे.
- ओटीपोट नीट पातळीत राखणे आणि फिरवणे.
- पोटरीपासूनचे पाय सैलावणे आणि सी आकार राखणे.
- कंबर सैलावणे आणि घोटेही सैलावणे.
- ओटीपोटाची पातळी नीट राखणे आणि नितंबांचे स्नायू सैलावणे.

प्रकरण ६

कार्यक्रम विकास

'आपण जे पुन:पुन्हा करतो, त्यानेच आपण घडत जातो. त्यानंतर नैपुण्य ही कृती राहत नाही, तर ती सवय बनून जाते'

- ॲरिस्टॉटल

आकृती क्र. ६२ ची रनिंगचा सराव करणारी नॅन्सी वेनिन्जर. हिचे वय ५५ वर्षे असून ती ट्रायॲथलिट आहे.

तुमच्या फॉर्ममधील लक्ष केंद्रित करावयाच्या गोष्टींना कालबद्ध करण्याचा समावेश कार्यक्रम विकासात होतो. नवोदितांसाठी या कार्यक्रमातील गोष्टी मिनिटांमध्ये मोजल्या जातील, तर मॅरेथॉनपटूंसाठी त्या तासांत मोजल्या जातील. पण क्रम तोच राहतो. ची रनिंग तंत्र शिकण्याच्या एका भागात फॉर्ममधील लक्ष केंद्रित करावयाच्या गोष्टींचा तुमच्या धावण्यात दीर्घकाळ समावेश करण्यावर भर असतो. त्यातूनच उत्तम प्रकारे नियोजन केलेला धावण्याच्या कार्यक्रमाचा आराखडा आकाराला येतो. या आराखड्यातून तुम्हाला सुरक्षितपणे धावण्याची हमी मिळालेली असते. शिवाय यशस्वी विकास आणि ची रनिंगच्या कोअर स्नायूंची शक्ती वापरण्याच्या तत्त्वालाही हिरवा कंदील मिळालेला असतो.

यशाचे सूत्र

फॉर्म, अंतर आणि गती हे ची रनिंगचा यशस्वी कार्यक्रम विकसित करण्याचे सूत्र आहे. याच क्रमाने हे तिन्ही घटक या कार्यक्रमात महत्त्वपूर्ण ठरतात. या तीन टप्प्यांतील पद्धतीमुळे तुमच्या धावण्याच्या कार्यक्रमाची बांधणी सुरक्षितपणे आणि हळूहळू प्रगतीच्या तत्त्वावर झाली असल्याचे स्पष्ट होते. त्यामुळेच तुमची प्रगतीही तशीच सुरक्षितपणे हळूहळू पण निश्चितपणे होत जाणार असल्याची हमी तुम्हाला मिळते. तुम्ही कोणत्याही प्रकारे शक्तीच्या साह्याने धावण्याच्या मानसिकतेला बळी पडू नये, हा यामागचा हेतू असतो. ना वेदना–ना लाभ (नो पेन, नो गेन) या प्रकारात अडकल्याने तुमचे नुकसान होऊन तुम्ही अतिप्रशिक्षणाने दुखापती करून घेऊ नयेत, यासाठीच ची रनिंगमध्ये अशा कार्यक्रमांचा हा खटाटोप केला जातो.

इतर कोणतीही गोष्ट करण्याआधी तुम्ही तुमच्या फॉर्मवर काम करा. दीर्घकाळापर्यंत तुमचा फॉर्म राखण्याची तुमची क्षमता असल्याने तुम्ही त्या काळात कोअर स्नायूंची शक्ती वाढवत असता. तुमचे कोअर स्नायू अधिक बळकट बनतात. तसेच ज्या वेळी ते काम करतात, त्या वेळी तुमचे शरीर अधिकाधिक विसावा घेते. या दोन्ही गोष्टींचा एकत्रित परिणाम म्हणजे तुम्ही अधिक अंतर धावू शकता. तुम्ही तुमचा फॉर्म दीर्घकाळ राखू शकता, त्या वेळी तुम्ही कमी श्रमात अधिक अंतर धावू लागता, कारण तुम्ही धावण्याचा सक्षम फॉर्म चांगल्या अंतरापर्यंत टिकवून ठेवण्यास शिकलेले असता. पण तुम्ही जर क्षमता आणि अंतर यांना अधिक गतीसाठी फाटा दिलात, तर तुम्हाला दुखापती होतात किंवा तुमच्या धावण्याच्या कार्यक्रमाच्या अंमलबजावणीत तुम्ही मागे पडता.

धावपटूंच्या संख्येच्या प्रमाणात प्रशिक्षण कार्यक्रमही निर्माण होतील. या सर्वच प्रशिक्षण कार्यक्रमांमध्ये तुमची गती वाढवण्यावर किंवा तुम्हाला एकदम सुडौल बनवण्यावर किंवा मॅरेथॉन पार करण्यासाठी तुम्हाला मदत करण्यावर भर दिलेला असतो. पण खरे तर कुकीजच्या पाककृतीप्रमाणे याचे प्रशिक्षण सूत्र असते. तुम्ही जर दिलेल्या सूचना पाळल्यात, तर तुम्हाला अखेरीस कुकीज तयार करता येतात. पण दहा लोकांनी एकच पाककृती करून पाहिली तरी त्यांना विविध प्रकारच्या कुकीज मिळतात. त्यांची चव एकसारखी नसते, कारण अखेरीस पाककृती या फक्त सर्वसाधारण मार्गदर्शक सूचना असतात.

म्हणूनच मी तुम्हाला प्रशिक्षण कार्यक्रम तयार करण्यासाठी काही मौलिक सूचना देणार आहे. तुमच्या विशिष्ट गरजांनुसार आपापला धावण्याचा कार्यक्रम तुम्ही आखू शकता.

फॉर्म, अंतर आणि गती :
ची रनिंग तंत्राच्या विकासाचे तीन टप्पे

फॉर्म : बदलाविषयीचा खुलेपणा

तुम्ही तुमचा ची रनिंगचा कार्यक्रम तयार करू लागता, त्या वेळी सुरुवातीला फॉर्मवर काम करण्यावर मोठाच भर दिला गेला पाहिजे. तुम्ही जर नवोदित धावपटू असाल, तर आणखी अधिक प्रमाणात तुमच्या फॉर्मवर भर द्या आणि नंतर हळूहळू अंतराकडे लक्ष द्या. जर तुम्ही कसलेले धावपटूच असाल आणि तुम्ही जर विशिष्ट गती व शर्यतीचे उद्दिष्ट मनात ठेवले असेल, तर माझ्यावर विश्वास ठेवा की त्याग ही मोलाची गोष्ट आहे.

दीर्घकालीन सुधारणेसाठी फॉर्मवर कसे काम करावे, याविषयी मी नेहमीच एक गोष्ट सांगतो. ही गोष्ट माझी स्वतःचीही अत्यंत आवडती आहे. दि. १४ ऑगस्ट २००० रोजी टाइम मॅगेझिनमधला एक लेख माझ्या वाचनात आला होता. सन १९९७ मध्ये टायगर वूड्सने ब्रिटिश ओपन, अमेरिकन ओपन, पीजीए चँपियनशिप आणि मास्टर्स स्पर्धा जिंकल्या होत्या. तो प्रसिद्धीच्या शिखरावर होता आणि त्या वेळी त्याचे वय फक्त वीस वर्षे होते. पण आपलेच अनेक व्हिडिओ पाहिल्यावर त्याने निष्कर्ष काढला की, त्याने जरी कित्येक स्पर्धा जिंकल्या असल्या तरी त्याला स्विंगवर खूपच काम करावे लागणार होते. त्याच्याच शब्दांत सांगायचे झाले तर, "माझी स्विंग अगदीच कमकुवत होती."

तो हे करू शकेल, असे त्याच्या कोचने त्याला सांगितले. पण त्यासाठी त्या वेळी होणारी कोणतीही गोल्फची टूर्नामेंट त्याला जिंकता येणार नव्हती, कारण या सुधारणेसाठी खूपच वेळ लागला असता. टायगरने हा धोका पत्करला; कारण त्याला माहिती होते की, ही सुधारणा त्याला दीर्घकाळ टिकवून ठेवणारी होती.

त्यानंतर त्याने स्विंगवर काम करण्यासाठी पुढचे १९ महिने घालविले. त्या काळात झालेल्या १९ स्पर्धांपैकी फक्त एकच स्पर्धा तो जिंकू शकला होता. त्याच्याविषयी प्रसारमाध्यमांमध्ये फारसे काहीच छापून येईनासे झाले. त्याला ताटावर बसणाऱ्या माशीप्रमाणे हुसकावण्यात आले होते. त्याचे चाहतेही नाराज झाले होते.

त्यानंतर १९९९ च्या मेमध्ये बायरन नेल्सन क्लासिकसाठी टायगर तयारी करत होता. त्या वेळी आपल्या स्विंगमध्ये काही तरी सुधारणा झाली आहे, असे त्याला वाटत होते. त्याला नेमके तेच हवे होते. त्यानंतर मात्र टायगरच्या आयुष्यात जे काही घडले, ते म्हणजे नेहमीच्याच भाषेत बोलायचे झाले; तर एक विलक्षण

इतिहास होता. त्या वेळी झालेल्या चौदांपैकी दहा स्पर्धा त्याने जिंकल्या. ग्रँड स्लॅम या प्रतिष्ठेच्या स्पर्धेचाही त्या स्पर्धांमध्ये समावेश होता. त्या वेळी टायगरचे वय जेमतेम २४ वर्षांचे होते.

आपल्या फॉर्मकडे नीट लक्षपूर्वक पाहून आपल्या चुका त्याने ओळखल्या होत्या. त्यानंतर त्याने आपली स्विंग सुधारण्याचे ठरवले. तिच्यावर काम केले आणि ती सुधारली. शारीरिक आणि मानसिक दृष्ट्याही तो आत्मविश्वासाने खेळू लागला, कारण आपल्या स्विंगमध्ये सुधारणा करण्यासाठी त्याने पुरेसा वेळ दिला होता. म्हणजेच आपला फॉर्म सुधारण्यावर त्याने भर दिला होता. त्यामुळेच तो हे सारे करू शकला होता. हळूहळू प्रगती (सातत्यपूर्ण छोट्या सुधारणा) आणि आपली ओळख विसरणे (इतर काय म्हणतील याला न घाबरणे), ही ची रनिंगची दोन तत्त्वे त्याने अंगीकारली होती. त्यानंतर टायगरने आपल्या स्विंगमध्ये वेळोवेळी सुधारणा करत मोठीच प्रगती साधली.

जर आपले करिअर पणाला लावून टायगर वूड्स फॉर्ममध्ये बदल घडवून आणू शकला, तर तुम्ही तुमची गती फक्त थोडी कमी करण्याची इच्छा धरायची आहे. यापेक्षा अधिक काही तुम्हाला करायचेच नाही. त्यामुळे कदाचित तुम्ही एखादी शर्यत गमवाल; पण तुम्हाला जर दीर्घकालीन लाभ हवा असेल, तर तुम्ही तेवढा त्याग केलाच पाहिजे. तुम्हाला आयुष्यभर दुखापतीविना आणि श्रमविरहित धावता येईल.

अंतर : नव्या सवयी अंगी बाणवा

आपल्याला ठरावीक अंतर पार करायचे आहे, हाच विचार कित्येक लोकांच्या मनात असतो. त्यांना कोणत्याही परिस्थितीत तेवढे अंतर धावून जायचेच असते. मी त्यांच्या इच्छेचा आदर करतो, कारण माझ्याही मनात तशीच इच्छा आहे. पण तुम्हाला वाटते त्याप्रमाणे हे अंतर म्हणजे माझ्या दृष्टीने पार करून संपवून टाकण्याची गोष्ट नाही. त्या दृष्टीने मला अंतराचे आकर्षण नाही. हे अंतर म्हणजे माझ्या दृष्टीने मला अधिकाधिक ज्ञान मिळवून देणारे साधन आहे. तुमच्या शरीरावर लक्ष केंद्रित करून तुम्हाला अधिकाधिक चांगल्या पद्धतीने तयार करणारे ते एक साधन आहे. पुन्हा एकदा सांगतो की, माझ्या दृष्टीने मार्ग हाच हेतू आहे.

ची रनिंगमध्ये अंतराच्या साह्याने तुम्ही नवी निरोगी सवय अंगी बाणवून घेत असता. वेळोवेळी फॉर्ममधील लक्ष केंद्रित करावयाच्या गोष्टी पुनःपुन्हा करून त्या अंगी बाणवून घेणे यासाठी पार करावयाचे अंतर उपयुक्त ठरते. ची रनिंगमध्ये वेळ व अंतर या दोन्ही गोष्टींचा समन्वय राखून फॉर्म सुधारून अंतर व गती या दोन्ही गोष्टी वाढवणे शक्य असते. तुमच्या धावण्याच्या तंत्रात या गोष्टी समाविष्ट

झालेल्या असतात.

तुमचा रनिंग फॉर्म तुम्ही किती काळ टिकवून ठेवू शकता, हीच ची रनिंगची खरी कसोटी असते. हे गुणात्मक असते; संख्यात्मक नसते. तुमचे मन आणि शरीर एक संघ म्हणून उत्तम प्रकारे काम करत असतात. तुमचे मन मार्गदर्शन करत असते. नव्या सवयींची ओळख करून देत असते. दीर्घकालीन, सातत्यपूर्ण, पुन:पुन्हा केलेल्या कृतीद्वारे तुमचे शरीर एक प्रकारची चौकट तयार करून तिच्यातून काम करण्यास शिकते. एकदा का तुम्हाला अचूक हालचालीची जाणीव होऊ लागली की, ती लवकरच सवयीचा भाग बनून जाते. त्यानंतर ती तुमचाच एक भाग बनते. ती मनाच्या कामाचाही भाग बनते. दीर्घकाळासाठी तिचा कस लागतो.

पहिली गोष्ट म्हणजे, कोणत्याही गोष्टीवर सर्व शक्तिनिशी मन केंद्रित करण्याची सवय लागली पाहिजे. शरीराला असे मन चट्कन मार्गदर्शन करू शकते. नवीन फॉर्मवर लक्ष केंद्रित करावयाच्या गोष्टींचा सराव करण्यासाठी तुमच्या मनाला आधी आपण अशा प्रकारे कसे लक्ष केंद्रित केले होते, त्या आठवणींचा धांडोळा घ्यावा लागतो. प्रथम ती गोष्ट लक्षात ठेवावी लागते आणि मग तिच्यावरून लक्ष दुसरीकडे वळवता येते. ज्या वेळी तुमचे मन दुसरीकडे वळते, त्या वेळी तुम्ही तुमच्या मनाला पुन्हा जागेवर आणून कशावर लक्ष केंद्रित करावयाचे आहे, त्याची जाणीव करून देईपर्यंत लक्ष विचलितच झालेले असते. दर वेळी तुम्ही स्वत:ला लक्ष विचलित झालेल्या अवस्थेत पकडू शकता. मग पुन्हा आपले लक्ष आपल्या मुद्द्याकडे वळवा. त्यासाठी आवश्यक असलेली शारीरिक तडजोड करा आणि धावण्यास सुरुवात करा. दर वेळी तुम्ही पुन्हा एकदा आपल्या लक्ष द्यावयाच्या गोष्टीकडे वळलात की, लक्ष तिथेच राखण्यासाठी तुमचा हेतू पुन्हा एकदा मनावर ठसवा. तुमच्या मनाकडून पुन:पुन्हा आठवण करून दिली गेल्यावर तुमच्या शरीराला एकाच गोष्टीवर दीर्घकाळापर्यंत लक्ष केंद्रित करण्याचे प्रशिक्षण मिळेल. ध्यानधारणेचा गुरू तुम्हाला ध्यानाच्या बाबतीत जे शिकवतो, त्याहून हे काही वेगळे नाही. तुम्ही बसला असाल आणि तुमचे लक्ष श्वासोच्छ्वासावर खिळलेले असेल, तर तुमचे लक्ष केंद्रित करून ठेवण्याची गोष्ट म्हणजे श्वासोच्छ्वास आहे. तुमचे मन भरकटत असल्याचे तुमच्या लक्षात आले की, तुम्ही जो विचार करत असता, तो तुम्ही तिथेच सोडून देता आणि पुन्हा आपल्या श्वासोच्छ्वासावर लक्ष केंद्रित करता. ची रनिंग हेसुद्धा ध्यानधारणेसारखेच आहे. ची रनिंगमधील प्रत्येक गोष्ट दीर्घकाळ लक्षात ठेवल्यानंतर तुम्ही दुसऱ्या गोष्टीकडे वळता. त्यानंतर तुम्ही तिसरी गोष्ट लक्षात ठेवू शकता, त्यानंतर चौथी आणि अशा प्रकारे एकेका गोष्टीची भर तुम्ही टाकत राहता. त्यानंतर तुम्ही कित्येक गोष्टी एकापाठोपाठ करत धावत

राहता. मात्र, आता त्या गोष्टी तुमच्या अंगी बाणलेल्या असल्यामुळे त्यासाठी तुम्हाला वेगळे कष्ट घ्यावे लागत नाहीत. त्यानंतर ची रनिंग आपोआपच घडत जाते.

गती : केकवरचे आयसिंग

गतीला मी कितीही कमी महत्त्व देत असलो, तरीही धावणे ही माझी अत्यंत आवडती गोष्ट आहे. धावणे उत्साहवर्धक आणि गंमतशीर आहे. तुमचा फॉर्म अत्यंत उत्तम असेल आणि धावण्यासाठी तुमचे शरीर आनंदाने तयार असेल, तर सर्व प्रशिक्षण एकाच वेळी शरीराच्या कृतीतून बाहेर पडते आणि मग तुमच्या धावण्याला गती लाभते. सहजसुलभतेने जलद गतीने धावण्यातील आनंदाचे वर्णन करणारे माझ्या एका विद्यार्थ्याचे पत्र मी येथे देत आहे.

फक्त एका तासाच्या माझ्या एका प्रशिक्षणसत्रात शिकल्यानंतर त्याने मला हे पत्र लिहिले आहे.

प्रिय डॅनी,

ची रनिंगशी माझी ओळख झाल्यामुळे माझे आयुष्यच बदलून गेले आहे. मला धावायला खूप आवडते. माझ्याएवढीच आवड असणाऱ्या सर्वांसाठीच ची रनिंग हे व्यवहार्य आणि उत्तम तंत्र आहे. माझ्या उर्वरित आयुष्यात दुखापतविरहित धावण्याची हमीच मला ची रनिंगमुळे मिळाली आहे. त्यासाठीची आवश्यक दृष्टी मला तुमच्या प्रशिक्षण कार्यक्रमातून लाभली.

ची रनिंगमुळे दुखापतविरहित धावता येते, ही एकच गोष्ट मला उत्साहवर्धक वाटली नाही; तर तुमचा प्रशिक्षण कार्यक्रम संपल्यापासून आजतागायत मी हे तंत्र वापरून धावू लागलो आहे. मला अत्यंत विस्मयजनक फलित मिळाले आहे. सहसा मी नेहमी धावून आलो की, माझ्या मांड्या आणि गुडघे कडक झालेले असत. मी ज्या वेळी पाय ताणण्याचा प्रयत्न करत असे, त्या वेळी मला हे अधिकच जाणवत असे. आता मात्र मला माझे स्नायू आखडल्याचे किंवा घट्ट झाल्याचे आठवतच नाही. उलट, आता माझ्या शरीरात एक प्रकारचे चैतन्य सळसळत असल्याची जाणीव मला होत राहते. अंतर आणि वेळ या दोन्ही घटकांमध्ये झालेली सुधारणा मला अतिशय आश्चर्यजनक वाटते. माझी गती चांगलीच वाढली आहे. पूर्वी मी जेवढे अंतर धावल्यामुळे दमूनभागून जात असे, त्यापेक्षा बरेच अधिक अंतर आता मी न दमता धावू शकतो.

–ख्रिस.

फॉर्म, अंतर आणि गती अशा क्रमाने धावण्यातील घटक समृद्ध होत जातात. गती ही या यादीत अखेरच्या क्रमांकावर असते, कारण ती पूर्णत: फॉर्म आणि अंतर यांवर अवलंबून असते. तुम्ही लक्ष द्यावयाच्या आवश्यक गोष्टींकडे योग्य प्रमाणात लक्ष पुरवलेत आणि अचूक फॉर्म असला की, गती आपसूकच येते. अखेरीस तुमचे तंत्रच तुम्हाला गतीसाठी मदत करते.

ची रनिंगमध्ये गती ही शरीराला ढकलून येत नाही. ती लक्ष देण्याच्या गोष्टींवर भरपूर लक्ष केंद्रित करून आणि स्नायूंना सैलावूनच येते. कोणत्याही धावण्याच्या कार्यक्रमाचा तो एकमेव हेतू असूच शकत नाही. जोरात धावणे ही एक गंमत असू शकते. ज्या वेळी तुम्ही सर्व प्रक्रिया व्यवस्थित पार पाडलेली असते, त्या वेळी तर ती विशेष गमतीची बाब असते.

धावण्याचा कार्यक्रम तयार करणे

सुट्टीवर जाणे हा माझ्यासाठी एक पवित्र कार्यक्रम असतो, कारण तो सातत्याने माझ्या आयुष्यात घडत नाही. त्यामुळे मी माझा सुट्टीचा बराचसा वेळ माझ्या मौजमजेसाठी घालवतो. भविष्यातील गोष्टींचे नियोजन करण्यासाठी सुट्टीचा काळ उपयोगी पडतो. बऱ्याच लोकांकडे त्यांचे स्वत:चे अनुभव असतात आणि अशा वेळी खूप मोठे भावनिक वातावरण निर्माण होत असते.

किमान त्रास करून घेऊन अधिकाधिक आनंद मिळवण्यासाठी तुम्ही तुमच्या सुट्टीचे नियोजन कसे काय करता? कदाचित याआधी तुम्ही मौजमजा केलेल्या सुट्यांच्या आठवणी तुमच्या डोक्यात घोळत असतील आणि त्यामुळे तुम्हाला तशाच प्रकारचा अनुभव आणखी एकदा घेण्याची इच्छा असू शकेल. एखाद्या वेळी तुम्ही सुट्टीवर गेला असाल आणि तिथे तुम्हाला अनपेक्षित असलेली गमतीजमतीची गोष्ट तुम्हाला तिथे उपलब्ध झाली असेल. कदाचित तुम्ही उष्ण कटिबंधीय देशांत अगदी कमीत कमी पैशांत प्रवास करून आला असाल. तुम्ही तिथे पोहोचला असाल, त्या वेळी कदाचित पावसाळा असेल. कदाचित एखाद्या सणाचे सुंदर वातावरण तिथे असेल आणि तो वेळ कसा गेला, हे तुम्हाला समजलेही नसेल. एखाद्या वेळी संपूर्ण आठवडाभराची सुट्टी फक्त घरी राहून, आराम करून तुम्ही घालवली असेल आणि मग ताजेतवाने होऊन कामावर रुजू झाला असाल.

सुट्टीचे नियोजन करण्याप्रमाणेच तुम्हाला तुमच्या धावण्याच्या कार्यक्रमाचेही नियोजन करण्याची गरज असते. तुमच्यासाठी खरोखरच उपयुक्त ठरणारा धावण्याचा कार्यक्रम आखण्यासाठी पुस्तकाच्या या विभागाचे नियोजन करण्यात आले आहे. सर्व पातळ्यांवर तुम्हाला ते उपयुक्त ठरेल, कारण ते तुमच्या अनुभवांच्या कसोटीवर

टिकून राहील. तुम्हाला धावण्याचा चांगला कार्यक्रम आखायचा असेल, तर खालील मुद्दे विचारात घ्यावे लागतील.

१. तुमची सद्य:स्थिती
२. तुमची उत्कट इच्छा
३. तुमच्या सध्याच्या आयुष्याच्या अपेक्षा
४. प्रत्येक धावण्याचे वैशिष्ट्य

या चार पायऱ्यांचा विचार करूनच तुम्ही उत्तम नियोजन केलेला, सर्व मुद्द्यांचा अंतर्भाव व्यवस्थितपणे केलेला, सुसंघटित, क्रमवार असा धावण्याचा कार्यक्रम तयार करू शकाल. हा कार्यक्रम तुमच्या शरीराच्या गरजा आणि क्षमता यांच्याशी ताळमेळ राखणारा असेल.

त्यानंतर तुमच्यासाठी एक वही तयार करा आणि त्यात जसजशी तुमच्या प्रश्नांची उत्तरे मिळतील, तसतशी ती टिपून ठेवा. त्याचा तुम्हाला विविधांगी उपयोग होईल.

- तुम्ही कुठून सुरुवात केली त्याची नोंद तुमच्याकडे असेल. तुमच्यात झालेले बदल टिपणे आणि सुरुवातीपासून आपण कशी प्रगती करून घेतली हे पाहणे अत्यंत उत्साहवर्धक आणि समाधानाची गोष्ट ठरते.
- कालौघात तुम्हाला कोणती गोष्ट उपयुक्त आहे आणि कोणती नाही, ते समजत जाते आणि तीच गोष्ट तुम्हाला पुन्हा पार पाडायची असेल तर कोणत्या गोष्टीवर अधिक लक्ष देण्याची गरज आहे, हेही लक्षात येते.
- तुम्हाला खरोखरच काय हवे आहे त्याच्याशी अशा प्रकारच्या लेखी नोंदींमुळे तुम्ही सतत जोडले जाता आणि तुमचा उद्देश तुमच्या सतत लक्षात राहतो.

ची रनिंगच्या वेबसाईटवर याविषयीचे लॉग तुम्हाला मिळतील.

तुमच्या सध्याच्या स्थितीचे मूल्यमापन करा

तुम्ही कुठून सुरुवात करता आहात, त्याचे प्रामाणिकपणे आणि वैयक्तिकरीत्या स्वत:च मूल्यमापन करणे, ही महत्त्वाची बाब आहे. त्यामुळे आपण आपल्या धावण्याच्या बाबतीत काय करू शकू आणि काय करू शकणार नाही, याविषयी आपण नसत्या भ्रमात रहात नाही. दुसऱ्या शब्दांत सांगायचे झाले, तर तुम्ही जिथे असाल तिथून सुरुवात करा. दुसरा कोणी तरी जिथपर्यंत प्रगती करत गेलेला

असेल, तिथपासून तुम्हीही सुरुवात करू नका किंवा तो जेवढा मागे असेल, तेवढे मागे जाऊनही सुरुवात करू नका. 'एक पाऊल पुढे, तीन पावले मागे' या जुन्या वाक्प्रचाराला कोणीही डावलू शकत नाही. धावण्याचा अगदी खूप मोठा, उत्तम कार्यक्रम तुम्ही घेऊन आलात; पण तुमची सद्य:स्थिती जर त्याला साथ देऊ शकत नसेल, तर तो निष्फळ ठरेल. तुम्ही अतिमहत्त्वाकांक्षी असल्याचा शिक्का तुमच्यावर बसेल किंवा कार्यक्रम अति-वेळखाऊ ठरेल किंवा तुमच्या सध्याच्या कुवतीच्या बाहेरचा असल्याचे स्पष्ट होईल.

मूल्यमापन प्रक्रियेचे तीन भाग असतील. शारीरिक क्षमता, मानसिक क्षमता आणि ची रनिंग कौशल्यांतील तुमची क्षमता या तीन गोष्टींवर हे तीन भाग आधारित असतील.

शारीरिक मूल्यमापन

धावण्याचा कार्यक्रम आखण्यासाठी बसाल, त्या वेळी तुम्ही प्रथम स्वत:ला खालील तीन प्रश्न विचारा.

- एखाद्या दुखापतीवर, वेदनांवर किंवा दुखण्यावर सध्या तुम्ही उपचार घेत आहात काय?
- धावण्याचा कार्यक्रम सुरू करण्यापूर्वी डॉक्टरचा सल्ला किंवा परवानगी आवश्यक असलेला एखादा शारीरिक आजार तुम्हाला आहे का? किंवा काही कारणाने तुमची शारीरिक स्थिती तशी आहे का?
- आज, या घडीला तुम्ही किती मैल किंवा किती मिनिटे आरामात धावू शकता?
- तुम्ही लठ्ठ आहात का? तुम्ही वजन सुव्यवस्थित राखण्यासाठी धावण्याचा कार्यक्रम आखत आहात का?

विश्रामावस्थेत तुमच्या हृदयाचे ठोके कसे पडतात, त्या (आरएचआर) गतीचा दर जाणून घेणे, ही चांगली कल्पना आहे. महिन्यानंतर किंवा दर महिन्याला तुमच्या हृदयाच्या गतीचा हा दर जाणून घेणेही आवश्यक आहे. आता आपला आरएचआर कसा शोधायचा, ते पाहा. झोपण्यापूर्वी तुमचे घड्याळ तुमच्या शेजारीच ठेवा. तुम्ही झोपलेल्या ठिकाणापासून सहज हाती लागेल, अशा बेताने ते ठेवलेले असावे. सकाळी तुम्ही उठलात की, काहीही करण्यापूर्वी आधी घड्याळ हातात घ्या. त्यानंतर तुमची तर्जनी आणि मधले बोट तुमच्या गळ्यावर, खालचा जबडा आणि घसा यांच्या मध्यभागी ठेवून तुमची नाडी मोजा. दुसऱ्या हातात तुमचे घड्याळ

घेऊन तुम्ही नाडी मोजू शकता. पंधरा सेकंदांत तुमच्या हृदयाचे ठोके किती पडतात, तेही मोजा. त्यानंतर त्याला चारने गुणून एका मिनिटात पडणाऱ्या ठोक्यांची संख्या काढा. आता तुमच्या धावण्याच्या किंवा चालण्याच्या नोंदींमध्ये ते टिपून ठेवा. नंतर याचा संदर्भ लागेल. तुमच्यापैकी ज्यांचे आरोग्य फारसे चांगले नसेल, त्यांना धावण्याच्या नियमित सरावामुळे आपल्या आरोग्यात लक्षणीय सुधारणा होत असल्याचे लक्षात येईल.

मानसिक मूल्यमापन : विचार करणे किंवा जाणवणे

खाली दिलेले प्रश्न वाचा आणि त्यांची उत्तरे द्या. त्यावरून तुम्हाला तुमच्या मनात नेमके काय चालले आहे, ते समजेल. तुम्हाला काय वाटते आणि तुमच्या मनात कोणते विचार सुरू आहेत, याचे स्पष्ट चित्र निर्माण झाले की, तुमच्या विशिष्ट गरजा पूर्ण करण्यासाठी तुम्हाला योग्य प्रकारे असा तुमचा धावण्याचा कार्यक्रम बनवता येईल.

- तुम्हाला आपल्या आयुष्यातील किती भाग धावण्यासाठी व्यतीत करण्याची इच्छा आहे?
- तुम्ही का धावता?
- तुम्हाला धावण्यातून काय मिळवायचे आहे?
- तुम्हाला गट प्रशिक्षण अधिक चांगले वाटते का, की एकट्याने प्रशिक्षण घेण्यास आवडते? की तुमच्याबरोबर एखादा किंवा एखादी सहकारी असेल, तर तुम्हाला अधिक आवडते?
- तुम्हाला विशिष्ट अंतर पार करायचे आहे का, की विशिष्ट गतीने धावायचे आहे?
- तुम्हाला एखाद्या विशिष्ट शर्यतीसाठी प्रशिक्षण घ्यायचे आहे का?
- धावण्याविषयी तुमच्या मनात कोणत्या भीती आहेत?

तुमच्या ची रनिंग कौशल्याचे मूल्यमापन करा

तुम्ही चौथे प्रकरण वाचले आणि पाचव्या प्रकरणातील दहाही पायऱ्या पार केल्यात की, मग तुम्हाला ची रनिंग तंत्रासंदर्भातील तुमची ताकद आणि दुर्बलता या दोन्ही गोष्टी समजून येतील. उदाहरणार्थ— तुम्ही नैसर्गिकरित्याच तुमच्या स्तंभासह झुकू शकत असाल; पण तुम्हाला शरीर सैलावणे जमत नसेल. प्रत्येक वेळी धावून आल्यानंतर तुम्ही स्वत:चे मूल्यमापन अधिक चांगल्या प्रकारे करू शकाल. तुम्ही नियमित सराव आणि मूल्यमापन करत राहा. तुमची ताकद ठरत असलेल्या तुमच्या जमेच्या बाजूंची व्यवस्थित नोंद करा. तसेच ज्या गोष्टी करणे

तुम्हाला अवघड जाते, त्याही लिहून ठेवा. अशा प्रकारे तुमच्या ची रनिंगच्या कौशल्याचे तुम्हाला सातत्याने मूल्यमापन करत राहावे लागेल. त्यामुळे तुम्ही आधीच्या कौशल्यांमध्ये राहिलेल्या त्रुटींवर अधिक काम करून त्यांच्यात तरबेज होत जाल आणि नवी कौशल्ये आत्मसात करण्याचा अधिकाधिक प्रयत्न करत राहाल. केव्हाही धावताना मी किमान कोणत्या तरी एखाद्या भागावर लक्ष केंद्रित करतो.

स्वत:लाच विचारावयाचे प्रश्न

फॉर्मविषयीच्या लक्ष केंद्रित करण्याच्या कोणत्या गोष्टी करणे मला अवघड जाते?

ची रनिंग तंत्रातील कोणत्या गोष्टी अद्याप मला नीट जमत नाहीत?

लक्ष केंद्रित करावयाच्या प्रत्येक गोष्टीविषयीच्या सूचना मला सुस्पष्टपणे समजतात का?

धावत असताना कोणत्या गोष्टींवर आपल्याला काम करावे लागणार आहे, याचा स्पष्ट दृष्टिकोन या प्रश्नांच्या उत्तरांमधून तुम्हाला मिळतो.

या प्रकरणात नंतर मी धावण्याच्या विविध प्रकारच्या आराखड्यांविषयी माहिती देणार आहे. तुम्हाला एखादी गोष्ट चट्कन ग्रहण करणे कठीण वाटत असेल, तर धावताना त्याच गोष्टीवर लक्ष केंद्रित करा. एखादी गोष्ट पुन:पुन्हा केल्यावर शरीर ती अधिक चांगल्या प्रकारे ग्रहण करते. ती गोष्ट शिकण्याचा वेळही त्यामुळे वाचतो.

शरीराचा विचार करून ध्येये निश्चित करा

आता तुम्ही तुमच्या सद्य:स्थितीचे मूल्यमापन केले आहे. तुमचे स्वारस्य पूर्ण करणारे काही योग्य हेतू तुम्हाला ठरवायचे आहेत. इथे योग्य हेतू म्हणजे ज्या हेतूंमागे सखोल विचार आणि भावना असतील, ते हेतू होत. हे हेतू तुमच्या आयुष्याचा समतोल बिघडवणार नाहीत.

तुमचे हेतू कितीही चांगले असले तरीही त्यांच्यासाठीच तुम्ही धावणार नाही, हे लक्षात घ्या. तुम्ही धावत राहाल आणि तुमचे हेतू आपोआपच पूर्ण होत राहतील. ते हेतू साध्य करण्यासाठीच तुम्ही धावणार नाहीत याची काळजी घ्या. 'मला माझ्याबरोबर धावणाऱ्या सहकाऱ्यापेक्षा अधिक गतीने धावायचे आहे' किंवा 'मला शर्यत जिंकायची आहे', अशा प्रकारे तुमच्या मनात आत्मसंभाषण चालू असण्याची शक्यता असते. त्याविरुद्ध पाहत असते. विचार करून निर्माण झालेले मनन शरीर अधिक कसे चांगले राहील, ते पाहत असते. तुम्ही निश्चित केलेली ध्येये तुमच्या आवाक्यातीलही असली पाहिजेत, शिवाय ती सर्वच दृष्टींनी निरुपद्रवी आणि निरोगी स्वरूपाची असली पाहिजेत. योग्य परिस्थिती आणि ठरावीक वेळ यांच्या चौकटीत

तुम्हाला ती पूर्ण करायची आहेत, याचे भान अवश्य ठेवा. तुमच्या शरीराचे म्हणणे तुम्ही ऐकत असाल, तर तुम्ही कोणत्याही प्रकारची ध्येये ठेवणे चुकीचे नाही. तसेच शरीराला योग्य विनंती करण्यातही काहीच वावगे नाही. म्हणजेच शरीराकडून योग्य त्या अपेक्षा ठेवण्यातही काहीही वावगे नाही.

पण विशिष्ट फलित मिळण्यासाठीच निश्चित केलेले ध्येय वेगळे असते. 'मला सहा मिनिटांत मैलभर अंतर धावायचं आहे,' या प्रकारे शरीराचा विचार करून 'मला जलद गतीचा धावपटू बनायचं आहे,' असे वाक्य तुम्ही बनवू शकाल. आधीचे वाक्य आपल्याला एका विशिष्ट मार्गावरूनच जाण्यास भाग पाडते. आपण फक्त सहा मिनिटांत मैलभर धावू शकलो, तरच त्या परिस्थितीत यशस्वी ठरतो. मी यापेक्षाही अधिक गतीने धावलो तर मी सर्वाधिक वेगवान धावपटू ठरू शकेन, असेही त्या वेळी आपल्या मनात असते. म्हणजेच, या प्रकारच्या विचाराने आपण कधीच समाधानी बनू शकत नाही, कारण आपले ध्येय कधीच पूर्ण होऊ शकत नाही.

त्याउलट, आपल्याला अधिक वेगवान धावपटू बनायचे असेल तर त्याचा भर आपोआपच प्रक्रियेवर राहतो, कारण अधिक वेगवान ही तौलनिक बाब आहे. कशापेक्षा अधिक वेगवान? कोणापेक्षा अधिक वेगवान? मी सध्या धावतो किंवा धावते त्यापेक्षा अधिक वेगवान? हे ध्येय गाठण्यासाठी माझ्या शरीराला काय करावे लागेल, यावर माझे लक्ष त्या वेळी केंद्रित झालेले असते. अशा प्रकारे आपला भर ध्येयावर राहत नाही; त्याऐवजी तो प्रक्रियेवर राहतो. आपल्याला पाच किलोमीटर, दहा किलोमीटर किंवा मॅरेथॉन शर्यतीत धावायचे आहे, असा हेतू असणे चांगले आहे. पण त्यासाठीच्या प्रशिक्षणासाठी स्वतःला पुरेसा वेळ देण्याची गरज असते. त्यातूनच आपल्याला या प्रक्रियेचा खरा आनंद घेता येतो आणि तिच्यापासून काही तरी चांगली गोष्ट साध्यही करता येते.

तुम्हाला जी ध्येये गाठावीशी वाटतात, त्यांचा विचार करा. तुमच्या धावण्याच्या वहीत ती उतरवून काढा. या यादीत फलित अपेक्षित धरून एखादा हेतू लिहिला गेला आहे, असे तुम्हाला वाटले; तर त्यांची एक स्वतंत्र यादी करा. नंतर ती यादी रद्द करता येईल. शरीराला महत्त्व देऊन ठेवलेली आणखी काही उद्दिष्टे मी इथे देत आहे. ती पाहा. हालचालींत सहजता, तरलता, दुखापती नकोत, दुखापती दूर करणे, आरोग्यपूर्णता आणखी वाढवणे, आहारात सुधारणा, स्वतःविषयीच चांगली भावना निर्माण करणे— अशी ती असू शकतात.

गेल्या काही वर्षांच्या यशानंतर मी काही उद्दिष्टे तयार केली आहेत. त्यांच्यापैकी काही खाली देत आहे –

- गुडघ्यात वेदना होऊ न देता धावणे.

- न दमता मॅरेथॉनमध्ये धावणे.
- दुखापतीशिवाय धावणे.
- आपण धावण्यास सुरुवात करतो त्याहून धावण्याची अखेर करताना अधिक चांगले, प्रसन्न वाटणे.

कालबद्ध कार्यक्रम

आता तुम्ही मूल्यमापन आणि ध्येय निश्चित करण्यासाठीचा गृहपाठ केला आहे. आता आपल्याला सहज पूर्ण करता येईल अशा वेळापत्रकात त्याचे रूपांतर करायचे आहे. तुमची धावण्याची वही आणि कॅलेंडर घेऊन बसा. तुमच्या उर्वरित आयुष्यावर काहीही परिणाम न करणारे धावण्याचे वेळापत्रक तुम्ही आखावे, अशी अपेक्षा आहे; कारण जगण्यास अवघड आयुष्य कोणाला आवडते? किंवा दैनंदिन व्यवहार अधिकाधिक अवघड करून ते नंतर कसेबसे पार पाडण्याची कसरत कशाला करायची? तुम्ही धावण्याचा नवा कार्यक्रम सुरू करत असाल किंवा तुमच्या आधीच्या तंदुरुस्तीविषयक (फिटनेस) कार्यक्रमात धावण्याची भर टाकत असाल तर पुढील प्रश्न तुमच्या वेळेची बचत करण्यास मदत करतील. तुमचा धावण्याचा कार्यक्रम आधीच सुरू असेल, तर तो कार्यक्रम अधिक सुडौल आणि रेखीव बनवण्यासाठी या प्रश्नांची मदत तुम्हाला होईल.

तुमच्या धावण्याच्या वहीत खालील प्रश्नांची उत्तरे लिहा.

१. तुम्हाला आठवड्यातून किती दिवस धावायचे आहे? (मी तुम्हाला किमान तीन दिवस तरी धावण्याची शिफारस करेन. पण आठवड्यात सहा दिवसांहून अधिक दिवस धावू नका. जर धावणे हाच तुमच्या व्यायामाचा मुख्य प्रकार असेल, तर तुमच्या नेहमीच्या कार्यक्रमातच ची रनिंगचा समावेश करणे सोपे असते. तुम्ही संपूर्ण वेळ धावण्याचाच कार्यक्रम करत असाल किंवा तुमचा तो कार्यक्रम अधिक वेळाचा असेल, तर तोही कमी करावा लागेल. (ची रनिंगमध्ये दमछाक अपेक्षित नाही.)

२. आता दिवसांची संख्या तर ठरली. आता आठवड्यातील नेमके कोणते दिवस तुम्ही यासाठी निवडणार आहात, ते ठरवा.

३. निवडलेल्या प्रत्येक दिवशी तुमच्या धावण्याच्या कार्यक्रमावर तुम्ही किती मिनिटे घालवू शकता? तुम्ही धावण्याच्या ठिकाणापर्यंत येईपर्यंतचा तुमचा वेळ आणि तिथे आल्यावर धावायला सुरुवात करेपर्यंतची काही मिनिटे यांचाही या वेळात समावेश करा. त्यात तुमचा धावण्याचा नेमका किती वेळ असेल, त्याचीही नोंद करा. तुमच्या वेळेची अकारण ओढाताण करू नका.

४. निवडलेल्या प्रत्येक दिवशी कोणत्या वेळी ठरवल्याप्रमाणे तुम्ही खात्रीपूर्वक धावू शकता, ती वेळही निश्चित करा.

आता कॅलेंडरमध्ये तशा वेळेची नोंद करून ठेवा.

तुम्ही ज्या वेळेत धावणार आहात, त्या वेळी तुम्ही नेहमी काय करता, याचा विचार तुम्हाला हे वेळापत्रक आखताना नक्कीच करावा लागणार आहे. याचाच अर्थ, तुम्ही जे करायचे ठरवले आहे, ते पूर्ण करण्याची जबाबदारी पूर्णपणे तुमचीच असणार आहे. तुम्ही एक यशस्वी वेळापत्रक तयार करावे आणि तुमच्या संपूर्ण दिनक्रमात ते सहजपणे मिसळून जावे, हाच हे सर्व प्रश्न विचारण्यामागचा आणि वेळापत्रक तयार करण्यामागचा हेतू आहे.

तुमच्या धावण्याच्या ठरलेल्या वेळा या जणू काही तुमच्या डॉक्टरांच्या किंवा वकिलांच्या अपॉइंटमेंट्स आहेत, अशा प्रकारे लक्षात ठेवा आणि पाळा. या वेळी कोणतेही काम आले किंवा कोणी तुम्हाला बोलावले, तर तुम्ही ती वेळ आधीच कशासाठी तरी दिली आहे किंवा साध्या शब्दांत सांगायचे तर; त्या वेळी तुम्ही दुसऱ्या कामात असल्यामुळे येऊ शकत नाही, असे स्पष्टपणे सांगा. हा वेळ सोडून दुसऱ्या कोणत्या तरी वेळीच तुम्ही ते काम करा किंवा त्या संबंधिताला भेटा. तुमच्या मनाची तेवढी तयारी असली पाहिजे.

धावण्याचा सर्वसमावेशक कार्यक्रम

तुमच्या शरीराला सुस्थितीत ठेवणारा, तुमच्या कोअर स्नायूंची सामूहिक शक्ती वापरणारा, तुमचे रक्ताभिसरण वाढवणारा, तुमच्या हालचालींची व्याप्ती वाढवणारा, तुमची श्वसनक्षमता वाढवणारा, तुमच्या हृदयाची ताकद वाढवणारा, तुमचा ताण दूर करणारा आणि सर्वसामान्यपणे तुमची शारीरिक, मानसिक आणि आध्यात्मिक उन्नती करणारा कार्यक्रम हाच तुमच्या धावण्याचा सर्वसमावेशक कार्यक्रम असेल. पुढे दिलेल्या तक्त्यात धावण्याचे तीन साधे कार्यक्रम आहेत. पहिल्या पातळीवरचा कार्यक्रम नवोदितांसाठी आहे. तसेच दुखापती झाल्यामुळे धावण्यात मध्येच खंड पडून बरे झाल्यावर परत आलेल्यांसाठीही तो कार्यक्रम आहे; कारण त्यांना आपला पाया पुन्हा भक्कम करायचा असतो आणि धावण्याचे तंत्रही पुन्हा एकदा पक्के करायचे असते. दुसऱ्या पातळीवरचा कार्यक्रम मध्यम प्रकारच्या धावपटूंसाठी आहे. ज्यांना आपला पाया भक्कम करायचा आहे आणि पीआरई कमी करायचा आहे, त्यांच्यासाठी तो कार्यक्रम आहे. तिसऱ्या पातळीवरचा कार्यक्रम कसलेल्या धावपटूंसाठी आणि स्पर्धांतून भाग घेणाऱ्या धावपटूंसाठी आहे. त्यांनाही त्यांचा पाया भक्कम करायचा असतोच, शिवाय आपल्या क्षमतेचा पुरेपूर वापर करायचा असतो आणि गतीही वाढवायची असते.

प्रशिक्षणातील विविध गोष्टींचा समावेश करू शकणाऱ्या धावण्याच्या पाच पद्धती आहेत. धावण्याच्या प्रत्येक पद्धतीत तुम्ही ची रनिंगमधील लक्ष केंद्रित करण्याच्या अनेक गोष्टींचा समावेश करत असलात तरीही विशिष्ट गोष्टी विशिष्ट प्रकारच्या धावण्यासाठी उपयुक्त ठरतात. प्रत्येक प्रकारच्या धावण्याचे काही ठरावीक गुणधर्म असतात. ते तुमच्या तंत्राला पूरक ठरणारेच असतात. ज्या वेळी ची रनिंगमधील लक्ष केंद्रित करण्याच्या गोष्टी तुमच्या धावण्याचा अविभाज्य भाग बनतात, त्या वेळी कोणत्याही परिस्थितीत वापरण्यायोग्य साधनांचा संच तुमच्याकडे तयार होतो.

धावण्याच्या कार्यक्रमांचे काही तक्ते खाली दिले आहेत–

धावण्याच्या कार्यक्रमाचे नमुने

दिवस	पहिली पातळी	दुसरी पातळी	तिसरी पातळी
१	सुट्टी	गतीमधील मध्यंतरे किंवा फॉर्ममध्ये मध्यंतरे घेणे	गतींमध्ये मध्यंतरे घेणे
२	गमतीने धावणे किंवा फॉर्ममध्ये मध्यंतरे घेणे	टेकडीवर धावणे	टेकडीवर धावणे
३	सुट्टी	सुट्टी	गतीने धावणे
४	गमतीने धावणे किंवा फॉर्ममध्ये मध्यंतरे घेणे.	गतीने धावणे	सुट्टी
५	सुट्टी	सुट्टी	गमतीने धावणे किंवा फॉर्ममध्ये मध्यंतरे घेणे
६	गमतीने धावणे किंवा फॉर्ममध्ये मध्यंतरे घेणे	दीर्घ अंतराचे धावणे	दीर्घ अंतराचे धावणे
७	सुट्टी किंवा गमतीने धावणे	सुट्टी	सुट्टी

मध्यंतरे : फॉर्म आणि गती

मी दोन प्रकारचे खंड किंवा मध्यंतर घेण्याची शिफारस करतो. फॉर्ममधील मध्यंतर आणि गतीतील मध्यंतर. ठरावीक काळाचा खंड घेऊन वेगवेगळे फॉर्म अभ्यासणे, हा फॉर्मवर प्रभुत्व मिळविण्यासाठी अत्यंत चांगला अभ्यास असतो. गतीमध्ये मध्यंतरे घेणे मध्यम प्रकारच्या ची धावपटूंना उपयुक्त ठरते. त्यांनी ची रनिंगचे तंत्र अभ्यासलेले असते आणि त्याचा सरावही केलेला असतो. आगामी शर्यतीसाठी त्यांनी तयारी केलेली असते.

फॉर्ममधील मध्यंतरे

या प्रकारचे कार्यक्रम नवोदित धावपटूंसाठी किंवा जे बऱ्याच कालावधीच्या खंडानंतर पुन्हा एकदा धावण्यासाठी सज्ज झालेले असतात, त्यांच्यासाठी उपयुक्त ठरतात. हा एक गमतीचा भाग आहे. खरे तर वेळापत्रकातील गमतीच्या धावेऐवजी तुम्ही हा प्रकार करू शकता. तुमच्या धावण्याच्या संपूर्ण कालावधीत तुम्ही फॉर्ममधील लक्ष एकाग्र करण्याच्या गोष्टींवर विशिष्ट काळ लक्ष केंद्रित करणे आणि त्यापाठोपाठ तेवढाच काळ लक्ष केंद्रित न करणे या गोष्टी आलटून-पालटून करू शकता. तुमचे धावणे संपेपर्यंत अशा प्रकारे तुम्ही लक्ष केंद्रित करणे आणि न करणे, हा खेळ खेळू शकता. धावण्याआधी तुम्हाला लक्ष केंद्रित करण्याच्या ज्या गोष्टींवर लक्ष केंद्रित करण्याची अधिक आवश्यकता वाटते, त्यांचा विचार करा. एकदा ती यादी नजरेखालून घाला.

- तुमच्याकडे टायमर आणि स्पोर्ट्स वॉच असेल, तर प्रत्येक मिनिटाला बीप् आवाज येईल अशा बेताने टायमर सेट करा. तुमच्या तंत्रातील कोणताही भाग एक मिनिटापुरता लक्ष केंद्रित करण्यासाठी निश्चित करा. त्यानंतर अंग सैलावा आणि पुढच्या मिनिटात कशावरच लक्ष केंद्रित करू नका.
- वॉर्म-अप आणि ठरावीक अंतर आरामशीरपणे धावून झाल्यावर तुमचा काऊंटडाऊन टायमर सुरू करा. ज्या वेळी बीप् वाजेल, त्या वेळी तुमच्या ठरलेल्या भागावर लक्ष केंद्रित करा. त्यावरच लक्ष खिळून राहण्यासाठी तुम्हाला शक्य ते-ते सर्व करा आणि लक्ष विचलित होऊ देऊ नका. हे फक्त एकच मिनिट करावयाचे आहे. त्यामुळे त्यासाठी पुरेपूर कष्ट घ्या. पुढचा बीप् ऐकला की, तुम्ही लक्ष केंद्रित केलेल्या गोष्टीवरून तुमचे लक्ष दुसरीकडे वळवा. विसावा आणि पुढचे मिनिट निव्वळ गंमत म्हणून धावा.

- पुन्हा बीप् वाजले की, पुढच्या मिनिटभरासाठी पहिल्याच गोष्टीवर लक्ष केंद्रित करा.
- तुमच्या संपूर्ण धावण्याच्या कालावधीत लक्ष केंद्रित करणे आणि न करणे या गोष्टी आलटून-पालटून करत राहा.
- जर तुम्ही दोन गोष्टींवर लक्ष केंद्रित करणार असाल, तर त्यांपैकी एकावर पहिल्या दहा मिनिटांत आणि दुसऱ्यावर दुसऱ्या दहा मिनिटांत लक्ष केंद्रित करा. तिसऱ्या आणि अखेरच्या दहा मिनिटांत दोन्ही गोष्टींवर एकाच वेळी लक्ष केंद्रित करण्यास शिका. त्यातही एका मिनिटाचा खंड पाडा आणि पुन्हा पुढच्या मिनिटाला दोन्ही गोष्टींवर लक्ष केंद्रित करा.

नवोदितांसाठी लक्ष केंद्रित करावयाच्या वैयक्तिक बाबी शिकण्याचा हा एक सक्षम मार्ग आहे, कारण तीस मिनिटांत एका गोष्टीवर लक्ष केंद्रित करण्यास तुम्ही पंधरा वेळा शिकलेले असता.

सुरुवातीला तुम्ही ज्यावर लक्ष केंद्रित करावे, अशा तीन गोष्टी मी खाली देत आहे.

१. तुमचा स्तंभ सरळ ठेवणे.
२. पायांपासून झुकणे.
३. धावताना पाय उंचावणे.

गतीमधील मध्यंतरे

हा माझा प्रकार आवडता आहे, कारण तो खरोखरच गमतीशीर आहे. त्वरित आनंद मिळवून देणारा हा व्यायामप्रकार आहे, कारण आपण जोरात धावण्याचा प्रयत्न करत नसतो. आपण आपल्या फॉर्ममधील लक्षात ठेवण्याच्या सगळ्या गोष्टी एकाच वेळी वापरत असतो. त्यानंतर आपण त्यांच्यावर लक्ष केंद्रित करत असतो. गती वाढवणे हा या कार्यक्रमाचा हेतू नाही. काम करण्यासाठी कित्येक अन्य गोष्टी असतात, त्यांच्यावर लक्ष केंद्रित करणे महत्त्वाचे असते; त्याऐवजी गतीवरच लक्ष केंद्रित केल्यास लक्ष विचलित होते. मध्यंतर या शब्दाची एक अगदी सोपी व्याख्या सांगतो. मध्यंतर हा तीव्रतेने लक्ष केंद्रित केलेल्या कालावधीनंतर स्नायू सैलावण्याचा आणि विश्रांतीचा कालावधी होय.

गती हे योग्य फॉर्मचे उपउत्पादन आहे. त्यामुळे गतीमधील मध्यंतर हा फॉर्ममधील मध्यंतराचाच एक प्रकार आहे. तुमच्या धावण्याला गती येण्यासाठी योग्य परिस्थिती निर्माण करण्यासंदर्भात गतीमधील मध्यंतरे उपयुक्त ठरतात. तुम्ही

कोणत्याही पातळीवरचे धावपटू असलात, तरीही त्यामुळे काहीही फरक पडत नाही. ज्या वेळी तुम्हाला आपण लक्ष केंद्रित करावयाच्या गोष्टींवर व्यवस्थितपणे, विनासायास लक्ष केंद्रित करू शकतो, याची खात्री पटेल; त्या वेळी तुम्ही गतीमधील मध्यंतरे घेतली पाहिजेत. हळूहळू प्रगतीचे तत्त्व आत्मसात करण्याची ही प्राथमिक संधी असते, कारण तुम्ही नेहमीच मंदपासून जलद किंवा छोट्यापासून मोठ्यापर्यंत या क्रमाने काम करत असता.

तुम्हाला तुमची धावण्याची मूळ गतीच वाढवायची असेल, तर आठवड्यातील एक दिवस धावपट्टी असलेल्या कोणत्याही जवळच्या मैदानावर जा. आता चारशे मीटरची मध्यंतरे ठरवून घ्या. सहसा चारशे मीटरचे अंतर म्हणजे बहुतेक धावपट्ट्यांभोवती एक फेरी असते. एका फेरीसाठी ची रनिंग फॉर्मच्या एका किंवा अधिक गोष्टींवर लक्ष केंद्रित करा. त्यानंतर पुढच्या फेरीच्या वेळी स्नायू सैलावा आणि लक्ष विचलित करा. हाच क्रम चार किंवा दहा फेऱ्या मारेपर्यंत ठेवा. तुमच्या संपूर्ण स्थितीचा अंदाज घेऊन फेऱ्यांची संख्या ठरवा. तुम्हाला किती फेऱ्या माराव्यात हे समजत नसेल, तर ते तुमच्या शरीरावर सोपवा. ते तुम्हाला कधी थांबायचे ते बरोबर सांगेल. चार फेऱ्यांनी सुरुवात करा. त्यानंतर तुम्ही पुढे आणखी फेऱ्या मारू शकता की नाही, ते तुमच्या शरीराच्या क्षमतेनुसार ठरवा. तुमच्या शरीराचे म्हणणे लक्षपूर्वक ऐका.

हळूहळू प्रगतीचा नियमच पाळा. सुरुवातीच्या मध्यंतरापर्यंत (पहिल्या लक्ष केंद्रित केलेल्या फेरीनंतरची सैलावण्याची दुसरी फेरी) हळू गतीने धावा. धावण्याला सुरुवात करताना तुम्ही नेहमीच ताजेतवाने असल्यामुळे जोमाने जोरात धावावेसे वाटेल. पण अशा प्रकारच्या मोहाला बळी पडू नका. सुरुवातीच्या मध्यंतरापर्यंत जे लोक खूपच जोरात धावतात, ते पुढच्या प्रत्येक मध्यंतराच्या वेळी त्या आधीच्या मध्यंतरापेक्षा कमी गतीने धावू लागतात. त्या वेळी फॉर्ममधील लक्षात ठेवण्याच्या कित्येक गोष्टींकडे त्यांचे दुर्लक्ष झालेले असते. प्रत्येक मध्यंतरानंतर शक्य तेवढ्या जलद गतीने ते धावण्याचा प्रयत्न करत राहतात. सुरुवातीचे अर्धेअधिक अंतर पार करेपर्यंतच त्यांनी आपली अर्ध्याहून अधिक ऊर्जा वापरलेली असते आणि अखेरपर्यंत तीच गती कायम ठेवण्याचा अट्टहास ते करत राहतात. म्हणूनच पुरेशा कमी गतीने सुरुवात करा. सुरुवातीपासून अखेरपर्यंत समान गती ठेवण्याचा प्रयत्न करा.

आधीच्या प्रत्येक मध्यंतराआधी तुमची जेवढी गती असेल, त्यापेक्षा दर वेळीच तुम्ही अधिक गतीने धावू लागाल. तुमच्या शरीराला तुम्ही कष्टाने जोरात पुढे ढकलल्यामुळे हे घडत नाही; तर तुमचे सांधे व स्नायू अधिक सैलसर आणि विसावलेल्या स्थितीत असतात, म्हणूनच हे घडू शकते.

तुमचे अखेरचे मध्यंतर पार करून तुम्ही पुढे निघालात की, काही क्षण सोप्या

पद्धतीने जॉगिंग करा. त्यानंतर आतापर्यंत चांगली कामगिरी केल्याबद्दल स्वत:चेच अभिनंदन करा. गतीच्या मध्यंतरादरम्यान लक्षात ठेवण्याच्या काही गोष्टी खाली देत आहे.

- हळूहळू सुरुवात करा. मध्यंतरादरम्यान आपले झुकणे हळूहळू वाढवा.
- तुम्ही अधिक झुकलात की, ओटीपोटासह कमरेखालचे शरीर म्हणजे तुमचे ओटीपोट, नितंब आणि पाय सैलावा.
- तुम्ही अधिक झुकलात की, तुमच्या दोन पावलांतील अंतर मागच्या बाजूला वाढेल याची काळजी घ्या.
- संपूर्ण कालावधीत तुमची लयबद्धता स्थिर ठेवा. (प्रत्येक पायाची प्रतिमिनिट ८५ ते ९० पावले.)
- तुमच्या कमरेवरचे शरीर अधिक गतीशी संलग्न ठेवा. तुमचे खांदे सैलावा आणि कोपरे मागच्या बाजूला हेलकावत ठेवा.
- तुम्ही जलद गतीने धावू लागलात की, तुमच्या पाठीचा खालचा भाग सैलावा. तुमच्या पोटाच्या स्नायूंना तुमच्या झुकण्याचा समतोल राखण्यासाठी काम करू द्या.
- तुमच्या कोअर स्नायूंना एकत्रित काम करू द्या. पायांच्या स्नायूंना विसावा घेऊ द्या.
- तुमचे पाऊल अधिक उंच उचलण्याचा प्रयत्न करा. पण तुम्ही अधिक झुकत गेलात तरीही तुमचे गुडघे खालच्या दिशेनेच ठेवा. गुडघे अजिबात उचलू नका, कारण गुडघे उचलल्यास तुम्हाला अकारणच अधिक कष्ट करावे लागतील.

मंद गतीने दीर्घ अंतर धावणे

मंद गतीने दीर्घ अंतर धावणे (एलएसडी म्हणजेच लाँग डिस्टन्स, स्लो रन) यालाच एलडीएस म्हणू या. दर आठवड्यात मी अशा प्रकारच्या धावा काढतोच. ही निव्वळ गंमत असते. आपल्या मुलाला आपल्या जुन्या मित्राच्या खांद्यावर बसून जाताना पाहण्यासारखे ते मजेशीर असते. जर एखाद्या आठवड्यात माझ्यावर कामाचा किंवा अन्य कुठल्याही गोष्टीचा खूपच ताण आला, तर त्या वेळी मी सरळ अशा प्रकारच्या धावण्यासाठी घराबाहेर पडतो. धावल्यानंतर माझ्या गाडीकडे परतताना मी नक्कीच कोणी तरी प्रसन्न, उत्साही अशी दुसरीच व्यक्ती बनलेला असेन, हे मला माहिती असते. इतका निखळ निष्कर्ष काढण्याइतके ते सोपे असते. तो वेळ फक्त माझाच असतो. मनावर साठलेली धूळ झटकण्याची ती वेळ असते.

आपल्या मनातील विचारांना सुसंघटित करून निश्चित विचारापर्यंत पोहोचवण्याची ती वेळ असते. ऋतूंमधील बदल न्याहाळण्याची किंवा काही तरी नव्या गोष्टीचा शोध घेण्याची ती वेळ असते. माझ्या मनात अंतर किंवा गती यांचा विचारही नसतो. फक्त आपण धावता-धावता मजा करण्याची ती वेळ असते.

आपल्या हेतूंकडे किंवा लक्ष ठेवण्याच्या गोष्टींकडे अधिकाधिक लक्ष देण्याची ती वेळ असते. त्यातल्या त्यात स्नायू सैलावणे, ही लक्ष अधिक केंद्रित करण्याची गोष्ट असते.

तिसऱ्या प्रकरणात सांगितल्याप्रमाणे दर दहा मिनिटांनी शरीराचे विश्लेषण करा. तुमच्या शरीरातील कोणताही भाग आखडल्यासारखा किंवा घट्ट झाल्यासारखा वाटतो आहे का, ते पाहा. त्याच्यावर ताण आल्यासारखे वाटते आहे का, याचा विचार करा. मग तो विशिष्ट भाग सैलावण्यासाठी त्याच्यावरच लक्ष केंद्रित करा. तुम्ही धावणे पूर्ण करेपर्यंत स्नायू सैलावण्यावर लक्ष केंद्रित करू शकलात; तर धावल्यावर तुम्ही परताल, तेव्हा मसाज करून घेऊन परतल्यासारखे तुम्हाला ताजेतवाने वाटेल. तुम्ही कितीही धावा काढल्यात तरी अशा प्रकारचे शरीराचे सैलावणे तुम्ही अनुभवत राहाल. लांब अंतराच्या धावण्यासाठी तुम्ही लयबद्धता आणि शरीराची ढब किंवा पवित्रा यांवरही लक्ष केंद्रित केले पाहिजे. तुमच्या गतीवर लक्ष केंद्रित करू नका.

या प्रकारच्या धावण्यात तुमच्या श्वसनक्षमतेची उभारणी केली जाते. ऑक्सिजन आत घेण्याची तुमच्या स्नायूंची क्षमता वाढते. त्यामुळे तुम्ही अधिक चांगल्या प्रकारे धावू शकता. तुमच्या फुप्फुसांतून तुमच्या स्नायूंपर्यंत अधिक प्रमाणात ऑक्सिजन पोहोचत राहतो. त्यामुळे तुमची कार्यक्षमता वाढते. तुमच्यापैकी ज्यांना जलद गतीने धावायचे असेल, त्यांच्यासाठी दीर्घ अंतराचे हे धावणे अत्यंत उपयुक्त ठरते. त्यानंतर गतीचे प्रशिक्षण घेत असताना या धावण्यातून वाढवलेली श्वसनक्षमता त्यांना उपयोगी पडते.

दीर्घकाळ धावणे हे किती अंतरापर्यंतचे असू शकते? तुमच्या शरीराची जेवढी क्षमता असेल, तेवढे अंतर तुम्ही धावू शकता. तुम्हाला धावण्यासाठी किती वेळ काढता येतो आणि किती अंतरापर्यंत धावण्यासाठी तुम्हाला तुमचे शरीर साथ देते, यावरच हे दीर्घ अंतर अवलंबून असते. तुम्हाला किती काळ धावायला आवडेल? तुमच्या इच्छापूर्तीसाठी तुम्ही किती वेळ काढू शकाल? तुम्ही जर नवोदित धावपटू असाल, तर दीर्घकाळाचे तुमचे धावणे म्हणजे तीस मिनिटांचे असू शकेल. मी शंभर मैलांच्या लिडव्हिले ट्रेलसाठी धावण्याचे प्रशिक्षण घेत होतो, तेव्हा दर रविवारी मी ४० मैल धावत होतो. आता वर्षभर आठवड्याला दोन तासांचे धावणे पुरेसे वाटते. तुमची पूर्ण दमछाक करून तुम्हाला अगदी नकोसे करून टाकण्याएवढे

तुमचे दीर्घ पल्ल्याचे धावणे दीर्घ असू नये. तुम्ही दमलात तरीही प्रसन्न असाल, हवेहवेसे वाटण्याइतपत तुम्ही दमाल, एवढेच हे अंतर दीर्घ असावे.

गमतीने धावणे

गमतीने धावणे या शब्दातच या धावण्याचा अर्थ समाविष्ट आहे. एखाद्या दिवशी तुम्हाला खूपच त्रास झाला असेल, तुम्ही अगदी कंटाळून गेला असाल किंवा रात्री डोळ्याला डोळा लागला नसेल किंवा तुम्हाला तुमचे म्हणणे बऱ्याच उशिरा लक्षात आले असेल, तर अशा परिस्थितीत गमतीने धावायला जावे. दीर्घ पल्ल्याचे अंतर पूर्ण केल्यावर किंवा जलद गतीने धावल्यावर तुम्ही अशा प्रकारे गमतीने धावायला जाऊ शकता.

धावत जा आणि नवनवीन प्रदेश पादाक्रांत करा. विंडो शॉपिंग करा. एखाद्या उत्तम निसर्गसौंदर्य असलेल्या ठिकाणी जा. तुमच्या धावण्याच्या आवडत्या मार्गावरून जा. सोबत तुमचा लाडका मित्र किंवा मैत्रीण असेल, तर फारच उत्तम! तुमचे घड्याळ तुमच्या घरीच ठेवा आणि आता गती किंवा अंतराचा विचारही करू नका. आपल्याला शारीरिक आणि मानसिक दृष्ट्या विश्रामावस्थेत नेण्यावरच सगळा भर असला पाहिजे. कोणत्याच गोष्टीचा गांभीर्याने विचार करू नका. फक्त मजा करा, गंमत करा.

टेकडीवरचे धावणे

टेकडीवर तुम्ही कोणत्याही गतीने धावू शकता. तिथे कुरणातून किंवा वळणावळणाच्या रस्त्यावरून किंवा खड्या चढावरून अशा विविध प्रकारे तुम्हाला धावावे लागेल. तुमची अंदाज बांधण्याची क्षमता व्यवस्थित वापरा. तुम्ही कधी टेकडीवर धावला नसाल आणि तुम्हाला आता धावायचे असेल, तर सुरुवातीला धावण्यासाठी थोड्या सोप्या ठरतील अशाच टेकड्या निवडा. त्या टेकड्यांवर चढा. त्यांच्याभोवती फिरा आणि मग खाली उतरा. ची रनिंगचे तंत्र तुम्हाला पूर्णपणाने अवगत झाल्याखेरीज गतीने धावण्याप्रमाणेच टेकडीवर धावण्यासही जाऊ नका. तुम्ही ची रनिंगची तंत्रे शिकत असताना खूपच लवकर टेकडीवर धावायला गेलात, तर धावताना तुमचे शरीर अनेक चुका करेल. त्यामुळे तुमची अध्ययनाची प्रक्रिया अकारणच लांबेल आणि गुंतागुंतीची बनेल. टेकडीवर चढणे आणि उतरणे हे एक प्रकारचे कौशल्यच आहे. याविषयीची संपूर्ण माहिती मी तुम्हाला सातव्या प्रकरणात देणार आहे.

टेंपो रन

या प्रकारच्या धावण्यात अंतर आणि गती या दोहोंचाही विचार केला जातो.

कसलेले धावपटू याचा उपयोग शर्यतींसाठी धावण्याचा सराव करण्याकरिता करू शकतात. सर्वसामान्यपणे हे अंतर चार ते आठ मैलांचे असते. तुमची शारीरिक आणि मानसिक स्थिती लक्षात घेऊन हे अंतर निश्चित केले पाहिजे. नवोदितांसाठी किंवा ज्यांना ची रनिंगच्या लक्षात ठेवण्याच्या गोष्टींविषयी चांगली माहिती झालेली नसेल, अशांसाठी मी या प्रकारच्या धावण्याची शिफारस करत नाही.

आपल्याला आरामदायक वाटेल अशा गतीने सुरुवात करावी. त्यानंतर अंतर हळूहळू वाढत जाईल, तसतसे आपल्या स्तंभाचे झुकणे वाढवत न्यावे. त्यामुळे तुम्ही नेहमी ज्या गतीने धावता, त्यापेक्षा थोडीशी अधिक गती असल्यासारखे वाटेल. प्रत्येक मैल संपवून तुम्ही पुढच्या मैलावर धावण्यास सुरुवात केल्यावर आधीच्या मैलापेक्षा गती वाढलेली असेल. त्यामुळे तुमचे मैल वाढतील, तसतशी ते पार करण्याची वेळ कमी कमी होत जाईल. तुम्ही जर शर्यतीसाठी प्रशिक्षण घेत असाल, तर तुम्ही तुमच्या या सरासरीपेक्षा कमी गतीने धावण्यास सुरुवात केली पाहिजे आणि तुमच्या सरासरी गतीपेक्षा अधिक गतीमध्ये तुमचे धावणे संपले पाहिजे.

तुमच्या प्रशिक्षणाच्या गरजेनुसार आणि तुमच्या क्षमतेनुसार तुम्ही गती निश्चित करू शकता.

टेंपो रन हे तंत्राचे प्रशिक्षण आहे. ते ताकद वाढविण्यासाठीचे प्रशिक्षण नाही. प्रत्येक मैलागणिक तुमची गती वाढत गेली तरी तुमची श्रमपातळी किंवा लयबद्धता तेवढीच राहिली पाहिजे.

'तू काही तरी फेकतो आहेस, झालं! हे कसं काय शक्य आहे?' अशी शंका कदाचित तुम्ही मला विचाराल.

आता मी हे फेकतो आहे की नाही, याविषयी मी तुमच्याशी बिलकुल वाद घालणार नाही. पण मी सांगितल्याप्रमाणे तुम्ही धावू शकता, हे मी तुम्हाला दाखवून देऊ शकेन; कारण यात फक्त तुमच्या स्तंभाचे झुकणे हळूहळू वाढवत नेणे, एवढाच महत्त्वाचा भाग आहे. त्याच वेळी तुम्हाला तुमचे शरीर सैलावत न्यायचे आहे. बस्स! एवढेच तुम्हाला करायचे आहे.

ही संकल्पना कशी काम करते ते पाहा. ची रनिंगमध्ये तुम्ही जेवढे अधिक झुकता, तेवढे मागच्या बाजूला तुमच्या पावलांतील अंतर वाढत जाते. तुमच्या पुढच्या बाजूला ते वाढत नाही. पायव्हॉट पॉइंटपासून शरीर सैलावणे हा तुमच्या धावत्या पावलांतील अंतर वाढविण्यासाठीचा उत्तम उपाय आहे. तुम्ही पायव्हॉट पॉइंट सैलावलात की तुमचे पाय तुमच्या नितंबांपासून अधिक मुक्तपणे हेलकावू शकतात.

मेट्रोनोम वापरून तुमची लयबद्धता समान ठेवा. जर तुम्हाला खरोखरच तुमच्या धावत्या पावलांतील अंतर वाढवायचे असेल, तर ही फक्त एक शिफारस नाही; ती तुमची गरजच आहे. मी स्वत:साठी प्रतिमिनिट ९० बिट्स सेट करतो.

धावण्यासाठी मी पहिले पाऊल उचलतो, त्याच वेळी मी बिट्स सुरू करतो. धावपट्टीवर या प्रकारे धावणे हा सर्वोत्तम मार्ग आहे. तुम्ही जर मंद लयीने धावत असाल, तर मेट्रोनोम प्रतिमिनिट किमान ८५ बिट्सवर सेट करा. प्रत्येक फेरीनंतर तुमचा टायमर पाहून तुम्हाला किती गतीने धावले पाहिजे, याचा अंदाज येईल.

याआधी तुम्ही या प्रकारे धावला नसाल आणि तुम्हाला आपण किती गतीने धावले पाहिजे हे माहीत नसेल, तर तुमच्या शरीराचे म्हणणे ऐका. हळूहळू धावायचे आहे, हे लक्षात ठेवा. तुमच्या दोन पावलांत किती अंतर हवे हे ठरवणे तुम्हाला जमत नसेल, तरी शरीराचे म्हणणेच ऐका. वॉर्म-अपसाठी काही पावले जॉगिंग करा. दोन पावलांत जेवढे सहज अंतर राहील, तेवढेच राखून जॉगिंग करा. आता शरीर सैलावण्याचा तुमचा अभ्यास सुरू करा. त्यानंतर दुसऱ्या गिअरमधून धावायला सुरुवात करा. तुमच्याकडे स्टॉपवॉच असेल, तर प्रत्येक फेरीसाठीची वेळ मोजा. प्रत्येक फेरीबरोबर स्प्लिट बटण दाबा. पुढच्या फेरीची गती एका सेकंदाने वाढली पाहिजे. ही काही फार मोठी गोष्ट नाही. अशा प्रकारे तुम्ही अखेरच्या फेरीपर्यंत पोहोचेपर्यंत पुढची प्रत्येक फेरी आधीच्या फेरीपेक्षा कमी अंतराची असेल. चार मैल अंतर पूर्ण होईपर्यंत तुम्ही सोळा फेऱ्या पूर्ण केलेल्या असतील. त्यामुळे तुमची अखेरची फेरी पहिल्या फेरीपेक्षा सोळा सेकंदांनी अधिक गतिमान असेल.

गती वाढविण्याचा हा अत्यंत कमी दर आहे. त्यासाठी टायमर बारकाईने पाहा. जर तुम्ही पहिली फेरी दोन मिनिटांत पूर्ण केली आणि दुसरी फेरी १.५५ मिनिटांत पूर्ण केली, तर पुढच्या फेरीच्या वेळी तुम्ही आपली गती आणखी किंचित वाढवू शकाल. शरीराची संवेदना जाणवून घेण्यासाठीचा हा एक अत्यंत चांगला व्यायाम आहे, कारण तुम्हाला तुमच्या शरीराचे म्हणणे अत्यंत बारकाईने आणि काळजीपूर्वक ऐकावे लागेल. गतीमध्ये तुम्हाला हळूहळू बदल घडवून आणायचा असतो. इथे कोणताही अद्‌भुत, प्रचंड मोठा बदल होत नाही. माझ्या धावण्याच्या आवडत्या प्रकारापैकी हा एक प्रकार आहे, कारण प्रत्येक फेरीबरोबर मी माझ्या ठरवून घेतलेल्या वेळेपर्यंत कसा पोहोचतो आहे, हे पाहणे मला आवडते. फेरी संपण्याच्या खुणेजवळ मी जर १.४५ मिनिटे एवढ्या वेळात पोहोचलो, तर माझी पुढची फेरी मला १.४४ मिनिटांत पूर्ण करायची आहे, हे मला माहीत असते. पुढची फेरी पूर्ण केल्यावर मी १.४४ मिनिटे एवढ्या वेळासाठी स्टॉप वॉचकडे पाहीन. हीच तर या धावण्यातील गंमत आहे. तुम्ही विविध प्रकारे धावलात तरीही हा प्रकार आव्हानात्मक आहे.

तुमच्या गतीत बदल घडवून आणायचा असेल, तर तुम्ही त्यासाठी झुकण्याचा वापर करता; पायाच्या बळाचा वापर करत नाही. आठवड्यात एकदा तुम्ही या प्रकारे धावलात, तर तुम्ही लवकरच गतीवर प्रभुत्व मिळवू शकाल. याचा

शर्यतींमध्ये खूप मोठा फायदा होतो. प्रत्येक जण सुरुवातीच्या रेषेपासून जोरात धावत सुटतो आणि तुम्ही मात्र त्या संपूर्ण गटात मागे असता. तुमच्या चेहऱ्यावर स्मित असते, कारण नंतरच्या फेऱ्यांमध्ये तुम्ही त्यांना सहजगत्या मागे टाकून पुढे जाणार असता.

धावण्यासाठी पूरक प्रशिक्षण

धावण्यासाठी आणखी एखादे वेगळ्या प्रकारचे प्रशिक्षण घ्यावे का, असा प्रश्न लोक मला नेहमीच विचारतात. तुम्हाला जर तुमच्या धावण्यात सुधारणा घडवून आणायची असेल, तर तुम्ही संपूर्ण दिवसभरही ची रनिंगची तंत्रे आत्मसात करण्यासाठी धावू शकता. मी धावपटूंसाठी ची वॉकिंगची शिफारस मोठ्या प्रमाणात करतो. तुमच्या धावण्याच्या वेळाव्यतिरिक्तच्या काळात तुम्ही जर ओटीपोट व्यवस्थित पातळीत राखणे आणि तुमचे पोटरीपासूनचे पाय सैलावणे याचा विचार करत असाल, तर तुम्ही प्रत्येक पावलागणिक चांगल्या हालचालीचे कौशल्य आत्मसात करण्याचा सराव करता आहात. मी तर तुम्हाला तुमची ढबही व्यवस्थित राखण्याचा सराव संपूर्ण दिवसभर करण्याचा सल्ला देईन. तुम्ही तुमच्या खुर्चीत बसलेले असाल, कार चालवत असाल किंवा अगदी वाणसामान आणत असाल तरी त्या प्रत्येक वेळी तुम्ही तुमची ढब व्यवस्थित राखण्याचा प्रयत्न करू शकता. कोअर स्नायूंच्या सामूहिक कामावर माझा विश्वास आहे. विशेषत: ज्यांचे पोटाचे स्नायू कमजोर असतील किंवा जास्त वापरले जात नसतील, त्यांनी तरी त्या स्नायूंचा वापर करण्यासाठी हे करण्याची नितांत आवश्यकता आहे.

वजन उचलण्याच्या प्रशिक्षणाचा धावण्यासाठी उपयोग होतो, यावर माझा अजिबात विश्वास नाही. तुम्ही तुमच्या स्नायूंचा वापर धावण्यासाठी करत नाही. त्यामुळे स्नायू बळकट बनवून तुम्ही त्यांचे वजन वाढवता. साहजिकच, धावताना तुम्हाला अकारणच तुमच्या शरीराचे अधिक वजन वाहून न्यावे लागेल. नाही, असे अजिबात करू नका. त्यामुळे मी तरी तुम्हाला हा सल्ला देणार नाही. मी माझ्या कोअर स्नायूंना सामूहिकपणे काम करता यावे, यासाठी दुसरे तंत्र म्हणून 'ताय ची'चा सराव करतो. माझे मन एकाग्र होण्यासाठीही मला त्याचा उपयोग होतो. तुम्हाला जर दुसऱ्या कशासाठी स्नायू बळकट करायचे असतील, तर तुम्ही वजनांच्या व्यायामावर तुमचे लक्ष जरूर केंद्रित करा किंवा बळकट स्नायू बनवणे हे तुमचे आणखी एक ध्येयही असू शकेल. अशा वेळी तुम्ही तो व्यायाम अवश्य करा. एखाद्या दुखापतीतून बाहेर पडण्यासाठी बळकट स्नायूंची गरज आहे, असे तुमच्या डॉक्टरांनी तुम्हाला सांगितले, तर तेही ठीक आहे. पण त्याच वेळी तुमच्या धावण्याच्या पवित्र्यात सुधारणा घडवून

आणण्यासाठी तुम्ही काम करत आहात, हे लक्षात ठेवा. त्यामुळे सुरुवातीच्या काळात आणि नंतरही दुखापतच होऊ नये यासाठी तुमचा प्रयत्न असेल. पन्नाशीच्या पुढच्या धावपटूंनी स्नायूंचे वस्तुमान टिकवून ठेवण्यासाठी वजनांचा व्यायाम करण्यास काहीच हरकत नाही. तुम्ही एखाद्या दुखापतीतून बरे होत असाल, तर त्यासाठी मी नवव्या प्रकरणात काही व्यायामप्रकार सुचवले आहेत. तुमचे स्नायुबंध आणि अस्थिबंध कमकुवत असतील, लवचिक नसतील किंवा धावण्यासाठी आवश्यक असलेले काही स्नायू हवे तेवढे बळकट नसतील; तर त्यासाठी तुम्ही वेगळे प्रशिक्षण घेऊ शकता. तुमच्या संपूर्ण शरीराला सुस्थितीत ठेवून त्याचे कार्य योग्य रीतीने सुरू ठेवायचे असेल, तर धावताना आपला अवयव न् अवयव ताणणे आणि सैलावणे यासारखा दुसरा व्यायाम नाही, हे लक्षात ठेवा.

कार्यक्रमात आणखी भर : केव्हा, कशी आणि किती?

कोणत्याही गोष्टीची वाढ होण्यासाठी, ती प्रगतीच्या पुढच्या टप्प्यावर पोहोचण्यासाठी तिच्या स्थितीतील समतोल नाहीसा करणे आणि तिला पुढच्या पायरीवर खेचणे, या दोन गोष्टींची गरज असते. असमतोलाच्या नव्या पातळीवर निसर्ग स्वतःच तो असमतोल दूर करण्यासाठी आपली शक्ती वापरून समतोल घडवून आणतो.

जर ही गोष्ट खरी असेल, तर समतोल आणि वाढ एकत्र नांदू शकत नाहीत; कारण समतोल ही समतेची पातळी आहे आणि तिच्यात स्थैर्य अभिप्रेत असते. ती स्थिर असते. त्या वेळी कोणतीही हालचाल घडत नाही. पण वाढ होते, तेव्हा हालचाली सुरू असतात. या सगळ्या गोष्टी डोकेदुखी निर्माण करणाऱ्या आणि किचकट वाटू शकतील; पण त्या सर्वांचा संबंध तुमच्या धावण्याशी आहे. कसा, ते मी पुढे सांगतो आहे.

असे समजा की, तुम्ही ची रनिंगची सर्व तंत्रे व्यवस्थित आत्मसात केली आहेत. आता तुम्ही आरामदायक गतीने तुम्हाला हवे तेवढे अंतर सहजपणे कापू शकता. तुमच्या या धावण्याशी तुम्ही एवढा समतोल राखला आहे आणि प्रभुत्व मिळवले आहे की, अगदी एखादे पॉप गाणे शीळेवर वाजवत तुम्ही मजेत धावू शकता. दिलेले अंतर दिलेल्या गतीने तुमचे शरीर लीलया पार करू शकते. त्यामुळेच तुम्ही आता समतोल अवस्थेत पोहोचलेले आहात. तुम्ही स्वतःशीच विचार करता की, हे सारे ठीक आहे; पण मला आता थोड्या अधिक गतीने धावायचे आहे. मग तेव्हा तुम्ही काय कराल?

चौथ्या प्रकरणात दिलेल्या स्पष्टीकरणाप्रमाणे तुम्हाला अधिक गतीने धावायचे

असेल, तर तुम्हाला तुमचा स्तंभ थोडा अधिक झुकवावा लागेल. मग काय होईल? ते तुम्ही योग्य प्रकारे केलेत, तर तुम्हाला आपण थोडे अधिक पुढे आल्यासारखे वाटेल. तुमचा समतोल ढळेल आणि त्यामुळे असे धावणे तुम्हाला कदाचित थोडेसे गैरसोईचेही वाटू लागेल. पण पुढच्या प्रत्येक धावेबरोबर तुम्ही अधिकाधिक सुलभतेने धावू लागाल, कारण तुमच्या झुकण्याच्या या नव्या कोनाशी समतोल राखण्यासाठी निसर्ग तुमच्या पोटाच्या स्नायूंना अधिक काम करायला लावेल. काही आठवड्यांनंतर किंवा महिन्यांनंतर तुम्हाला पुन्हा एकदा आपण मजेत शीळ घालत या नव्या कोनाशी समतोल राखत सहजतेने धावत असल्याचे आढळेल. पण आता पूर्वीपेक्षा जलद गतीने तुम्ही धावत असाल. तुमच्या धावण्यात असमतोल निर्माण केल्यामुळेच तुमची गती वाढली, ही बाब इथे लक्षात घेतली पाहिजे. तुमचे शरीर आवश्यक त्या तडजोडी करते. शिवाय काही गोष्टी आपोआप जादूने घडल्यासारख्या घडतात आणि तुम्ही नव्या पातळीवरही समतोल राखून धावू लागता. धावण्याची नवी, पुढची पातळी तुम्ही गाठलेली असते; म्हणजेच तुमची प्रगती झालेली असते.

प्रगती म्हणजे हे असे सारे आहे. ज्या वेळी सगळ्या गोष्टी समतोल साधून शांतपणे काम करत असतात, त्या वेळी प्रगती होत नाही. ज्या वेळी एखाद्या नव्या गोष्टीचा प्रवेश होतो, त्या वेळी तिच्याशी संबंधित प्रत्येक गोष्टीला थोडीफार तडजोड करावीच लागते. हा वैश्विक नियम आहे. आयुष्याच्या कोणत्याही प्रकारच्या पातळीला तो लागू पडतो. व्यवसायवृद्धी करायची असो किंवा एखाद्या लाजाळू व्यक्तीला सभाधीट बनवून, सार्वजनिक सभेतील वक्ता बनवायचे असो; ही तडजोड करावीच लागते.

तुम्ही असमतोलाच्या स्थितीत असल्यामुळेच तुम्ही प्रगती करता, असे मला बिलकुल म्हणायचे नाही. पण असमतोलाच्या स्थितीत प्रगतीची शक्यता असते. आपल्यापैकी अनेक जण असमतोलाच्या अवस्थेत जन्मभर पिचत राहतात, पण त्यांना कोणताच मार्ग दिसत नाही; ते त्यातून बाहेर पडत नाहीत, हे आपण नेहमीच आपल्या आजूबाजूला पाहतो. म्हणून मी इथे 'शक्यता' हा शब्द वापरला आहे.

हा नियम तुम्हाला लागू पडावा यासाठी तुम्ही आधी समतोल अवस्थेतून आलेले असला पाहिजेत. शिवाय तुमच्या मनात सुधारणेची उत्कट इच्छाही हवी. आपण आपल्या क्षमता ताणून असमतोलाची स्थिती कधी निर्माण करायची याची निवड तुम्ही करायची असते. (टायगर वूड्सचे उदाहरण लक्षात घ्या.) तुम्हाला पुढे घेऊन जाणारी तडजोड करणे, हे तुमचे प्रमुख काम असेल. (तुमचे झुकणे तसेच राखण्यासाठी ही तडजोड करावी लागेल.) तुम्ही एकदा का प्रगतीची

निवड केली की, मग नैसर्गिक शक्ती तुम्हाला तुमच्या या कामात कशी मदत करतात, ही अगदी पाहण्यासारखी गोष्ट असते. तुमचे काम मग पूर्ण होते. समतोल आणि प्रगती या दोन गोष्टी निसर्ग टप्प्याटप्प्याने व्यवस्थितपणे घडवून आणतो.

सुधारणेचे तत्त्वज्ञान : समतोलाच्या तत्त्वातील प्रगत धडा

कधी आणि किती प्रमाणात सुधारणा करून घ्यायची आहे याची जाण असणे, हा सुरक्षितरित्या धावण्याचा कार्यक्रम आखण्याचा एक महत्त्वाचा मार्ग आहे. तुम्ही धावण्याच्या तंत्राशी एकरूप होऊ लागलात, त्यात प्रगती होऊ लागली की, तुमच्या श्वसनाचा दर मंद होतो. त्यामुळे तुमच्या कोअर स्नायूंवरही ताण येत नाही. झुकण्यात सातत्य राखणे फारसे कठीण नसते. तुमचे खांदे आणि नितंब सैलावल्यासारखे वाटतात. तुमची पावले उंचावलेली असतील. या सगळ्याच सुधारणा घडून आल्या की, तुमचे धावणे सुखकर बनते. मग कोणत्या तरी ठिकाणी तुम्हाला निवड करावी लागते. तुम्ही काही काळाकरता एक तर स्थिर राहू शकता किंवा तुम्ही तुमचा कार्यक्रम सुधारू शकता.

पठारसदृश, सपाट काळ हा प्रगतीच्या टप्प्यातील एक महत्त्वाचा भाग आहे. या काळात धावण्याच्या तुमच्या फॉर्ममध्ये झालेल्या नव्या बदलाशी तडजोड करण्यासाठी आवश्यक असलेला तुमचा शारीरिक विकास होतो. या विकासासाठी आवश्यक असलेला काळ म्हणजेच हा पठारसदृश, सपाट काळ होय. काही स्नायू अधिक प्रमाणात आणि काही स्नायू कमी प्रमाणात वापरले जात आहेत, याची सवय होण्यास तुमच्या शरीराला काही काळाची गरज असते. ती पेशीय पातळीवरची तडजोड असते आणि तिच्यासाठी वेळ लागतो. माझी नऊ वर्षांची मुलगी सध्या वाढीच्या टप्प्यातून जात आहे. साधारणपणे एका महिन्याला एक इंच याप्रमाणे ती वाढते. त्यानंतर काही आठवडे तिच्यात काहीच बदल होत नाही. त्या वेळी तिच्या उंचीत वाढ होत नसली, तरीही संपूर्ण शरीराच्या हाडांची मात्र वाढ होत राहते.

तुमच्या धावण्याच्या कार्यक्रमात तुम्ही सध्या जे काही करत असाल, त्यात बदल करणे म्हणजेच ची रनिंगच्या भाषेत तुमची उन्नती होय. तुम्हाला वाटत असेल, त्यापेक्षा तुमच्या या कार्यक्रमात सुधारणा करणे हे कठीण काम आहे. तुमचा वेग, अंतर, तंत्र किंवा धावण्याच्या फेऱ्यांची संख्या यांच्यात भराभर वाढ करणे हा तुमच्या शरीरातील स्नायू, अस्थिबंध, स्नायुबंध, हाडे, हृदय आणि फुप्फुसे यांच्यावर केलेला जुलूम असेल. याच कारणासाठी दर आठवड्याला दोनहून अधिक बदल आपल्याला करता येत नाहीत.

धावण्याच्या कार्यक्रमात सुधारणा करण्यासाठी सर्वसाधारण मार्गदर्शक सूचना

- दर आठवड्याला कोणत्याही प्रकारचे दोनहून अधिक बदल करू नयेत.
- धावण्याच्या मध्यंतरांचा कालावधी १५ ते ३० सेकंदांहून अधिक असू नये.
- दीर्घ पल्ल्याच्या धावण्यामध्ये दर आठवड्याला १५ मिनिटांहून अधिक काळ (किंवा १० टक्क्यांहून अधिक मैलांचे अंतर) वाढवू नये.
- तुम्ही मध्यंतरांची संख्या वाढवलीत, तर सुरुवातीच्या फेऱ्यांमध्ये अधिक मंद गतीने धावा.
- मध्यंतरांमध्ये धावण्याची गती तुम्ही वाढवलीत, तर मध्यंतरांची एकूण संख्या कमी करा. त्यानंतर तुमची नवी गती तशीच राखून हळूहळू आठवड्याच्या अंतराने तुमच्या मध्यंतरांची संख्याही पुन्हा वाढवत न्या.
- जर तुम्ही चांगले धावपटू असाल आणि तुमची गती तुमच्या नेहमीच्या तुलनेत अनपेक्षितरीत्या जलद झाली किंवा तुम्ही अधिक अंतर पार करू लागलात, तर ठरवलेले बदल लगेच अमलात आणू नका. ती गती किंवा तेवढे अंतर धावण्याचा सराव करून काही आठवड्यांनी त्यात नवे बदल करा.

नीट विचारपूर्वक आणि तयारीने न आखलेल्या सुधारणांमुळे दुखापती होतात. खरे तर दुखापती होण्याचे ते पहिल्या क्रमांकाचे कारण आहे. यालाच अतिप्रशिक्षण म्हणतात. तुमच्या शरीराच्या क्षमतेहून अधिक धावण्याचे काम त्याच्यावर लादणे म्हणजेच अतिप्रशिक्षण. सर्व प्रकारच्या धावपटूंच्या बाबतीत ते घडू शकते. अगदी नवोदितांपासून ते कसलेल्या धावपटूंपर्यंत सर्वच जण अति- प्रशिक्षणाचे बळी ठरू शकतात. अगदी सुरुवातीच्या दिवशी दोन मैल धावण्याचे उद्दिष्ट तुम्ही ठेवलेत, तर तुम्हाला कित्येक प्रकारे दुखापती होऊ शकतील. तुमच्या धावण्याच्या फॉर्ममध्ये कमकुवतपणा असेल, तर अंतर वाढले की दुखापती होण्याची शक्यता मोठ्या प्रमाणात वाढते. म्हणूनच हळूहळू प्रगती करा. तुमच्या शरीराला आपल्या धावण्याच्या फॉर्मची उभारणी हळूहळू करू द्या. तुमच्या शरीराचे ज्ञान हळूहळू वाढले, तर त्यामुळे तुमचे धावणे हळूहळू परंतु पूर्णत्वाच्या दिशेने प्रवास करू लागेल. त्यानंतर तुम्ही आणखी सुधारणा करू शकता. तुम्ही जर नवोदित धावपटू असाल, तर तुम्ही अधिक काळ धावणे ही तुमच्यातील पहिली सुधारणा असेल. त्यानंतर फॉर्ममधील मध्यंतर ही दुसरी सुधारणा असेल.

एकदा तुम्हाला ची रनिंगमधील लक्षात ठेवायच्या गोष्टींचा शारीरिक अनुभव

आला आणि त्याविषयीची तुमची समज वाढली की, मग तुम्हाला कशाकशात सुधारणा केली पाहिजे आणि ती कधी केली पाहिजे, हे आतूनच उमगेल. तुम्ही तुमच्या संवेदना लक्षात घ्या आणि त्यानुसार वागा.

काही सुधारणांची यादी मी इथे देत आहे.

- एका विशिष्ट प्रकारच्या धावण्याची गती वाढवा.
- मध्यंतरांची संख्या वाढवा. (दर आठवड्याला एकाहून अधिक मध्यंतरे वाढवू नयेत. याशिवाय शरीराची संवेदना काय सांगते, याकडेही लक्ष दिलेच पाहिजे. त्यानुसार मध्यंतरे कशी, वाढवायची हे ठरवण्यास हरकत नाही.)
- प्रत्येक मध्यंतराची वेळ वाढवा.
- धावण्याचा एकूणच वेळ वाढवा.
- टेकडीवरच्या धावण्याचे अंतर आणि वेग दोन्हीही वाढवा.
- तुमच्या आठवड्यातील एकूण धावांची संख्या वाढवा. (सुधारणेचा हा एक मोठाच टप्पा आहे. त्याच्याकडे किरकोळ टप्पा म्हणून बिलकुल पाहू नका. आठवडाभरात एखादी अतिरिक्त धाव करायची असेल, तर सुरुवातीला ती गमतीची धाव असावी. दर आठवड्यातील अतिरिक्त दिवसाची शरीराला सवय करून घ्या. त्यासाठी किमान दोन आठवडे गमतीची धावच काढा. नंतर कोणतीही विशिष्ट प्रकारची धाव घ्यायला हरकत नाही.)

तुम्हाला सुधारणा करण्याची गरज आहे, हे कसे समजेल?

शरीराची संवेदना, शरीराची संवेदना आणि शरीराची संवेदना! तुम्ही एखाद्या गोष्टीचा अंदाज बांधता; पण ज्या वेळी शरीर त्यासाठी तुम्हाला होकार देईल, त्याच वेळी तुम्ही ती करा. तुमच्या शरीराची तयारी झालेली नसतानाच तुम्ही एखादी सुधारणा करू लागलात, तर ते दुखापतींना दिलेले आमंत्रणच ठरेल. कोणतीही सुधारणा तुमच्या मनाने सुचवली पाहिजे, पण तुमच्या शरीराने तिची अंमलबजावणी करण्यास मान्यता देणे अत्यंत गरजेचे आहे.

तुम्ही सुधारणेसाठी घेतलेल्या धावेच्या शेवटी तुमचे शरीर तुम्हाला काय सांगते, ते नीट जाणून घ्या. 'आताच मी दुसरी ...... घेऊ शकतो किंवा शकते का?' हा प्रश्न स्वत:लाच विचारा. (गाळलेल्या जागी एक मध्यंतर, एक मैल, १५ मिनिटे, तीस सेकंद किंवा काहीही तुम्ही भरू शकता. तुम्हाला हव्या असलेल्या सुधारणेच्या अनुषंगाने तो शब्द असेल. पण प्रश्न तोच असेल. तो विचारा आणि त्याचे शरीराने दिलेले प्रामाणिक उत्तर लक्षात घ्या.) तुम्ही शरीराला एखादी अतिरिक्त गोष्ट करायला सांगता, त्या वेळी ते खालीलपैकी एक प्रतिसाद तुम्हाला देते.

अ) 'नक्कीच. काहीच हरकत नाही.'

ब) 'होय, मी ते करू शकेन, मला आता थोडे दमल्यासारखे वाटते आहे खरे; पण मी ते करू शकेन असे मला वाटते.'

क) 'नाही. अजिबातच नाही. मी आता अगदी दमून-भागून गेलो किंवा गेले आहे.'

जर तुमच्या शरीराने अ किंवा ब पैकी कोणतेही उत्तर दिले, तर तुम्ही सुधारणा करू शकता. पण क हे उत्तर दिले, तर मात्र तुम्ही त्या सुधारणेचा त्या वेळी विचारसुद्धा करू नका. त्यानंतर पुन्हा आपल्या शरीराची चाचपणी करण्यासाठी अशा प्रकारे प्रश्न विचारायचा असेल, तर त्यासाठी किमान एक आठवडा जाऊ द्या.

तुम्ही त्या आठवड्यासाठी एखादी सुधारणा करण्याचे ठरवले असले, तरीही तुमच्या शारीरिक स्थितीला ती योग्य असेल, तरच तुम्ही त्या आठवड्यात ती सुधारणा करा.

शारीरिक संवेदनेचे सुरक्षित तंत्र वापरले जाणे, हे या पद्धतीचे खरे सौंदर्य आहे. अनाठायी सुधारणा करण्याच्या नादात होणाऱ्या दुखापती या पद्धतीच्या वापरामुळे कधीच होणार नाहीत.

सूचना : शारीरिक संवेदना अहंभावामुळे सहजपणे धुडकावल्या जातात. म्हणूनच तुमच्या शरीराशी व्यवस्थित नाते निर्माण करा. त्यामुळे त्याला काय हवे आहे आणि काय नको आहे, याची तुम्हाला चांगलीच जाण येईल. तुम्ही जर शरीराचे म्हणणे ऐकू लागलात, तर थोड्याच कालावधीत तुमचे शरीर करत असलेली प्रगती पाहून तुम्ही थक्क होऊन जाल. गेली सात वर्षे ची रनिंगचे तंत्र वापरत असलेल्या माझ्या एका विद्यार्थ्याचे म्हणणे मी खाली देत आहे.

'निव्वळ शारीरिक दृष्टिकोनातून विचार करता, ची रनिंगचा वापर जलद गतीने आणि अधिक अंतर धावण्यासाठी करता येऊ शकतो. एखाद्याला अधिक चांगला आणि स्नायू सैलावलेला धावपटू बनविण्यास ते मदत करते. पण या तंत्रात याहून अधिक काही आहे. शारीरिक संवेदना आणि स्नायूंची ऊर्जा सक्षमपणे वापरणे, या ची रनिंगच्या दोन तत्त्वांचा वापर केल्यामुळे मला धावण्यात आनंद मिळू लागला आहे. मी कोणत्याही परिस्थितीत शारीरिक आणि मानसिक स्तरावरही माझीच संवेदना जाणून घेऊ शकतो, हे मला या तंत्राने शिकवले. आयुष्याचा प्रवास करत असताना आपल्या ऊर्जेचा अपव्यय करू नये, अशी शिकवणही मला या तंत्राने दिली. या तत्त्वज्ञानाची आध्यात्मिकतेशी सांगड घातल्याने मला खरोखरची शांतता आणि समाधान लाभले आहे.' - ॲगा गुडसेल

आजारपण आणि धावणे

मला ताप असेल किंवा सर्दी असेल, तर मी त्या काळात धावत नाही. मी आजारी असतो आणि बाहेर बर्फ पडत असतो, अशा वेळीही मी धावणे रद्द करतो. पण हे अपवाद वगळता मी धावण्यासाठी जातोच, कारण त्यामुळे माझ्या हृदयाचे काम सुरळीत सुरू राहते. माझी फुप्फुसे व्यवस्थित प्रसरण पावतात आणि माझे रक्ताभिसरण व श्वसन उत्तम प्रकारे सुरू राहते. माझी ची उत्तम प्रकारे वाहत राहते, हे मुद्दाम वेगळे सांगण्याची आवश्यकताच नाही. पुन्हा एकदा सांगतो— आपल्या शरीराला काय हवे आहे, त्याची संवेदना तुम्हाला जाणवली, तर तुम्ही अधिक चांगली कामगिरी करू शकता. समजा— एखाद्या गंभीर आजारातून तुम्ही बरे होत असाल किंवा त्यासाठी तुमच्यावर औषधोपचार सुरू असतील, तर तुम्हाला त्या वेळची शारीरिक संवेदना समजली पाहिजे. तुमच्या डॉक्टरला विचारा आणि आताही तुम्ही झुका... पण आता शरीर चांगले करण्याकडे आणि आरोग्य सुधारण्याच्या कामाकडे झुका. धावण्याने आरोग्याच्या काही प्रकारच्या तक्रारी जरूर दूर होतील; पण ज्या वेळी शरीराची पडझड निस्तरण्याची प्रक्रिया सुरू असते, त्या वेळी तुमच्या शरीराचा ऱ्हास करणे तुम्हाला नक्कीच आवडणार नाही.

शूज आणि साधने

शूज

धावणे या व्यायामप्रकारातील माझी सर्वाधिक आवडती गोष्ट साधेपणा ही आहे. बऱ्याच ठिकाणी फक्त धावण्यासाठीचे कपडे अंगावर चढवायचे आणि धावण्यासाठी बाहेर पडायचे, एवढीच धावण्यासाठीची तयारी करावी लागते. दीर्घ पल्ल्याच्या आणि शर्यतींसाठी धावण्याच्या प्रशिक्षणात तुम्हाला कपड्यांकडे आणि साधनांकडे अधिक लक्ष पुरवावे लागते. साधनांविषयी बोलायचे झाले तर तुम्हाला फक्त उत्तम प्रकारचे शूज लागतात. आम्ही त्यांचीच आवर्जून शिफारस करतो. त्याशिवाय मग मेट्रोनोम, काऊंटडाऊन टायमरसह घड्याळ आणि रनिंग लॉग या गोष्टीही लागतात. निरोगी आणि सुदृढ राहण्यासाठी धावण्यासारखा व्यायामच नाही. शिवाय तो अत्यंत साधेपणानेही करता येतो.

बुद्धिमान पाय

सॅन फ्रान्सिस्कोमधील चायना टाऊनमध्ये मी एकदा ताय ची शूज विकत घेण्यासाठी गेलो होतो. काऊंटरवरच्या स्त्रीला मी ते सांगितले. तिने मी घातलेल्या धावण्याच्या शूजकडे एक नजर टाकली आणि ती म्हणाली, "तुम्ही पाश्चात्त्य

लोक अशा प्रकारचे शूज का वापरता, ते मला कळतच नाही. या शूजमुळे तुमचे पाय फक्त मूर्ख बनतात. बस्स!''

तिच्या अचूक आणि स्पष्ट शेऱ्यामुळे मला आश्चर्य वाटले. त्यामुळे मी फक्त तिला एवढेच म्हणालो की, माझी चूक मला मान्य आहे. बहुतेक शूज खूपच जाडजूड असतात आणि त्यांच्या टाचा इतक्या जाड असतात की, आपल्याला जमिनीवर पाय ठेवल्याचे जाणवतही नाही. 'ताय ची'चा सराव करताना आपल्याला आपण स्थिर आणि जमिनीवरच असल्याची भावना मनात असणे अत्यावश्यक असते, कारण त्यामुळे मनात एक प्रकारचा दिलासा आणि आश्वासकता निर्माण होते. त्यामुळे जमिनीचा स्पर्श जाणवू देणारे पातळ टाचांचे आणि लवचिक शूज 'ताय ची'मध्ये वापरले जातात. तसे शूज वापरण्याची सक्तीच असते.

ची रनिंग किंवा 'ची वॉकिंग' चा सराव करताना एक गोष्ट लक्षात ठेवण्याची आवश्यकता असते. ती म्हणजे, तुम्ही तुमच्या शरीराला बुद्धिमान (शूजसारख्या मूर्खपणाच्या नव्हेत) हालचाली करण्यासाठी तयार करत असता. त्यातूनच तुमच्या पायांच्या हालचालीही अत्यंत बुद्धिमान पद्धतीने होत जातात. शरीराने ताठपणे, एका रेषेत, स्तंभ हलू न देता कसे उभे राहावे हे तुमची पावलेच त्याला सांगत असतात. ती त्यांचीच जबाबदारी असते. त्यामुळे चांगले शूज वापरले की तुम्हाला चांगली लवचिकता, हालचाल अनुभवता येते आणि त्याचबरोबर आरोग्यपूर्ण पावले, पाय आणि शरीराची ढब यांचा आयुष्यभर लाभ होतो.

तुमच्या शूजमुळे तुम्हाला जखमा होऊ शकतात

गेली कित्येक वर्षे धावपटूंना दुखापती होण्याचे प्रमाण नेहमीच चढत राहिले आहे. त्याला प्रतिसाद म्हणून शूज उत्पादक अधिकाधिक जाड टाचांचे शूज बनवू लागले आहेत. अधिक चांगले शूज बनवून त्यांनी ही समस्या सोडविण्याचा त्यांच्या परीने प्रयत्न केला असला तरीही धावण्यामुळे दुखापती होण्याचे वार्षिक प्रमाण घटलेले नाही. उचललेल्या पावलाचा नैसर्गिकरित्या जेवढ्या वेळात जमिनीशी संपर्क येईल, त्यापेक्षा कमी वेळात जाड टाचांच्या शूजमुळे उचललेल्या पावलांचा जमिनीशी संपर्क येतो. त्यामुळे पाय, गुडघे आणि सांध्यांवर त्याचा ताण येतो, असे आता अनेक संशोधकांनी दाखवून दिले आहे. आता तुम्हाला जर वाकड्यातिकड्या टाचांचे शूज नको असतील, तर प्रशिक्षणासाठी सपाट टाचांचे शूज मागा. हे शूज वापरणाऱ्या धावपटूंच्या शारीरिक जैवरासायनिक प्रक्रिया इतर धावपटूंपेक्षा अधिक चांगल्या असतात. अलीकडे काही शूज उत्पादक पावलाच्या मध्य भागाने आघात करण्यास सोपे जावे अशा प्रकारचे शूज बनवत आहेत. अशा प्रकारचे शूज तुमच्याकडे असतील, तर खूपच चांगले!

तुम्हाला तुमच्या पायाविषयीच्या काही समस्या असतील, तर नवव्या प्रकरणात दिलेले व्यायामप्रकार वाचा.

अनवाणी धावणे

अनवाणी धावण्याने पावलांवर खूपच मोठ्या प्रमाणात दाब पडतो. मला वैयक्तिक पातळीवर विचाराल, तर मला चांगले शूज घालून धावायला आवडते. पण मी अनवाणी पायाने धावण्याची शिफारस करतो, कारण अनवाणी पायांनी धावण्यामुळे तुमचा धावण्याचा फॉर्म किती चांगला आहे, ते तपासून पाहता येते. अनवाणी धावणारे धावपटू जमिनीवर टाचांनी आघात कधीच करत नाहीत, कारण आपण जमिनीशी कसा संपर्क साधावा, हे आपले पाऊलच आपल्याला शिकवत असते. आपल्यापैकी बऱ्याच जणांच्या बाबतीत मात्र पायांतील शूज काढून धावण्याची वेळ आली की, ती एक खडतर कसोटीच असते.

नियम म्हणूनच सांगतो की, जे लोक अनवाणी पायाने धावतात, त्यांचा फॉर्म शूज घालून धावणाऱ्यांपेक्षा अधिक चांगला असतो. आता तुम्ही धावण्याच्या मैदानावर जा. तिथल्या मैदानाला अनवाणी पायाने एक फेरी मारा. तुमच्या रनिंग फॉर्मच्या बाबतीत काय घडते ते पाहा. तुम्ही टाचेने आघात न करता धावता. टाचेवर पाऊल टेकण्याऐवजी पावलाच्या मध्य भागाने आघात करून पाऊल टेकण्यास तुम्हाला अशा प्रकारे धावणे भाग पाडते. सुंदर, हळुवार आघात केले जातात. अशा प्रकारे धावताना तुम्हाला पुढच्या बाजूला झुकावेच लागते. तुमच्या पायांचा जमिनीवर जिथे आघात होतो, त्याच्या पुढे तुमचे शरीर झुकलेले असते. योग्य पद्धतीने कसे धावावे, हे तुमची पावले तुमच्या शरीराला शिकवतात, त्याचे हे एक उदाहरण आहे. अशा प्रकारे धावून पाहा आणि तुम्हाला मी म्हणतो ते योग्य असल्याची खात्री पटेल.

अनवाणी पायांनी धावण्यापेक्षा मी शर्यतीसाठी बनविलेल्या सपाट टाचांचे शूज घालून पळतो. त्या शूजमध्ये कमी उंचीच्या टाचा, कमी कुशनिंग आणि रचनेचे वैविध्य कमी असते. शिवाय या शूजमध्ये मोठ्या प्रमाणात लवचिकता असते. तुम्ही अशा प्रकारचे सपाट टाचांचे शूज आणलेत की, तुम्ही स्वतःही अशा प्रकारे पावलांच्या मध्य भागाचा आघात करून पावले जमिनीवर ठेवू शकाल. त्यामुळे तुम्ही टाचांनी आघात करणार नाही किंवा तुमचे चवडेही वर उचलले जाणार नाहीत. तुम्ही हे शूज घालून धावून पाहा; तुम्हाला शारीरिक संवेदनेतील फरक लगेच जाणवेल.

शूजची खरेदी

धावण्यासाठी कोणते शूज खरेदी करावेत, याविषयी मी काही मार्गदर्शक

सूचना खाली दिल्या आहेत.

आरामदायकपणा : शूज खरेदी करतानाची प्राथमिक गोष्ट म्हणजे जे शूज घातल्यामुळे तुम्हाला अत्यंत आरामदायी वाटते, असेच शूज निवडा. हातमोजे जसे हाताला घट्ट बसतात, तसे शूज टाचांवर घट्ट बसले पाहिजेत. तुमच्या टाचांच्या संपूर्ण भागाला मुरगळल्यासारख्या किंवा चुरडल्यासारख्या संवेदना जाणवता कामा नयेत. लवचिक आणि कमी वजनाचे, हलके शूज द्यायला विक्रेत्याला सांगा. इथे कोणतीही तडजोड करू नका. ते तुम्हाला व्यवस्थित बसताहेत की नाही ते प्रत्यक्ष घालून, चालून पाहून ठरवा. तुमच्या चवड्यांसाठी शूजमध्ये भरपूर जागा असली पाहिजे. आपल्या चवड्यांच्या पुढच्या बाजूला शूजचा स्पर्श होता कामा नये. तसेच तुमचे पाय अवघडल्यासारखे तुम्हाला अजिबात वाटता कामा नयेत. बेडरूममध्ये वापरावयाच्या स्लिपरसारखे ते आरामदायक वाटले पाहिजेत.

लवचिकता : शूजमध्ये तुम्हाला हवी असलेली दुसरी गोष्ट म्हणजे त्यांची लवचिकता. शू ची पुढची बाजू एका हाताने धरा. दुसरा हात त्याच्या टाचेवर ठेवा. त्यानंतर तुम्ही धावत असताना तो जसा वळेल, तशाच पद्धतीने त्याची पुढची बाजू वाकवून पाहा. (आकृती क्र. ६३ पाहा.) तो कुठे वाकतो, ते बारकाईने पाहा. तो जर चांगला शू असेल, तर तो अगदी चवड्याच्या बाजूलाच वळेल. तो जर मध्यभागी वाकला, तर त्याच्यामुळे तुमच्या तळपायाच्या स्नायूंवर अतिरिक्त ताण येईल. त्यामुळे तुम्हाला दुखापतही होईल (उदाहरणार्थ– प्लँटर फॅसिटीजची दुखापत.) जर तो वळत नसेल आणि त्याचा टाचांजवळचा भाग कडक वाटत असेल, तर त्याचा विचारही करू नका. जो शू व्यवस्थित वळत नसेल, तो तुम्हाला तुमच्या चवड्यांवर झोकून देईल. त्यामुळे तुमच्या मांड्या, पोटऱ्या यांच्यावर ताण येईल. तुम्ही तुमच्या पुढच्या बाजूला झुकाल, त्या वेळी तुमच्या झुकलेल्या शरीराच्याही पुढे तुमच्या पावलाचा आघात होईल. त्यामुळे अशा शूजना रामराम ठोका.

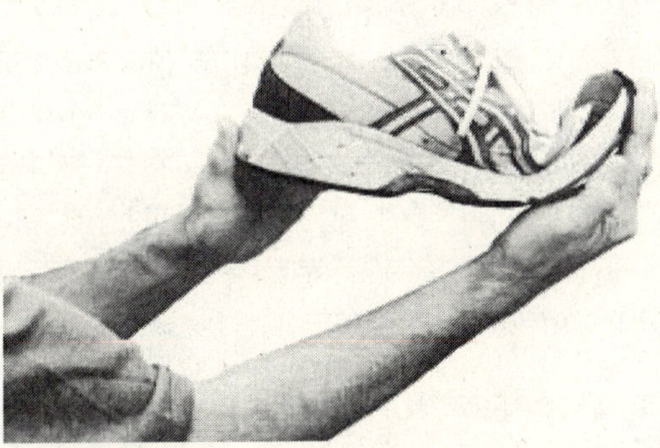

आकृती क्र. ६३ : शूजची लवचिकता

वजनाने हलके शूज : ज्या शूजना थोडेफार कुशन असेल, पण जे वजनाने हलके असतील, असे शूज निवडा. तुम्हाला जाडजूड 'बूट' नको आहेत, हे लक्षात घ्या. म्हणूनच तुम्हाला हलक्या वजनाचे 'शूज' हवे आहेत. सर्वसाधारणपणे ज्या शूजचे वजन अधिक असते, ते धावण्यासाठी उपयुक्त नसतात. ते टाळा. वजनाने हलके, सपाट टाचांचे शूज निवडा. तुमचा ची रनिंगचा कार्यक्रम तुम्ही नुकताच सुरू केला असेल, तर धावताना तुमच्या शूजकडून तुम्हाला मोठ्या प्रमाणात आधार मिळेल. तुमच्या फॉर्ममध्ये जसजशी सुधारणा होत जाईल, तसतसे वजनाने आणखी हलके शूज तुम्ही घ्या. तुम्हाला धावण्यासाठी जे-जे करणे आवश्यक असते, ते-ते बहुतेक सारे, हलक्या वजनाचे प्रशिक्षणासाठी उपयुक्त शूज तुमच्याकडून करवून घेतात. तुम्हाला आपल्यावर अवलंबून ठेवण्यापेक्षा असे शूज तुम्हाला काय करावे लागेल, त्यासाठी प्रशिक्षित करतात.

शूजचा साठा करा : तुम्हाला तुमच्यासाठी खरोखरच उपयुक्त ठरणारी शूजची जोडी मिळाली तर एक गोष्ट लक्षात ठेवा की, ते तुम्हाला सहा महिन्यांपेक्षा अधिक काळ टिकणार नाहीत. त्यामुळे तुमची आर्थिक स्थिती चांगली असेल, तर तीन ते चार जोड्या एकाच वेळी खरेदी करून ठेवा. एखादा प्रामाणिक मेकॅनिक लाभण्याइतकीच चांगले शूज लाभणे ही गोष्टही दुर्मिळच असते. त्यामुळे सोने जसे आपण जपून ठेवतो, त्याप्रमाणे हे शूज वापरा.

ट्रेल शूज : तुम्ही जर धावपट्टीवरून धावत असाल, तर तुम्हाला आक्रमक टाचा असलेले शूज लागतील. 'आक्रमक' हा शब्द मी इथे जाणीवपूर्वक वापरला आहे. त्याचा अर्थ आहे, तुमच्या शूजच्या टाचा कशावरूनही सरकता कामा नयेत. घाणेरड्या भागावरून किंवा नेहमीच्या धावपट्टीवरच्या चढ-उतारावरून तुम्हाला व्यवस्थित पुढे ओढून नेण्याएवढ्या त्या मजबूत असल्या पाहिजेत. पण काळजी घ्या, कारण ट्रेल शूज म्हणून विकले जाणारे शूज हे सहसा चांगलेच कडक असतात आणि खूपच जाडजूडही असतात. तुमचा पाय शूजमध्ये सरकून घसरू नये, याची काळजी तुम्हाला घ्यावी लागेल. त्यामुळे तुम्ही धावपट्टीवरून धावत असताना पावलांची होणारी हालचाल लक्षात घेऊन या शूजची निवड करावी लागेल.

शूजचे प्रकार आणि ठेवणी सातत्याने बदलत असल्याने कोणत्याही विशिष्ट प्रकारच्याच शूजची खरेदी करा, असे मी सुचवणार नाही. वर सांगितलेले सर्व गुणधर्म असलेले शूज खरेदी करा, म्हणजे झाले! आमच्या वेबसाईटवरही तुम्हाला याविषयीची माहिती सातत्याने मिळत राहील.

धावण्याचे शूज वापरण्याविषयी..

धावण्याचे शूज घेतल्याबरोबर लगेच ते घालून धावण्याची घाई करू नका.

त्यांना थोडा वेळ द्या. त्यांना तुमच्या पायांबरोबर जुळवून घेऊ द्या. लगेचच दीर्घ पल्ल्याच्या धावण्यासाठी त्यांचा वापर करू नका. तुमच्या शरीरालाही त्यांच्याशी जुळवून घेऊ द्या. हळूहळू प्रगतीचे तत्त्व इथेही वापरा. सुरुवातीला शूज घातल्यानंतर तीन मैलांहून अधिक अंतर धावू नका. मी आणखी एक नियम पाळतो. आपण नवे शूज घालून आदल्या वेळी जेवढे अंतर धावून काढले असेल, त्याच्या दुपटीहून अधिक अंतर लगेच पुढच्या वेळी पार करू नये. उदाहरणार्थ— जर तुम्ही नवे शूज घालून आधीच्या धावण्याच्या वेळी तीन मैल धावला असाल, तर लगेच दुसऱ्या वेळी सहा मैल धावू नका. हे अंतर हळूहळू वाढवत न्या.

नव्या शूजची गरज आहे, हे कसे ओळखाल?

तुम्ही खोक्यातून नव्या शूजची जोडी बाहेर काढाल, त्या वेळी त्या शूजच्या मागच्या बाजूला ती तारीख लिहून ठेवा. पर्मनंट मार्करने ती लिहा. तुम्हाला नवे शूज वापरायला लागून चार महिने उलटले की, धावल्यानंतर किंवा धावताना तुमच्या पायांवर ताण आल्यासारखे वाटते का? ते तपासून पाहा. जर रस्त्याची फरसबंदी तुम्हाला खडबडीत असल्याचे जाणवले किंवा धावल्यानंतर नेहमीपेक्षा पाय अधिक दुखताहेत असे तुम्हाला वाटले, तर लगेच नव्या शूजची जोडी वापरायला काढा. जर तुम्ही आणलेले दुसरे नवे शूज घालून धावल्यानंतर ही जाणीव लुप्त झाली, तर तुम्ही आणलेले नवीन शूज चांगले आहेत, असे समजा. जर दुखण्याची किंवा त्रास होत असल्याची संवेदना जाणवली नाही, तर या पुस्तकातील चौथे प्रकरण वाचा. तुम्ही मैलांचा विचार केला, तर सुमारे ५०० मैल धावल्यानंतर तुम्हाला नवे शूज वापरावे लागतात. तुमचे धावणे अधिक सहजगत्या आणि हळुवारपणे होत गेले की, हा कालावधीही वाढतो. मला ७५० मैलांपर्यंत धावण्यासाठी एक जोडी पुरते. मी शर्यतीसाठीचे सपाट टाचांचे शूज वापरतो. मात्र हा नियमाला असलेला अपवाद आहे, हे लक्षात घ्या.

तुमच्या शूजच्या टाचा नियमितपणे तपासा. मध्यभागी फाटू लागलेले कोणतेही शूज तातडीने बदला. शिवाय इतर ठिकाणी फाटण्याजोग्या खुणा दिसतात, का तेही पाहा.

तुमच्या शूजची लेस बांधा

तुमची बोटे थंड पडल्यामुळे किंवा घाईमुळे तुम्ही फक्त दोन गाठी मारून तुमच्या शूजची लेस नीट बांधत नाही. उष्ण हवामान असेल, तर पायांना घाम कमी यावा म्हणूनही लेस नीट बांधली न जाण्याची शक्यता असते. किती वेळा तुम्ही अशा प्रकारे लेस बांधता? अशा परिस्थितीत धावताना लेस सुटून पायांत येते.

अशा प्रकारे लेस पायात येण्यामुळे तुम्ही त्रस्त झाला असाल, तर ही समस्या कायमची संपविण्यासाठी इथे मी दोन मार्ग सांगतो. १) तुम्ही तुमच्या लेसला पहिली गाठ घेता त्या वेळीच तिला एकेरी न घेता दुहेरी घ्या आणि शेसर गाठ मारा. म्हणजे ज्या वेळी ती सोडायची असेल, त्या वेळी तिची टोके ओढलीत की ती सुटेल.

२) दुसऱ्या पद्धतीत नेहमीप्रमाणे लेस बांधा. त्यानंतर दोन्ही बाजूंना वायरसारखी गोलाकार झालेली लेस घेऊन ती एकत्र उभी धरा आणि बुटात आतल्या बाजूला घट्ट खोचून टाका. या प्रकारे लेस बांधल्यानंतर लेस पायांत येण्याचा त्रास मला कधीही झालेला नाही. शिवाय धावताना रस्त्यात पायांत येणाऱ्या झुडुपांत माझी लेस अडकण्याचा धोकाही राहत नाही आणि एक झटका दिलात, की लेस सुटूनही जाते. आहे ना साधा, सोपा उपाय?

स्पोर्ट्स घड्याळ

तुमच्या धावण्यात सुधारणा करण्यासाठी आवश्यक असलेले हे साधन आहे. मेट्रोनोम हे ची रनिंगचे आणि ची वॉकिंगचेही एक प्रमुख साधन आहेच. त्याच्याबरोबरच दुसरे महत्त्वाचे साधन म्हणजे चांगले घड्याळ. क्रोनोमीटर असलेल्या डिजिटल घड्याळाची आम्ही विद्यार्थ्यांना नेहमीच शिफारस करतो. त्याच्यासोबत सिंगल आणि डबल काऊंटडाऊन टायमरही असला पाहिजे. ५०-५० फेऱ्यांसाठी वापरता येण्याएवढी त्याची मेमरी त्याला असली पाहिजे. आम्हाला आमच्यासाठी चांगले वाटत असलेले अशा प्रकारचे घड्याळ आम्ही आमच्या वेबसाईटवरूनही विकत देतो.

तुम्हाला तुमचे घड्याळ किती उपयुक्त ठरते हे समजले की, तुम्हाला धावणे ही एक गमतीची गोष्ट वाटू लागेल. तसेच त्यात खूप स्वारस्यही वाटू लागेल.

- **५० फेऱ्यांची मेमरी :** या सुविधेमुळे तुम्ही ५० फेऱ्यांचा काळ मोजू शकता. त्याचप्रमाणे त्या फेऱ्यांची तारीखही नोंदवू शकता. तुम्हाला जर तुमची धावण्याची वही कधी वेळेवर सापडली नाही, तर तुम्ही या सुविधेच्या साह्याने तिची कमतरता भरून काढू शकता. ची रनिंगमध्ये आम्ही तुम्हाला हळू सुरुवात करण्यास सुचवतो. धावण्याची सुरुवात मंद गतीने झाली पाहिजे. तुमचे शरीर जसजसे गरम होत जाईल, तसतशी तुम्ही धावण्याची गती हळूहळू वाढवत न्यायची असते. कारण जसजसे वॉर्म-अप होत जाईल, तसतसे स्नायू अधिकाधिक सैलावत जातात. तुम्ही स्नायूंना सैलावता, त्या वेळी तुमची गती वाढते का, हे पाहणे फेऱ्यांच्या मेमरीमुळे सहजशक्य होते.

- **रिपीट काऊंटडाऊन टायमर :** साध्या मध्यंतरांसाठी हे साधन अत्यंत उपयुक्त ठरते. दर दोन मिनिटांनी 'बीप'चा आवाज येईल अशा प्रकारे तुम्ही हा टायमर सेट करून ठेवू शकता. तुमच्या फॉर्ममधील लक्ष केंद्रित करण्याच्या गोष्टींवर लक्ष केंद्रित करण्याची आठवण तुम्हाला हे साधन दर दोन मिनिटांनी करून देते. आपले मन झट्कन भरकटू लागते, विचार भरकटू लागतात, हे आपल्याला चांगले ठाऊक आहे. काऊंटडाऊन टायमरमुळे आपल्याला आपले लक्ष भरकटत असेल, तर लगेच सावरता येते.
- **ड्युअल काऊंटडाऊन टायमर :** मध्यंतरांसाठी आणि अधिक चांगल्या प्रकारे फॉर्ममधील लक्ष केंद्रित करावयाच्या गोष्टींवर लक्ष केंद्रित करण्यासाठी हे साधन उपयुक्त ठरते. तुम्ही प्रथम दोन ते तीन मिनिटांसाठी पहिला टायमर सेट करू शकता. दुसरा टायमर एका मिनिटासाठी सेट करता येईल. त्यानंतर तुमच्या फॉर्ममधील लक्ष केंद्रित करण्याच्या गोष्टींवर दोन ते तीन मिनिटे लक्ष केंद्रित करा आणि शरीर एक मिनिट सैलावा आणि लक्ष विचलित करा.

हृदयाचे ठोके कमी-जास्त करण्यासाठीही त्याचा उपयोग करता येईल. पहिली दोन ते तीन मिनिटे जोरात धावा. हृदयाचे ठोके वाढतील. मग एक मिनिटभर मंद गतीने धावा. हृदयाचे वाढलेले ठोके कमी होतील. त्यानंतर पुन्हा हृदयाचे ठोके वाढवा आणि पुन्हा कमी करा. हाही चांगल्या रक्ताभिसरणाच्या दृष्टीने चांगला व्यायाम आहे.

- **तुमच्या हृदयाचे ठोके तपासा :** क्रोनोमीटरच्या साह्याने तुमच्या हृदयाचे ठोके मोजणे शक्य असते. तुमच्या खालच्या जबड्याच्या बरोबर खाली दोन बोटे गळ्यावर ठेवा आणि एक मिनिटभर तुमच्या नाडीचे ठोके मोजा. तंत्रज्ञान विकसित झाले नव्हते, तेव्हा या प्रकारे हृदयाचे ठोके तपासले जात असत. संदर्भ म्हणून तुमचा विश्रामावस्थेतील हृदयाच्या ठोक्यांचा दर (आरएचआर) माहिती असला पाहिजे. त्यासाठी सहावे प्रकरण पाहा. तुम्ही जसजसे ची रनिंगच्या तंत्राला सरावता, तसतसा हा दर खाली आल्याचे तुम्हाला आढळते. त्यामुळे अशा प्रकारची नोंद ठेवणे केव्हाही चांगले! कारण त्यामुळे तुम्हाला आपल्या आरोग्यात झालेली सुधारणाही तपासता येते.
- **तासातासाने बीप आवाज करणारा बीपर :** संपूर्ण दिवसभर तासातासाने बीपचा आवाज झाला की, क्षणभर थांबून आपल्या शरीराची ढब, शरीराची संवेदनक्षमता आपली आपणच तपासून पाहणे चांगले ठरते. कामाच्या जागी आपण मागे झुकून किंवा पुढे वाकून किंवा रेलून बसल्याचे तुमच्या लक्षात आले, तर तातडीने तुम्ही ताठ बसू शकता. शिवाय थोड्या-थोड्या

वेळाने थोडे पाणी पिण्यासाठीही तुम्ही याचा वापर करू शकता. तसेच कॉम्प्युटरवर काम करत असाल, तर तासाने दोन मिनिटे थांबण्यासाठीही याचा वापर होऊ शकेल.

मेट्रोनोम

चौथ्या प्रकरणात मी मेट्रोनोमविषयी माहिती दिली आहेच. तो कसा वापरायचा आणि त्याच्या अनुषंगाने गिअर्स आणि लयबद्धता यांचा मेळ कसा राखायचा, याविषयीही सांगितले आहे. तुमच्या धावण्याचा फॉर्म सुधारण्यासाठी आणि टिकवून ठेवण्यासाठी हे उपकरण अर्थातच अत्यंत उपयुक्त आहे, यात शंकाच नाही. अशा लयबद्धतेने दोन पावलांतील अंतर वाढविण्यास शिकणे, ही खूपच रंजक गोष्ट ठरते. ते करणेही सोपे पडते, कारण शरीराला तालबद्धता आवडते. त्यावर काम करण्यास आवडते. तुमच्या गतीनुसार तुमच्या पावलांतील अंतर कशा प्रकारे कमी-जास्त करावे, हे मेट्रोनोमच्या साह्याने शिकणे अत्यंत उत्तम प्रकारे जमते.

हार्ट रेट मॉनिटर :

तुम्हाला आरोग्यविषयक काही समस्या असतील किंवा काही विशिष्ट कारणासाठी तुम्हाला तुमच्या हृदयाचे ठोके मोजायचे असतील, तर त्यासाठी हार्ट रेट मॉनिटर वापरा. पण बहुतांश लोकांसाठी हार्ट रेट मॉनिटर गरजेचा आहे, असे मला वाटत नाही. शरीराच्या संवेदना जाणून घेऊन आपण किती श्रम केलेत याचा अंदाज तुम्ही बांधू शकता. मी यालाच अधिक प्राधान्य देतो. मॉनिटरने ते तुम्हाला सांगावे, यासाठी मॉनिटरवर अवलंबून राहण्याची खरे तर काहीच गरज नसते. धावण्याचा कोणता कार्यक्रम तुमच्यासाठी योग्य आहे, ते शरीराच्या संवेदनेवरून शोधून काढा.

हार्ट रेट मॉनिटरचा मी एक वेगळाच उपयोग करतो. मी याचा जैवप्रतिसादात्मक साधन म्हणून वापर करतो. ठरावीक, स्थिर गतीने धावून तुमच्या हृदयाचे ठोके तुम्ही कमी करू शकता का, ते आपल्याला तपासायचे असेल तर किंवा आपल्या हृदयाचे ठोके वाढू न देता किंचित अधिक गतीने तुम्ही धावू शकता का, हे पाहण्यासाठी या साधनाचा उपयोग करता येतो. धावण्याच्या फॉर्मवर काम करून आपली क्षमता किती आहे, ते तुम्ही शोधून काढू शकता. तुम्हाला त्यासाठी काय करावे लागेल, ते मी सांगतो. किमान १५ मिनिटे वॉर्म-अप करा. त्यानंतर तुम्ही स्थिर गतीला याल, त्या वेळी तुमचा हार्ट रेट मॉनिटर सुरू करा. त्यानंतर एक तर— १) तीच गती कायम ठेवा आणि तुमच्या हृदयाचे ठोके कमी करण्याचा प्रयत्न करा. त्यासाठी तुम्हाला फॉर्ममधील काही गोष्टींवर काम करावे लागेल. (उदाहरणार्थ— झुकणे, स्नायू सैलावणे किंवा तुमचे नितंब फिरवणे) किंवा— २)

तुमची गती वाढवण्याचा प्रयत्न करा. पण हृदयाच्या ठोक्यांचा दर कायम ठेवा. त्यासाठीही तुम्हाला फॉर्ममधील काही गोष्टींवर काम करावे लागेल.

जीपीएस यंत्रणा :

धावपटूंसाठी कोणतीही जीपीएस यंत्रणा वापरण्याची मला गरज वाटत नाही. तुम्ही किती काळपर्यंत धावलात, किती वेगाने धावलात, तुम्ही नेमके कुठे होतात.. वगैरे तुमच्या धावण्याविषयीचा प्रत्येक तपशील तुम्हाला हवा असेल, तर तुम्ही स्वत:मध्येच गुंतून जा. शरीराची संवेदना जाणवून घ्या. तुम्ही जर मॅरेथॉनसाठी प्रशिक्षण घेत असाल, तर तुमच्या विविध अंतरांच्या आणि विविध गतींच्या विविध नोंदी ठेवण्यासाठी ही यंत्रणा तुम्हाला उपयुक्त ठरेल. मी एकदा ही यंत्रणा कोणाकडून तरी मागून आणली होती. गंमत म्हणून मी धावत असतानाचा नकाशा मी काढून पाहिला होता. तुम्ही तुमची गती तपासण्यासाठी याचा वापर करू शकता. तुम्ही ज्या वेळी पाऊल कसे टाकावे वगैरे गोष्टी शिकत असता, त्या वेळी ही यंत्रणा उपयुक्त ठरू शकते. एक गोष्ट लक्षात घ्या— तुम्हाला ती दाखवत असलेले पावलाचे अंतर हे अंदाजे असते, अचूक नसते. तुम्ही टायमरवर वेळ लावून धावलात आणि मग आपला आपण हिशेब केलात, तर तो अधिक अचूक असेल.

म्हणूनच मी म्हणतो की, तुम्ही धावण्यावर लक्ष केंद्रित करण्याऐवजी अशा प्रकारे त्याच्या फलितावर आपले लक्ष केंद्रित केलेत तर तुमचे लक्ष विचलित होईल. तुम्ही तुमच्या शरीरातील अंतर्गत गोष्टी जाणून घेण्यावर भर द्या. सतत कोणत्या ना कोणत्या उपकरणावर किंवा साधनावर अवलंबून राहण्यापेक्षा ते अधिक उपयुक्त ठरेल. किती मैलांत माझी किती पावले पडतात, हे मला अचूकपणे माहिती आहे. तुमच्याकडे जीपीएस यंत्रणा असेल, तर मी तुम्हाला मुख्य सूचना अशी करेन की, प्रथम तुम्ही आपल्या शरीराचे म्हणणे ऐका आणि नंतर जीपीएसशी त्याविषयी ताडून पाहा. या यंत्रणेचा उपयोग फक्त एक साधन म्हणूनच करा. तुमच्या अंतर्गत गोष्टी तुम्हीच अधिक चांगल्या प्रकारे जाणू शकाल. बाहेरचे उपकरण ते तेवढ्या चांगल्या प्रकारे कसे काय जाणू शकेल?

वॉटर बेल्ट्स आणि हायड्रेशन पॅक्स

सध्याच्या जगात किती तरी प्रकारच्या पाणी ठेवण्याचे पट्टे आणि हायेड्रेशन यंत्रणा उपलब्ध आहेत. तुमच्यासाठी कोणती यंत्रणा अधिक उपयुक्त ठरते, ते तुम्हालाच दुकानांतून हिंडून शोधून काढावे लागेल. धावण्यावर प्रचंड प्रेम असल्यामुळे माझ्याकडे अशा प्रकारच्या पट्ट्यांचा आणि यंत्रणांचा मोठाच संच आहे. माझ्याकडे पाण्याची बाटली ठेवण्यासाठी असलेला पट्टा पाठीला मागच्या बाजूला सहजपणे

बांधता येतो आणि अगदी सुलभपणे धावता येते, म्हणून मला तो खूपच आवडतो. त्याच्यात पाण्याची बाटली सरकवणे आणि काढणेही सहजपणे करता येते.

धावताना आवश्यक तेवढे पाणी पीत राहणे महत्त्वाचे असते. विशेषत: दीर्घ पल्ल्याच्या किंवा मॅरेथॉन शर्यतींच्या वेळी ही अत्यावश्यक बाबच असते. त्यामुळे एक तर पट्टा वापरा किंवा हायड्रेशन पॅक वापरा. पण पाणी जवळ बाळगाच. तुम्ही एखाद्या गटाबरोबर मॅरेथॉनसाठी प्रशिक्षण घेत असता, तेव्हाही तुम्हाला पाणी पिण्यासाठी मध्ये वेळ दिला जातो. तुम्ही वॉटर बेल्टचा वापर करून प्रशिक्षण घ्या, अशी मी तुम्हाला शिफारस करेन. याविषयी मी दहाव्या प्रकरणात अधिक माहिती देणार आहे.

प्रकरण ७

टेकड्या, काट्याकुट्यांचे मार्ग आणि ट्रेडमिल

'तुम्ही न थांबता दीर्घ पल्ला गाठलात, तर त्याला अधिक महत्त्व आहे. ते अंतर तुम्ही किती कमी गतीने पार केलेत, याला काहीच महत्त्व नाही.'

- कन्फ्युशिअस

धावण्याविषयीची एक उत्तम गोष्ट म्हणजे, तुम्ही ज्या वातावरणात धावत असता, त्या वातावरणात सातत्याने बदल होत असतात. 'ताय ची'वर प्रभुत्व असलेल्या एखाद्या व्यक्तीप्रमाणे प्रत्येक परिस्थितीत तुम्ही जास्तीतजास्त चांगल्या प्रकारे जुळवून घेण्याचा प्रयत्न करत असता. प्रत्येक परिस्थितीला शक्य तितका चांगला प्रतिसाद देण्याचा तुम्ही प्रयत्न करता. ची रनिंगच्या मूलभूत तंत्राची तुम्हाला चांगली माहिती झाली आणि तुमच्या ते अंगवळणी पडले की, तुम्ही अजिबात विचार न करता अंत:स्फूर्तीने कोणत्याही वातावरणाला प्रतिसाद देऊ लागता. टेकड्या, काट्याकुट्यांचे मार्ग आणि नेहमीचे तेच ते मार्ग.. कोणत्याही मार्गावरून तुम्ही अत्यंत उत्तम रितीने धावू शकता. ची रनिंगची तुमची कौशल्ये वाढविण्याची उत्तम संधी या मार्गांवरून धावताना तुम्हाला मिळते. विविध प्रकारच्या वातावरणात आणि परिस्थितीत तुम्ही आपले ची रनिंगचे कौशल्य वापरून त्यावर प्रभुत्व मिळवता.

टेकड्या : तरंगा आणि वाहत जा

टेकड्यांवरून— विशेषत: काट्याकुट्यांच्या मार्गावरून धावणे, हा माझा अत्यंत आवडता प्रकार आहे. टेकडी चढून जाण्यात मला आगळेच समाधान लाभते. टेकडीच्या माथ्यापर्यंत पोहोचल्यावर आपण टेकडीचा केवढा भाग चढून आलो, ते पाहणे अत्यंत उल्हसित करणारे असते. टेकडीवर चढून जाण्याने मला हृदय बळकट करण्यासाठी एक चांगला व्यायामप्रकार सापडल्याची खात्री पुन:पुन्हा वाटत राहते. त्यासाठी माझी गती वाढविण्याची गरज मला अजिबात भासत नाही. टेकडीवरून खाली उतरण्यात माझ्या धावण्याच्या सरावातील हळुवारपणा आणि एकसारखी गती तपासण्याची संधी मला मिळते. डोंगरावरून खडबडीत, काट्याकुट्यांच्या रस्त्यावरून खाली उतरत येणे अत्यंत स्फूर्तिदायक वाटते. आपण एकेक खडक आणि झाड मागे टाकत-टाकत पुढे-पुढे धावत असतो. जणू काही ती तिथेच चिरस्थायी स्वरूपात उभी असतात!

खूप लोकांना टेकड्यांवर चढायला आवडत नाही. तिथे चढण्यासाठी खूप कष्ट घ्यावे लागतील, असे त्यांना वाटत असते. पण मी तुम्हाला यामागचे एक गुपित सांगतो. तुम्ही जर तंत्राचा पुरेपूर वापर करून टेकड्या चढलात, तर त्यात फारसे कष्ट पडतच नाहीत. तुम्ही त्याऐवजी तुमच्या स्नायूंचा वापर केलात, तर मात्र तुम्हाला त्यासाठी कष्ट जाणवतील. तुम्ही टेकड्यांचा विचार करा. तुमचे गिअर्स कसे काम करतात, ते पाहण्याचा एक भन्नाट अनुभव तुम्हाला टेकड्या चढताना मिळतो. टेकड्यांवरून खाली उतरताना तुम्हाला शरीर सैलावण्याचा आणि प्रवाहाच्या दिशेने वाहत जाण्याचा अनुभव मिळतो. तुम्ही ची रनिंगचे तंत्र वापरता. तुमचे कमरेवरचे शरीर तुम्ही टेकडीवर चढण्यासाठी अधिक प्रमाणात वापरता; तर कमरेखालचे शरीर टेकडीवरून उतरण्यासाठी तुम्हाला वापरावे लागते. मी याविषयी पुढे अधिक स्पष्टीकरण देणार आहे.

एकसारख्या सपाट जमिनीवर धावण्यापेक्षा टेकडीवर चढण्याचा अनुभव वेगळा असतो. म्हणून तुम्ही जर ची रनिंगचे तंत्र शिकण्यास नुकताच प्रारंभ केला असेल, तर तुम्ही प्रथमच धावत टेकडी चढण्यास सुरुवात करू नका. सुरुवातीला सपाट प्रदेशावर धावा. तुमचे तंत्र सपाट प्रदेशावर धावताना पक्के करून घ्या. तंत्राच्या पायाभूत गोष्टी शिकत असतानाच तुम्ही टेकडीवर धावण्याचा प्रयत्न केलात, तर तुम्ही स्नायूंचा हमखास वापर करूनच टेकडीवर धावू लागाल. त्यानंतर टेकडीवरून उतरताना तुमचे पाय आपोआपच दुखू लागतील. पायांत गोळेही येतील.

दुखापत रोखण्यासाठी टिप : कोणत्याही प्रकारच्या टेकडीवर धावण्यासाठी तुम्ही बाहेर पडाल, तेव्हा नेहमीच प्रथम सपाट जमिनीवर धावून वॉर्म-अप करा. त्यानंतरच कोणत्याही चढावर चढण्याचा प्रयत्न करा. त्यामुळे तुमच्या धावण्याच्या मूलभूत तंत्रांची अंमलबजावणी तुम्ही आधीच केलेली असते. टेकडीवर चढण्यासाठी केल्या जाणाऱ्या हालचालींशी तुम्ही ती संलग्न करू शकता. त्यामुळे त्यानंतर टेकडी चढताना कोणतीही आव्हाने आली, तरी तुम्ही त्यांसाठी तयार असता. तुमच्या स्नायूंनाही वॉर्म-अपसाठी वेळ मिळालेला असतो. रक्तप्रवाह व्यवस्थित सुरू झालेला असतो. तुमचे स्नायुबंध तुम्ही अतिरिक्त प्रमाणात ताणत नाही आणि दुखापतीपासून मुक्त राहता.

प्रत्येक नियमाला अपवाद असतोच, हा जुना वाक्प्रचार ची रनिंगच्या मूलभूत तंत्रांसाठी इथेही लागू पडतो. ची रनिंगची सर्वच मूलभूत तत्त्वे सपाट भूप्रदेशावरून सक्षमपणे धावण्यासाठी तयार करण्यात आली आहेत. पण तुम्ही टेकडीवर चढू लागता, त्या वेळी त्यांपैकी काही नियम बदलतात. या विभागात आपण टेकडीवर धावताना लक्ष केंद्रित करण्याच्या गोष्टींचा सांगोपांग विचार करणार आहोत. तुम्हाला टेकडीवर चढताना कोणते नियम मोडावे लागतात, ते मी तुम्हाला सांगणार आहे, शिवाय या विभागाच्या अखेरीस मी तुम्हाला त्यांची यादीही देणार आहे.

टेकडी चढून जाणे

ची रनिंगमुळे फक्त सपाट प्रदेशावर धावणेच सोपे बनते असे नाही; तर त्यामुळे टेकड्यांवर चढणेही सोपे बनते. तुम्ही सपाट प्रदेशावरून धावता, तेव्हा तुमचे शरीर हे दोन भागांनी बनलेला संयुक्त भाग आहे, अशी कल्पना करा. कमरेखालचा आणि वरचा असे हे दोन भाग आहेत. तुम्ही रस्त्यावरून हालचाल करत असताना तुमच्या हालचालींची ५०-५० टक्के जबाबदारी हे दोन्ही भाग घेत असतात. ची रनिंगच्या तंत्राच्या साह्याने धावत टेकडी चढण्यासाठी तुम्हाला तुमच्या कमरेवरच्या शरीरावर अधिक भर द्यावा लागतो. त्यामुळे ६०-४० किंवा ७०-३० अशी कमरेवरच्या आणि खालच्या भागाची ही अनुक्रमे जबाबदारी असते. तुमच्या पायांवरचा थोडा भार ची रनिंग हलका करते. तुमच्या कमरेवरच्या शरीरावरचा भार वाढवणे, हा यामागचा हेतू नसून कमरेखालच्या भागावरचा भार कमी करणे, हाच यामागचा खरा हेतू आहे. मी जेव्हा टेकडी चढून येतो, तेव्हा मला माझ्या कमरेवरच्या भागाने खूप श्रम केल्यासारखे वाटते; तर माझे पाय सैलावल्यासारखे वाटतात.

याच कारणासाठी तुम्ही टेकडीवर चढण्यासाठी धावताना दोन गोष्टी केल्या पाहिजेत. तुम्ही झुकले पाहिजे आणि तुमचे हात हेलकावत राहिले पाहिजेत. पुढच्या दोन विभागांत सर्वसामान्य टेकडीवर धावणे आणि खड्या टेकडीवर धावणे यांतील फरक मी स्पष्ट करणार आहे.

सोप्या किंवा सर्वसामान्य टेकड्यांवर धावणे

- **टेकडीच्या दिशेने झुका :** तुमचा स्तंभ पुढे आणि टेकडीच्या दिशेने झुकवून धावा. तुम्ही धावत असताना तुमचे खांदे तुमच्या नितंबांच्या किंचित पुढे असले पाहिजेत. त्याचे कारणही सांगतो. तुम्ही जेव्हा सपाट जमिनीवर धावत असता, त्या वेळी तुम्ही पुढे झुकलेले असता. आता त्याच वेळी तुमच्यासमोर टेकडी आली आणि तुम्ही तुमचा स्तंभ ताठ ठेवून तिच्यावर चढण्यासाठी धावू लागलात, तर तुम्हाला तुमच्या स्तंभाच्या पुढे पाऊल टाकत टेकडी चढावी लागेल. त्यामुळे तुमच्या पोटरीच्या पुढच्या भागावर मोठाच ताण येईल. प्रत्येक पावलागणिक तुम्ही आता टेकडीवर वर चाललेले असाल. त्यामुळे तुम्ही स्वत:ला टेकडीवर ओढत नेत असाल. या वृत्तीऐवजी तुमच्या कमरेवरचे शरीर तुमच्या नितंबांच्या आणि पायांच्या पुढे झुकवा. तुम्हाला आपण अधिक झुकलो आहोत असे वाटू शकेल, कारण तुमच्या स्नायुबंधांवर ताण येईल, चवडे पुढे दाबले जातील आणि टाचा पुढे येतील. तुमच्या स्तंभाच्या पुढे टाचा येतील.
- **तुमच्या नितंबांच्या पुढे पाऊल टाकू नका :** तुमच्या पोटरीच्या पुढच्या भागाचा अतिरिक्त वापर टाळण्यासाठी तुम्ही धावताना तुमच्या नितंबाच्या पुढे तुमचे पाऊल टाकू नका. आता तुम्ही टेकडीवर धावताना पुढे झुकलेले असाल. तुमचे खांदे तुमच्या नितंबांच्या पुढे असतील. तसेच तुमचे नितंब तुमच्या पावलांच्या पुढे असतील.
- **तुमचे हात पुढच्या दिशेने वरच्या बाजूला हेलकावत ठेवा :** तुम्ही पायांचा वापर फारसा करत नसल्यामुळे तुमच्या कमरेवरच्या शरीरालाच बराचसा भार पेलावा लागणार आहे. टेकडीवर धावताना तुमचे हात पुढच्या दिशेने हेलकावत राहिले पाहिजेत. नेहमी तुम्ही सपाट जमिनीवर धावत असताना तुमचे हात पुढच्या दिशेने हेलकावत असतात. (तुमचे हात नेहमीच मागच्या दिशेने हेलकावत राहिले पाहिजेत, हा नियम इथेच तुम्ही मोडला आहे.) तुमच्या शरीराजवळ तुमचे हात आणा आणि ते वरच्या बाजूला पुढे हेलकावत राहू द्या. तुमच्या नितंबांपासून तुमच्या हनुवटीपर्यंत ते हेलकावत राहू द्या. तुम्ही स्वत:च्याच हनुवटीवर एखाद्या

बॉक्सरप्रमाणे बुक्की मारत आहात, अशी कल्पना करा. जणू काही तुमच्यातील बॉक्सर अपरकट मारतो आहे! यातून कमरेपासूनचा शरीराचा वरचा भाग अधिकाधिक काम करू लागेल. बहुतेक धावपटू अशा प्रकारे टेकडीवर धावत नाहीत.

- **तुमच्या दोन धावत्या पावलांतील किंवा ढांगांमधील अंतर कमी करा :** तुमच्या कमरेखालच्या शरीराचे श्रम कमी करण्याचा आणखी एक मार्ग म्हणजे, शक्य तितक्या जास्त प्रमाणात तुमच्या कमरेखालच्या शरीराचा प्रत्येक भाग न् भाग सैलावा. त्यामुळे तुमच्या दोन ढांगांमधील अंतर नैसर्गिकरीत्याच कमी राहील. तुमच्या खालच्या गिअरमध्ये तुम्ही धावत असाल. तुम्ही टेकडीवर जात असताना आपल्या कारच्या बाबतीतही हेच करत नाही का? तुम्ही खालच्या गिअरमध्येच कार चालवता. टेकडीवर सक्षमतेने धावण्यासाठी तुमच्या शरीरालाही एखाद्या यंत्राप्रमाणेच भौतिकशास्त्राचे नियम लागू होतात. त्यामुळे टेकडी चढून जाताना तुमचे डोके वर करा, पण तुमचा स्तंभ झुकलेलाच असला पाहिजे आणि तुम्ही कमी गिअरमध्येच धावले पाहिजे. तुम्हाला पायांमध्ये अशक्तपणा जाणवला, तर तुमच्या दोन पावलांतील अंतर कमी करा. तुम्हाला तो अशक्तपणा कमी झाल्यासारखे वाटेपर्यंत पावलांतील अंतर कमी-कमी करत राहा. घाईच्या वेळात टेकडीवर चट्कन चढून येता येत नाही. त्यासाठी पुरेसा वेळ असलाच पाहिजे. म्हणूनच टेकडीवर सावकाश धावा आणि अत्यंत व्यवस्थितरीत्या तुमचा स्तंभ राखून टेकडीच्या माथ्यावर पोहोचा. अशा प्रकारे तुम्ही धावलात, तर तुम्हाला हे काम अगदी कर्मकठीण आणि मरणयातना भोगाव्या लागल्यासारखे वाटणार नाही.
- **पोटरीपासूनचे पाय सैलावा :** धावत टेकडी चढताना तुमचे पोटरीपासूनचे पाय शक्य तेवढे सैलावा. त्यामुळे तुमच्या चवड्यांवर तुम्ही धावणार नाही. साहजिकच तुमच्या पोटऱ्या आणि पावलांचे स्नायू यांच्यावर अतिरिक्त ताण येणार नाही.
- **टाचा खाली ठेवा :** तुमच्या पायांच्या पोटरीपासूनच्या खालच्या भागाच्या स्नायूंवर अतिरिक्त कामाचा बोजा लादला जाऊ नये, यासाठी तुम्ही ढांगा टाकत असताना आधार देण्याच्या टप्प्यावर तुमच्या टाचा नेहमीच जमिनीवर ठेवा. पावलाच्या पुढच्या भागावर घालवलेला सर्व वेळ ऊर्जेचा अपव्यय करणारा असेल. त्यामुळे तुमच्या पायाच्या स्नायूंना मोठेच काम करावे लागेल.
- **मानसिक प्रतिमेचा वापर करा :** आपण एखादा उष्ण हवा भरलेला

फुगा आहोत, अशी कल्पना करा. आपण टेकडीवर तरंगत-तरंगत चाललो आहोत, असे समजा. कमरेवरचे तुमचे शरीर वजनाने हलके आणि पोकळ असल्याचे समजा. अशा प्रकारे कल्पना करून टेकडी चढण्याचा बराच फायदा होतो, असा माझा अनुभव आहे. माझ्या एका मित्राने मला विचारले, "मी कुठे तरी तरंगत असल्याची कल्पना मी का करावी?" थोडासा विचार करा. आपण कुठे तरी तरंगत नाही; आपण टेकडीच्या वर चढताना तरंगत आहोत. आपण वर चढतो आहोत आणि त्या वेळी आपला कमरेवरचा भाग हलकाफुलका झाला आहे, असे आपल्याला वाटत आहे. अशा वेळी तुम्ही ती टेकडी मजेत चढून जाल.

व्यायाम : टेकडीवर तुमच्या क्षमता वापरा आणि धावण्याचा सराव करा

तुम्ही सर्वसामान्य टेकडीवर सहजपणे धावत निघाला असाल, तर श्वसनाचे प्रमाण अजिबात न वाढवता वर चढून जाण्याचा हेतू मनात नेहमीच बाळगा. तुम्हाला तसे लगेच करता येणार नाही. पण अशा प्रकारे मनात हेतू बाळगून तुम्ही टेकडीवर धावत निघालात की, तुमचे सारे चित्त याच हेतूवर केंद्रित होईल. त्यामुळे तुम्ही ऊर्जेचा अपव्यय टाळू शकाल, कारण या हेतूमुळे तुमच्या शारीरिक हालचालींना तशीच दिशा मिळेल. तुमचे गिअर्स, झुकणे आणि तुमच्या कमरेवरच्या शरीराचा वापर यांवरच टेकडी धावत चढण्याची कार्यक्षमता अवलंबून असते.

तुम्ही यासाठी तुमचा हार्ट रेट मॉनिटरही वापरू शकता. टेकडीवर धावण्यासाठी लक्षात ठेवावयाच्या सगळ्या गोष्टींवर काम करा. तुमच्या हृदयाचे ठोके लक्षणीयरीत्या वाढू देऊ नका. तसे नेहमी घडते. ची रनिंगमध्ये मात्र ते घडणार नाही, याची काळजी घ्या.

या सगळ्या गोष्टी केल्यात की, तुमच्या श्रमाचे प्रमाण कमी होईल आणि टेकडीवर धावत-धावत चढणे ही कठीण गोष्ट नाही, याविषयी तुमची खात्री पटेल. सपाट जमिनीवर धावल्याप्रमाणेच तुम्ही टेकडीवरही सहजगत्या धावू शकाल. पायांचा शक्य तितका कमीत कमी वापर करून टेकडी चढणे, हाच तुमचा अंतिम हेतू असला पाहिजे. या हेतूमुळे तुमचे कमरेवरचे शरीर आणि तुमचे झुकणे यांची सांगड घालून तुमच्या पायांवर तुम्ही अतिरिक्त ताण येऊ देणार नाही.

खड्या टेकड्यांवर धावत चढणे

तुम्हाला टेकड्यांवर धावणे आवडू लागले की, तुम्ही खड्या टेकड्यांकडे वळा. टेकड्यांवर धावणे तुम्हाला चालत असल्यासारखे वाटू लागेल, कारण इथे तुमच्या टाचा जमिनीवर असतात आणि तेच कठीण असते. अनेक लोक आपल्या

चवड्यांवर धावत खड्या टेकड्या चढून जातात. त्यामुळे त्यांच्या 'ॲचिलीज' स्नायुबंधांवर अतिरिक्त ताण येत नाही. मात्र त्यामुळे पोटऱ्या आणि मांड्यांवरही अतिरिक्त ताण येतो. तुमच्या पायांच्या छोट्या स्नायूंना अधिक काम करावे लागते. त्यामुळेच टेकड्या चढण्याचा हा काही सक्षम मार्ग नाही.

या सगळ्या पार्श्वभूमीवर एक मार्ग नक्कीच आहे. तुम्ही कडेने धावा. होय, तुम्ही जे वाचलेत, ते बरोबर आहे. मी तेच सांगतो आहे. तुमचे शरीर किंचित एका बाजूला वळवा आणि टेकडीवर कडेने धावा. (तुम्ही ज्या दिशेने चालला असाल, त्या दिशेलाच तुमचे शरीर असले पाहिजे, हा नियम तुम्ही आता इथे मोडला आहे.) तुमचे पाय टेकडीवर एका बाजूला वळलेले असतील, तर तुमच्या ॲचिलीटेंडन्सवरचा तणाव निघून जाईल. तुमच्या टाचा खाली टेकलेल्या असतील. तुमच्या पोटऱ्या आणि मांड्या यांचे स्नायू सैलावलेले असतील. तुमची पावले एकमेकांना किंचित छेदून पडत राहतील. त्याला मी 'आडव्या ढांगा' असे म्हणतो. आपल्या कडेच्या आणि मध्यभागाच्या स्नायूंचा तुम्ही वापर करत असता, हे या अपारंपरिक तंत्राचे सौंदर्य आहे. तुम्ही सपाट जमिनीवरून धावत असता, तेव्हा हे स्नायू सहसा वापरले जात नाहीत. त्यामुळे जणू काही तुमच्या मदतीसाठी तुम्हाला या रूपाने स्नायूंचा आणखी एक नवा संच मिळालेला असतो. टेकडीवर चढताना या स्नायूंमुळे तुमच्या पोटरीच्या पुढच्या भागाला आणि पोटरी व मांड्यांना आराम मिळतो.

आपण कधी आडव्या ढांगा टाकायच्या आहेत, हे आपल्याला कसे समजेल; ते शरीराच्या संवेदनेवरच अवलंबून ठेवा. ॲचिलीज टेंडन्सवर तुम्हाला ताण आल्याचे जाणवायला सुरुवात झाली की, त्याच वेळी तुमच्या टाचा उंचावल्या जातात. त्या वेळी तुमच्या ढांगांसाठी आधार दिला जाण्याची अवस्था असते. आता तुमचे शरीर (पावले) वळवा. तुमच्या ॲचिलीज टेंडन्सवरचा ताण दूर होईपर्यंत आणि तुमच्या टाचा जमिनीवर राहीपर्यंत तुमची पावले वळवा. टेकडी जेवढी अधिक खडी असेल, तेवढी तुमची पावले कडेला वळवण्याची अधिक गरज असेल.

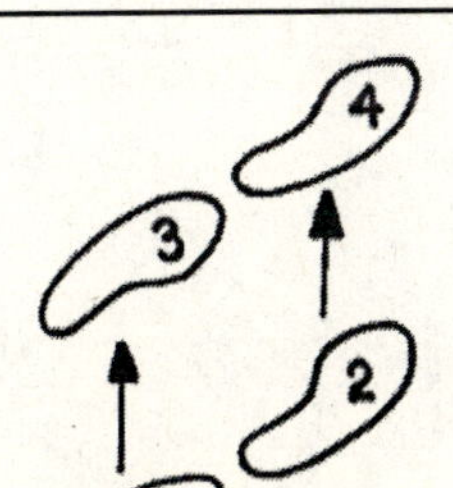

आकृती क्र. ६५ : आडव्या ढांगा टाकल्याने सुरू होणारे पावलांचे 'नृत्य'

खड्या टेकडीवर धावण्याचे तंत्र इथे देत आहे.

- **कडेने वळत धावा :** तुम्ही खड्या टेकडीवर धावायला सुरुवात करता, त्या वेळी सहा ते आठ धावत्या पावलांत किंवा ढांगांमध्ये तुम्ही तुमचे शरीर डावीकडे वळवा. म्हणजे समजा

की, तुम्ही एखाद्या घड्याळावर धावत आहात. तुम्ही बरोबर बारा वाजलेल्या स्थितीत त्याच दिशेला तोंड करून उभे आहात. आता सहा ते आठ ढांगांमध्ये घड्याळात दहा वाजल्यावर जिथे दहावरचा काटा असेल, तिथे तुम्ही असाल, अशा बेताने वळा. त्यानंतर पुढच्या ढांगांमध्ये तुम्ही घड्याळात दोन वाजल्याची स्थिती असेल, त्याप्रमाणे वळा आणि तिकडे आणखी सहा ते आठ पावले धावा. अशा प्रकारे सारखे दोन्ही बाजूंना वळत तुम्हाला धावत राहावे लागेल. त्यामुळे तुमच्या पायाच्या मध्यभागाच्या आणि कडेच्या स्नायूंना कामाचा बोजा आलटून-पालटून सांभाळता येईल. तसेच ते आलटून-पालटून विश्रांतीही घेऊ शकतील. तुम्ही दिशा बदलली की, स्नायूंचा एक संच काम करेल, दुसरा विश्रांती घेईल. या तंत्रामुळे तुम्ही अरुंद, खड्या, काट्याकुट्यांच्या रस्त्यावरून टेकडीवर धावत निघाला असाल, तर तुमच्या टाचा खालीच राहू शकतील. आपले शरीर तुम्ही एका बाजूला वळवलेत की, टेकडीच्या वरच्या बाजूला असलेला तुमचा हात कडेला हेलकावत राहील. टेकडीच्या उताराशी त्याच्या हेलकावण्याचा संबंध असेल. त्याचा फारसा उपयोग करणार नाही; त्याचा विचार करू नका. फक्त त्याला हळुवारपणे हेलकावू द्या. त्याच वेळी टेकडीच्या खालच्या दिशेला असलेला तुमचा हात टेकडीच्या वरच्या दिशेकडे जाण्याचा प्रयत्न करेल. त्याला तुमच्या शरीरभर मुक्तपणे हेलकावू द्या. तो तुमच्या दुसऱ्या हाताच्या खांद्यापर्यंत पोहोचेल. (तुमच्या हातांनी तुमची केंद्रीय रेषा न छेदण्याचा नियम तुम्ही इथे मोडता.)

आकृती क्र. ६६ : टेकडीवर चढण्यासाठी 'आडवी ढांग' टाकण्याची पहिली पायरी.

- **आता खालच्या गिअरमध्ये धावा :** ही खडी टेकडी आहे, हे लक्षात घ्या. त्यामुळे आता तुमच्या सर्वांत खालच्या गिअरमध्ये धावा. अत्यंत खड्या टेकडीवर चढताना तुमच्या दोन धावत्या पावलांतील किंवा ढांगांमधील अंतर तुमच्या पहिल्या गिअरमधील धावताना असलेल्या दोन पावलांतील अंतरापेक्षाही कमी असले पाहिजे. तुम्हाला गरज भासली तर तुमची लयबद्धताही कमी करा. (इथे समान लयबद्धता कायम ठेवण्याचा नियम तुम्ही मोडता.) घाई करू नका. खड्या टेकडीच्या दिशेने पुढे सरकत राहण्यासाठी तुम्हाला आवश्यक तेवढा वेळ जरूर घ्या.
- **टेकडीच्या वरच्या दिशेला असलेल्या तुमच्या खांद्याबरोबर टेकडीकडे झुका :** तुमचे शरीर कोणत्या तरी एका बाजूला वळलेले असेल. पण तुमच्या वरच्या दिशेच्या खांद्याच्या साह्याने टेकडीच्या दिशेला तुम्ही झुकलेले असाल. पुरेशा तीव्रतेने झुका. आपण एखादे बंद दार जोरात उघडण्यासाठी पुढे झुकलो आहोत, असा विचार करून तुमचा खांदा पुरेशा प्रमाणात पुढे झुकवा.

आकृती क्र. ६७ : टेकडीवर चढण्यासाठी 'आडवी ढांग' टाकण्याची दुसरी पायरी.

आकृती क्र. ६८ : टेकडीवर चढण्यासाठी 'आडवी ढांग' टाकण्याची तिसरी पायरी.

- **गरज पडल्यास चाला :** टेकडी जर अत्यंत खडी असेल आणि कोणत्याही प्रकारे धावणे शक्य नसेल, तर तुमच्याकडे चालण्याचा पर्याय नेहमीसाठीच असेल, हे विसरू नका. मी नेहमीच तो वापरतो.

ज्या वेळी मी टेकडीवर कडेने चढावे असे सांगतो, त्या वेळी कित्येकांच्या डोळ्यांतील विचित्र भाव माझ्या लक्षात येतात. मी वेडा असल्याप्रमाणे अनेक जण माझ्याकडे पाहत असतात. पण ज्या वेळी या पद्धतीने टेकडीवर चढणे किती सोपे असते, हे त्यांच्या लक्षात येते; त्या वेळी त्यांच्या या विचित्र दृष्टिक्षेपाचे रूपांतर दिलाशाच्या नि:श्वासात होते. माझ्या संपूर्ण प्रशिक्षणात ही एकच गोष्ट सर्वाधिक महत्त्वाची ठरली, असे सांगणारे किती तरी विद्यार्थी मला भेटले आहेत; कारण त्यानंतर कोणत्याही प्रकारच्या टेकडीवर चढण्याचे भयच त्यांच्या मनात उरत नाही. ही एवढी एकच गोष्ट त्यांना अत्यंत महत्त्वाची आणि मौल्यवान वाटते.

टेकडीवरून धावत उतरणे

तुम्ही टेकडीवरून धावत उतरत असता, त्या वेळी तुमचा धावण्याचा फॉर्म टेकडीवर चढण्याच्या तुमच्या फॉर्मपेक्षा अत्यंत वेगळा असतो. तुम्ही सपाट जमिनीवरून किंवा टेकडी चढण्यावरून एकदम टेकडी उतरणे सुरू करता, त्या वेळी तुमच्या फॉर्ममध्ये चांगलाच बदल होतो. आता आपल्या कमरेच्या खालच्या शरीरावर तुम्हाला भर द्यायचा असतो. तुमचे पाय आणि ओटीपोट हे धक्का पचवण्याचे म्हणजेच शॉक ॲब्सॉर्बर्सचे काम करतात. त्यामुळे तुमच्या दिशेने येणारी रस्त्याची शक्ती कमीत कमी करणे, हे त्यांचे काम असते. याशिवाय तुम्ही खाली उतरताना टेकडीची असलेली शक्तीही तुम्ही उदासीन बनवते, तेही महत्त्वाचे असते. कारण तुम्ही सपाट जमिनीवर धावताना पावलांचा आघात करता त्यापेक्षा अधिक शक्तीने टेकडीवर पावलांचा आघात करत असता.

टेकडी उतरत असताना करावयाच्या आरामदायक, हळुवार धावण्यातून शारीरिक आणि मानसिक दृष्टीने स्नायू कसे सैलावायचे, हे तुम्हाला समजते. टेकडी उतरत असताना तुमचे स्नायू तणावपूर्ण अवस्थेत असतील, तर तुमच्या गुडघ्यांच्या आणि मांड्यांच्या स्नायूंवर ताण येतो. त्यामुळे तुम्ही खूपच लवकर दमून जाता. टेकडीवरून उतरत असताना शारीरिक आणि मानसिक दृष्ट्या आपले स्नायू कसे सैलावायचे, ही टेकडीवरून आरामदायकपणे आणि हळुवारपणे उतरण्याची गुरुकिल्ली आहे. मानसिक दृष्ट्या स्नायू सैलावणे ही अवघड बाब असते, कारण कित्येक लोक टेकडीवरून सर्वाधिक गतीने धावत उतरू लागतात.

टेकडीवरून उतरण्याची भीती तुम्ही दूर केलीत, तर टेकडीवरून उतरणे

किंवा चढणे या दोन्ही बाबी अत्यंत मनोरंजक आणि आरामदायक असल्याचे तुमच्या लक्षात येईल. माझ्या शरीराएवढे माझे मन जलद गतीने विचार करू शकत नाही. त्यामुळे मी ते सोडून देतो. शरीर जात राहते. मी आरामात स्नायू सैलावतो आणि माझी पावले उत्तम ठिकाणीच विसावत आहेत, याची खात्री बाळगतो.... आणि नेहमी तसेच घडते. त्या वेळी माझ्या शरीरातून जाणीवपूर्वक धावण्याचा प्रवाह खळाळतो आहे, अशी भावना जाणवत राहते. माझे मन स्तब्ध झालेले असते आणि त्याचा ताबा माझ्या शरीराने घेतलेला असतो.

टेकडी उतरण्याचे दोन प्रकार

तुमच्या पायांवरचा आणि पाठीवरचा ताण कमी केलात तर टेकडीच्या माथ्यापासून टेकडी उतरताना तुम्ही ज्या स्थितीत असाल, त्याच स्थितीत तुम्ही टेकडी संपूर्ण उतरून आल्यावरही असाल. तुम्ही दमलेले नसाल. टेकडीवरून उतरण्यासाठी धावण्याचे मी दोन प्रकारांत वर्गीकरण करतो— धावण्याजोग्या आणि न धावता येण्याजोग्या. काही टेकड्या इतक्या सरळ आणि सहज उतरता येतात की, तिथे तुम्हाला धावण्याचा वेग मर्यादित ठेवण्यासाठी ब्रेक लावण्याची गरजच नसते. त्यांना धावण्याजोग्या टेकड्या असे मी म्हणतो. त्या वेळी तुम्हाला नितंबांचे स्नायू सैलावण्याची गरज असते. तुमच्या दोन ढांगांतील अंतरही तुम्हाला वाढवावे लागते. त्यानंतर गुरुत्वाकर्षण खेचत नेईल त्याप्रमाणे तुम्हाला खाली जात राहावे लागते. टेकडीवरून सहज उतरणे शक्य असते, त्या वेळी आपले शरीर कसे सैलावायचे त्याचा उत्तम धडा आपल्याला मिळतो. तुम्ही ज्याची स्वप्नात कल्पना केली असेल, एवढ्या जलद गतीने धावणे त्या वेळी तुम्हाला शक्य असते. त्यामुळे आरामात धावत राहण्याचा आनंद त्या वेळी तुम्ही घेता. आता खड्या टेकड्यांवरून उतरण्याचा विचार केलात, तर इथे मात्र खाली उतरताना तुम्ही बराचसा वेळ तुमची गती कमी करण्यासाठी वापरता. त्यामुळे तुम्ही नियंत्रित गतीने धावत राहता. यालाच मी धावता न येण्याजोग्या टेकड्या म्हणतो.

धावत उतरण्याजोग्या टेकड्या

धावत उतरण्याजोग्या टेकड्यांवरून धावताना चांगली गती राहावी, तुम्हाला अधिक गतीने धावण्याचा आनंद मिळावा आणि त्याचबरोबर तुमचे शरीर सैलावलेले राहावे, यासाठी लक्ष केंद्रित करण्याच्या गोष्टींची यादी खाली दिली आहे.

- **कमरेखालचा अवयव न् अवयव सैलावा :** तुमच्या मांड्या आणि पोटऱ्या सैलावण्याकडे विशेष लक्ष पुरवा.
- **लयबद्धता स्थिर ठेवा :** तुमच्या दोन ढांगांमधील अंतर वाढू द्या.

- **टेकडीवरून खाली उतरताना झुका :** सोप्या पद्धतीच्या उतारांवरून तुमच्या पावलांच्या आघाताच्या पुढे तुमच्या कमरेवरचे शरीर ठेवा. सी आकार कायम राखणे, हा टेकडी व्यवस्थितपणे उतरण्याचा उत्तम उपाय आहे. तुमच्या झुकण्यातून तुमची गती नियंत्रित ठेवा. जर तुम्ही खूपच गतीने धावत असाल, तर गॅस पेडल बंद करा आणि सहजपणे जा. 'सी' आकार कायम राखणे महत्त्वाचे असते, कारण टेकडीवरून धावत खाली उतरताना कित्येक धावपटू आपले खांदे मागे घेतात. त्यामुळे तुमच्या पाठीला अधिक बाक येतो. तुमच्या कमरेजवळ पाठीच्या कण्यावर अधिक ताण येतो. शिवाय पाठीच्या कण्याच्या इतर भागावरही ताण येतो. त्यामुळे तुमचे पाय खूपच पुढे पडू लागतात. आपल्या टाचा खूप जोराने आपटून तुम्हाला उभे राहावे लागते. आपले शरीर तुम्ही 'सी' आकारात राखले आणि ओटीपोट व्यवस्थित पातळीत ठेवले, तर त्यामुळे तुमच्या पाठीचा खालचा भाग ताठ राहतो आणि तुमच्या त्या भागावर ताण येणे कमी होते.
- **ओटीपोट अधिक फिरू द्या :** टी १२ किंवा एल १ पासून तुमचे कमरेखालचे संपूर्ण शरीर फिरू द्या. तुम्ही प्रत्येक वेळी धावण्यासाठी पाऊल पुढे टाकलेत की, तुमचे ओटीपोट फिरू द्या. प्रत्येक वेळी तुमचा पाय मागच्या बाजूला हेलकावू द्या. त्याबरोबरच तुमचे नितंबही मागे खेचले जाऊ द्या. तुमच्या ढांगा मागच्या बाजूला अधिक खुल्या होतील. तुमच्या गुडघ्यांना आणि मांड्यांना साहजिकच कमी धक्का बसेल.
- **घोटे सैलावा :** टेकडीवरून खाली उतरताना तुमच्या पोटऱ्यांच्या पुढच्या भागातील स्नायूंना दुखापत होऊ नये, म्हणून आपले घोटे मागच्या बाजूला झुकवू नका. काही वेळा माझे पाय पुढे हेलकावत असताना मी चवडे खाली टेकवतो. त्यामुळे घोट्यांचा आघात टाळला जातो.
- **मन आरामदायक स्थितीत ठेवा :** गती जशी असेल, तसे धावा. मन शांत, आरामदायक स्थितीत ठेवा.

धावत न उतरण्याजोग्या टेकड्या

धावत उतरण्यास अवघड असणाऱ्या टेकड्यांच्या बाबतीत खालील मुद्दे लक्षात घ्या.

- **गॅस पेडलनुसार तुमची गती नियंत्रित करा :** तुमची गाडी टेकडीच्या उतारावरून धावत असते, त्या वेळी तुम्ही गॅस पेडल बंद करता. बरोबर आहे ना? जर तुमचे झुकणे हेच तुमचे गॅस पेडल असेल, तर आता तीव्र उताराच्या टेकड्यांवरून धावताना झुकू नका. तुमचा स्तंभ सरळ, ताठ ठेवून धावत राहा.

- **दोन पावलांतील अंतर अत्यल्प ठेवा :** प्रत्येक पावलाबरोबर तुमच्या टाचा घासत, चवडे उचलून धावत राहा. तुमच्या संपूर्ण वजनासह तुमच्या पावलांवर आघात करत राहण्यापेक्षा तुमच्या टाचा किंचित टेका. या एकाच गोष्टीमुळे तुमच्या मांड्या आणि पावलांवरील ताण हलका होईल. तुम्हाला जर खड्या टेकडीवरून जलद गतीने धावायचे असेल तर तुमची तालबद्धता वाढेल, पण त्यामुळे तुमच्या पायांवरचा भार वाढणार नाही.
- **झिगझॅग पद्धतीने धावा :** तुम्हाला टेकडीवरून खाली उतरताना पुरेशी जागा उपलब्ध झाली, तर तुम्ही झिगझॅग पद्धतीने धावा. त्यामुळे तुमच्या आडव्या भागाच्या स्नायूंना धक्का पचवण्याचे काम करता येईल.
- **खांदे सैलावा :** तुमचे खांदे सैलावण्याबरोबरच थोडे खाली ठेवा. तुमचे हात कडेने बाहेरच्या बाजूला घ्या. खांदे सैलावण्याबरोबरच तुमचे संपूर्ण शरीर सैलावायलाही विसरू नका. विशेषत: तुमचे पाय आणि मांड्या अधिक हलक्या असल्या पाहिजेत.
- **तुमचा समतोल राखा :** शरीराची ढब सरळ, ताठ अवस्थेत असताना शरीराचा समतोल थेट तुमच्या घोट्यावर व्यवस्थित साधा. तुमचे वजन हळूहळू तुमच्या टाचेवर येईल अशा पद्धतीने उभे राहा. (आकृती क्र. ६९ पाहा.) तुमच्या पायाच्या मागच्या बाजूला धक्के रिचवले जात असल्याचे या आकृतीवरून स्पष्ट दिसते. तुमचे पाऊल खाली येईल, त्या वेळी चवड्याच्या दिशेने टाच वळवा. त्यामुळे तुमच्या पावलांवरचा ताण कमी होईल.

आकृती क्र. ६९ : शरीराची उभी ढब. माकडहाड आतल्या बाजूला खेचले गेले आहे आणि टाचेने आघात होत आहे.

तुम्हाला ची वॉकिंगचे तंत्र माहीत असेल, तर ची वॉकिंग आणि ची रनिंगची सगळी तंत्रे टेकडीवरून खाली धावत जात असताना एकमेकांशी व्यवस्थित संलग्न होतात.

व्यायाम : टेकडीवरून उतरताना पाय सरळ करणे

टेकडीवरून खाली उतरत असताना ताय ची तंत्र आपण वापरतो. त्यामुळे तुम्हाला पाय ताठ करता येतील. जमिनीवर उभे राहण्याच्या पवित्र्याने सुरुवात करा. (आकृती क्र. ७० पाहा.) त्यानंतर एक पाय दुसऱ्याच्या पुढे घ्या. (आकृती क्र. ७१ पाहा.) तुमचे सर्व वजन तुमच्या शरीराच्या खाली असलेल्या पायावर असले पाहिजे. तुमचे गुडघे किंचित वाकवा. आता तुमचे कान, खांदे, नितंब आणि घोटे एका रेषेत येतील. तुमचा पुढचा पाय सैलावलेल्या अवस्थेत ठेवा. टाचा जमिनीवर असाव्यात. मात्र तुमच्या वजनाचा भार या पायावर नसावा. तुम्हाला शक्य असेल, तर रोज एक ते दोन मिनिटे अशा अवस्थेत उभे राहा. त्यानंतर पाय बदला आणि

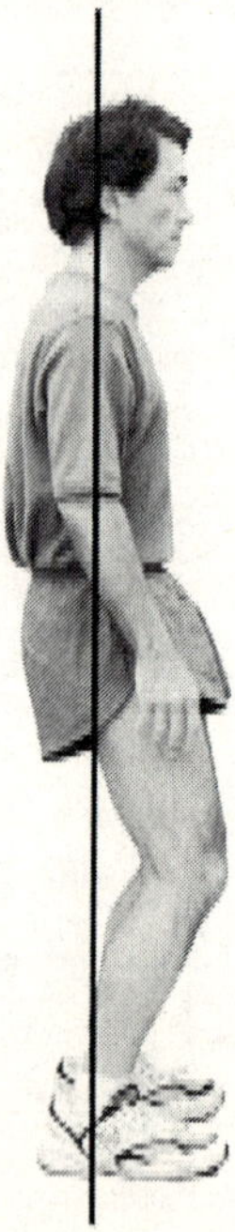

आकृती क्र. ७० : जमिनीवर उभे राहण्याचा पवित्रा.

आकृती क्र. ७१ : एका पायावर वजन टाका. माकडहाड टाचेकडे झुकेल अशा बेताने उभे राहा.

दुसरा पाय पुढे व पहिला मागे घेऊन पुन्हा तशाच पवित्र्यात एक ते दोन मिनिटे राहा. तुमच्या टाचेपासून माकडहाडापर्यंत जाणारा आणखी एक तिसरा अदृश्य पाय आपल्याला आहे, अशी कल्पना करा.

तुमचे पाय अधिकाधिक बळकट बनत गेले की, तुम्हाला याहून अधिक काळ अशा एकेका अवस्थेत राहता येईल. हा एकच अत्यंत प्रभावी व्यायाम आहे. या व्यायामामुळे टेकडीवरून खाली धावण्याच्या गतीत खूपच सुधारणा झाली. त्यामुळे माझ्या मांड्यांवरचा ताण खूपच कमी झाला.

तुम्हाला टेकडीवरून धावायचे असते, त्या वेळी ची रनिंगचे जे नियम तुम्हाला मोडावे लागतील, त्यांची यादी खाली देत आहे.

सर्वसामान्य टेकड्यांवर चढणे –

- ९० अंशांहून कमी कोनात तुमचे हात तुमच्या छातीजवळ धरा.
- तुमचे हात मागच्या बाजूऐवजी पुढच्या बाजूला आणि वर हेलकावू द्या.

खड्या टेकड्या

- टेकडीच्या तुमच्या बाजूला असलेल्या खांद्याच्या दिशेने झुका.
- टेकडीच्या बाजूला नसलेला हात तुमच्या केंद्रीय रेषेला छेदून जाईल.
- शरीराची दिशा कडेच्या बाजूला असेल; समोरच्या बाजूला नसेल.
- तुम्हाला गरज भासली, तर तुम्ही लयबद्धताही कमी करा.

सहज धावत उतरता येण्याजोग्या टेकड्या

- तुमचे पाय पुढच्या बाजूला हेलकावत असताना तुमचे चवडे पुढच्या दिशेलाच असू द्या. (त्यामुळे मागच्या बाजूला चवडे वळण्याला प्रतिरोध होतो.)

सहज धावत उतरता न येण्याजोग्या टेकड्या

- झुकू नका. ....शरीराची ढब सरळ, उभी असावी.
- तुमचे गुडघे किंचित उचला.
- तुमच्या टाचांच्या पुढच्या बाजूने जमिनीवर आघात करा आणि टाचा चवड्यांच्या दिशेने वळवा.
- दोन ढांगांमधील किंवा धावत्या पावलांमधील अंतर कमी ठेवा.
- तुमची गती वाढली की तुमची लयबद्धताही वाढवा.

सर्वसामान्य नियमानुसार, टेकड्यांवर धावत चढायचे असेल, तेव्हा आपल्या शरीरातील ची वाढत असल्याची कल्पना करा. तसेच टेकडीवरून खाली उतरत असताना आपली ची कमी होत आहे, असे समजा. तुम्हाला जेव्हा आपण टेकड्यांनी वेढलेले आहोत असे आढळेल; त्या वेळी आपण तरंगत आहोत आणि वाहत-वाहत पुढे चाललो आहोत, असा फक्त विचार करा. टेकड्यांवर धावत चढण्यासाठी हा अत्यंत उपयुक्त मार्ग असेल.

डोंगराळ भागातून, काट्याकुट्यांच्या मार्गावरून धावणे : धावण्यात एक निर्लेप भर

मी ज्या प्रकारे धावतो, त्या सर्व प्रकारांमध्ये निबिड जंगलातून, काट्याकुट्यांच्या मार्गावरून धावणे मला अत्यंत प्रिय आहे. त्या वेळीच माझ्या मनातील सारे विचार खरोखरच लुप्त झालेले असतात. मी खऱ्या अर्थाने विचारहीन झालेला असतो. माझे मन शांततेत असते आणि शरीर आरामात सैलावलेले असते, शिवाय शरीरातून ऊर्जा सळसळत असते. कोलोरॅडोतील डोंगरदऱ्यांतून धावण्यात मी अर्ध्याहून अधिक आयुष्य घालवलेले आहे. त्यानंतर मी कॅलिफोर्नियात मरिन काऊंटी येथे राहू लागलो. तिथे मी मरिन हेडलँड्समधून धावू लागलो. सुमारे दहा वर्षे मी तिथे धावलो. आता मी ब्ल्यू रिज माऊंटन्समध्ये राहतो आहे आणि रोजच मी डोंगराळ भागातून, काट्याकुट्यांतून धावत असतो. निबिड, डोंगराळ भागातून फिरण्यासाठी आदर्श ठरणाऱ्या तीन ठिकाणी मला राहता आल्यामुळे माझ्यावर परमेश्वराची कृपाच झाली, असे मला वाटते.

डोंगराळ भागातून धावणे हा माझ्यासाठी रोमहर्षक अनुभव असतो, कारण नैसर्गिक वातावरणात धावणे मला धावण्याच्याही पलीकडे घेऊन जाते. पर्वतरांगांमधून धावण्याने माझे मन, आत्मा फुलून येतो. मी निसर्गाच्या चारही ऋतूंच्या निकट सान्निध्यात येतो. जीवनाचा प्रवास करत असताना सातत्याने बदलणाऱ्या वातावरणामुळे माझ्यातील तांत्रिक कौशल्याची उभारणी होते. माझे मन आणि शरीर शांत होते आणि त्या दोहोंचाही ताबा अंत:स्फूर्ती घेतात. त्यामुळे जंगलातून एखादा प्राणी धावत असावा, तशा खुलेपणाने मी धावत असतो.

आपण एखाद्या शोधमोहिमेवर आहोत किंवा एखाद्या भारतीय राजाचा निरोप घेऊन जाणाऱ्या दूताप्रमाणे धावत निघालो आहोत, अशी कल्पना एखाद्या लहान मुलाप्रमाणेच तुम्हालाही आवडणार नाही का? नक्कीच आवडेल. डोंगराळ भागातून, जंगलातून धावताना अजूनही माझ्या मनात हीच कल्पना येते आणि ती कायम असते. तो खरा खेळ असतो आणि त्यात पूर्ण स्वातंत्र्यही असते.

मी पाहिलेल्या चित्रपटांपैकी 'द लास्ट ऑफ द मोहिकन्स'मधील एक दृश्य माझ्या मन:पटलावर कोरले गेले आहे. या चित्रपटाची सुरुवातच धावण्याच्या दृश्याने झाली आहे. एक भारतीय तरुण जंगलातून हरणाचा पाठलाग करताना दाखवला गेला आहे. त्याचा विलक्षण चपळपणा आणि पूर्ण झोकून देऊन धावण्याची लकब या दोन्ही गोष्टी दृष्ट लागण्यासारख्याच दिसतात. कॅथरिनलाही हे दृश्य खूपच आवडते, कारण डॅनिअल डे-ल्युईस त्या दृश्यात धावला आहे.

डोंगराळ भागातून धावण्याचे शारीरिक फायदे

डोंगराळ भागात आपल्याला जमिनीचा पोत, ओबडधोबडपणा अत्यंत नैसर्गिक अवस्थेत आढळतो. त्यामुळेच मला अशा भागातून धावणे अत्यंत आव्हानात्मक वाटते. अशी जमीन तुम्हाला धावण्यावरून तुमचे लक्ष विचलित करण्यास भाग पाडते, तुम्हाला आव्हान देते. क्षणार्धात तुम्हाला एखादी नवी गोष्ट करावी लागते. त्याविषयीचा निर्णय घेऊन ती अमलात आणावी लागते. यासाठी तुमचे लक्ष अधिक केंद्रित करणे आणि अधिक कौशल्यपूर्ण रितीने धावणे तुम्हाला भाग पडते. मात्र त्यासाठी तुम्हाला अधिक ताकद मात्र वापरावी लागत नाही, ही गोष्ट लक्षात घ्या. तुम्हाला ची रनिंगच्या तंत्रावर प्रभुत्व मिळवायचे असेल, तर तुम्ही डोंगराळ भागातून धावण्याचा अधिकाधिक सराव केला पाहिजे; कारण यासाठी तुम्हाला अधिक चांगला समतोल, स्थैर्य आणि प्रवाहीपणा यांचा तुमच्या धावण्यात समावेश करावाच लागतो. तुम्हाला धावताना जे अवयव किंवा स्नायू ताणावयाचे असतात आणि जे शिथिल करावयाचे असतात, ते अशा धावण्याच्या वेळी आपोआपच अनुक्रमे अधिकाधिक ताणले जाणे आणि शिथिल होणे, या क्रिया पार पाडत राहतात.

डोंगराळ भागातून किंवा टेकड्यांवरून धावण्याच्या बाबतीत तुम्ही नवखे असाल, तर प्रथम डोंगराळ भागातून, काट्याकुट्यांच्या रस्त्यांवरून धावायला शिका, असे मी तुम्हाला सुचवेन. हळूहळू तुम्ही टेकड्यांवर अत्यंत सराईतपणे धावू शकाल. अर्थातच डोंगराळ भागातून किंवा जंगलातून किंवा काट्याकुट्यांच्या प्रदेशातून धावण्यास सुरुवात करण्याआधी तुम्ही सपाट जमिनीवर धावून वॉर्म-अप करायला विसरू नका, हे मी तुम्हाला पुन्हा एकदा आवर्जून सांगतो. तुम्ही ज्या वेळी धावण्यास सुरुवात कराल, त्या वेळी वेळ पाहा. तुमच्याकडे स्टॉप वॉच असेल, तर स्टार्ट बटण सुरू करा. आता डोंगराळ भागातून वरच्या दिशेला धावायला सुरुवात करा. तुमची ची रनिंगची सर्व तंत्रे आवर्जून वापरा. तुमचे पाय शिणल्यासारखे वाटेपर्यंत धावत राहा. या धावण्यामध्ये अशा प्रकारे पाय शिणणे ही अत्यंत नैसर्गिक गोष्ट आहे. तोपर्यंत किती वेळ गेला आहे त्याची नोंद करा.

त्यानंतर मागे वळा आणि डोंगराळ भागावरून खाली उतरण्यासाठी धावू लागा. आता परतीचा प्रवास सुरू झालेला असेल. टेकडीच्या पायथ्यापर्यंत धावत या. अशा प्रकारे आणखी फेऱ्या मारा. त्या दिवसापुरते धावणे पुरे झाले, अशी ग्वाही शरीराने देईपर्यंत टेकडीवर जाणे आणि खाली उतरणे अशा फेऱ्या मारत राहा. अशा प्रकारे सातत्याने फेऱ्यांवर फेऱ्या मारण्याने तुमच्या टेकडीवरच्या धावण्यात हळूहळू भरपूर सुधारणा होत जाते आणि त्याचबरोबर तुमचा दमसासही वाढतो. तुम्ही सुरुवात केली असेल, त्यापेक्षा किमान दोन मैल अधिक अंतर तुम्ही काही दिवसांतच गाठू लागता. तुम्ही जेवढा अधिक काळ टेकडी चढण्यासाठी वापरू लागाल, तेवढी तुम्हाला शरीरात अधिक ताकद असल्याचे जाणवू लागेल. तुम्ही घरी परतत असताना तुमच्या शरीरात अधिक प्रमाणात ऊर्जा खेळत असल्याचे तुम्हाला जाणवू लागेल.

तुमचे पाय आणि घोटे सैलावा

ज्या वेळी आपल्याला अस्थिर झाल्यासारखे वाटू लागते, त्या वेळी आपले पाय आणि घोटे घट्ट करण्याची अनेक धावपटूंना सवय असते; कारण त्यांना समतोल राखण्यासाठी आपल्या पायांवर नियंत्रण ठेवण्याची गरज भासते. पण असे केल्याने तुम्ही टेकडीवर चढताना स्वत:ची क्षमता कमी करता. तसेच जमिनीवरचा आपला भार अधिक वाढवता. तुमचे पाय आणि घोटे तुम्ही अधिकाधिक कडक केलेत, तर तुमचा पाय घोट्याजवळ मुरगळण्याची शक्यता असते. तुमचे गुडघे आखडू शकतात किंवा तुमचा कमरेखालचा मांड्यांपर्यंतचा भागही आखडण्याची शक्यता असते. यापैकी काहीही झाले, तर तुमची धावण्यातील मजाच निघून जाते. मोकळ्या, सैलावलेल्या गुडघ्यांनी आणि घोट्यांनी धावण्यामुळे तुमचे शरीर नैसर्गिकरित्याच तुम्हाला आधार देते आणि त्यामुळे तुमच्या स्तंभाची रेषाही सहजपणे सांभाळली जाऊन धावण्यात सहजता येते. तुम्ही धावत असताना आपल्या शरीराचाही अंदाज घ्या. तुमच्या पायांवर कुठेही ताण येत असल्याचे तुम्हाला जाणवले, तर तुम्ही आपल्या केंद्रस्थानी आपले चित्त एकाग्र करा. त्यानंतर आपला सर्व तणाव खाली निघून जाईल, असे पाहा आणि प्रत्येक ढांग टाकाल, त्याबरोबर हळूहळू सर्वच तणाव बाहेर पडल्याची सुखद जाणीव करून घ्या.

झटपट स्थित्यंतर करण्याचा सराव करा

टेकडीवर चढणे आणि उतरणे या बाबतीत बहुतेक धावपटू आपल्या ऊर्जेचा मोठ्या प्रमाणात अपव्यय करतात, असे माझ्या लक्षात आले आहे. चढणे आणि उतरणे या दोन परस्परविरोधी प्रक्रिया आहेत. हे स्थित्यंतर जेवढ्या झटपट

आत्मसात करता येईल, तेवढा हा ऊर्जेचा अपव्यय टाळणे शक्य होईल. तुम्ही टेकडी उतरत असाल आणि तुम्हाला तिथेच थोडीशी चढण अचानक दिसली, तर त्या वेळी उतरण्याच्या गिअरमधून तुम्ही तातडीने चढण्याच्या गिअरमध्ये गेले पाहिजे. तुम्हाला हे स्थित्यंतर जमले नाही, तर ज्या वेळी तुम्ही त्या चढणीवर जाल, त्या वेळी तुमच्या दोन पावलांतील अंतर खूपच अधिक असेल. त्यामुळे तुम्ही पायांवर अतिरिक्त भार टाकाल. साहजिकच त्यामुळे मौल्यवान ऊर्जेचा अपव्यय होईल.

म्हणूनच डोंगराळ भागातून धावत असताना पुढच्या टप्प्यातील भागावर बारीक नजर ठेवा. तुम्हाला टेकडी चढण्याचे आणि उतरण्याचे कोणते निकष कधी वापरावे लागणार आहेत, ते नीट पाहा. डोंगराळ भागातील या चढउतारांसाठी आपल्यात कसा झटपट बदल घडवावा, हे सरावाने तुमच्या लक्षात येईल.

डोंगराळ भागातून सुरक्षितपणे धावण्यासाठी काही टिप्स

डोंगराळ भागातून सुरक्षितपणे धावण्यासाठी खाली काही टिप्स देत आहे.

- तुम्ही कुठे जाणार आहात, ते माहिती करून घ्या. नकाशांचा अभ्यास करा किंवा त्या भागात आधी धावलेल्या लोकांना तुमच्या मनातील शंका अगर प्रश्न विचारा. नैसर्गिक धोके आणि शारीरिक आव्हाने यांपैकी कशाकशाला आपल्याला तोंड द्यावे लागणार आहे, याची माहिती करून घ्या. ताकद आणि सहनशीलता याविषयीच्या आपल्या शरीराच्या मर्यादा जाणून घ्या. त्या मर्यादेतच तुम्हाला धावायचे असेल. या क्षमतांना अकारण ताणू नका.
- तुम्ही एका तासाहून अधिक काळ डोंगराळ भागातून धावणार असाल, तर बरोबर पाणी घ्या. झरे किंवा ओढे यांचे पाणी मिळेल, यावर विसंबून राहू नका.
- योग्य प्रकारचे कपडे घाला. तुम्ही धावत असलेल्या भागातील हवा खूपच वेगळ्या प्रकारची असेल, तर तुम्हाला कोणत्या कपड्यांची गरज भासेल याचा विचार करून तसेच कपडे वापरा.
- एखाद्या ओसाड, डोंगराळ भागात तुम्ही धावण्यासाठी जाणार असाल, तर तुम्ही कुठे चालला आहात त्याची कोणाला तरी कल्पना देऊन ठेवा. तुमच्या परतण्याची अंदाजे वेळही त्या व्यक्तीला सांगून ठेवा. खरे तर तुमच्या मित्राला किंवा मैत्रिणीला अशा भागात सोबत धावण्यासाठी घेऊन गेलात, तर ते अधिक चांगले ठरेल.
- तुम्ही धावण्याचे थांबलात रे थांबलात की, तुमच्या शरीराचे तापमान कमी

होण्यास सुरुवात होते, हे लक्षात घ्या. त्यामुळे शरीर हळूहळू गार पडू लागते. तुम्ही जर थंड किंवा पावसाळी हवामानात धावत असाल, तर तुम्हाला धावणे थांबविल्यानंतर सहजासहजी ऊब मिळेल किंवा कोरडे कपडे मिळतील अशा प्रकारच्या भागात धावण्याचे नियोजन करा.

- तुमच्या शूजची लेस व्यवस्थित बांधा, पण खूपच घट्ट बांधू नका. तुमच्या शूजची लेस बांधल्यानंतर ती शक्यतो शूजमधून आत सरकवून टाका. त्यामुळे फांद्यांमध्ये किंवा काट्याकुट्यांमध्ये लेस अडकण्याची शक्यता उरणार नाही आणि तुम्ही अडखळून पडणार नाही. मी या प्रकारे अडखळून पडलो आहे, म्हणून हा सल्ला तुम्हाला आधीच देत आहे.
- तुम्ही अत्यंत खडकाळ भागातून धावणार असाल, तर सायकलिंगसाठी वापरले जाणारे हातमोजे वापरा. त्यामुळे एखाद्या झुडुपाला किंवा डोंगराळ भागातील एखाद्या टोकदार भागाला तोंड देण्याची वेळ तुमच्यावर आलीच, तर तुम्ही हाताने स्वत:चे रक्षण करू शकाल.
- खडबडीत किंवा झाडांची मुळे उघडी पडून पसरलेल्या स्थितीत असलेल्या ठिकाणी तुम्ही धावत असाल, तर त्या वेळी तुमची पावले नेहमीपेक्षा उंच ठेवा. अशा खडकांमधून आणि मुळांमधून अक्षरश: नृत्य करत धावत राहा.
- घाणेरड्या, निसरड्या डोंगराळ भागातून किंवा खूपच उताराच्या जागेवरून धावताना त्या जागेत खाली असलेल्या खडकांवर किंवा दगडांवर पाय ठेवण्याचा प्रयत्न करा. त्या भागाच्या बाजूला गवताळ जागा असेल, तर तिथे पाय टेकण्याचा प्रयत्न करा. तुम्ही ज्या वेळी पाऊल खाली ठेवाल, त्या वेळी निसरड्या किंवा हलणाऱ्या, अस्थिर जागेवर ते पडणार नाही याची काळजी घ्या. हा अत्यंत महत्त्वाचा नियम आहे. तुमचे पाऊल स्थिर राहील, अशाच जागी टेकण्याचा प्रयत्न करा.
- घनदाट जंगलातून धावत असाल, तर बेसबॉलची टोपी घालून धावू नका; कारण त्यामुळे खालच्या बाजूला लोंबकळणाऱ्या फांद्या न दिसण्याची दाट शक्यता असते. याही प्रकारच्या संकटातून मी गेलो आहे. म्हणूनच तुम्हाला हा आगाऊ सल्ला देत आहे.

मी ज्या चांगल्या गोष्टी केल्या आणि ज्या चुका केल्या, त्या दोन्ही गोष्टींतून तुम्हाला अधिक चांगल्या प्रकारे धावण्यास शिकता येईल, असे मला वाटते. या सगळ्या सूचना नक्कीच लक्षात ठेवा. पण डोंगराळ भागातून धावण्यास शिकण्याचा सर्वांत सोपा उपाय म्हणजे थेट तिथे जा आणि प्रत्यक्ष धावण्याचा अनुभव घ्या. तुम्ही जर आधीपासूनच डोंगराळ भागांतून, काट्याकुट्यांच्या प्रदेशातून धावत

असाल, तर अशा प्रकारच्या धावण्याचा अधिक चांगल्या प्रकारे आस्वाद घेण्यासाठी मी नक्कीच तुम्हाला काही चांगल्या टिप्स दिल्या आहेत. बरोबर आहे ना?

ट्रेडमिलवर धावणे

आपल्यापैकी बहुतेकांना कोणत्या ना कोणत्या कारणाने काही वेळा ट्रेडमिलवर धावावे लागते. काही वेळा खूप उष्णता किंवा खूप थंडी असते. काही भाग असुरक्षित असतात. आपल्याकडे काही वेळा पुरेसा वेळ नसतो. अशा वेळी सोईसाठी म्हणून आपण ट्रेडमिलवर धावतो. त्या वेळी तुम्ही कित्येक गोष्टी लक्षात ठेवण्याचा उत्तम सराव करू शकता. त्यातूनच ची रनिंगचे तुमचे तंत्र पक्के होत जाते. त्यामुळे ची रनिंगच्या तंत्राचा सराव करण्यासाठी ट्रेडमिलवर धावण्यासारखा उत्तम पर्याय नाही. अशा वेळी लक्षात ठेवण्याच्या गोष्टी खालीलप्रमाणे आहेत–

- **शरीराची ढब किंवा पवित्रा :** धावपट्ट्यांवरून तुम्ही धावत किंवा चालत असाल, तर प्रत्येक पाऊल किंवा ढांग टाकताना शरीराची ढब उत्तमच असली पाहिजे. तुमच्या स्टॉपवॉचचे बटण सुरू करण्यापूर्वीही आपली शरीराची ढब योग्य ठेवा. तुमच्या पायांपासून डोक्यापर्यंतचा तुमचा स्तंभ राखला गेलाच पाहिजे. चांगल्या प्रकारची जैवतांत्रिक क्षमता टिकवून ठेवण्यासाठी तुम्ही धावत असताना सतत थोड्या-थोड्या वेळाने शरीराच्या पवित्र्याकडे लक्ष द्या. जवळपास आरसा असेल, तर आपल्या शरीराचा ताठपणा तपासण्यासाठी त्याचा वापर करा, शिवाय शरीराची संवेदना जाणवून घेत राहा.
- **झुकणे :** तुमच्या समोरचा मशिनचा बार किमान एका फुटावर असेल, अशा प्रकारे तुम्ही अंतर ठेवा; कारण चांगल्या प्रकारे झुकणे किंवा हात हेलकावणे यांच्यामध्ये हा बार येतो. त्यामुळे बारपासून एका हाताच्या अंतरावर लांब राहा. ट्रेडमिलवर धावताना झुकणे आणि आपल्या स्तंभाच्या मागच्या बाजूला पावले टाकणे मला स्वत:ला कठीण वाटते. तुम्ही ट्रेडमिल किंचित झुकलेल्या अवस्थेत ठेवले, तर त्याचा उपयोग होऊ शकतो. (ट्रेडमिल एक आकड्यावर झुकवून सुरुवात करा. माझ्यासाठी दीड ते दोनपर्यंत ते झुकवणे मला योग्य वाटते.) तुमचे घोटे सैलावा आणि प्रत्येक पाऊल टाकण्याबरोबर तुमच्या टाचा हळुवारपणे टेकवा.
- **पावलाच्या मध्य भागाचा आघात :** तुमच्या ढांगा जलद गतीने टाका आणि त्यांच्यातील अंतर कमी असू द्या. बेल्ट हलवून आपल्या पायांवरचा ताण हलका करा. टाचा किंचित अधिक उंचावा, कारण तुमच्या पावलांना

वर्तुळाकार मार्गाने हालचाल करण्यासाठी ट्रेडमिलवर सोय नसते. तुमची पावले पुढच्या बाजूला हेलकावणार नाहीत याची काळजी घ्या; अन्यथा ती तिथल्या बेल्टमध्ये अडकण्याची शक्यता असते. तुम्ही पावलाच्या मध्य भागाने आघात करा. ट्रेडमिलवर पावले टेकवाल, त्या वेळी पावलांची हालचाल मागच्या बाजूने होऊ द्या.

- **कमी गतीने सुरुवात करा :** तुम्हाला सहजपणे जॉगिंग करता येईल, अशा प्रकारे कमी गतीने सुरुवात करा. ची रनिंगमधील लक्ष केंद्रित करण्याच्या सर्व गोष्टींवर लक्ष केंद्रित करता यावे, एवढीच गती ठेवा.
- **प्रत्येक ढांग टाकण्याबरोबर तुमच्या ओटीपोटाची हालचाल करण्याचा सराव करा :** प्रत्येक वेळी तुमचा पाय मागच्या बाजूला हिंदकळू लागेल, त्या वेळी तुमचे नितंब त्याबरोबर मागे ओढले जाऊ द्या. त्यामुळे तुमचे कमरेखालचे संपूर्ण शरीर तुमच्या उभ्या अक्षासोबत वळेल. ट्रेडमिलवर पावलांचा आघात झाल्यामुळे तुमच्या पायांना बसणारा धक्का ते मोठ्या प्रमाणात शोषून घेईल.
- **मेट्रोनोमचा वापर करा :** तुमची लयबद्धता सेट करण्यासाठी मेट्रोनोमचा वापर करा. बहुतेक लोकांची लयबद्धता ट्रेडमिलवर अत्यंत कमी असते. जवळजवळ ७० एवढी ती खाली घसरलेली असते. तुमच्या दोन पावलांतील अंतर कमी ठेवा आणि पावले जलद टाका. आपली योग्य लयबद्धता प्राप्त करणे, यालाच प्रथम प्राधान्य द्या.
- **समान लयबद्धतेत विविध गतींनी धावण्याचा सराव करा :** आमची ची रनिंगची एक उत्तम मार्गदर्शिका मेरी लिंडाहल हिने एका पत्रात याविषयी उत्तम प्रकारे विश्लेषण केले आहे. तिने लिहिले आहे, 'मेट्रोनोम विकत घेतल्यानंतरच माझ्या ची रनिंगमध्ये मी प्रथमच मनातूनच स्वत:ला शाबासकी दिली. मी मेट्रोनोमवर माझी लयबद्धता तपासत होते, त्या वेळी मी ट्रेडमिलवर धावत होते. मी मैलभर धावून वॉर्म-अप केले. त्यानंतर माझ्या ढांगा टाकण्याची संगती मी बीपशी जुळविण्याचा प्रयत्न करून पाहिला. मी ट्रेडमिलची गती प्रतिमैल एका मिनिटाने वाढवली. आता मेट्रोनोमच्या बीपशी जुळवून घेण्यासाठी मला दोन पावलांच्या आघातातील वेळ वाढवावी लागली. त्यामुळे साहजिकच माझी गती थोडी कमी करावी लागत होती. माझ्यासाठी हा वेगळाच अनुभव होता. पण तरीही मी जलद गतीने धावत होते, कारण ट्रेडमिलवर दाखवली जाणारी गती खोटी नव्हती. मी विचार केला की, मी गती कमी केली आहे, असे मला वाटत होते; पण प्रत्यक्षात माझी गती वाढलेलीच होती. मला हे तंत्र नक्कीच हवे

आहे. त्यानंतर मी ट्रेडमिलवरून बाजूला झाले. जिना चढून माझ्या संगणकाजवळ गेले आणि ची रनिंगची पुढची कार्यशाळा कधी आहे, ते उत्सुकतेने पाहू लागले. ट्रेडमिलवर मला आलेला अनुभव मी विसरूच शकत नव्हते. मला हा अनुभव मिळाल्याबद्दल मी स्वत:ला सुदैवी समजते. मी खुल्या रस्त्यावर धावत असताना मला अशी गती मिळेल, अशी कल्पना मी करू लागले. सहसा ट्रेडमिलवर धावताना अनेक गोष्टी बदलत्या असल्याचे वाटते, पण त्या कायमस्वरूपी असू शकतात. ट्रेडमिलवर धावण्यातील हेच खरे सौंदर्य आहे.'

- **आडव्या ढांगा टाकण्याचा सराव करा :** (खड्या टेकड्यांवर धावण्याविषयीचा मजकूर पुन्हा एकदा वाचा.) आता ट्रेडमिल पाचवर कलते करण्यासाठी सेट करा. त्यानंतर समोरच्या दिशेने घड्याळात बारा वाजतात, त्या दिशेने तीस सेकंद धावा. त्यानंतर तुमचे शरीर दहा वाजतात, त्या कोनातल्या दिशेला वळवा. त्या दिशेलाही तीस सेकंदांपर्यंत धावा. त्यानंतर पुन्हा बारा वाजण्याच्या दिशेला तोंड करून तीस सेकंद धावा. पुन्हा दहा वाजण्याच्या कोनाकडे तोंड करून तीस सेकंद धावा. अशा प्रकारे डाव्या आणि उजव्या दिशेला वळून तीस-तीस सेकंद धावत राहा. अशा प्रकारे शरीर सातत्याने वळवत राहिल्यामुळे आपण पळतो आहोत, ही जाणीव शरीराला होईपर्यंत काही मिनिटे जावी लागतात. तुम्हाला हव्या तितक्या वेळा अशा प्रकारे या चक्रातून धावत राहा. एका बाजूला वळवण्यापेक्षा समोरच्या बाजूला तोंड करून शरीर न वळवता धावत राहणे किती कठीण आहे, हे तुम्हाला या प्रयोगावरून स्पष्टपणे जाणवेल. ट्रेडमिलवर तुम्ही टेकडीप्रमाणे उंचवटा करून आपली गती कायम राखून धावत राहू शकता.
- **तुमच्या धावण्याची व्हिडिओ टेप बनवा :** तुमचे धावणे कसे आहे, ते पाहण्यासाठी धावत असतानाची स्वत:ची व्हिडिओ टेप बनवून घ्या. याशिवाय मोठा आरसा लावूनही तुम्ही आपल्या धावण्यातील त्रुटी शोधू शकाल. टी.व्ही.च्या पडद्यावर पडणारी आपली प्रतिमा पाहूनही आपली ढब आणि धावण्याची पद्धत कशी आहे ते तुम्हाला समजू शकेल.
- **तुमच्या खांद्यांचे निरीक्षण करा :** समोरच्या बाजूला चौरसाकृतीत तुम्ही आपले खांदे ठेवले आहेत का, ते पाहा. ही ढब योग्य आणि अचूक आहे. पण तुम्ही लोंबकळणाऱ्या हातांबरोबर खांदेही हलवत किंवा फिरवत असाल, तर ती ढब मात्र पूर्णपणे चुकीची आहे.
- **अनवाणी पायांनी धावण्याचा सराव करा :** काही मिनिटे अनवाणी

पायांनी धावा. टाचेने जमिनीवर आघात करून पाऊल टेकवण्याची सवय तुम्हाला असेल, तर ती मोडण्यासाठी हा सराव उपयुक्त ठरतो. यामुळे पावलांचा आघात तुम्ही जमिनीवर कशा प्रकारे करत आहात, तेही तुम्हाला समजू शकते. तुमच्या पायांत शूज असण्यापेक्षा अनवाणी पाय असले, तर तुम्हाला ही शारीरिक संवेदना अधिक चांगल्या प्रकारे जाणवते.

- **तुम्ही ट्रेडमिलवरून उतरलात की जमिनीलाच ट्रेडमिल समजा :** आता जमिनीवर धावण्याचा सराव करा. त्यासाठी तुमची पावले उचला आणि पावलांखालच्या जमिनीला मागे जाऊ द्या. तुम्ही ट्रेडमिलवर असल्याप्रमाणेच धावण्याचा सराव करा.

ट्रेडमिलवर ची रनिंग करताना बाळगावयाची सावधगिरी –

- ट्रेडमिललाच तुमचे भरपूर काम करायला लावू नका : मंद लयबद्धता असताना हे घडू शकते, कारण तुमच्या पावलांना बराच काळ आधार मिळालेला असतो. म्हणूनच तुमच्या टाचा शक्य तितक्या जलद गतीने उचला, असा सल्ला मी तुम्हाला देईन. त्यामुळे तुमची लयबद्धताही वाढेल. तुमच्यासाठी योग्य असलेली लयबद्धता लवकरात लवकर मिळविण्याचा प्रयत्न करा. ती सुमारे ९० असते. तुम्ही ट्रेडमिलवर धावत असाल, तर ही लयबद्धता गाठण्यालाच तुम्ही प्रथम प्राधान्य द्या.
- हळूहळू प्रगतीचे तत्त्व पाळा : ट्रेडमिलवर धावण्यासाठी किंवा संपूर्ण हिवाळाभर ट्रेडमिलवर धावल्यानंतर पुन्हा रस्त्यावर धावण्यासाठी तुम्ही जुळवून घेत असताना प्रगती हळूहळू झाली पाहिजे, हे लक्षात ठेवा. सुरुवातीला दोन्ही बाबतींत तुम्हाला समतोल राखणे अवघड जाईल, पण हळूहळू ते जमेल. तुम्हाला सरकत्या पट्ट्यावर धावण्याशी जुळवून घेईपर्यंत सुरुवातीला ट्रेडमिलवर धावणे नक्कीच कठीण वाटेल, कारण तोल सांभाळता-सांभाळता तुमच्या नाकी नऊ येतील. ट्रेडमिलवर कित्येक मैल धावणारे बरेच लोक पुन्हा रस्त्यावर धावू लागले की, त्यांना आपल्या पायांवर खूपच ताण आल्यासारखे वाटते. सर्वसामान्य ट्रेडमिलच्या पृष्ठभागापेक्षा रस्त्यांचे पृष्ठभाग अधिक कडक आणि कठीण असतात, हे त्यामागचे कारण असते.
- ट्रेडमिलच्या दर्जावर अनुभवांतील वैविध्य अवलंबून असेल : स्वस्त प्रकारच्या ट्रेडमिल्स असतील, तर त्यावर उसळ्या मारत धावल्यासारखे वाटेल. त्यामुळे सुरुवातीला तिथे तोल सांभाळणे कठीण वाटेल. पण तिथे आपल्याला पावलांखाली बऱ्यापैकी आधार मिळतो. रस्त्यावर धावण्याशी

खूपच मिळताजुळता अनुभव हवा असेल, तर स्पोर्ट्स क्लबमधील महागड्या ट्रेडमिलवर धावण्याला पर्याय नाही. अशा ट्रेडमिलवर तोल सांभाळण्यासाठी फारसे प्रयत्न करावे लागत नाहीत. रस्त्यावर धावल्याप्रमाणेच वाटते. जलद गतीने धावतानाही अशा ट्रेडमिल अधिकाधिक स्थैर्य देतात. तुमची ट्रेडमिल्स जेवढी अधिक लांबीची असेल, तेवढी तुम्हाला ची रनिंगची तंत्रे अधिकाधिक चांगल्या प्रकारे अजमावता येतात. विशेषतः झुकण्याच्या तंत्राच्या बाबतीत हे सत्य असते.

- थोडे अंतर रस्त्यावरही धावा : रस्त्यापेक्षा ट्रेडमिलवर धावणे अधिक सोपे असते आणि त्याचा पायांवर ताण येत नाही, असे बहुतेक लोक सांगतात. मात्र काही काळ ट्रेडमिलवर प्रशिक्षण घेणे ठीक असते. त्याचबरोबर रोजच्या सरावाच्या वेळीच रस्त्यावरही काही काळ धावले पाहिजे. तुम्हाला जर दीर्घ पल्ल्याच्या शर्यतींसाठी सराव किंवा प्रशिक्षण घ्यायचे असेल, तर रस्त्यावर धावण्याचा सराव अत्यावश्यक आहे.
- ट्रेडमिलवर दीर्घ काळ जलद गतीने धावणे टाळा (मध्यंतरे, टेंपो रन्स इ.) : सरकत्या पट्ट्यामुळे पाऊल टेकवताना अधिक ताण येणे शक्य असते. जलद गतीमुळे हा परिणाम व्यापक बनतो. सुरक्षिततेच्या कारणांसाठी ट्रेडमिलवर जलद गतीने धावू नये. तुमच्या श्वसनाची गती वाढणार नाही, एवढ्या गतीनेच ट्रेडमिलवर धावत राहा. मॅरेथॉनसाठी ट्रेडमिलवर प्रशिक्षण घेण्यास हरकत नाही. तरीही तुम्हाला थोडे अधिक काम करायचे असेल, तर ट्रेडमिलचे झुकणे थोडे अधिक वाढवा.

प्रकरण ८

धावण्याची सुरुवात आणि समारोप : स्थित्यंतरांच्या बाबी

'पुढे घडणाऱ्या सर्वच गोष्टींची बीजे सुरुवातीत दडलेली असतात.' -आय चिंग

धावण्याच्या चांगल्या फॉर्मच्या महत्त्वावर मी भर दिला असला, तरीही संपूर्ण सेट-अप आणि तुमचा दृष्टिकोन यांवरच तुमच्या धावण्याचा दर्जा अवलंबून असतो. धावण्याच्या कार्यक्रमातील सर्वाधिक महत्त्वाचा भाग म्हणजे अर्थातच धावणे हाच असतो. पण तरीही धावण्यास सुरुवात करणे आणि समारोप या स्थित्यंतरांच्या बाबींनाही महत्त्व असते, असे मी म्हणेन.

जाणीवपूर्वक थांबणे किंवा एखादी गोष्ट थांबवणे म्हणजे स्थित्यंतर. आपण धावण्यास सुरुवात करणार आहोत, त्याविषयी काही क्षण थांबून विचार करण्याची ही वेळ आहे. धावण्याआधीचे क्षण म्हणजे दोन श्वासांमधील अंतरासारखे असतात. हे विचार करण्याचे क्षण असतात. त्यांच्यापाठोपाठ कृती होणार असते. तुम्हाला धावताना नेमके काय करायचे आहे याविषयीचा दृष्टिकोन तुम्ही एकदा नक्की केलात की, मग तुम्ही धावायला सुरुवात करणे इष्ट ठरते. तुम्हाला कशावर लक्ष केंद्रित करावयाचे आहे, ते तुम्ही ठरवायचे असते. तुम्हाला त्यासाठी मिळालेली ती संधी असते. मग ते दोन ढांगांमधील अंतर असो, लक्ष केंद्रित करावयाच्या गोष्टी

असोत, तुमच्या शारीरिक पवित्र्यातील दुर्बल बाबी असोत, तुमच्या पायाला झालेल्या दुखापतींतून तुमचे बरे होणे असो, धावण्याचे नवीन मार्ग जोखणे असो किंवा फक्त नवे शूज घालून धावणे असो!

कसलेल्या, बुद्धिमान धावपटूंना मी धावण्याची शर्यत सुरू होण्याआधी न्याहाळतो. त्यांना धावण्याआधी न्याहाळणे नेहमीच आवडते. आपल्या डोक्यात धावण्याची संपूर्ण रूपरेषा स्पष्ट असलेले धावपटू तिचाच साकल्याने विचार करत असतात. एकाच वेळी ते आपले लक्ष त्या गोष्टींवर केंद्रित करत असतात आणि त्याच वेळी आपले शरीर व मन सैलावतही असतात. जे धावपटू या दोन्ही गोष्टी एकाच वेळी करण्यात यशस्वी होतात, तेच अशा वेळी आपल्या संपूर्ण गटात आघाडीवर असतात.

धावणे पूर्ण केल्यानंतरचा वेळ हा स्थित्यंतराचा काळ असतो. त्या वेळी तुम्ही आरामात असता आणि आपण नुकतीच कशी कामगिरी केली त्याचा आढावा घेत असता. तुम्ही काय केले याविषयी कोणताही निर्णय त्या वेळी घेत नाही; फक्त त्याचा आढावा घेत असता. फक्त ते पुन्हा एकदा मन:चक्षूंसमोर आणून पाहत असता आणि एखादी गोष्ट करायची राहिली आहे का, किंवा विचार करायची राहिली आहे का याचा आढावा घेत असता. कोणतेही धावणे वाईट धावणे या प्रकारात कधीच मोडत नाही, कारण वाईट धावणे असा काही प्रकारच नसतो. तुम्हाला धावताना किंवा धावल्यानंतरही काहीही वाटले असले, तरी कोणतेही धावणे वाईट नसते. म्हणूनच तुम्हाला ज्या गोष्टी मौल्यवान वाटू शकतात, त्या तुम्हाला त्या वेळी समजतात— मग तो आपल्या धावण्यापासून घेतलेला धडा असो किंवा तुम्हाला ज्या गोष्टींचा शोध घ्यायचा असतो, त्या गोष्टी तुम्हाला जाणवलेल्या असोत!

धावायला सुरुवात करणे आणि त्याचा समारोप या दोन्ही स्थित्यंतरांचा तुमच्या कामगिरीवर फक्त लाभदायक परिणामच होत नाही; तर तुमच्या संपूर्ण आयुष्यावरच त्याचा चांगला परिणाम होत असतो. धावणे हे एक पवित्र कार्य बनून जाते. खरे तर शरीराचा विचार केला, तर धावणे ही खरोखरच पवित्र कामगिरीच आहे.

धावण्यास सुरुवात करणे

मनाची तयारी करणे

मनाची तयारी करूनच प्रत्येक वेळी सरावाला सुरुवात करा. तुमच्या सद्य:स्थितीचे मूल्यमापन करा आणि तुमच्या आगामी धावण्यामध्ये तुम्ही काय करू इच्छिता

याचा विचार करा. तुम्ही धावण्यासाठी बाहेर जाण्यासाठी तयार होता, त्या वेळी तुम्ही योग्य तयारी केली पाहिजे. त्यासाठी खाली काही टप्पे दिले आहेत. त्यातून तुमचा धावण्याचा सराव अधिक सहेतुक ठरेल.

- **व्यापक विचार करा :** तुमच्या वेळापत्रकात कोणत्या प्रकारचे धावणे आहे? या प्रशिक्षणात्मक धावण्यामध्ये एखाद्या विशेष गोष्टीवर तुम्ही लक्ष केंद्रित करावे, अशी एखादी गोष्ट आहे का?
- **शरीराची संवेदना जाणून घ्या किंवा तुमचे शरीर काय सांगते आहे त्याकडे लक्ष द्या :** तुमच्या सध्याच्या शारीरिक अवस्थेकडे नीट लक्ष द्या. तुमच्या शरीरात काय चालले आहे याची जाणीव करून घेण्याचा प्रयत्न करा. तुमच्या धावण्यावर शारीरिक, मानसिक अगर भावनिक दृष्ट्या एखाद्या गोष्टीचा विपरीत परिणाम होण्याची शक्यता आहे का, ते नीट अजमावून पाहा. आजारीपणा, अशक्तपणा, ऊर्जेची कमतरता, दुखापती, अवघडलेले किंवा आखडलेले स्नायू, जड पोट, चिंता किंवा ताणतणाव, वेळेचा अभाव ही यांपैकी काही कारणे असू शकतात. तुमचे लक्ष धावण्यापासून विचलित होईल, तुम्हाला शांतपणाने पूर्ण लक्ष केंद्रित करून धावता येणार नाही अशी कोणतीही गोष्ट आहे का, ते पाहा.
- **तुमच्या धावण्याविषयी तडजोड करा :** तुमच्या शरीरात काही तरी सुरू आहे, अशी जाणीव झाली, तर तुम्ही सरळसरळ त्या दिवशीच्या धावण्याविषयी तडजोड करा. तुमचे स्नायू घट्ट झाले असतील, आखडले असतील, तर तुम्ही तुमचे धावणे थोड्या कमी गतीने सुरू करा. तुम्ही जलद गतीने धावण्याआधी तुमच्या स्नायूंमधील आखडलेपणा निघून गेला पाहिजे.
- **तुम्ही कशावर लक्ष केंद्रित करणार आहात, त्या विशिष्ट गोष्टी तुम्हाला माहिती हव्यात :** आपण कशावर लक्ष केंद्रित करणार आहोत, त्या विशिष्ट गोष्टी तुम्हाला माहिती असल्या तर तुमची ऊर्जा आणि लक्ष यांचा तुम्ही धावताना उत्तम प्रकारे उपयोग करून घेऊ शकाल. तुम्ही कशावर लक्ष केंद्रित केले पाहिजे? त्या विशिष्ट धावण्याच्या वेळी तुमच्यासाठी सर्वाधिक महत्त्वाची गोष्ट कोणती आहे? तुमचे हेतू काय आहेत? तुम्हाला या धावण्यातून कशाची अपेक्षा आहे?
- **स्वतःचे निरीक्षण करा :** ठरावीक काळाच्या मध्यंतरानंतर तुमचा फॉर्म तुम्ही तपासत राहा. तुमच्या स्टॉप वॉचवर काउंटडाऊन टायमर सेट करा. दर दहा मिनिटांनी त्याच्या बीपचा आवाज ऐकू येऊ देत. बीपचा आवाज आला की, तुमच्या लक्ष केंद्रित करावयाच्या गोष्टींवर तसेच तुमच्या

हेतूंवरही लक्ष केंद्रित करा. मी यासाठी विविध गोष्टींचा वापर करून पाहिला. पण यासाठी टायमरएवढी प्रभावी गोष्ट कोणतीच नाही. तुम्ही जर पहिली काही मिनिटेच आपल्या लक्षात ठेवावयाच्या गोष्टींवर लक्ष केंद्रित केलेत आणि नंतर त्याविषयी साफ विसरून धावत राहिलात, तर तुमचा फॉर्म सुधारण्यासाठी बराच कालावधी लागू शकेल. तुमचे विचलित झालेले किंवा होऊ पाहणारे चित्त थाऱ्यावर आणून पुन्हा फॉर्म आणि संबंधित अन्य गोष्टींवर थोड्या-थोड्या वेळाने ते केंद्रित करण्यासाठी टायमरचा वापर खूपच उपयुक्त ठरतो.

शरीराची तयारी करणे

धावण्यासाठी तुम्ही किती वेळा बाहेर गेला आहात आणि परतल्यानंतर आपले पाय सिमेंट काँक्रीटप्रमाणे किंवा त्याहून अधिक कडक झाल्यासारखे तुम्हाला किती वेळा वाटले आहेत? ठीक आहे. मी तुम्हाला आता आणखी एक गुपित सांगतो. तुम्ही काहीच केलेले नसताना तुम्हाला त्रास झाला, तर तो तुम्ही काही केल्यामुळे झालेल्या त्रासापेक्षा अधिक असेल. बरोबर आहे ना? दोन वेळच्या धावण्याच्या मधल्या काळात शरीराची चांगली काळजी घेणे, हाच आपल्या धावण्यातून अधिकाधिक आनंद आणि गंमत मिळविण्याचा उत्तम उपाय आहे, हे अनेक लोकांना समजतच नाही. त्यासाठीच तुम्ही अजिबातच न धावता अचानक धावलात, तर काहीच न केल्यामुळे तुम्हाला त्रास होईल. पण सातत्याने धावण्याचा सराव करूनही थोडाफार त्रास झालाच, तर तुम्हाला सराव न करणाऱ्यांपेक्षा तो अधिक जाणवेल.

धावण्यासाठी बाहेर पडण्याआधी कोणती काळजी घ्यावी, याविषयीच्या काही टिप्स मी येथे देत आहे.

खाणे

तुम्हाला जर धावण्याच्या आधी खायचे असेल, तर किमान तीन तास आधी खाल्ले पाहिजे. तुम्ही सकाळी धावणार असाल, तर बाहेर पडण्याआधी काहीही खाण्याची खरे तर अजिबात गरज नाही. तुम्ही धावण्याआधी काहीच खाल्लेले नसेल, तर तुम्ही अधिक कार्यक्षमतेने धावू शकता. तुम्हाला धावण्याआधी काही खाण्याची गरज वाटत असेल, तर तुम्ही जेवण किंवा भरपेट नाश्ता तरी करू नका; अन्यथा तुम्हाला छातीत जळजळणे, पोटदुखी, शरीराच्या कडेला आखडल्यासारखे वाटणे असा त्रास होऊ शकतो. काही वेळा आपल्या कपड्यांचे बंध आपल्याला रस्त्यात कुठे तरी सैल करावे लागतात. उपाशीपोटी धावण्यामुळे कोणाला मृत्यू आल्याचे माझ्या तरी ऐकिवात नाही. धावायला जाण्याआधीच मला कधी भूक

लागली आणि मी खाल्लेच, तर त्यामुळे पहिल्या एक ते दोन मैलांच्या धावण्यानंतर मला आळसावल्यासारखे वाटू लागते. म्हणून रिकाम्या पोटी धावणे केव्हाही उत्तम ठरते. अगदी शर्यतीच्या दिवशीही ते चांगले ठरते. (याला दीर्घ पल्ल्याच्या किंवा मॅरेथॉन शर्यती अपवाद आहेत.) आदल्या रात्री भरपेट जेवणे चांगले ठरते. सकाळी उठल्यानंतर व्यवस्थित कपडे करून तुम्ही धावायला बाहेर पडू शकता. त्यानंतर कोणत्या मार्गाने जावे, हा तुमच्यासमोरचा सर्वांत मोठा प्रश्न असू शकतो.

पाणी पिणे

तुम्ही नियमितपणे धावत असाल, तर दिवसभर पाणी पीत राहण्याची सवय लावून घ्या. सुमारे दोन ते तीन हजार उष्मांक खर्च करणाऱ्या सर्वसामान्य माणसाला दिवसाकाठी ६४ ते १०० औंस पाणी लागते. दहा औंसाचे दहा ग्लास द्रव पदार्थ त्याला आवश्यक असतात. आरोग्य चांगले राहण्यासाठी तुम्ही इतर द्रव पदार्थ पिण्याऐवजी फक्त पाणीच प्या, असे मी तुम्हाला सुचवेन. सहसा डिस्टिल्ड वॉटर पिण्याऐवजी फिल्टर्ड पाणी प्या, असेही मी सुचवेन. इतर द्रव पदार्थही तुम्ही पिऊ शकता, पण त्यामुळे तुमच्या मूत्रपिंडांचे काम वाढते. त्या पेयांतील इतर घटक वेगळे करण्यासाठी मूत्रपिंडांना अधिक ऊर्जाही वापरावी लागते. तहानलेले राहून शरीरातील पाणी कमी होऊ नये यासाठी धावण्यास बाहेर पडण्याआधी दर अर्ध्या तासाने किमान दहा औंस पाणी पीत राहा. तुम्ही जर पाच ते सहा मैलांपेक्षा अधिक अंतर धावणार असाल, तर बरोबर पाण्याची बाटली घ्या किंवा वाटेत पाणी मिळू शकेल, असा रस्ताच धावण्यासाठी निवडा. पाणी व्यवस्थित प्यायल्यामुळे तुमचे पाय आखडणार नाहीत, तसेच तुमच्या संपूर्ण शरीराचे तापमानही नियंत्रित राहील. विशेषत: उष्ण हवामानात ही काळजी अधिक घेतली पाहिजे.

शरीर सैलावा

धावायला बाहेर पडण्याआधी स्नायू ताणण्याजोगे व्यायाम करू नका. त्यामुळे तुमच्या स्नायूंवर ताण येऊन ते ओढल्यासारखे होतील.

त्याऐवजी मी पुढे देत असलेले साधे व्यायाम करा, त्यामुळे शरीर सैलावेल. या व्यायामांमुळे सांधे सैलावतील; पण स्नायू ताणले जाणार नाहीत. हे खरोखरच 'ताय ची'साठीचे वॉर्म-अपचे व्यायाम आहेत. पण तुम्ही धावण्याआधी ते मनापासून केलेत, तर तुमचे शरीर विस्मयजनकरित्या सैलावेल. तुमचे सांधे खुले आणि सैलावलेले असतील, तर तुमची ची तुमच्या शरीरातून विनासायास, विनाअडथळा वाहू शकेल; शिवाय तुमचे सांधे सैलावलेले असले तर तुमच्या स्नायूंवरही अधिक भार येणार नाही. माझ्याकडे दीर्घकाळ शिकलेल्या काही विद्यार्थ्यांना या

प्रकारच्या व्यायामांमुळे मोठेच फायदे झाल्याचे मला माहीत आहे. त्यांच्यापैकी माझी एक विद्यार्थिनी तर आता हे व्यायाम केल्याशिवाय धावण्यास चक्क नकार देते.

मी व्यायामाचे काही सेट्स खाली देत आहे. शरीरातील मुख्य अवयवांच्या सांध्यांची यंत्रणा सैलावण्यास त्यांचा उपयोग होतो. हे मुख्य अवयव असे :

- घोटे
- गुडघे
- नितंब
- ओटीपोट
- पाठीचा कणा
- खांदे आणि मान

शरीर सैलावण्यासाठी व्यायाम

- प्रथम पोटरीपासूनचे खालचे पाय आणि नंतर संपूर्ण शरीर हळूहळू हलवण्यापासून सुरुवात करा. आता हळूहळू तुमचे शरीर हलके आणि सैलावल्यासारखे वाटू लागेल.
- **घोटे फिरवणे :** या व्यायामामुळे तुमच्या घोट्याभोवतीचे सर्व अस्थिबंध आणि स्नायुबंध सैलावतील. यासाठी प्रथम तुमच्या दुसऱ्या पावलाच्या मागे तुमचे चवडे जमिनीवर टेकवा. आता चवडे जमिनीवर ठेवून तुमच्या घोट्यांना सैलावा आणि तुमचे गुडघे गोलाकार फिरवा. त्यामुळे तुमचे घोटे सैलावतील. घड्याळाच्या काट्याच्या दिशेने आणि विरुद्ध दिशेने असे प्रत्येकी दहा-दहा वेळा गोलाकार फिरवा. आता पाय बदला.

आकृती क्र. ७३ : घोटे फिरवणे

आकृती क्र. ७४ : डावीकडे वर्तुळाकार हालचालीत गुडघे फिरत आहेत.

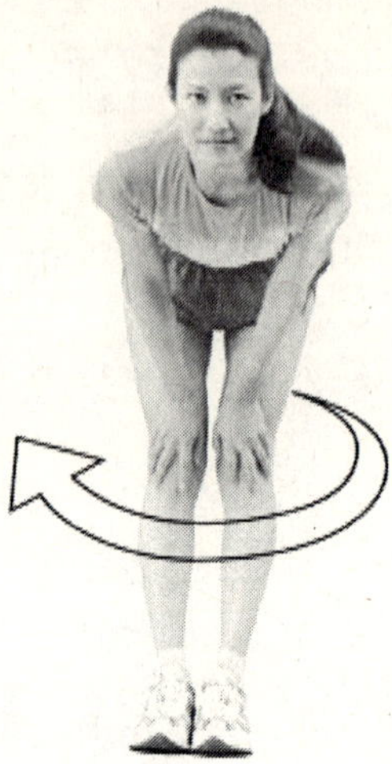

आकृती क्र. ७५ : मागच्या बाजूला वर्तुळाकार हालचालीत गुडघे फिरत आहेत.

आकृती क्र. ७६ : उजव्या बाजूला वर्तुळाकार हालचालीत गुडघे फिरत आहेत.

आकृती क्र. ७७ : पुढच्या बाजूला वर्तुळाकार हालचालीत गुडघे फिरत आहेत.

दुसऱ्या पायाने अशाच प्रकारे व्यायाम करा.

- **गुडघे गोलाकार फिरवणे :** या हालचालीमुळे तुमच्या गुडघ्याभोवतीचे स्नायुबंध सैलावतात. तुमचे हात तुमच्या गुडघ्यांवर ठेवा आणि घड्याळाच्या काट्याच्या दिशेने त्यांना हळूहळू फिरवा. त्यानंतर आता घड्याळाच्या काट्याच्या विरुद्ध दिशेने फिरवा. प्रत्येक दिशेला दहा-दहा वेळा असे करा.
- **नितंब गोलाकार फिरवणे :** (आकृती क्र. ७८ आणि ७९ पाहा.) हा व्यायाम करायला सोपा आहे, पण शिकण्यासाठी आव्हानात्मक आहे. मात्र नितंब आणि ओटीपोटाचा भाग सैलावण्यासाठी हा एक उत्तम व्यायाम आहे. फक्त तो हळूहळू करा. मी तुम्हाला एकेका पायरीने पुढे जायला शिकवतो. ताठ उभे राहा. तुमचा उत्तम पवित्रा राखा. तुमचे गुडघे किंचित

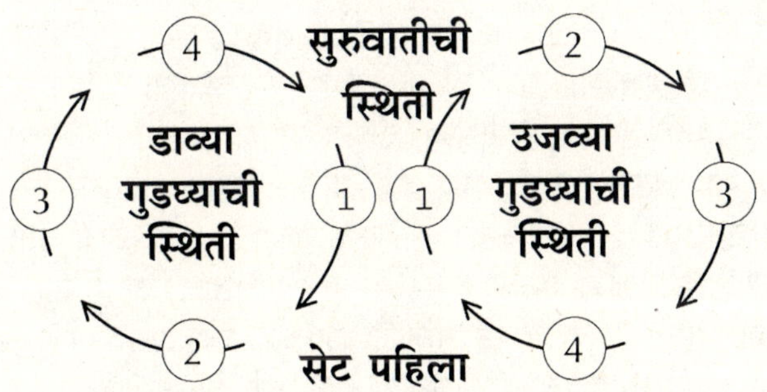

आकृती क्र. ७८ - नितंबाच्या वर्तुळाकार हालचाली

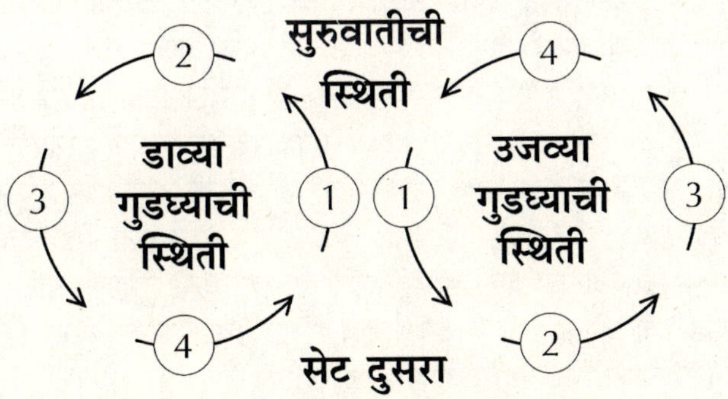

आकृती क्र. ७९ - नितंबांच्या वर्तुळाकार हालचाली.

वाकलेले असू द्या. पावले जमिनीवर सपाट ठेवा. आता तुमचा उजवा गुडघा घड्याळाच्या काट्याच्या दिशेप्रमाणे गोलाकार फिरवा. सरावासाठी पाच वेळा अशा वर्तुळाकार हालचाली करा. त्यानंतर पुन्हा मूळच्या अवस्थेत उभे राहा. आता दुसरा, म्हणजे डावा गुडघा अशाच प्रकारे घड्याळाच्या काट्याच्या दिशेने पाच वेळा गोलाकार फिरवा. नंतर दोन्ही पायांच्या हालचाली एकाच वेळी करा. फक्त ते अर्धवर्तुळाकार फिरवा. (आकृती क्र. ७५ आणि ७६ पाहा.)

आता तुमचे गुडघे वर्तुळाकारात फिरवायला सुरुवात करा. तुमचा उजवा गुडघा पुढच्या आणि डावा गुडघा मागच्या बाजूला असला पाहिजे. त्यामुळे प्रत्येक गुडघा आपापल्या पद्धतीने घड्याळाच्या काट्याच्या दिशेने वर्तुळाकार फिरवणे सोपे जाईल. तुम्ही गुडघे अत्यंत मंद गतीने फिरवायला सुरुवात केलीत, तर तुम्हाला गुडघे फिरवणे सोपे जाईल. ज्या वेळी तुम्हाला सवय होईल, त्या वेळी तुम्ही हे काम गतीने करू शकाल. ज्या वेळी वर्तुळाकार पूर्ण करताना ते मागच्या बाजूला येतील, त्या वेळी तुम्ही पुन्हा दुसऱ्या वर्तुळाकार हालचालीला सुरुवात कराल. त्यानंतर दिशा बदलून व्यायाम पुन्हा करा. प्रत्येक दिशेला दहा वेळा वर्तुळाकार हालचाली करा. हा व्यायाम कुठेही आणि कोणत्याही वेळी करता येतो. अगदी चित्रपटाची तिकिटे काढण्यासाठी तुम्ही रांगेत उभे असाल, तर तेव्हाही तो करू शकता. हा भाग सैलावल्यामुळे तुम्हाला अत्यंत प्रवाहीपणे आणि सहजतेने धावता येते. - ओटीपोटाच्या वर्तुळाकार हालचाली : (आकृती क्र. ८० ते ८३ पाहा.) या व्यायामामुळे तुमच्या ओटीपोटाचा भाग आणि कमरेचा भाग अत्यंत सोप्या पद्धतीने पूर्णपणे सैलावतो, त्यामुळे तुम्ही पाय मागच्या बाजूला हिंदकळण्याच्या हालचाली आरामशीरपणे करू शकता. हात नितंबांवर ठेवा. पाठ आणि पाठीचा कणा ताठ ठेवा. ओटीपोट पुढे आणा. त्यानंतर ते एका बाजूला घ्या. मग मागे घ्या आणि पुन्हा विरुद्ध बाजूला झुकवा. अशा प्रकारे ओटीपोट वर्तुळाकारात दहा वेळा फिरवा. एकदा डाव्या बाजूने सुरुवात करून वर्तुळ पूर्ण करा. अशी दहा वर्तुळे पूर्ण झाली की, आता उजव्या बाजूने सुरुवात करा आणि पुन्हा दहा वर्तुळे पूर्ण करा. तुम्हाला या हालचाली सहजतेने करता येऊ लागल्या की, आपण बेली डान्स करतो आहोत, असे तुम्हाला वाटू लागेल. तुमच्या कमरेच्या वरचा भाग शक्य तेवढा स्थिर ठेवा, कारण तुम्ही ही वर्तुळे तुमच्या ओटीपोटाने पूर्ण करता आहात, हे लक्षात घ्या.

- **ओटीपोटाचे चलनवलन :** टी १२ किंवा एल १ पासून पाठीचा कणा

आकृती क्र. ८० : नितंब उजवीकडे झुकवा.

आकृती क्र. ८१ : नितंब मागे झुकवा.

आकृती क्र. ८२ : नितंब डावीकडे झुकवा.

आकृती क्र. ८३ : नितंब पुढे झुकवा.

सैलावण्याचे काम हा व्यायाम करतो. एखाद्या विमानाच्या पंख्याप्रमाणे दोन्ही बाजूंना हात पसरून उभे राहा किंवा कोपरापासून त्यांना ९० अंशांच्या कोनात वाकवून उभे राहा. कोपरापासूनचे पुढचे हात समोरच्या दिशेलाच असू द्या. वजन पुढच्या बाजूला टाका. एक पाय पुढे असेल. त्यावर सुमारे ६० टक्के वजन पेललेले असेल. मागच्या पायावर फक्त ४० टक्के वजनच टाका. दोन्ही पाय गुडघ्यातून किंचित वाकवलेल्या अवस्थेत असू द्या. आता ओटीपोटाची पातळी व्यवस्थित राखून ओटीपोट मागे आणि पुढे फिरवा. असे किमान वीस वेळा करा. त्यानंतर मागचा पाय पुढे घ्या. आता पुन्हा पुढच्या पायावर ६० टक्के आणि मागच्या पायावर ४० टक्के वजन टाका. पुन्हा वीस वेळा ओटीपोट पुढे-मागे हलवा. कमरेच्या खालच्या शरीराचीच फक्त हालचाल करा. खांदे मात्र पूर्णतः स्थिर ठेवा.

आकृती क्र. ८४ : ओटीपोट फिरवणे : सुरुवातीला ओटीपोट पुढे घ्या.

आकृती क्र. ८५ : ओटीपोट डावीकडे घ्या.

आकृती क्र. ८६ : ओटीपोट मागे घ्या.

आकृती क्र. ८७ : ओटीपोट उजवीकडे फिरवा.

- **पाठीच्या कण्याच्या हालचाली :** आकृती क्र. ८८ ते ९४ काळजीपूर्वक पाहा. तुमच्या पाठीच्या कण्याचे सर्व स्नायुबंध या व्यायामामुळे मोकळे होतात आणि सैलावतात. सरळ उभे राहा. मांड्यांवर हात ठेवा आणि नितंबांपासून पुढे वाका. पाठीचा कणा शक्य तेवढा ताठ ठेवा. मांडीच्या मागच्या भागाचे स्नायू तुम्हाला जेवढे ताणता येतील तेवढे ताणून पुढे वाका. त्याच वेळी नितंब मागे ढकलून पाठीचा कणा आणि मान जास्तीत जास्त ताठ करण्याचा प्रयत्न करा. (यामुळे पाठीचा कणा सैलावेल. तुमच्या प्रत्येक मणक्यात त्यामुळे यत्किंचित पोकळी निर्माण होईल.) अशा प्रकारे ताणलेल्या अवस्थेत पाच सेकंद राहा. त्यानंतर तुमचे गुडघे सैलावा. आता कमरेतून शरीराला खाली झोकून द्या. डोके खाली करून कमरेपासून खाली फक्त लोंबकळत राहा. गुडघे किंचित वाकवा आणि माकडहाडापासून सुरुवात करून हळूहळू ताठ उभे राहण्यास सुरुवात करा.

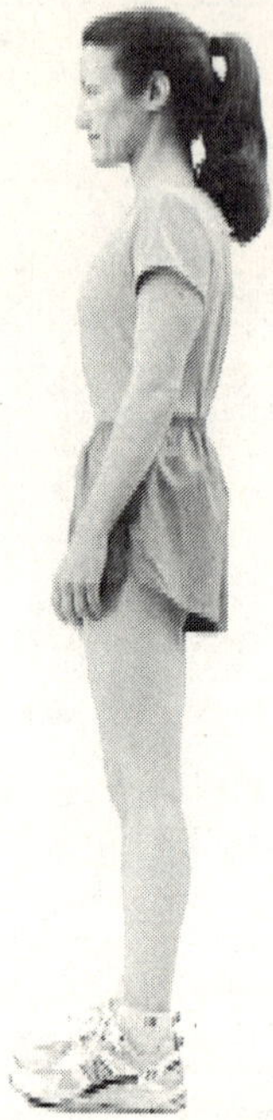

आकृती क्र. ८८ : पाठीच्या कण्याच्या हालचालीला सुरुवात करण्यासाठी असे उभे राहा.

आकृती क्र. ८९ : नितंबांपासून पुढे झुका आणि पाठ सपाट ठेवा.

आकृती क्र. ९० : पाठीचा कणा दोन्ही दिशांना ताणा.

आकृती क्र. ९१ : कमरेतून खाली झुका आणि ओणव्या अवस्थेत लोंबकळत राहा.

आकृती क्र. ९२ : आता कमरेच्या खालच्या भागाच्या हालचालीला सुरुवात करा.

आकृती क्र. ९३ : हळूहळू ताठ होत अखेरीस आपले डोके उचला.

आकृती क्र. ९४ : आता पुन्हा सुरुवातीच्या अवस्थेत उभे राहा.

एका वेळी एक मणका वर येईल, एवढ्या हळूहळू, मंद गतीने उभे राहा. हे अगदी संथपणे करा. हा व्यायाम तीन वेळा करा.

- **पाठीच्या कण्याला पीळ पाडणे** : (आकृती क्र. ९५ ते ९८ पाहा.) या व्यायामामुळे तुमच्या पाठीच्या कण्याच्या वरच्या भागातील आणि खांद्यांतील स्नायुबंध सैलावतील. त्यामुळे आपले हात आरामदायकपणे तुम्हाला हेलकावता येतील. दोन्ही पाय जुळवून उभे राहा. शरीराची ढब शक्य तेवढी ताठ असली पाहिजे. हाताची बोटे एकमेकांत गुंफून डोक्याच्या मागच्या बाजूला हात ठेवा. दोन्ही बाजूंनी कोपरे बाहेरच्या बाजूला येऊ द्या. नितंब स्थिर ठेवा. आता कमरेपासूनचे वरचे शरीर प्रथम उजवीकडे झुकवा. त्यानंतर कमरेच्या वरचे शरीर जसजसे पीळ पाडल्यासारखे हलवू लागाल, तसे तुमचे उजवे

आकृती क्र. ९५ : डावीकडे वाका आणि दुसऱ्या पायाच्या टाचेकडे पाहण्याचा प्रयत्न करा.

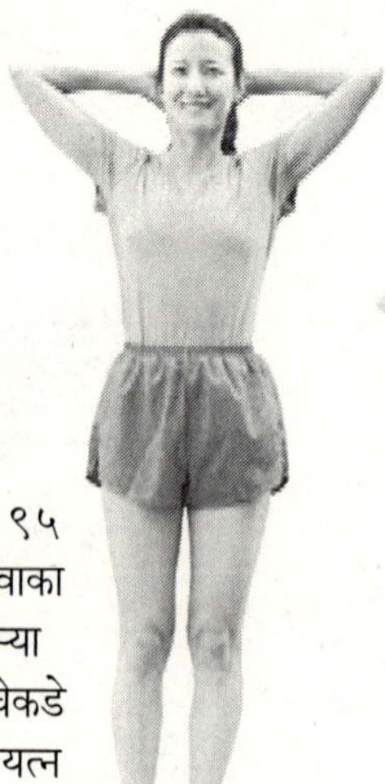

आकृती क्र. ९६ : पुन्हा समोरच्या बाजूला या.

आकृती क्र. ९७ : उजवीकडे झुका आणि दुसऱ्या पायाच्या टाचेकडे पाहण्याचा प्रयत्न करा.

आकृती क्र. ९८ : एका बाजूने दृष्टीची रेषा दाखवणारी रेखा.

कोपर खाली झुकेल आणि डावे कोपर वरच्या बाजूला जाईल. त्यामुळे कमरेच्या वरचे शरीर एका बाजूला वाकेल. एका बाजूला झुकत असताना खाली पाहा. दुसऱ्या पायाची टाच पाहण्याचा प्रयत्न करा. दोन सेकंदांपर्यंत याच स्थितीत राहा. त्यानंतर पुन्हा मूळ स्थितीत या. आता हीच गोष्ट दुसऱ्या बाजूलाही करा. तीन-तीन वेळा प्रत्येक बाजूने हा व्यायाम करा.

- **खांदे आणि पाठीचा वरचा भाग :** पाय समांतर ठेवून उभे राहा. आता नितंबांचे दोन्ही भाग एकमेकांपासून दूर घ्या. एका पायाचे पाऊल मागे घ्या. पुढे असलेल्या पायाच्या टाचेच्या बरोबर सरळ रेषेत मागच्या पायाचा चवडा आला पाहिजे. (जणू काही तुम्ही शर्यतीत भाग घेत आहात, असे वाटले पाहिजे.) पुढच्या पायाचा गुडघा वाकवा आणि मागचा पाय ताठच ठेवा. (आकृती क्र. ९९ पाहा.) कमरेवरचे शरीर पुढील पायाच्या दिशेने वळवा. पाठीचा कणा ताठ ठेवा. आता

आकृती क्र. ९९ : एक पाय दुसऱ्या पायाच्या मागे घ्या. पुढचा पाय वाकवा आणि मागचा पाय ताठ ठेवा.

आकृती क्र. १०० : नितंबांचा वापर करून खांदे हिंदकळत ठेवा.

आकृती क्र. १०१ : कोपरे वाकवा.

आकृती क्र. १०२ : नितंब विरुद्ध बाजूने फिरवा.

आकृती क्र. १०३ : कोपरे वाकवा....आणि स्मितहास्य करा.

मान, हात व खांदे पूर्णपणे सैलावा आणि ओटीपोट घड्याळाच्या काट्याच्या दिशेने फिरवा. त्यानंतर घड्याळाच्या काट्याच्या विरुद्ध दिशेने फिरवा. वॉशिंग मशिनप्रमाणे हे घडू द्या. (आकृती क्र. १०० पाहा.) आता तुमचे खांदे आणि हात पूर्णपणे सैलावलेल्या अवस्थेत ठेवा. ओटीपोटाच्या फिरण्याबरोबर त्यांना हेलकावत राहू द्या. तुमच्या शरीराच्या मागच्या बाजूला हिंदकळत असलेली तुमची कोपरे वाकलेली राहू देत. त्यामुळे या हिंदकळण्याच्या हालचालीने खांदे पुढच्या बाजूला खेचले जाणार नाहीत. (आकृती क्र. १०१ पाहा.) अशा प्रकारे दहा वेळा हालचाली करा. त्यानंतर तुमच्या पायांची स्थिती बदला. पुढचा पाय मागे आणि मागचा पुढे करा. त्यानुसार शरीर पुढच्या पायाच्या दिशेने वळवा आणि पुन्हा हाच संपूर्ण व्यायाम त्या दिशेलाही दहा वेळा करा. आता संपूर्ण शरीर हलवा आणि पाय मागे-पुढे करून उभे राहण्याची स्थिती सोडून दोन्ही पाय जवळ घ्या आणि हा व्यायाम संपवा.

- **जमिनीवर उभे राहण्याचा विशिष्ट पवित्रा :** पावलाच्या प्रत्येक आघाताबरोबर आपले पाऊल जमिनीवर पडत असल्याची जाणीव करून घेण्याची संधी आपल्याला मिळते, असे ची रनिंगमध्ये मानले जाते. तुम्हाला पृथ्वीने किंवा जमिनीने आधार दिला आहे, याची जाणीवही त्या

आघाताबरोबर होत असते. आपल्या शरीराची आणि जमीन पुरवत असलेल्या आधाराची पुरेपूर जाणीव व्हावी यासाठी धावण्यासाठी बाहेर पडण्यापूर्वी मी खाली देत असलेला व्यायाम करा. त्यामुळे आपल्याबरोबर असलेल्या जमिनीच्या सामर्थ्याचीही जाणीव होईल.

ताठ उभे राहा. आपली उत्तम ढब राखून उभे राहा. नितंब व्यवस्थित एकमेकांपासून दूर राहतील एवढे अंतर दोन पावलांत घेऊन उभे राहा. गुडघे सैलावा आणि हात दोन्ही बाजूंना हेलकावत राहू द्या. आता आपण ताठ आणि उंच उभे राहिलो आहोत, याची जाणीव करून घ्या. डॅन टायनवर लक्ष केंद्रित करा. (बेंबीच्या खाली तीन बोटांवर हे केंद्रस्थान असते.) त्याच वेळी तुमच्या तळपायांवरही लक्ष केंद्रित करा आणि तुमचे चवडे जमिनीवर हळुवारपणे दाबा. आता एका काल्पनिक रेषेद्वारे तुमचे डॅन टायन तुमच्या पावलांशी जोडले गेले आहे अशी कल्पना करा. पाय आता तुम्हाला आधार देत आहेत. या कल्पनेमुळे आपण जमिनीशी जोडले गेलो आहोत, आपली मुळे जमिनीत रुजली आहेत, असे आपल्याला वाटत राहते. किमान तीस सेकंद याच अवस्थेत राहा. तीस सेकंद ही वेळही प्रदीर्घ वाटेल. पण तुम्हाला अशा प्रकारे आपली मुळे जमिनीत खोल रुजली आहेत, असे वाटू लागले; तर प्रत्येक सेकंद मौल्यवान असेल, हे लक्षात ठेवा. मास्टर झिलीन हे माझे 'ताय ची'चे पहिले शिक्षक होते. त्यांनी मला या अवस्थेत आमच्या प्रशिक्षणाच्या संपूर्ण तासभर उभे केले होते. आमच्या प्रशिक्षणाचा तास तब्बल ९० मिनिटांचा होता. हे केवळ एखादा दिवसच त्यांनी केले नाही, तर कित्येक आठवडे त्यांनी मला असे उभे केले होते. मला जर माझे शरीर जमिनीशी घट्ट जोडले गेलेले आहे, याची जाणीवच झाली नाही, तर मी 'ताय ची' व्यवस्थित शिकूच शकणार नाही, असे त्यांनी मला सांगितले होते. 'ताय ची'वर प्रभुत्व मिळवण्यासाठी ही विशिष्ट ढब राखणे अत्यंत अवघड असल्याचे मला मास्टर शू यांनी सांगितले होते. मी अजूनही या पवित्र्यावर काम करतो आहे.

या विशिष्ट पवित्र्यात उभे राहण्यासाठी एक चांगला व्यायाम सांगतो. तुमच्याकडे जर एखादा मोठा चेंडू असेल, तर तुम्हाला या स्थितीत उभे राहण्यासाठी शिकणे सोपे जाईल. त्याला मी ची-बॉल व्यायाम म्हणतो.

१. चेंडू तुमच्या शरीरासमोर घट्ट पकडून उभे राहा. दोन्ही हात त्याच्याभोवती घट्ट वेढलेले असावेत. आता गुडघे सैलावा आणि शरीराचे संपूर्ण वजन पायांवर टाका. (आकृती क्र. १०४ पाहा.) आता तुमच्या शरीराची स्थिती कशी असेल, त्याची क्षणभर कल्पना करा आणि त्यामुळे निर्माण होणाऱ्या या पवित्र्याशी संलग्न असलेल्या शारीरिक संवेदनांचा अनुभव घ्या.
२. आता चेंडू टाकून द्या, पण शरीराची स्थिती तशीच ठेवा. (आकृती

आकृती क्र. १०४ : ची-बॉल पकडून गुडघ्यात वाकून उभे राहा.

आकृती क्र. १०५ : आता चेंडू सोडून देऊन त्याच पवित्र्यात उभे राहा.

क्र. १०५ पाहा.)

३. हात सैलावा आणि तुमची शारीरिक ढब विचलित न करता दोन्ही बाजूंना तुमचे हात लोंबकळत्या अवस्थेत सोडून द्या. यालाच जमिनीशी जोडले गेल्याचा विशिष्ट पवित्रा म्हणतात. (आकृती क्र. १०६ पाहा.)

४. या जमिनीशी जोडल्या गेल्याच्या जाणिवेच्या विशिष्ट पवित्र्यात तुम्ही धावत असताना कसे दिसाल, ते आकृती क्र. १०७ मध्ये पाहा. तुमचा डावा पाय वर उचला आणि ९० अंशांच्या कोनात ठेवा, म्हणजे तुम्ही चित्रात दाखवल्याप्रमाणे दिसाल. ची रनिंगमध्ये दर वेळी तुम्ही पावलाने जमिनीवर आघात करता. यालाच तुम्ही जमिनीशी जोडले गेल्याचा विशिष्ट पवित्रा म्हणतात.

शरीर सैलावण्याच्या व्यायामाचे हे सेट खूप मोठे कार्य करतात. कित्येक ची

आकृती क्र. १०६ : जमिनीशी जोडले गेल्याची जाणीव देणारा विशिष्ट पवित्रा. खांदे, नितंब आणि घोटे एका सरळ रेषेत आहेत.

आकृती क्र. १०७ : धावत असताना जमिनीशी जोडले गेल्याची जाणीव देणारा विशिष्ट पवित्रा अशा प्रकारे वापरला जातो.

धावपटू आपल्या दैनंदिन धावण्याआधी हे व्यायाम रोजच करतात.

धावणे थांबवून नेहमीच्या स्थितीत येण्याचे स्थित्यंतर

समजा, तुम्ही नुकतेच धावणे संपवले आहे. धावल्यामुळे दमल्याची प्रसन्न भावना तुमच्या मनात निर्माण झाली आहे. आता तुम्ही तुमच्या दुसऱ्या दैनंदिन गोष्टींकडे वळणार आहात. पण लक्षात ठेवा की, तुमच्या पुढच्या धावण्याची तयारी करण्याची ही वेळ आहे. वेडेपणाचा विचार वाटतो आहे का? नाही, ते तसे नाही. तुम्हाला पुढच्या वेळी चांगल्या प्रकारे धावता येण्यासाठी त्याची तयारी करण्याचीच ही वेळ आहे. तुम्ही दुसऱ्या दिवशी धावा किंवा तिसऱ्या दिवशी धावा किंवा पुढच्या आठवड्यात धावा; पण त्याची तयारी करण्याचीच ती वेळ असते. म्हणजेच तुमच्या पायांची झालेली दमछाक भरून काढून त्यांना पुढच्या वेळी धावण्यासाठी

तयार करण्याचीच ती वेळ असते. त्यामुळे तुम्ही पुन्हा धावाल, त्या वेळी तुमचे पाय अगदी प्रसन्न अवस्थेत आणि धावण्याच्या तयारीतच असतील. मागच्या वेळच्या धावण्यामुळे आलेल्या थकव्याचा मागमूसही तुम्हाला त्या वेळी जाणवता कामा नये. धावणे संपल्यावर तुमच्या पायांची तुम्ही चांगल्या प्रकारे काळजी घेतलीत, तर तुमच्या पुढच्या धावण्याच्या सत्राचा दर्जा नक्कीच अधिक सुधारलेला असेल.

ज्याप्रमाणे तुम्ही धावण्याची पूर्वतयारी करता, त्याचा हेतू निश्चित करता; त्याचप्रमाणे धावल्यानंतरही तयारी करावी लागते. तुमचे शरीर पुन्हा पूर्वपदावर आणणे आणि त्याचे मूल्यमापन करणे, ही दोन कामे तुम्हाला करावीच लागतात. तुम्ही घेतलेल्या श्रमाचे फलित तुमच्या शरीरात स्थिर करण्याची वेळ धावून आल्यावर येते. त्याचप्रमाणे धावल्यानंतर आता आपल्याला नेमके काय वाटते आहे, कशाकशात सुधारणा करायची आहे, कोणकोणत्या बाबी पूर्वपदावर आणण्यासाठी आपल्याला काम करावे लागेल, याचा आढावा तुम्हाला घ्यावा लागतो. त्यामुळे पुढच्या सत्राच्या वेळी तुम्ही अधिक नेमकेपणाने, हलक्याफुलक्या शरीराने आणि प्रसन्न मनाने धावू शकता. तुम्ही धावता, त्या वेळी तुमचे पाय नव्या जोमाने धावू लागतात. तुमचे धावणे कसे झाले, याविषयीची शारीरिक संवेदना तुम्ही जाणवून घेतली पाहिजे. तुम्ही त्या दिवशीच्या धावण्यातून काय शिकलात, तुम्हाला त्याविषयी काय वाटले, तुम्ही काय काम केलेत आणि कोणते काम केले नाहीत, तसेच पुढच्या वेळी तुम्ही कोणती वेगळी गोष्ट करणार आहात, हे सारे ठरवण्याची ती वेळ असते. धावणे संपवल्यानंतर तुम्ही पुढच्या धावण्यासाठी कशी तयारी करावी, याविषयी मी खाली काही मुद्दे दिले आहेत.

- **धावणे संपवणे :** तुम्ही धावणे संपवल्याबरोबर तुमच्या कारमध्ये उडी मारून बसलात आणि पुढच्या दैनंदिन गोष्टी करू लागलात, तर तुमच्या पायांत गोळे येतील. चालताना तुम्हाला ते जाणवेल.
  तुम्हाला धावण्याच्या क्रियेतून बाहेर पडून तुमचे दैनंदिन कार्यक्रम सुरू करण्यासाठी थोडासा वेळ द्या. शांतपणे बसून शरीर ताणल्यामुळे तुमच्या शरीरात जमा झालेल्या अतिरिक्त लॅक्टिक ॲसिडचा निचरा होतो. पण ते जर तुमच्या शारीरिक यंत्रणांतून तसेच वाहत राहिले, तर ते घट्ट होते, असा अनेक निरीक्षणांचा निष्कर्ष आहे. कदाचित त्यामुळे आणखी वाईट स्थितीही येऊ शकते.
- **शांत बसणे :** तुम्ही मनानेच धावणे संपवता, त्या वेळी धावणे थांबवू नका. होय, मी योग्य तेच सांगतो आहे. तुम्ही धावणे संपवले, तरी धावत राहा. मात्र आता तुमची गती कमी करा. विनासायास जॉगिंग करत

असल्याप्रमाणे पाय धावते ठेवा. त्यामुळे तुमचे स्नायू उबदारच राहतील. त्यामुळे तुमच्या शरीरातील बरीचशी उत्सर्जन द्रव्ये तुमच्या यंत्रणांमधून बाहेर टाकण्यास मदत होईल. किमान तीन ते पाच मिनिटे जॉगिंग करत राहा. हळूहळू चालू लागण्यापूर्वी आरामशीर वाटू लागेपर्यंत अशा प्रकारे जॉगिंग करा आणि मग चालू लागा. त्यानंतर तुमची शारीरिक संवेदना जाणून घेण्याचा प्रयत्न करा. त्यासाठी थोडा वेळ द्या. आपल्या धावण्याची जाणीव तुमच्या शरीरात स्थिर राहू द्या. तुम्हाला प्रसन्नपणे दमल्यासारखे वाटत असेल; म्हणजेच तुमचे शरीर हलकेफुलके झालेले असेल. मानसिक समाधानही वाटत असेल. पण किंचित दमलेपणाची भावना जाणवत असेल. मात्र खूपच कष्ट करून उन्मळून गेल्याप्रमाणे नक्कीच वाटत नसेल. तुमच्या श्वसनाचा वेग कमी होईपर्यंत आणि हृदयाचे ठोके नित्याप्रमाणे पडू लागेपर्यंत चालत राहा.

- **शरीर ताणणे :** मी धावण्यापूर्वी शरीर ताणत नाही; मात्र धावल्यानंतर शरीर नक्कीच ताणतो. शरीर ताणताना दुखापती होऊ नयेत, यासाठी मी इथे काही मार्गदर्शक सूचना देत आहे. तुम्ही जर हे योग्यरित्या केले तर त्याचे योगाशी मोठेच साधर्म्य असल्याचे तुम्हाला जाणवेल. तुमच्या शरीराचे म्हणणे काळजीपूर्वक ऐका. काही लोक उत्तमरित्या धावून येतात आणि नंतर शरीर ताणून घेत असताना स्नायूंना दुखापती करून घेतात. अनेक धावपटूंच्या बाबतीत मी हे पाहिले आहे. दुखापत होईपर्यंत स्नायूंना ताण देऊ नका. तुम्ही जर हळुवारपणे ताण दिलात, तर तुमचे शरीर पूर्वपदावर आणण्यासाठी शरीर ताणणे हा एक प्रभावी उपाय ठरू शकतो. प्रत्येक वेळी तुम्ही ताण देण्याची सुरुवात करताना शरीर सैलावा आणि दीर्घ श्वसन करा. प्रत्येक वेळी शरीराला ताणलेल्या अवस्थेत किमान तीस सेकंदांपर्यंत ठेवा.

१. **पोटरी ताणणे :** भिंत किंवा खुर्ची यांचा आधार घेऊन पुढे झुका. एक पाय मागे आणि एक पाय पुढे ठेवा. पायाची टाच जमिनीवर टेकलेली असावी. मागचा पाय मागे खेचा आणि पुढचा पाय तुमच्या शरीराच्या पुढे असू द्या. पुढचा पाय गुडघ्यातून वाकवा. (आकृती क्र. १०८ पाहा.) आता तुमचे ओटीपोट भिंतीच्या किंवा खुर्चीच्या दिशेला झुकवा. त्यामुळे तुमच्या मागच्या पायाच्या पोटरीचे स्नायू ताणले जातील. दहापर्यंत आकडे मोजा. तोपर्यंत त्याच स्थितीत राहा. प्रत्येक पाय मागे घेऊन तीन-तीन वेळा हा व्यायाम करा.

२. **घोट्याच्या वरच्या भागाचे (ॲचिलीज) स्नायू ताणणे :** वरीलप्रमाणेच

उभे राहा. फक्त पुढचा पाय गुडघ्यातून वाकवण्याऐवजी मागचा पाय गुडघ्यातून वाकवा. दहापर्यंत आकडे मोजेपर्यंत त्याच स्थितीत थांबा. प्रत्येक पायाने अशाच प्रकारे तीन-तीन वेळा हा व्यायाम करा.

आकृती क्र. १०८ : पोटरीचे किंवा घोट्याच्या वरचे (ॲचिलीज) स्नायू ताणणे.

३. **नितंबांवर आणि मांड्यांच्या मागच्या भागावर ताण आणणे :** खुर्चीवर एक पाऊल ठेवून उभे राहा. टाच उंचावा. आता उंचावलेल्या टाचेच्या दिशेने ओटीपोट पुढे घ्या. एक ते दहा आकडे मोजेपर्यंत त्याच स्थितीत राहा. प्रत्येक पाऊल आळीपाळीने खुर्चीवर ठेवून प्रत्येक पायासाठी तीन-तीन वेळा हा व्यायाम करा.

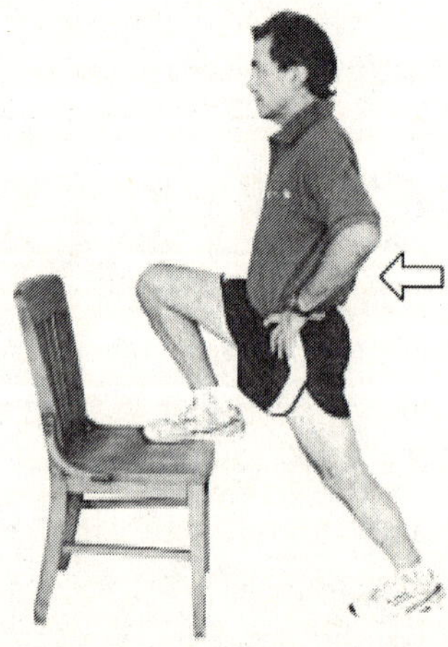

आकृती क्र. १०९ : नितंबांवर ताण आणणे.

४. **नितंबांचे स्नायू ताणणे :** नितंबांवर ताण आणणे थोडेसे कठीण असते. म्हणून मी हा एक व्यायामप्रकार शोधला आहे. तुमचे नितंब घट्ट असतील, तर ते तुम्हाला आवडते. आता पूर्वीप्रमाणेच खुर्चीवर पाय ठेवून आणि टाच किंचित उंचावून उभे राहा. उजवे पाऊल खुर्चीवर आणि डावे पाऊल जमिनीवर ठेवा. आता डावा हात डोक्याकडे उंचावून जास्तीत जास्त उंचावा. कोपर

घट्ट ठेवा. (आकृती क्र. ११० पाहा.) आता ओटीपोट तुमच्या उंचावलेल्या टाचेच्या दिशेने हलवा. उजवा हात कमरेवर ठेवा. यामुळे पूर्वीप्रमाणेच तुमच्या नितंबांच्या स्नायूंवर ताण येईल. याच अवस्थेत राहून तुम्ही उभा ठेवलेला हात शक्य तेवढा जास्तीत जास्त तुमच्या उजव्या बाजूला घेण्याचा प्रयत्न करा. तुमचे शरीर एका बाजूला वाकेल. या व्यायामाचा जास्तीत जास्त लाभ होण्यासाठी संपूर्ण वेळ तुमची कोपरे घट्ट ठेवा. तीस सेकंदांपर्यंत अशा प्रकारे ताण द्या. त्यानंतर पाय बदला. त्याचबरोबर हातांची स्थितीही बदला आणि दोन्ही पायांसाठी तीस-तीस सेकंदांचा एक सेट करा. अशा प्रकारे तीन-तीन सेट करा.

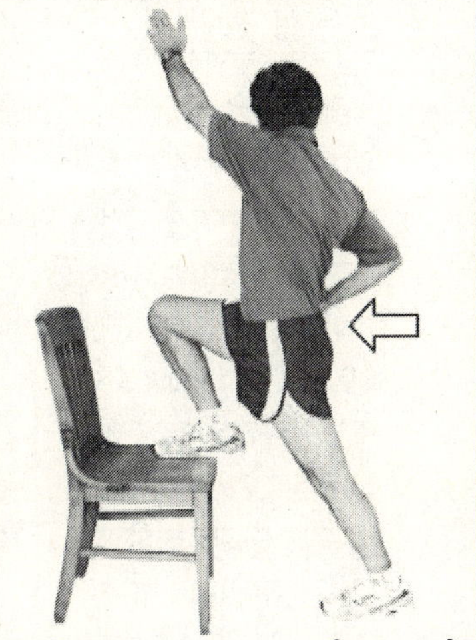

आकृती क्र. ११० : कमरेच्या वरचे शरीर वळवून नितंबांवर ताण आणणे.

५. **मांडीच्या मागच्या स्नायूंवर ताण आणणे :** तुमच्या नितंबांच्या उंचीच्या एखाद्या वस्तूवर एका पायाची टाच ठेवा. आता दोन्ही पायांचे गुडघे आणि पाठीचा कणा ताठ ठेवा. तुमच्या वर असलेल्या टाचेकडे कमरेच्या वरचे शरीर वळवा. मांडीच्या मागच्या स्नायूंवर अतिरिक्त ताण येणार नाही याची काळजी घ्या आणि ते लक्षात घेऊनच शक्य तेवढे वाका. एक ते दहापर्यंत आकडे मोजा आणि प्रत्येक पायाने हाच व्यायाम तीन-तीन वेळा करा.

आकृती क्र. १११ : मांडीच्या मागच्या बाजूच्या स्नायूंवर ताण आणणे.

६. **शरीराची केंद्रीय रेषा ताणणे (ॲडक्टर) :** आधीच्या व्यायामाप्रमाणे तुमचा वर

घेतलेला पाय तसाच ठेवून तुमचे शरीर ९० अंशांतून वळवा. आता वर ठेवलेले पाऊलही त्याच्या कडेला वळेल. पाठीचा कणा ताठ ठेवा. जमिनीवर टेकलेल्या पायाच्या चवड्याला स्पर्श करण्यासाठी आता खाली वाका. यामुळे तुमची मध्यरेषा ताणली जाईल. एक ते दहा आकडे मोजेपर्यंत याच ताणलेल्या अवस्थेत राहा आणि प्रत्येक पायाने अशाच प्रकारे तीन-तीन वेळा हा व्यायाम करा.

आकृती क्र. ११२

७. **मांडीचे स्नायू ताणणे :** या ताणासाठी पाय न पकडलेल्या मोकळ्या हाताने खुर्चीची पाठ पकडा किंवा अतिरिक्त ताण येण्यासाठी तुमचा मोकळा हात डोक्याच्याही वर न्या. यामुळे फक्त तुमच्या मांडीचेच स्नायू ताणले जात नाहीत; तर समतोल साधण्यासाठी आवश्यक असलेल्या स्नायूंवरही ताण येतो. हा ताण तुम्हाला आणखी वाढवायचा असेल, तर तुमची शारीरिक ढब अशीच ठेवून ओटीपोट पुढच्या बाजूला आणा. एक ते दहापर्यंत आकडे मोजा आणि एका पायासाठी हा व्यायाम तीन वेळा करा. अशा प्रकारे दोन्ही पायांसाठी हा व्यायाम प्रत्येकी तीन-तीन वेळा करा. (आकृती क्र. ११३ पाहा.)

आकृती क्र. ११३ : मांडीच्या स्नायूंवर ताण आणणे.

८. **लॅटिसिमस डॉर्सी ताणणे** : तुमच्या पाठीच्या खालच्या स्नायूंवर या व्यायामामुळे ताण येतो. खांद्याचे हाड जिथे संपते, तिथून लगेच सुरू

होणारा पाठीचा सगळा भाग या व्यायामप्रकारात चांगलाच ताणला जातो. ताठ उभे राहा. दोन पावलांत भरपूर अंतर ठेवा. दोन्ही हात खांद्यांच्या रेषेत आडवे पसरा. हातांचे अंगठे वर करा. कमरेच्या वरचे शरीर एका बाजूला वळवा. दोन्ही हात एकाच रेषेत येईपर्यंत पसरा. एक हात खालच्या बाजूला आणि एक किंचित वर असेल. एक ते दहा आकडे मोजेपर्यंत याच स्थितीत राहा. अशा प्रकारे दोन्ही बाजूंना दोन-दोन वेळा हा व्यायाम करा. योगातील त्रिकोणासनाशी याचे साधर्म्य आहे.

- **शरीर भिजू द्या** : तुम्हाला जर धावून आल्यानंतर गरम पाण्याने अंघोळ करणे शक्य असेल, तर ती जरूर करा. पाय गरम पाण्यात भिजल्यामुळे

तुमचे स्नायू गरम, उबदार होतात आणि तुमच्या रक्तवाहिन्या रुंदावतात. त्यामुळे तुमच्या स्नायूंतून उत्सर्जित पदार्थ तुमच्या रक्तप्रवाहात येतात आणि तिथून ते बाहेर फेकले जातात. धावून आल्यानंतर गरम पाण्याने अंघोळ करणे ही माझी एक नेहमीची आवडती गोष्ट आहे. मी ती नित्यनेमाने करतो. सतत ताणतणावाने भरलेल्या आपल्या घाई-गडबडीच्या जीवनात गरम पाण्याची अंघोळ मी जवळजवळ प्रत्येकालाच सुचवेन. तुम्ही धावून आला नसलात, तरीही मी तुम्हाला ताण घालवण्यासाठी ही अंघोळ नक्कीच सुचवेन.

धावून आल्यानंतर तुमच्या पायांसाठी गरम की गार पाण्याची अंघोळ चांगली ठरते, यावर सध्या मोठी गरमागरम चर्चा सुरू आहे. खरे तर वादविवादच सुरू

आहेत. तुम्हाला कोणत्याही प्रकारची सूज आली असेल अगर दाह होत असेल, तर गार पाण्याची अंघोळ सुचवली जाते; कारण त्यामुळे सूज कमी होते. पण तुम्हाला दुखापत झालेली नसेल, तर थंड पाण्याचा काहीच उपयोग नसतो; कारण थंड पाण्यामुळे तुमचे स्नायू आकुंचित होतात. त्यामुळे तुमच्या शरीरातील घाण त्यांच्यात तशीच अडकून पडते. मात्र गरम पाण्याच्या अंघोळीनंतर गार पाणी अंगावर घेणे अत्यंत लाभदायक ठरते किंवा धावून आल्यानंतर तुमचे स्नायू आखडले नसतील, तरीही गरम पाण्याच्या अंघोळीनंतर गार पाणी ठीक असते. खरे तर त्यामुळे तुमच्या पायांना आराम मिळतो. तुम्हाला पुन्हा एकदा ऊर्जेने भरून गेल्यासारखे वाटते. तुमची पुढची कामे करण्यासाठी तुम्हाला एकदम तरतरी वाटते.

- **पायातील रक्त स्वच्छ करणे :** अंघोळ केल्यानंतर पाठीवर उताणे झोपून पाय भिंतीला किंवा जमिनीला लावा. (आकृती क्र. ११५ पाहा.) डोळे मिटून घ्या. तीन मिनिटांसाठी संपूर्ण शरीर सैलावा. त्यानंतर प्रथम घोट्यांपासून सुरुवात करून हृदयापर्यंत सर्व बाजूंनी हाताने दाब देत वर या. ओला टॉवेल पिळून पाणी काढून टाकत असल्याप्रमाणे हाताने दाब देत राहा. यामुळे तुमच्या पायांतील आधीचे रक्त निघून जाईल आणि तुम्ही उभे राहाल, तेव्हा हृदयाकडून पायांत नवे, ताजे, स्वच्छ रक्त आलेले असेल. जर तुमचे पाय अशा प्रकारे व्यवस्थित 'स्वच्छ' झाले नाहीत, तर पुढच्या वेळी धावताना आधीच्या धावण्यामुळे तुम्हाला आधीपासूनच दमछाक झाल्याप्रमाणे वाटत राहील आणि ही काही गमतीची गोष्ट नाही.

आकृती क्र. ११५ : पायांतील रक्त स्वच्छ करणे.

एक तर स्नायू ताणल्यानंतर लगेच किंवा अंघोळीनंतर लगेच तुम्ही पायांतील रक्त अशा प्रकारे स्वच्छ करू शकता. हे केल्यावर तुम्ही उठून उभे राहाल, त्या वेळी आपले पाय अगदी तरतरीत झाल्याप्रमाणे तुम्हाला वाटतील. ज्या वेळी तुम्हाला पाय दमल्यासारखे वाटतील, त्या वेळी केव्हाही तुम्ही हा व्यायाम करू शकता. विशेषत: पायांचा वापर करून जे धावतात, त्यांच्यासाठी तर हा व्यायाम अत्यंत उपयुक्त आहे. तो करून पाहा. तुम्हाला आश्चर्यकारक फरक जाणवल्याशिवाय राहणार नाही.

- **शरीरातील पाणी काढून टाकणे :** धावण्याआधी भरपूर पाणी प्या. तहान लागण्याआधीच पाणी प्या, हा नियम मी अमलात आणतो. तुम्ही कोरड्या तोंडाने धावणे संपवले, तर त्याचा अर्थ तुम्ही पुरेसे पाणी प्यायला नाहीत, असे तुमचे शरीर तुम्हाला सांगत असते.

तुमचे धावून झाले की मोजकेच पाणी पीत राहा. तुम्हाला तहान लागेपर्यंत असे थोडे-थोडे पाणी पीत राहा. तुम्हाला जर कोणतेही शीत पेय प्यायचे असेल, तर पुढील गोष्टी लक्षात ठेवा. तुमच्या मूत्रपिंडांना धावण्याचा ताण आधीच सहन करावा लागलेला असतो. त्यामुळे त्या इवल्याशा अवयवांवर आणखी भार टाकणे अन्यायकारक असते. त्यांच्यात आणखी रसायने आणि साखर ओतून त्यांना अधिक काम करायला लावणे चांगले नाही. त्यासाठी पाणीच प्या किंवा फळांचे ताजे रस प्या. त्यातही वरून साखर किंवा स्वीटनर टाकलेला नसावा. अशी नैसर्गिक पेये प्यायल्यास तुमची मूत्रपिंडे शांत आणि समाधानी बनतील.

धावण्याच्या दोन सत्रांमधील काळात तुम्ही शरीराची काळजी घेण्यासाठी जेवढा अधिक वेळ द्याल, तेवढी अधिक वर्षे तुम्हाला मजेत धावण्याचे बक्षीस तुमचे शरीर देईल. तुमच्या कामगिरीची पातळी आणि धावण्याचा दर्जाही उंचावेल.

धावल्यानंतरची मानसिकता

धावल्यानंतरच्या शारीरिक, मानसिक स्थितीचा आढावा घेण्यास मी माझ्या विद्यार्थ्यांना विशेष प्रोत्साहन देतो. धावणे संपवण्याचा काळ हा शरीराच्या संवेदना जाणवून घेण्याचा आणखी एक महत्त्वाचा काळ असतो. तुमच्या धावण्याविषयीची अधिकाधिक माहिती त्या वेळी शरीर तुम्हाला पुरवत असते. तुम्हाला धावण्याच्या सुरुवातीला कसे वाटत होते, याची धावल्यानंतर कसे वाटते याच्याशी तुलना करून पाहा.

मी तुम्हाला धावण्याविषयीच्या नोंदी ठेवण्यास सुचवेन. तुम्हाला खरोखरच बारीकसारीक तपशील तपासून त्यातून प्रगती करून घ्यायची असेल, तर त्याविषयीच्या लेखी नोंदी ठेवाच.

सातत्याने लक्ष देण्याच्या आणि नोंदी करण्याच्या गोष्टी

- किती मैल धावलो याची दैनंदिन आणि साप्ताहिक नोंद.
- प्रशिक्षणाच्या वेळी धावताना असलेले दोन पावलांतील अंतर.
- मध्यंतरांची संख्या आणि त्याच्याशी संबंधित वेळेचे गणित
- धावल्यानंतर जाणवलेल्या शारीरिक संवेदना.
- दुखणे आणि वेदना : तीव्रता आणि जागा. ज्या वेळी दुखणे आणि वेदना जाणवल्या, त्या वेळी तुम्ही काय करत होतात त्याचा तपशील.
- ची रनिंगच्या तंत्राबरोबर तुमचे शरीर कसे जुळवून घेत आहे आणि ते तंत्र कसे समजून घेत आहे.
- तुम्ही धावताना वापरत असलेले तुमचे शूज किती जुने आहेत.

धावण्यास सुरुवात करणे आणि त्याचा समारोप करणे ही दोन्ही स्थित्यंतरे मनाच्या एकाग्रतेवर, लक्ष देण्यावर अवलंबून असतात. धावण्याच्या दोन सत्रांतील वेळात पायांकडे आणि दमलेल्या अवयवांकडे लक्ष देण्याने तुमच्या पुढच्या वेळच्या धावण्यासाठी तुम्ही पूर्णपणे तयार असता. तुम्ही धावण्याकडे लक्षपूर्वक पाहत असता, त्या वेळी प्रत्येक वेळचे धावणे हे एखादे धार्मिक कृत्य करण्यासारखे ठरते. तुमच्या मनात धावण्याचा हेतू आणि त्याविषयीची सखोल भावना रुजते.

दोन्ही स्थित्यंतरांच्या वेळी तुमचे मन आणि शरीर या दोघांनाही धावण्यात पूर्णपणे गुंतवल्यामुळे तुम्ही धावण्याच्या उत्तम कौशल्यांखेरीजही बऱ्याच गोष्टी शिकू शकता. विचारपूर्वक काम करणे आणि प्रसंगावधान हे दोन्ही गुण तुमच्या मनावर ठसतात. त्यामुळे काही वेळा लक्ष केंद्रित करून आणि काही वेळा पूर्णपणे आरामदायकपणे तुम्ही आयुष्याचा आस्वाद घेऊ शकता. मी ज्या-ज्या वेळी वाढलो, असे मला वाटते; त्या-त्या वेळी खरे तर माझ्यातील याच दोन्ही गोष्टी वाढलेल्या असतात.

प्रकरण ९

त्रासापासून सुटका : दुखापतींपासून संरक्षण आणि दुखापती दूर करणे

'आपण संकटे निर्माण करतो, त्या वेळची मानसिकता त्या संकटांवर मात करण्यासाठी वापरू शकत नाही.'

–अल्बर्ट आइन्स्टाईन

आपले शरीर आणि मन अत्यंत उल्हसित आणि ऊर्जेने भारलेले ठेवण्यासाठी सतत काही ना काही नवे शिकत राहणे, हा अत्यंत प्रभावी मार्ग असतो. त्यामुळेच आयुष्याला त्याची झळाळी मिळते. व्यक्ती म्हणून आपली प्रगती करून घ्यायची असेल, तर आपल्यालाही हाच मार्ग चोखाळावा लागतो. त्यासाठी काही ना काही सतत शिकत राहणे भाग असते. कोणतीही नवी गोष्ट करायची असेल, तर तुम्हाला आव्हाने स्वीकारावी लागतात आणि त्यातूनच तुमची प्रगती वा विकास होत जातो. शिकणे हा नेहमीच एक तणावाचा भाग असतो. शिकत असताना शारीरिक, मानसिक आणि भावनिक दृष्ट्याही आपल्याला तो ताण जाणवत राहतो. धावण्याच्या फॉर्ममध्ये सुधारणा करण्याच्या मार्गात तुम्हाला दुखापती आणि वेदना यांना सामोरे जावे लागते. या प्रकरणाचा उपयोग तुम्ही त्यांवरचे मार्गदर्शक उपाय सांगणारा स्रोत म्हणून करावा.

आपल्या शरीरावर उत्तम प्रकारे नियंत्रण ठेवण्यासाठी तुम्ही शारीरिक संवेदनांचा वापर करता, ही बाब अत्यंत महत्त्वाची असते. अमुक एक दुखापत झालेली असताना किंवा आरोग्याची काही तक्रार असतानाही आपण धावू शकू का, असा प्रश्न विचारणारे हजारो ई-मेल्स आम्हाला येत असतात. आमचे काही विद्यार्थी पत्रे पाठवून कळवतात की, त्यांच्या डॉक्टरांनी त्यांना धावण्यास मज्जाव केला आहे. तुमच्यासाठी अशा प्रकारचे निर्णय घेणे आम्हाला अशक्य असते. काही परिस्थितींमध्ये तुम्ही धावू शकत नाही. कोणत्याही प्रकारे धावण्यामुळे तुमच्या आरोग्याला दीर्घकालीन धोका निर्माण होणार असेल, तर तुम्ही व्यायामाचा दुसरा एखादा मार्ग चोखाळा. ची वॉकिंग हा असा एक मार्ग आहे. पण अनेक वेळा तुमच्या धावण्याच्या तंत्रात तुम्ही सुधारणा केल्यात, तर तुम्हाला दुखापतींना सामोरे जावे लागत नाही. त्यामुळे तुमचे शरीर सुस्थितीत राखू शकता. यासाठीच तुम्ही ची रनिंगचा फॉर्म काळजीपूर्वक अभ्यासला पाहिजे. डीव्हीडी वापरून किंवा ची रनिंगच्या एखाद्या प्रमाणपत्रधारक प्रशिक्षकाकडून प्रशिक्षण घेऊन धावण्यातील चुका तुम्ही सुधारू शकता. त्यानंतर धावताना, धावल्यानंतर, धावल्यानंतरच्या दिवसात, धावल्यानंतरच्या आठवड्यात तुम्ही तुमच्या शरीराची संवेदना सातत्याने जाणून घेतली पाहिजे. शरीराचे म्हणणे ऐकून घेणे, त्यानुसार त्याला योग्य वेळी योग्य प्रकारे प्रतिसाद देणे, हाच धावण्यातील चुका सुधारण्याचा खात्रीशीर आणि उत्तम मार्ग असतो.

तांपा बे बकानीर्स येथील टोरीसेली या प्रमुख ॲथलेटिक प्रशिक्षकाने ची रनिंगविषयी काय म्हटले आहे, ते जाणून घेणे महत्त्वाचे ठरते. तो म्हणतो,

> ‘वीस वर्षांहून अधिक काळ मी एक उत्तम धावपटू म्हणून कार्यरत आहे. इतर अनेक धावपटूंप्रमाणे कालौघात माझ्या धावण्याची गतीही आपोआपच कमी होत गेली. श्रमांची पातळी वाढत गेली. त्यामुळे माझ्या शरीरातील दुखऱ्या व वेदनाग्रस्त अवयवांची आणि भागांची संख्या वाढत गेली. त्यात माझ्या गुडघ्याचाही समावेश आहे. माझ्या गुडघ्यावर तीन शस्त्रक्रियाही कराव्या लागल्या होत्या. याशिवाय मला पाठीच्या खालच्या भागाच्या वेदना शमविण्यासाठी इंजेक्शन्स घ्यावी लागत होती. या वर्षीच्या सुरुवातीलाच माझ्या लक्षात आले की, हे काही योग्य नाही. माझे धावण्यावर निरतिशय प्रेम आहे, यात शंकाच नाही. पण त्याबरोबर होणाऱ्या वेदना आणि अवयवदुखी यांचे पारडे या प्रेमापेक्षाही जड होते. मी धावत होतो आणि स्पर्धांत भागही घेत होतो. पण प्रत्येक वेळी माझी कामगिरी अधिकाधिक खराब होत होती. त्यामुळे अखेरीस मी धावायचे थांबवावे, असे ठरवले. खरे तर मी आयुष्यभर धावण्याचा आनंद घेतला होता. त्यानंतर थोड्याच

दिवसांत मला ची रनिंगविषयी समजले. मी त्यामागचे तत्त्वज्ञानही वाचले. त्यानंतर त्याविषयीच्या तंत्राविषयी वाचले आणि माझ्या लक्षात आले की, खरेच, या तंत्रात काही तरी ताकद होती, वेगळेपणा होता. माझ्या लक्षात आले की, गेल्या काही वर्षांतील मला झालेल्या दुखापती आणि माझी खालावलेली कामगिरी यांचा संबंध धावण्याच्या चुकीच्या तंत्राशी होता. शिवाय ते तंत्र मी खूपच मोठ्या प्रमाणात वापरले होते आणि त्याचा भुर्दंड माझ्या शरीराला सोसावा लागला होता.

मी ॲथलेटिक्सचा व्यावसायिक प्रशिक्षक होतो. रोजच माझा ॲथलेटिक्सशी संबंध येत होता. मानवी शरीराचे कार्य कसे चालते याची मला चांगलीच माहिती होती. ते लक्षात ठेवून मी ची रनिंगचा अधिक अभ्यास केला. त्यामुळे एखाद्या व्यक्तीने कशा प्रकारे धावले पाहिजे, ते माझ्या लक्षात आले. धावणे म्हणजे काय आणि कशा प्रकारे धावावे, याविषयीच्या माझ्या कल्पनांपेक्षा ची रनिंगच्या संकल्पना अगदीच वेगळ्या होत्या. ची रनिंगचे तंत्र शिकण्यासाठी पुनर्शिक्षणाची गरज होती. धावण्यास पुन्हा शिकण्याची कल्पना आपल्यापैकी कित्येकांच्या पचनी पडणे अवघड असते, शिवाय जलद गतीने धावताना पायांच्या स्नायूंची ताकद मोठ्या प्रमाणात वापरावी लागत नाही, कमी श्रमात धावता येते ही कल्पनाही अशीच समजायला अवघड आहे. तंत्र आणि शरीराची ढब याविषयीच ची रनिंग बरेच काही शिकवते. स्तंभाच्या रेषेत तुमचे शरीर ठेवून, पुढच्या बाजूला झुकून गुरुत्वाकर्षण शक्तीला तुम्हाला पुढे खेचायला लावणे, हे एक विलक्षण तंत्र आहे. स्नायूंना मोठ्या प्रमाणात कामाला जुंपून धावण्यापेक्षा हे पूर्णपणे वेगळे तंत्र आहे. धावण्याचा हा एक कार्यक्षम मार्ग आहे. ची रनिंग हा नैसर्गिकरीत्या समतोल साधून धावण्याचा मार्ग आहे. पुस्तक वाचून आणि डीव्हीडी पाहून जे काही शिकलो, त्यावरून मी हे तंत्र वापरून धावायला सुरुवात केली. माझ्या धावण्यात आमूलाग्र बदल घडवणे, ही सोपी गोष्ट नव्हती. तरीही काही काळानंतर ते अधिक उत्स्फूर्तपणे आणि नैसर्गिकरीत्या मला जमू लागले. मी हे तंत्र वापरायला सुरुवात केल्यानंतर माझ्या वेदना गायब झाल्या. दुखापती नाहीशा झाल्या. मी धावण्याचा पुन्हा एकदा आनंद घेऊ लागलो. धावण्यास सुरुवात केली होती, तेव्हापेक्षा आता माझी धावण्याची गती अधिक होती. माझ्या मते, ची रनिंग हा धावण्याविषयीचा एक क्रांतिकारक दृष्टिकोन आहे. या तंत्रामुळे दुखापतींचे प्रमाण कित्येक पटींनी कमी होते, यात शंकाच नाही.'

उत्पादक आणि अनुत्पादक अस्वस्थपणातील फरक

तुमच्या शरीराला तुम्ही काही ना काही नवीन शिकवू लागता, त्या वेळी कोणत्या ना कोणत्या प्रकारे ते तुम्हाला गैरसोईचे वाटू लागते. काही वेळा त्रासदायकही वाटते. सायकल चालवायला प्रथमच शिकणारा कोणी तुम्हाला आठवतो आहे का? सायकलवर तोल सावरायला न शिकता थेट सायकलच्या सीटवर उडी मारून बसून ती चालवणारा तुम्हाला कोणी माहीत आहे? किंवा स्केटबोर्डच्या साह्याने प्रथमच स्केटिंग करणारा अजिबात न पडता, धडपडता भराभर स्केटिंग करू लागल्याचे तुम्ही कधी पाहिले आहे? चुकणे आणि दुरुस्ती करणे, या गोष्टी अध्ययनाच्या प्रक्रियेचा अविभाज्य भाग असतात. प्रयत्न करणे, पडणे, अपयशी होणे, धडपडणे आणि चुकतमाकत शिकणे या गोष्टी अध्ययनाच्या प्रक्रियेतच अंतर्भूत असतात. प्रत्येक गोष्ट नव्या प्रकारे व्यवस्थितपणे पार पडण्यासाठी काही काळ जावाच लागतो. त्या काळात तुमचे शरीर आणि मन विविध तडजोडी करत-करत नव्या गोष्ट शिकत असतात. या स्थित्यंतराच्या काळात आपल्या शरीराचे म्हणणे लक्षपूर्वक आणि काळजीपूर्वक ऐकणे, ही गोष्ट महत्त्वाची असते. त्यामुळे तुमच्या हालचाली अचूकपणे होत आहेत की नाहीत, ते तुम्हाला समजते. ज्या वेळी एखादी गोष्ट चुकीच्या पद्धतीने करता किंवा एखादी चुकीची गोष्ट करता, त्या वेळी तुमचे शरीर तुमच्या मेंदूकडे गैरसोय होत असल्याचा, अस्वस्थ वाटत असल्याचा संदेश पाठवून चुकीविषयीची प्रतिक्रिया नोंदवते.

आपल्या संस्कृतीतील एखाद्या परंपरेतही आपल्याला एखादा निरोगी आणि चांगला बदल घडवून आणायचा असेल, तरी अशा प्रकारच्या काही अस्वस्थ घडामोडींना सामोरे जावेच लागते. कोणताही बदल लगेच स्वीकारला गेला आणि अमलात आणला गेला, असे होत नाही. तो अमलात येत असताना आपल्याला थोड्याफार वेदनांना आणि अस्वस्थपणाला तोंड द्यावेच लागते. आपल्याला अस्वस्थपणा का वाटतो आहे, त्यामागचे कारण शोधून काढण्यापेक्षा तो अस्वस्थपणा नाकारायलाच आपण शिकलेले असतो. त्यासाठी मग आपण वेदनाशामके वापरतो किंवा तत्सम आराम देणारी औषधे घेतो किंवा कृती करण्याचा प्रयत्न करतो.

धावपटूंच्या बाबतीत शारीरिक अस्वस्थपणा हा एक मोठा गंभीर प्रश्न असतो. त्यासाठी उत्पादक आणि अनुत्पादक अस्वस्थपणा यातील फरक सांगून मी तुमच्या मनातील अस्वस्थपणाची भीती कमी करण्याचा प्रयत्न करणार आहे. उत्पादक अस्वस्थपणामुळे प्रगती होते; तर अनुत्पादक अस्वस्थपणामुळे दुखापती किंवा वेदना किंवा दुखापतींसह वेदना सोसाव्या लागतात.

उत्पादक अस्वस्थपणा हा विकासाच्या प्रक्रियेचा अविभाज्य भाग आहे. उदाहरणार्थ—

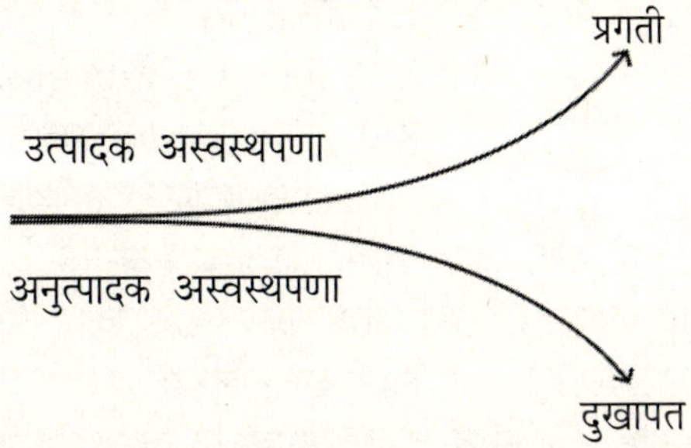

आकृती क्र. ११७ : उत्पादक आणि अनुत्पादक अस्वस्थपणा

तुम्ही धावण्याच्या कार्यक्रमास सुरुवात करता आणि तुम्हाला धाप लागते, त्या वेळी तुम्हाला अस्वस्थपणा जाणवतो. फुफ्फुसांसाठी तुम्हाला पुरेशी हवा मिळू शकत नसल्यामुळे तो आलेला असतो. पण तुम्हाला श्वासोच्छ्वासाला त्रास होतो, ही काही आश्चर्याची बाब नसते. कारण अखेरीस तुमच्या शरीराला सवय नसलेली वेगळी गोष्ट तुम्ही करत असता. तुम्ही जसजसा धावण्याच्या कार्यक्रमाचा सराव सुरू ठेवता, तसतसा सुमारे १५ दिवसांतच तुमचा हा त्रास नाहीसा होतो; कारण धावण्यासाठी लागणारा अतिरिक्त प्राणवायू घेण्यास तुमचे शरीर तोपर्यंत सरावलेले असते. तुम्ही नेहमीच्या स्थितीबाहेर जात आहात आणि त्यामुळे तुम्हाला ताण जाणवत आहे, असा इशारा अस्वस्थपणा तुम्हाला देत असतो. त्याचा तो निदर्शक असतो. उत्पादक अस्वस्थपणाची दैनंदिन जीवनातील काही उदाहरणे मी खाली देत आहे.

- कॉफी पिणे सोडल्यानंतर जाणवणारी डोकेदुखी.
- व्यायामासाठी लवकर उठणे.
- वजन कमी करण्यासाठी कमी खाऊ लागल्यावर सारखी भूक लागणे.
- असह्य वातावरणात धावणे.
- नवजात अर्भकामुळे झोप कमी झाल्यामुळे दमल्यासारखे वाटणे.
- वेतनात वाढ करण्यासाठी विचारणे.
- चित्रपटाच्या तिकिटांसाठी रांगेत पाच तास उभे राहणे.

रशियन गूढवादी तत्त्वज्ञ जी. आय. गुर्दजिएफ यांनी 'हेतुतः दुःख भोगणे' असे वाक्य उत्पादक अस्वस्थपणासाठी वापरले आहे. यातून आपल्याला उत्पादक अस्वस्थपणा म्हणजे काय ते खूपच चांगल्या प्रकारे समजते.

आपण जे करत असतो, ते चुकीचे असल्याचे, अयोग्य असल्याचे अनुत्पादक अस्वस्थपणा आपल्याला सांगत असतो. अशा वेळी योग्य तडजोड करण्याची

गरज असते किंवा त्यानंतर तुम्हाला दुखापत अगर वेदनेला सामोरे जावे लागते. तुम्ही करत असलेली गोष्ट चुकीची असून तुम्हाला काळजी घेतली पाहिजे, अन्यथा दुखापतींना सामोरे जावे लागेल, असा इशारा देण्याची शरीराची पद्धत म्हणजे वेदनेची जाणीव होय. तुम्हाला गुडघ्यात वेदना जाणवू लागल्या, तर तुमच्या दोन ढांगांमधील अंतर कमी केले पाहिजे, असा त्याचा अर्थ असतो. आपल्या पावलाच्या मध्यभागाने आघात करून तुम्ही जमिनीवर पाऊल ठेवा किंवा अतिश्रम कमी करा, असाही त्याचा अर्थ असतो. तुम्ही ज्या प्रकारे हालचाल करत असता, त्यात बदल घडवून आणला पाहिजे, असे तुम्हाला सांगण्याचा वेदना हा शरीराचा एक मार्ग असतो.

दुखापती किंवा वेदना यांच्यामुळेच मी करिअरमध्ये अधिकाधिक अचूकपणे धावण्यास शिकलो आहे. ज्या वेळी मला वेदनेची जाणीव होत असे, त्या वेळी एक तर धावणे थांबवणे किंवा वेदना होऊ नयेत अशा प्रकारे सुधारणा करून धावणे, असे दोनच पर्याय माझ्यासमोर असत. मी प्रथम या वेदनेमागचे कारण शोधून काढत असे. त्यातूनच मला त्यावरचा उपाय सापडत असे. तुमच्या धावण्याच्या फॉर्ममध्ये सुधारणा घडवून आणण्यासाठी वेदनेची जाणीव कुठून होत आहे याची शारीरिक संवेदना जाणून घेणे महत्त्वाचे ठरते. त्यामुळे कोणत्या अवयवापासून किंवा कोणत्या विशिष्ट भागापासून तुम्हाला सुधारणेची सुरुवात करावी लागणार आहे, ते तुमच्या लगेच लक्षात येऊ शकते.

मास्टर शू यांनी मला सांगितले होते की, तुला ज्या वेळी कुठे ना कुठे वेदना जाणवते, त्या वेळी तुझ्या 'ची'च्या वहनात अडथळा आलेला असतो. ती कुठे तरी कोंडली गेलेली असते. तू व्यवस्थित ताठ उभा राहून, वेदनाग्रस्त भागाचे किंवा अवयवाचे स्नायू आरामशीरपणे सैलावलेस, तर ची पुन्हा एकदा त्या भागातून वाहू लागेल आणि तुझी वेदना नष्ट करण्यासाठी मदत करेल.

खूप कष्ट करणे

ची रनिंग फॉर्म प्रथमच शिकत असता, त्या वेळी तुम्हाला खूपच परिश्रम घ्यावे लागतील. खूपच झुकणारे किंवा आपली ढब खूपच कडक ठेवणारे लोक मला अनेकदा आढळतात. आपल्या ओटीपोटाची पातळी खूपच प्रमाणात राखण्याचा प्रयत्न करण्यानेही तुमचे स्नायू आखडू शकतात. तुम्हाला दुखापती होऊ शकतात. ज्या वेळी तुम्हाला शरीराच्या एखाद्या भागात वेदना जाणवेल; त्या वेळी तुम्ही तो भाग सैलावा, आरामदायीपणे त्याची हालचाल करा आणि मजा घ्या.

जलद गतीने धावताना कमी श्रम करावे लागतात, असे काही लोकांकडून

ऐकणे, हीसुद्धा आमच्यासाठी काही वेळा समस्या ठरते. आम्ही त्यांना सुरक्षिततेच्या कारणासाठी गॅस पेडलवर धावण्यासाठी प्रोत्साहन देतो. त्यांच्या शरीराने खरोखरच नवा फॉर्म आत्मसात करेपर्यंत असे करावे लागते. गती आपोआप वाढते. ची रनिंगचा फॉर्म पूर्णपणे गवसेपर्यंत अनेक वर्षे मी मंद गतीने दीर्घ अंतर धावत होतो. माझ्याकडचे ची फॉर्मचे अनेक प्रशिक्षक उत्तम धावपटू आहेत. विलक्षण गतीने ते धावतात. तरीही सुरुवातीला त्यांनीही अनेक वर्षे मंद गतीने धावणेच पसंत केले होते. फॉर्ममधील उणिवा शोधण्यासाठी अशा प्रकारे धावण्याची गरज असते. मंद गतीने धावत असतानाच फॉर्ममध्ये आढळलेल्या त्रुटी दुरुस्तही करता येतात. त्यामुळेच ते जेव्हा गतीने धावतात, त्या वेळी शास्त्रशुद्ध तंत्रामुळे त्यांच्या धावण्याला त्यांच्या अपेक्षेपेक्षा आपोआपच अधिक गती प्राप्त झालेली असते, शिवाय त्यामुळे दुखापत तर मुळीच होत नाही.

धावण्यामुळे होणाऱ्या सर्वसामान्य दुखापती

ज्या वेळी गोष्टी अचूकपणे घडत नाहीत, हे जाणवत असते; त्या वेळी नेमके काय करावे याचे चांगले व्यवहारज्ञान असेल, तर तुम्ही अडचणींवर किंवा पुढच्या विभागात मी सांगितलेल्या अस्वस्थपणावरही मात करू शकता. लक्षणांचे स्पष्टीकरण लक्षात घेऊन काही सर्वसामान्य कारणे मी देणार आहे. बहुतांश त्रुटी किंवा समस्यांसाठी मी विशेषत: फॉर्ममधील लक्षात ठेवावयाच्या गोष्टींकडे तुमचे लक्ष वेधणार आहे. त्यामुळे तुमच्या समस्या योग्य मार्गाने दूर होतील.

धावताना होणाऱ्या दुखापतींची लक्षणे कोणती असतात, याविषयी माहिती देणारी किती तरी पुस्तके उपलब्ध आहेत. त्यामुळे मी इथे त्याविषयीच्या खोलात शिरणार नाही. तुम्ही जर समस्येचे कारण समूळ नष्ट करण्यासाठी प्रयत्न करू लागलात, तर तुम्ही ती समस्या कायमची नष्ट करण्यासाठीच काम करू लागाल.

आम्ही परवानाधारक डॉक्टर, शारीरिक उपचारतज्ज्ञ किंवा आरोग्यरक्षक नाही. मात्र गेली २५ वर्षे या क्षेत्रात प्रत्यक्ष काम करताना आलेल्या अनुभवावरून मी ही माहिती देत आहे. या काळात हजारो धावपटूंना आम्ही त्यांच्या पूर्वीच्या पद्धतीमुळे धावल्याने झालेल्या दुखापती, वेदना यांपासून मुक्तता मिळवून दिली आहे. शारीरिक हालचाली आणि सरळ रेषेत शरीर राखणे याविषयीच्या ताय ची, योग, पायलेट्स, अलेक्झांडर तंत्र आणि फेलडेनक्राईस पद्धती यांच्या तत्त्वांचा मेळ घालून आम्ही ही माहिती प्रत्यक्षात वापरली आहे. याशिवाय क्रीडा शरीरशास्त्र आणि जैवतंत्रज्ञान या क्षेत्रांतील अत्याधुनिक माहितीचा उपयोगही केला आहे. धावण्यामुळे येणाऱ्या बहुतांश समस्यांसाठी आम्ही सहसा ची रनिंगच्या प्रमाणपत्रधारक प्रशिक्षकाला

भेटण्याची सूचना धावपटूंना देतो. तुमची दुखापत तीव्र किंवा अतिवेदनादायक असेल, तर तुम्ही विश्वासू फिजिओथेरपिस्ट, चिरोप्रॅक्टर, ॲक्युपंक्चरिस्ट किंवा डॉक्टर यांच्याकडे जाणे योग्य ठरते. तुमचे दीर्घकालीन आरोग्य हाच तुमच्या प्रथम प्राधान्याचा विचार असला पाहिजे.

तुम्हाला कोणत्याही प्रकारची दुखापत किंवा वेदना जाणवत असेल, तर मी पुढे देणार असलेली माहिती संदर्भ म्हणून वापरा.

तुम्हाला कोणत्याही प्रकारची अस्वस्थता जाणवली, तर नेहमीच तिचे नेमके स्थान शोधून काढा. त्यानंतर शरीराच्या अवयवांची यादी पाहून त्यापैकी कोणत्या अवयवाला नेमकी इजा झाल्याची शक्यता आहे, ते शोधून काढा. आता त्यासाठी शिफारस केलेल्या फॉर्ममधील दुरुस्त्या करा. त्यांवर व्यवस्थित काम करा. तुम्ही करत असलेल्या दुरुस्त्यांमुळे तुम्हाला काही फरक जाणवतो आहे का, ते पाहा. शारीरिक संवेदनांची जाणीव सातत्याने करून घेत राहा आणि तुमच्या शरीराला काय म्हणायचे आहे, ते व्यवस्थित ऐकून घ्या. त्याचे आकलन करून घ्या. साऱ्या गोष्टी सहनशीलतेने करत राहा. तुमच्या समस्येवरचा उपाय शोधून काढण्यासाठी स्वत:ला भरपूर वेळ द्या. तुमच्या अस्वस्थतेवर एखाद्या सूचनेचा किंवा फॉर्ममधील संबंधित बदलाचा अगर दुरुस्तीचा योग्य परिणाम होत आहे, असे जाणवले तर तो कोणता बदल आहे, ते कटाक्षाने लक्षात ठेवा. दुखापतीची किंवा वेदनेची लक्षणे संपूर्णपणे नष्ट होईपर्यंत धावण्यापूर्वी आणि धावण्यानंतरच्या फॉर्ममधील दुरुस्त्या सातत्याने करत राहा.

सोईसाठी आम्ही दुखापतींची किंवा वेदनांची तीन भागांत वर्गवारी केली आहे. कमरेवरचा भाग, कमरेखालचा भाग आणि सर्वसामान्य समस्या असे ते तीन भाग आहेत.

धावपटूंच्या बाबतीत आढळणाऱ्या सर्वसामान्य दुखापतींचा उल्लेख तुम्हाला खाली दिलेल्या यादीत सापडेल. काही दुखापतींच्या बाबतीत लक्षणे, कारणे आणि प्रतिरोध किंवा पुनर्वसन याविषयी अधिक स्पष्टीकरण आणि टिप्स दिल्याचे तुम्हाला आढळेल. तुम्हाला आणखी माहिती किंवा मदत हवी असेल, तर कृपया, www.chirunning.com या आमच्या वेबसाईटला भेट द्या.

कमरेवरचा भाग

मानदुखी

तुम्ही सरळ रेषेत, ताठ उभे राहत नसाल किंवा बसत नसाल, तर ही समस्या उद्‌भवते. याचा अर्थ तुम्ही तुमच्या शरीराची ढब व्यवस्थित ठेवण्यासाठी काम केले

पाहिजे. आपले डोके घट्ट करून तुम्ही कडक अवस्थेत ठेवत असाल आणि तुमची हनुवटी खूपच पुढे येत असेल, तरीही ही समस्या उद्‌भवू शकते.

श्वसनाचा त्रास किंवा श्वास कमी पडणे

यातील महत्त्वाचा भाग म्हणजे, तुमच्या स्नायूंना पुरेशा प्रमाणात प्राणवायूचा पुरवठा होत नाही. यामागच्या काही कारणांची शक्यता इथे देत आहे. तुम्ही खूपच संथ गतीने किंवा वरवरचा श्वास घेत असाल. त्यामुळे तुमच्या रक्तात पुरेशा प्रमाणात प्राणवायू पोहोचत नसेल. कदाचित आपली गती वाढवण्यासाठी तुम्ही खूपच जलद गतीने धावत असाल किंवा धावताना स्नायूंचा नको इतका वापर करत असाल. तुम्ही तिसरे प्रकरण वाचा. श्वसनाविषयीच्या समस्यांचे संपूर्ण स्पष्टीकरण तुम्हाला तिथे मिळेल.

शरीराच्या बाजूंचे दुखणे

शरीराच्या कडा का दुखतात, याविषयी माझा सिद्धांत आहे. याबाबतीत माझे ऐका. तुमचे अवयव शरीराच्या पोकळीत लोंबकळत असतात. त्यांच्याभोवती फासळ्यांना चिकटलेल्या छोट्या-छोट्या पिशव्यांसारख्या रचना असतात. तुम्ही धावताना जोरात हिंदकळल्यासारखे झाले, तर फासळीशी जोडल्या गेलेल्या त्या सांध्याला हिसका बसतो. त्यामुळे त्या-त्या ठिकाणी तीव्र वेदना निर्माण होते. तुमच्या शरीरातील दोन मोठे आणि जड अवयव म्हणजे तुमचे पोट आणि यकृत. पोटाची पिशवी डाव्या बाजूला आणि यकृत उजव्या बाजूला असते. या दोन्ही बाजूंपैकी कोणत्याही बाजूचे दुखणे दूर करायचे असेल, तर त्यासाठी खाली काही गोष्टी दिल्या आहेत.

- **जमिनीवर हळुवारपणे, सहजगत्या धावण्याचा सराव करा :** ओटीपोटाच्या चलनवलनाविषयीचा भाग वाचा, कारण त्यामुळे धावत असताना तुमचे शरीर हिंदकळणार नाही.
- **उजवीकडच्या दुखण्यासाठी :** तुमच्या अंगठ्याच्या साह्याने उजवीकडे पाचव्या आणि सहाव्या बरगडीमधील जागा शोधून काढा. (खालच्या बाजूने फासळ्या मोजायला सुरुवात करा.) तिथे तीस सेकंदांपर्यंत खोलवर आणि जोरात चोळा. जर तिथे स्पर्श केल्यावर काही नाजूक भाग जाणवला, तर तुम्हाला दुखण्याची योग्य जागा सापडली, असे समजा.
- **डावीकडच्या दुखण्यासाठी :** तुमच्या अंगठ्याच्या साह्याने डावीकडे चौथ्या आणि पाचव्या बरगडीच्या मधली जागा शोधा. या वेळीही खालच्या

बाजूनेच फासळ्या मोजायला सुरुवात करा. तिथेही जोरात आणि खोलवर चोळा. तीस सेकंदांपर्यंत चोळणे सुरू ठेवा. खाल्ल्यानंतर जर लगेच तुम्ही धावायला गेला असाल, तर तुमच्या पोटाचे वजन अधिक असेल. त्यामुळे ते जिथे जोडले गेले असेल, त्या बंधाला अधिक जोरदार हिसका बसून तुमच्या डाव्या बाजूला दुखू लागेल.

तुम्ही टेकडीवरून धावत खाली उतरत असलात तरीही तुम्हाला शरीराच्या कडेच्या बाजूचे हे दुखणे बऱ्याच वेळा जाणवते, कारण त्या वेळी हिसके बसण्याची शक्यता अधिक असते. तसे घडले तर मग तुमच्या दोन ढांगांमधील किंवा पावलांमधील अंतर कमी करा. तुमची गतीही कमी करा आणि तुमच्या फासळ्यांजवळ चोळत राहा. तुमचा अस्वस्थपणा पूर्णपणे दूर होईपर्यंत चोळणे सुरूच ठेवा.

खांदेदुखी

खांदे घट्ट झाल्याची तक्रार करणाऱ्या अनेक लोकांना आपले खांदे खूप उंचावून किंवा खूप मागे करून धावण्याची सवय असते. खांदेदुखीविषयी इथे काही सूचना देत आहे.

- आपले खांदे खूपच उंचावून तुम्ही धावत असाल, तर खांदे खाली घ्या आणि आरामशीर अवस्थेत ठेवा. धावताना दर १५ मिनिटांनी एक मिनिटभर तुमचे हात लोंबकळते ठेवा. तुमच्या हातांचे हिंदकळणे पुन्हा सुरू करण्यासाठी हात काटकोनात वाकवा आणि मागच्या बाजूला तुमची कोपरे हिंदकळत राहतील, याकडे लक्ष द्या. त्या वेळी तुमचे खांदे आरामदायक स्थितीत आणि न उंचावता व्यवस्थित खाली राहू द्या. तुमचे हात दोन्ही बाजूंना लोंबकळत असताना तुमचे खांदे जसे आरामदायक स्थितीत असतील, तशाच प्रकारे नंतरही ते ठेवा. कोपरांवर लक्ष केंद्रित करण्याने खूप मोठा फरक पडू शकतो.
- हातांच्या झोक्यासाठी किंवा हात हिंदकळण्यासाठी खांद्यांचा वापर करू नका. त्यांचे त्यांनाच हिंदकळू द्या.
- जर तुम्ही एका जागी बसून काम करत असाल, तर दर तासाला थोडे थांबा : तुम्ही बसून काम करत असाल, तर दर तासाला उठून उभे राहा. खोल श्वास घ्या. खांदे गोलाकार फिरवा आणि उंचावले असतील तर त्यांना व्यवस्थित खाली घ्या.

- सी आकारात सातत्याने राहा : यामुळेही तुमचे खांदे सैलावतील.

पाठीचा वरचा भाग

तुम्ही खांदे एकदमच पाडलेले असतील किंवा तुमच्या शरीराची ढब योग्य न ठेवता तुमचे खांदे तुमच्या स्तंभाच्या रेषेत नसतील आणि नंतर तुम्ही तुमची ढब ताठ करू लागलात, तर पाठीच्या भागात वेदना होतात किंवा तो भाग दुखू लागतो. यासाठी मान ताठ करा आणि उंचावा. त्याच वेळी तुमचे खांदे खाली करा. धावताना आणि दिवसभरही तुम्ही याच प्रकारे वावरा.

छातीत दुखणे

धावत असताना छातीत दुखू लागावे, असे तुम्हाला नक्कीच वाटणार नाही. तुम्हाला मंद किंवा तीव्र अशा कोणत्याही प्रकारे छातीतील दुखणे सुरू झाले, तर ते हृदयविकाराचे लक्षण असू शकते. अशा वेळी धावणे तातडीने थांबवा आणि जवळपासच्या कोणाची तरी मदत मागा. दुखणे बंद झाले तरी पुन्हा धावायला सुरुवात करू नका. तुमचे त्या दिवसाचे धावणे पूर्ण झाले आहे, असे समजा आणि तुमच्या डॉक्टरांशी शक्य तितक्या तातडीने सल्लामसलत करा.

आकृती क्र. ११८ : खांदे मागे झुकल्याची आणि कमरेतून वाकले गेल्याची स्थिती.

शरीराचा खालचा भाग

पाठीचा खालचा भाग

पाठीचा खालचा भाग आखडणे किंवा घट्ट झाल्यासारखा वाटणे याचा अर्थ जमिनीवर पायाने आघात करत असताना तुम्ही कमरेतून वाकत आहात, असा आहे; शिवाय त्या वेळी तुमचे ओटीपोटही विशिष्ट पातळीत नसते. तुमच्या शरीराची ढबही सरळ, ताठ नसते. कमरेतून वाकल्यामुळे तुमच्या पाठीच्या खालच्या भागाच्या

स्नायूंवर भरपूर ताण येतो, कारण त्यांना तुमच्या कमरेवरच्या भागाचा भार सहन करावा लागतो. (आकृती क्र. ११८ पाहा.)

सरळ ढब ठेवून धावण्यामुळे शरीराचे वजन पेलण्यासाठी तुमच्या शारीरिक आकृतिबंधाचा आधार तुम्हाला मिळतो. (आकृती क्र. ११९ पाहा.) नेहमीच सी आकारात राहा. तुमच्या शारीरिक पवित्र्याला आधार देण्यासाठी तुमच्या कोअर स्नायूंचा उपयोग करा. त्यामुळे तुमच्या पाठीच्या स्नायूंवर अतिरिक्त भार येणार नाही.

आकृती क्र. ११९ : अचूक ढब. कान, खांदे, नितंब आणि घोटे एका सरळ रेषेत आहेत.

नितंबदुखी

नितंबांचे दुखणे अनेक प्रकारच्या समस्यांचे लक्षण असू शकते. पण सर्वसाधारणपणे तुमच्या नितंबांवर ताण आल्याचे ते लक्षण असते. नितंबांचे स्नायू सैलावा. मग नितंबांच्या वर्तुळाकार हालचाली करा. दिवसभर जमेल तेव्हा त्या करत राहा. या हालचाली कशा कराव्यात, याविषयी मी यापूर्वी सांगितले आहेच.

कोअर स्नायूंच्या सामूहिक कार्याचा अभाव असेल, तरीही नितंबांचे दुखणे सुरू होते. धावताना तुमचे ओटीपोट स्थिर ठेवण्यासाठी तुमच्याकडे ज्या वेळी कोअर स्नायूंची शक्ती कमी असते, त्या वेळी तुमचे नितंब आडवे हलत असतात. साहजिकच तुमचे ओटीपोट एका बाजूकडून दुसऱ्या बाजूकडे हलत राहते. त्यामुळे तुमचे नितंबांचे सांधे नको तिथे वाकू लागतात. एक तर सांध्यातील द्रव भरलेल्या पोकळ जागांवर ताण येतो किंवा आय टी बँडवर तरी ताण येतो. त्यातूनच नितंबांच्या दुखण्याचा जन्म होतो. जर तुमचे नितंब दुखत असतील, तर जेव्हा जेव्हा तुम्ही चालत, पळत असाल किंवा उभे असाल, त्या वेळी प्रथम ओटीपोट विशिष्ट पातळीत राखण्याचा सराव करा. त्यामुळे तुमचे ओटीपोट स्थिर होईल, तुमचे नितंब योग्य रेषेत राहतील आणि तुमच्या शरीराचे वजन पेलण्यासाठी आधार देऊ शकतील. हे सगळे ऐकायला सोपे वाटते, पण तुमचे नितंब आखडल्यासारखे

किंवा घट्ट झाले असतील, तर ही सारी कल्पनेपलीकडची गोष्ट वाटू लागते.

ग्रोइन पुल्स

हे एका दुखापतीला दिले गेलेले नाव आहे. तुमचे पाय सहजपणे झोके दिल्यासारखे हेलकावणे त्यामुळे शक्य होत नाही. या दुखापतीमुळे पाय हेलकावत असताना धावपटूला वेदना होतात आणि मोठ्या कष्टाने तो थोडासा पाय हलवू शकतो. धावताना ज्यांची पावले सहसा बाहेरच्या बाजूला वळलेली असतात, त्यांना हा त्रास होतो. (सुरुवातीच्या पानांमध्ये आकृती क्र. ९ आणि १० पाहा.)

नितंब फ्लेक्झॉर्स

नितंबांचे हे स्नायू तुमचे गुडघे उचलून पाय वर उचलतात किंवा तुमचा पाय पुन्हा आधार देण्याच्या स्थितीत ठेवून पुढच्या बाजूला उचलतात. ज्या वेळी हे स्नायू आखडतात, त्या वेळी पाय वर किंवा पुढे उचलण्याची क्रिया तुम्ही अधिक वेळा केल्याचे ते निदर्शक असते. अशा वेळी गुडघे उचलण्याची क्रियाच फक्त अकार्यक्षम रीतीने केली जात नाही; तर त्यामुळे तुम्हाला नको इतक्या लांब-लांब ढांगा टाकाव्या लागतात. तुमचा पाय आधार देण्याच्या स्थितीत आणण्यासाठी तुम्हाला नितंब फ्लेक्झॉर स्नायूंचा वापर करण्याची गरज नसते. त्याऐवजी नितंब फ्लेक्झॉर स्नायूंना मूळ स्थितीला येऊ द्या. त्या स्नायुबंधांना तुमच्या पायांची हालचाल करू द्या. तुमचा पाय मूळ स्थितीत आणू द्या. तुमचा पाय शरीराच्या मागच्या बाजूला हेलकावतो, तेव्हा त्या वेळी एखाद्या रबरबँडप्रमाणे तुमचे नितंब फ्लेक्झॉर स्नायुबंध ताणले जातात. तुमचे पाऊल जमिनीपासून उचलले गेल्याबरोबर स्नायुबंध मूळ स्थितीला येत-येता तुमचा पायही मूळ आधाराच्या स्थितीत आणतात; म्हणजेच तुमच्या पावलाचा आघात जमिनीवर होतो. अर्थातच तुम्ही हा आघात पावलाच्या मध्यभागाने करता. स्नायुबंध आकुंचित होऊन पुन्हा मूळ स्थितीला येण्यासाठी तुमच्या नितंब फ्लेक्झॉरला काम करण्याची आवश्यकता नसते. आखडलेले नितंब स्नायू पूर्ववत् करण्यासाठी एक उत्तम उपाय म्हणजे धावत असताना आपले ओटीपोट फिरवत राहा.

मांडीचे स्नायू

तुमच्या मांड्या आखडलेल्या असतील, तर तुम्ही त्या स्नायूंचा मर्यादेपेक्षा अधिक उपयोग करत आहात, असा त्याचा अर्थ आहे. मला माफ करा, पण ची रनिंगमध्ये कशाच्याही अतिरिक्त वापराला मनाई आहे. सहसा तुमच्या मांड्यांच्या स्नायूंना दुखापत झाली, तर त्याचा अर्थ एक तर तुमचा पाय तुमच्या स्तंभाच्या पुढे

पडत आहे किंवा तुम्ही कमरेतून वाकत आहात, असा आहे. (कदाचित तुम्ही दोन्ही गोष्टी एकाच वेळी करत असाल.) यापैकी कोणतीही एक गोष्ट करण्याने तुमच्या गुडघ्याच्या वरच्या पायाच्या भागावर म्हणजेच तुमच्या मांड्यांवर तुम्ही अतिरिक्त ताण आणता. आता तुमच्या ढांगांमधील अंतर कमी करा. त्यामुळे तुमच्या मांड्यांना बसणारे धक्के तुम्ही कमी कराल.

मांड्यांचा मागचा भाग

तुमच्या ओटीपोटाला हे स्नायू जिथे चिकटलेले असतात, तो भाग या स्नायूंना दुखापत झाल्यास अधिक प्रमाणात ओढला जाऊन दुखतो, असे सहसा समजले जाते. म्हणजेच तुमच्या नितंबांच्या स्नायूंच्या खालच्या भागापासूनचा भाग ओढला जातो. त्यामुळे तिथे जळजळ झाल्यासारखे वाटते. जर असे होत असेल, तर तुम्ही बहुधा तुमच्या स्तंभाच्या पुढे पावले टाकत असाल. तुमच्या दोन ढांगांमधील अंतरही अधिक असेल. त्यामुळे तुम्ही प्रत्येक पावलाबरोबर अपेक्षेपेक्षा अधिक पुढे खेचले जात असाल. त्यामुळे तुमच्या मांडीच्या मागच्या भागाच्या स्नायूंवर प्रचंड ताण येत असला पाहिजे, कारण एवढ्या मोठ्या प्रमाणात काम करणे त्यांच्या कुवतीपलीकडचे आहे. यासाठी तुम्ही अधिक झुका. तुमच्या झुकण्याने हे काम करा. तुम्ही टेकडीवर चढण्यासाठी धावत असाल, त्या वेळीही नेमके हेच घडते. त्या वेळीही तुमचे पाय तुमच्या शरीराच्या पुढे पडत असतात. तुमच्या झुकण्याने हे काम केले की, तुमचे कमरेवरचे शरीर जमिनीवर आघात करणाऱ्या तुमच्या पावलांच्या पुढे असेल. त्यामुळे ओढले जाण्याची क्रिया नसेल. (मी काय म्हणतो आहे ते लक्षात आले नाही, तर सातवे प्रकरण पुन्हा एकदा वाचा.) तुमच्या नितंबांच्या पुढे तुमच्या पावलांचा आघात जमिनीवर होऊ देऊ नका.

नितंबांमधील स्नायू

नितंबांमधील स्नायूंवर ताण आला तरच तिथे दुखू लागते. तुम्हाला तिथे घट्टपणा किंवा आखडल्यासारखे जाणवले, तर तुमचे शरीर तुम्हाला तो इशारा देत आहे, हे लक्षात घ्या. तुमचे नितंब आखडू लागल्याचे ते लक्षण असेल. तुम्ही तिथे ताण वाढवून साठवत असाल. तुमचे नितंब लोखंडापासून बनलेले नाहीत. त्यामुळे हा घट्टपणा चांगला नाही. नितंबांचे स्नायू सैलावण्याचा प्रयत्न करा. त्यामुळे त्या भागातूनही ऊर्जा वाहू लागेल.

तुम्ही जर हा भाग सैलावू शकलात, तर तुम्ही कोणताही भाग आरामात सैलावू शकाल. जर तुम्ही तिथे तणाव साचून राहू दिलात, तर त्याचा अर्थ तुम्हाला नियंत्रणशक्तीवर काम करावे लागणार आहे. जाऊ दे. आता ते विसरून जा; कारण

तुम्ही दुसऱ्यांवर नियंत्रण ठेवू शकत नसाल, तर त्यामुळे तुमच्या मित्रांमध्ये लोकप्रिय असाल. नाही का?

इलिऑलिटिबियल बँड सिंड्रोम

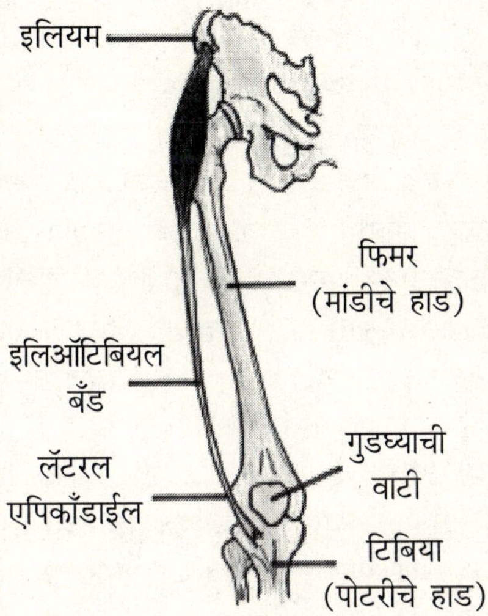

आकृती क्र. १२० इलिऑटिबियल बँड

यालाच आयटीबी सिंड्रोम असेही म्हणतात. धावपटूंना आणि चालण्याचा व्यायाम करणाऱ्यांना या प्रकारच्या दुखापतीचा अधिक प्रमाणात अनुभव येतो. मांडीच्या बाहेरची बाजू किंवा कडा आखडल्याचा त्रासदायक अनुभव यामध्ये येतो. तुम्ही यावर जर वेळीच उपचार घेतले नाहीत, तर तुमच्यावर चालण्याच्या किंवा धावण्याच्या व्यायामाला रामराम ठोकण्याची वेळ येते. ही सर्वसामान्य दुखापत असून तिच्यामुळे अनेकांना त्रास होतो. त्यामुळे तिच्याविषयी मी तपशीलवार माहिती देणार आहे. इलिऑटिबियल बँड हा जाडजूड, दोऱ्यासारखा पट्टा असतो. तो पायाच्या बाहेरच्या बाजूला असतो. नितंबांपासून पोटरीपर्यंत तो असतो. गुडघ्याच्या वाटीच्या थोडा खालपर्यंत तो आलेला असतो. नितंबांच्या भागात आयटी बँडचे वरचे टोक असते. नितंब एकमेकांशी स्नायूंनी जोडले गेलेले असतात. त्यांना टेन्सर फॅसिया लॅटी म्हणतात. झुकून पळणाऱ्या आणि चालत असणाऱ्या अनेक धावपटूंच्या पँटींच्या खालच्या बाजूला ते तुम्हाला अगदी स्पष्टपणे दिसू शकतात. तुमचा गुडघा वाकतो, त्या वेळी पायाचा वरचा आणि खालचा भाग स्थिर ठेवण्याचे काम आयटी बँड्स करतात. तुमच्या मांडीच्या आतील भागातील स्नायूंच्या मदतीने विशेषत: ते हे काम करतात. त्यामुळे प्रत्येक पाऊल टाकण्याबरोबर तुमचा गुडघा कोलमडून पडत नाही.

आयटीबी सिंड्रोममध्ये हा बँड घट्ट होतो, तेव्हा सातत्याने दुखापत होत राहते. एका कडेपासून दुसऱ्या कडेपर्यंत नितंब सातत्याने जोरात हलत राहिल्यामुळे ही दुखापत होते. हा बँड घट्ट झाला की, प्रत्येक पाऊल टाकल्यावर तो अधिकाधिक

घट्ट होत जातो. गुडघ्याच्या हाडाच्या सांध्यापर्यंत तो घट्ट होत जातो. गुडघ्याच्या बाह्य भागावर तो घासला जाऊ लागतो.

या घर्षणामुळे जळजळ आणि वेदना होतात. विशेषत: गुडघ्याच्या बाहेरच्या बाजूला या संवेदना होतात. गुडघ्यांना कदाचित सूज येईल किंवा ती येणारही नाही. पण वेदनाच एवढ्या भयंकर असतील की, तुम्ही धावण्यासाठी बाहेर पडण्याचे धाडसच करू शकणार नाही. तुम्हाला जर गुडघेदुखी जाणवली नाही, तर हा बँड एवढा घट्ट बनलेला असेल की, तो तुमच्या मांडीच्या संपूर्ण बाहेरच्या भागालाही घट्ट बनवेल. तुम्ही किमान मैलभर किंवा दोन मैल धावल्याशिवाय तुम्हाला सहसा हे दुखणे जाणवत नाही. पण त्यापुढे तुम्ही धावू किंवा चालू लागलात तर अगर तुम्ही टेकडीवरून खाली उतरू लागलात किंवा पायऱ्यांवरून उतरू लागलात की, तुम्हाला ते जाणवेल. बऱ्याचदा तुम्ही तात्पुरते धावणे थांबवलेत तर दुखणेही थांबते. तसेच तुम्ही दोन पावलांत कमी अंतर ठेवून चालू लागलात तरीही ते थांबते, कारण चालण्यामुळे सांध्यांवर बँडचे घासणे कमी होते. बऱ्याचदा आयटी बँडची समस्या गुडघ्याजवळ सुरू होते. पण तुम्हाला तुमच्या नितंबांजवळ अस्वस्थपणा जाणवू लागतो किंवा आय टी बँडच्या संपूर्ण लांबीएवढ्या भागात घट्टपणा किंवा आखडल्यासारखे जाणवू लागते.

धावपटू किंवा चालणाऱ्यांमध्ये आयटी बँड आखडण्याची काही सर्वसामान्य कारणे आहेत. अशा धावपटूंमध्ये किंवा चालणाऱ्यांमध्ये त्यांचे ओटीपोट एका बाजूकडून दुसरीकडे हेलकावत असते. या हालचालीचा अतिरेक पाहायचा असेल, तर कोणत्याही फॅशन मॉडेलला चालताना पाहावे. ओटीपोटाची कोणतीही आडवी (एका बाजूकडून दुसऱ्या बाजूपर्यंत जाणारी) हालचाल आयटी बँडला घट्ट बनवते, कारण तुमचे पाऊल तुमच्या स्तंभाच्या खाली पडत असल्यामुळे तुमचे नितंब एका बाजूला हलत असतात. त्यामुळे आयटी बँडवर अतिरिक्त ताण येतो. तो आखडतो. पण त्यामुळे नितंबांच्या स्नायूंमधील द्रव भरलेल्या पोकळीची अवस्था अधिकच बिकट होते. त्यातूनच हिप बर्सायटिसचा त्रास सुरू होतो.

आयटी बँड घट्ट होण्याचे आणखी एक सर्वसामान्य कारण म्हणजे तुमचे चवडे बाहेरच्या बाजूला वळवून धावणे किंवा चालणे. त्यामुळे तुम्ही टाचांनी जमिनीवर आघात करता, तेव्हा तुमचे पाऊल मोठ्या प्रमाणात एक तर बाहेरच्या किंवा आतल्या बाजूला वळते. त्यामुळे आतल्या बाजूंच्या हालचालींवर नियंत्रण ठेवण्याचे आयटी बँडचे कार्य अधिक कठीण बनते. तुमच्या पायांतील कोणतेही स्नायू घट्ट बनले, तर त्यामुळे आयटी बँड सिंड्रोमची लक्षणे अधिक बिकट बनतात. अशा प्रकारची लक्षणे तुम्ही जलद गतीने धावल्यामुळेही दिसू शकतात.

यावर तुम्ही खालील उपाय करू शकता.

- **तुमचे ओटीपोट पातळीत राखण्यावर लक्ष केंद्रित करा :** पुढून मागे आणि एका बाजूकडून दुसरीकडे अशा प्रकारे तुम्ही ओटीपोट पातळीत राखण्यावर लक्ष केंद्रित करा. त्यामुळे आयटी बँडच्या बऱ्याचशा समस्या सुटतील. धावताना आणि धावण्याच्या दोन सत्रांमधील काळातही ओटीपोट पातळीत राखा.
- **बर्फ आणि मसाज यांचा उपयोग करा :** तुमचा आयटी बँडचा भाग खूपच आखडलेला असेल किंवा प्रत्येक पाऊल टाकताना तुम्हाला वेदना होत असतील, तर धावण्याच्या दोन सत्रांमध्ये तुम्ही जळजळणाऱ्या भागावर बर्फ चोळा. तसेच संपूर्ण आयटी बँडला मसाज करा. यासाठी फोमचा रोलर चांगले काम करतो. यामुळे थोडा त्रास होईल, पण त्याचा चांगलाच उपयोग होतो. कुशीवर झोपा. ज्या पायाला दुखापत झाली असेल, तो फोम रोलरवर ठेवा. मांडीचा अर्धा भाग फोम रोलरवर असला पाहिजे. आता तुम्ही रोलर वर-खाली फिरवा. तुम्हाला आखडलेली जागा कुठे तरी सापडेलच. त्या वेळी थांबा आणि त्या ठिकाणावरच रोलर ठेवा. तुमचे दुखणे ७५ टक्के कमी होईपर्यंत रोलर तिथेच ठेवा. त्यासाठी काही सेकंदांचा कालावधी पुरेसा ठरतो. मग श्वास घ्या. त्यानंतर आखडलेल्या दुसऱ्या स्थानाकडे वळा. पुन्हा पहिल्याप्रमाणेच रोलरचा वापर करा. याप्रमाणे दोन्ही बाजूंना करा. तुमच्या दुसऱ्या पायाचा आयटी बँड आखडला नसला, तरीही दुसऱ्या पायावर रोलर फिरवून तसाच मसाज करा.
- **धावणे किंवा चालणे कमी करा :** तुम्ही पूर्णपणे बरे होईपर्यंत तुमचे चालणे किंवा धावणे कमी करा. तुम्ही जर ट्रॅकवर धावत असाल, तर तुमची दिशा सातत्याने बदलत राहा.

गुडघे

धावण्यामुळे आपल्या गुडघ्यांना दुखापत होते, अशी अनेक धावपटूंची तक्रार असते. मला बऱ्याच जणांनी हीच तक्रार सांगितली आहे. आता मीही तुम्हाला माझे एक गुपित सांगतो. माझीही धावण्याविषयीची एक तक्रार आहे. अर्थातच ती याहून वेगळी आहे. खरे तर गुडघ्याच्या दुखापतींसाठी धावण्याला दोष दिला जात असला, तरीही वास्तविक पाहता गुडघ्यांच्या दुखापतींना धावणे जबाबदार नसून धावण्याच्या चुकीच्या पद्धती जबाबदार आहेत. दर वेळी कोणाचा ना कोणाचा गुडघा कामातून जातो आणि त्याचा मित्र त्याला विचारतो की, हे कसे काय घडले?

त्यावर तो झट्कन सांगतो की, मी धावत असताना हे घडले. पण जर तुम्ही धावण्याचे तंत्र सुधारलेत, तर कमीत कमी दुखापती होतात, हे यामागचे सत्य आहे. खरे म्हणजे दुखापती झाल्या असतील तरी कमी होतात किंवा हळूहळू भरून निघतात. गुडघ्यांवर कमी ताण येतो. त्यामुळे तुम्हाला गुडघ्यांचा त्रास होत नाही. ही एवढी सोपी गोष्ट आहे.

आपल्या मौल्यवान गुडघ्यांचे संरक्षण करण्याचे काही सोपे मार्गही आहेत, ते मी तुम्हाला देत आहे. त्यामुळे आपले गुडघे कामातून गेल्यामुळे धावणेच बंद करण्याची वेळ आपल्यावर येईल, ही चिंता मनातून काढून टाकून तुम्ही वर्षानुवर्षे आरामशीरपणे धावू शकता.

- **टाचांनी आघात करू नका :** पावलाच्या मध्य भागाने आघात करा. तुमच्या शरीराच्या स्तंभाच्या पुढे तुमच्या पावलांचा आघात होऊ देऊ नका. नेहमी तुमच्या घोट्यांपासून पुढे झुका आणि तुमच्या ढांगा शरीराच्या मागच्या बाजूला खुल्या होऊ द्या. त्यामुळे तुमचे पाय पुढे हेलकावतील, त्या वेळी पावलांनी पुढे आघात करू नका. तुमच्या वस्तुमानाच्या केंद्रस्थानाच्या मागच्या बाजूला आघात करा.
- **धावताना तुमचे गुडघे उचलू नका :** होय, मी तेच सांगतो आहे. धावताना तुमचे गुडघे उचलू नका. आपले गुडघे उचलून लांब-लांब ढांगा टाकत पळा, असे सांगणाऱ्या तमाम मासिकांकडे आणि नियतकालिकांकडे साफ दुर्लक्ष करा. तुम्ही तुमचे गुडघे उचलता, तेव्हा जमिनीवर असलेला तुमचा पाय पुढच्या बाजूला हेलकावतो. तुम्ही टाचेने जमिनीवर आघात करता आणि साहजिकच तो आघात तुमच्या शरीराच्या पुढच्या बाजूला असतो.

  तुमचे गुडघे खालच्या बाजूला हेलकावत असावेत. प्रत्येक ढांगेच्या वेळी तुमचा गुडघा खालच्या बाजूला असू दे. तो उंचावून ढांग टाकू नका. तुमच्या टाचा तुमच्या मागे तरंगत आल्यासारख्या येऊ द्या. तुम्ही सातत्याने एकच विचार करा की, 'गुडघे खाली, टाचा वर.'
- **गुडघे हलके आणि वाकलेले ठेवा :** तुम्ही पायाने आघात करून जमिनीवर पाय टेकवत असताना गुडघे हलके आणि वाकलेले ठेवा. कित्येक धावपटू आपल्या दोन ढांगांमध्ये खूप मोठे अंतर ठेवतात आणि नंतर त्यांचे गुडघे सरळ, ताठ करतात. मी हा प्रकार अनेकदा पाहिलेला आहे. यामुळे टाचा आणि गुडघे यांच्यावर भरपूर ताण येतो.
- **पाय वळणे :** तुम्ही धावत असताना पाय कोणत्याही एका बाजूला वळत

असेल, तर तुम्ही टाचेच्या बाहेरच्या कडेने जमिनीवर पाऊल टेकवत आहात. त्यामुळे तुमचा घोटा आतल्या बाजूला घसरतो. साहजिकच त्यामुळे कितीही अंतरासाठी धावत असलात तरी प्रत्येक पाऊल टाकल्याबरोबर तुमच्या गुडघ्यात वेदना निर्माण होतात, कारण पावलाच्या प्रत्येक आघाताबरोबर तुमचा गुडघा तुम्ही वळवत असता. त्याला काहीसा पीळ पडत असतो. त्यामुळे मध्यभागाच्या अस्थिबंधावर ताण येतो. तसेच गुडघ्याचे स्नायुबंधही खूपच ताणले जातात. त्यामुळे वेदना जाणवू लागतात किंवा दुखापत होते. गुडघ्याच्या अंतर्भागात तुम्हाला तीव्र वेदना जाणवू लागतात.

आता नेमके काय घडते, ते पाहू या. तुमचे पाऊल बाहेरच्या बाजूला वळून जमिनीवर पडू लागले की, तुम्ही टाचेच्या बाहेरच्या कडेच्या साह्याने पाऊल जमिनीवर टेकवता. त्यामुळे पोटरीपासूनच्या खालच्या पायाला हिसका बसतो. कोणी तरी तुमचा घोटा ओढून बाहेरच्या बाजूला ८५ ते ९० अंशांच्या कोनात वळवत असल्या-प्रमाणे तुम्हाला मिनिटा-मिनिटाला वाटू लागते. तुमच्या गुडघ्यांवर मोठ्या प्रमाणात ताण आल्याप्रमाणे वाटू लागल्यामुळे या प्रकारे तुम्ही जास्त काळ धावू शकत नाही.

तुम्ही ज्या दिशेला चालला असाल, त्याच दिशेला तुमच्या पावलांची दिशाही असली पाहिजे, याची काळजी घ्या. त्या प्रकारेच धावायला शिका. यासाठी तुमचा संपूर्ण पाय आतल्या बाजूला वळवा. जोपर्यंत तुमचे दोन्ही पाय एकमेकांना समांतर राहून त्यांची दिशा समोर येत नसेल, तोपर्यंत पाय वळवा. त्यामुळे तुमचे मांडीतील स्नायूही ताणले जातील. तुमचे गुडघे आता त्यांच्या नैसर्गिक दिशेलाच असतील. प्रत्येक पावलाबरोबर ते वळणार नाहीत.

तुमची पावले बाहेरच्या बाजूला वळलेल्या स्थितीत असतील, तर इलिऑटिबियल बँडवर त्याचा ताण येईल. हे बँड खालच्या बाजूला टिबियाच्या कडेशी जोडलेले असतात. टिबिया तुमच्या गुडघ्याच्या बरोबर खाली असतात. तुमच्या लक्षात आले नसेल, तर इलिऑटिबियल बँड सिंड्रोमचा भाग पुन्हा एकदा वाचा.

गुडघ्यांची चांगली काळजी घेण्याला तुम्ही खूपच प्राधान्य दिले पाहिजे. विशेषत: तुम्हाला वर्षानुवर्षे धावण्याचा आनंद घ्यायचा असेल, तर गुडघ्यांना जपण्यास पर्याय नाही. हिसके कमी बसावेत आणि ताण कमी यावा याची काळजी घेणे म्हणजे आपले गुडघे सुस्थितीत ठेवून वर्षानुवर्षे धावण्याचा विमा उतरवल्यासारखेच आहे. तुम्ही ज्या-ज्या वेळी धावण्यासाठी शूज घालाल, त्या-त्या वेळी तुमचे गुडघे तुम्हाला नक्कीच धन्यवाद देतील.

शिन स्प्लिंट्स

आपल्या धावण्याच्या कारकिर्दीत ज्यांना शिन स्प्लिंट्सचा त्रास झाला नाही, असे धावपटू माझ्या तरी पाहण्यात नाहीत. काही जणांच्या बाबतीत हे दुखणे सौम्य असू शकते; तर काही जणांच्या बाबतीत ते टिबिया मोडण्याइतपत गंभीर स्वरूपाचे असू शकते. धावपटूंच्या बाबतीत आढळणारी ही सर्वसामान्य दुखापत आहे. तसेच ती सहज बरी करता येणारी आणि रोखता येण्याजोगीही आहे. तुम्ही शिन स्प्लिंटपासून स्वत:ची कायमची सुटका कशी करून घेऊ शकाल, ते मी इथे सांगणार आहे.

पोटरीच्या भागात होणाऱ्या बऱ्याचशा दुखापतींची सुरुवात शिन स्प्लिंट्सने होते. मेडिअल टिबियल स्ट्रेस सिंड्रोम (एमटीएसएस) हे या दुखापतीचे वैद्यकीय भाषेतील नाव आहे. पोटरीच्या स्नायूंना संरक्षण देऊन त्यांना टिबिया या हाडाशी जोडणाऱ्या फॅशिया या ऊतीच्या ठिकाणी सौम्य दुखणे असताना जळजळ होते. अत्यंत गंभीर प्रकरणांत फॅशियावर एवढा ताण येतो की, ती टिबियापासून वेगळी होते. हा प्रकार अत्यंत वेदनादायक असतो आणि तो बरा होण्याची प्रक्रिया अत्यंत मंद असते.

शिन स्प्लिंट विविध प्रकारे घडू शकते. त्यांपैकी काही मी इथे देत आहे.

- **तुमचे पाय पुढच्या बाजूला झुलत असताना तुमचे घोटे खालच्या दिशेला असले पाहिजेत.** तुम्ही पुढच्या बाजूला तुमचे पाय झुलवत असताना तुमचे चवडे उंचावणे म्हणजे तुम्ही घोटे खालच्या बाजूला वळवणे होय. ६० टक्क्यांहून अधिक धावपटू प्रत्येक ढांगेबरोबर आपले घोटे खालच्या बाजूला वळवतात, असे मी ठामपणे सांगू शकेन. ज्या वेळी तुम्ही आपली टाच खाली करता, त्या वेळी तुम्ही तुमच्या पोटरीच्या पुढच्या बाजूचे स्नायू आकुंचित करता (टिबिॲलिस अँटेरिअर). तुम्ही टाचेने जमिनीवर आघात केलात की, त्या वेळी ते स्नायू तरफेच्या टेकूप्रमाणे कार्य करतात. तुमचे पाय जमिनीवर पडतात आणि त्याच वेळी तुमचे घोटे उचलले जातात. ही क्रिया तुमच्या पोटरीच्या पुढच्या भागातील आकुंचन पावलेल्या स्नायूंच्या क्रियेच्या बरोबर विरुद्ध असते. टेकडीवरून धावत उतरताना किंवा अधिक मोठ्या ढांगा टाकताना असे सातत्याने घडते. त्या वेळी तुमच्या पोटरीच्या पुढच्या बाजूच्या स्नायूंना हाडाला जोडणाऱ्या फॅशिया या ऊती खेचल्या जातात. त्या हाडापासून खेचल्या जातात आणि सैल बनतात. तिथेच ही जळजळ निर्माण होते.

- **टाचांचा आघात :** शिन स्प्लिंट्स टाळण्यासाठी धावताना टाचेने कोणत्याही प्रकारचा आघात करू नका. (चौथ्या प्रकरणातील झुकण्याविषयीचा भाग वाचा.)
- **चवड्यांवर धावणे :** चवड्यांवर धावणे किंवा तुमच्या चवड्यांच्या साह्याने शरीराला पुढे नेणे यामुळे पोटरीच्या पुढच्या आणि मागच्या बाजूच्या स्नायूंना अधिक काम करावे लागते. तुमच्या शरीराचे वजन चवड्यांवर आणि पोटऱ्यांवर केव्हाही सांभाळले जाते. तुमच्या पोटरीच्या स्नायूंना हे काम सांभाळताना चवड्यांवर धावल्याने अधिक काम करावे लागते. (आकृती क्र. १२२ पाहा.)
- **धावत टेकडी उतरणे :** धावत टेकडी उतरण्यामुळे कित्येक लोकांना शिन स्प्लिंट्सचा त्रास होतो. तुम्ही टेकडीवरून उतरू लागता, त्या वेळी तुमची गती रोखून सुरक्षित गतीनेच तुम्हाला टेकडी उतरावी लागते. दुर्दैवाने, आपल्या सर्वांचाच कल टाचेने जमिनीवर पाऊल टेकण्याकडे असतो. म्हणजेच आपण आपल्याच धावण्याला ब्रेक लावत असतो. त्यामुळे शिन स्प्लिंटचा त्रास होतो.
- **आपल्या शरीराच्या क्षमतेहून अधिक अंतर किंवा अधिक गतीने धावणे :** नवोदित धावपटू आपल्या धावण्याच्या नव्या कार्यक्रमाला सुरुवात करताना बऱ्याचदा अधिक गतीने धावतात किवा अधिक अंतर पार करतात. वास्तविक, त्या वेळी त्यांच्या पायांची तेवढी क्षमता नसते. शिवाय बहुतेक नवोदित धावपटू आपले चवडे घासून पुढे जातात. या सर्व गोष्टींमुळे त्यांच्या पायांवर आणि विशेषत: पोटरीच्या पुढच्या भागावर अधिक ताण येतो.

शिन स्प्लिंट कायमचा घालवा

शिन स्प्लिंटमुळे तुम्हाला होणाऱ्या वेदना कदाचित काही काळ पूर्णपणे नाहीशा होतात; पण तुम्ही पुन्हा धावण्यासाठी पायांवर उभे राहिलात की, पुन्हा तुम्हाला पूर्वीच्याच समस्येने आपण ग्रस्त असल्याची जाणीव होते. असे घडले, तर तुमच्यासमोर मी काही पर्याय ठेवतो. त्यातून तुम्हाला योग्य वाटेल तो पर्याय तुम्ही निवडा. टाचांवर चालणे किंवा पोटऱ्यांचा मागचा भाग ताठ करणे यामुळे हळूहळू तुमच्या पोटरीपासूनच्या खालच्या पायाचे स्नायू अधिक ताणले जातात. या गोष्टींचा काही वेळा उपयोग होऊ शकतो, पण हा त्रास कायमस्वरूपी दूर करण्यासाठी हा खात्रीशीर मार्ग नाही. पोटऱ्यांमुळे शिन स्प्लिंट्सचा त्रास तुम्हाला होत नाही, हे लक्षात ठेवा. तुमच्या धावण्याची पद्धत चुकीची आहे, हे त्यामागचे खरे कारण आहे.

- धावताना आपल्या पोटरीपासूनच्या खालच्या पायाचा उपयोग कमी करा किंवा अजिबातच करू नका : या प्रकारे तुम्ही शिन स्प्लिंट्सचा त्रास मोठ्या प्रमाणात कमी करू शकता. ची रनिंगमध्ये तुम्ही गुरुत्वाकर्षण शक्तीमुळे पुढे ढकलले जाता. या हालचालीत पोटरीचे स्नायू धावण्यात सहभागी झालेले नसतात. त्यामुळे पोटरीवरचा जवळजवळ सगळा ताण तुम्ही या प्रकारे नाहीसा करू शकता. फक्त दोन ढांगा टाकण्याच्या मधील काळात तुम्हाला तात्पुरता आधार देण्याचे काम पोटऱ्या करतात.
- तुमच्या पोटऱ्यांपासूनच्या पायांना सदासर्वकाळ सैलावलेल्या आणि आरामदायक स्थितीत ठेवा : जमिनीवर तुमच्या पावलाच्या मध्य भागाने आघात करा. तुमच्या पावलाने तुमच्या वस्तुमानाच्या केंद्राच्या मागच्या बाजूला आघात करा. तुमच्या पोटरीचे स्नायू सैलावलेले ठेवा.
- **वाळूच्या खड्ड्याच्या व्यायामाचा सराव नियमितपणे करा :** शिन स्प्लिंट्समध्ये हा सराव उपयुक्त ठरतो. तुमच्या पोटरीपासूनच्या खालच्या पायावर अधिक ताण न घेता धावण्यास तुम्ही शिकाल. तुमच्या मनातून आणि शरीरातून अशा प्रकारे शिन स्प्लिंट्सची भीती तुम्ही कायमची हद्दपार करू शकाल. तुमच्या पोटरीपासूनच्या खालच्या भागाचा पुढीलप्रमाणे विचार करा. तुम्ही त्यांचा वापर केला नाहीत, तर तुमच्याकडून त्यांचा गैरवापरही होणार नाही. तुम्ही धावत किंवा चालत असतानाही त्यांना सैलावलेल्या आणि आरामदायक स्थितीतच ठेवा. अशा वेळी आपले धावण्याचे भवितव्य खूपच उज्ज्वल आहे, असा विचारही मनात घोळवत ठेवा.

पोटऱ्यांत गोळे येणे आणि आखडणे

तुमच्या पोटऱ्या आखडल्या असतील तर तुम्ही त्यांचा धावताना वापर करता आहात, असा त्याचा अर्थ आहे. ची रनिंगमध्ये असा वापर वर्ज्य आहे. त्यासाठी त्या सैलावण्याचा सराव करा. पायाच्या मध्यभागाच्या आघाताने जमिनीवर पाऊल टेकवण्याचा नेहमीच प्रयत्न करा. (आकृती क्र. १२१ पाहा.) तुमच्या पोटऱ्यांशी आणि तुमच्या घोट्यांशी सातत्याने मानसिक संवाद साधत राहा. आज आपण धावणार आहोत आणि आज सुट्टी आहे, अशा दोन्ही गोष्टींचा संदेश त्या-त्या दिवशी त्यांच्यापर्यंत पोहोचवायला विसरू नका.

- **तुम्ही पुढच्या बाजूला खूपच अधिक प्रमाणात झुकत नाही ना, याची खात्री करून घ्या :** पोटरीपासूनच्या पायाच्या खालच्या भागाला तुमच्या झुकण्याचा कोन सांभाळायला तुम्ही भाग पाडत नाही ना, याचीही

खात्री करून घ्या. (झुकण्याची खिडकी हा चौथ्या प्रकरणातील भाग पुन्हा एकदा वाचा.)

- **तुम्ही जेव्हा चालत किंवा धावत असाल, त्या वेळी कायमच तुमचे पाय गुडघ्यापासून खाली लोंबकळू द्या.** हा सराव सततच करत राहा. आपल्याला पोटरीपासूनचे पायच नाहीत, अशी कल्पना करून आपण आपले पोटरीपासूनचे खालचे पाय तसेच लोंबकळत ठेवतो, असे मला माझ्या एका विद्यार्थ्याने सांगितले होते.
- तुमची पावले वरच्या वर उचलण्याचा सराव करा : वाळूच्या खड्ड्याच्या व्यायामाचा सातत्याने सराव करा, म्हणजे तरंगत-तरंगत धावण्याचा अनुभव तुम्हाला घेता येईल.
- तुमचे पोटरीपासूनचे पाय सारखे हलवत किंवा झटकत राहा : तुम्ही जेव्हा उभे राहिलेले असता, तेव्हा सातत्याने ही क्रिया करा. हा भाग सैलावायला शिका. सातत्याने तुमची पोटरीही सैलावायला शिका. फक्त धावतानाच नव्हे; तर चालतानासुद्धा तुम्ही अशा प्रकारे पोटरी सैलावण्याचा सराव करत राहा.
- पोटरीत गोळे येण्यातून तुम्ही हळूहळू बरे होत असाल, तर सपाट जमिनीवरच धावा : टेकड्यांवर धावण्याने काही वेळा तुम्हाला चवड्यांवर धावावेच लागते. अशा वेळी तुमच्या पोटऱ्यांवर ताण येतो. (आकृती क्र. १२१ आणि १२२ पाहा.)
- तुमच्या पोटऱ्या गंभीररित्या घट्ट झाल्या असतील, तर त्यांना नियमित मसाज करा : प्रत्येक वेळी धावल्यानंतर मसाज कराच. घोट्यांवर ताण येऊ न देण्याचा सरावही सातत्याने करा. प्रत्येक वेळी धावल्यानंतर गरम पाण्याने अंघोळ करा.
- **धावत असताना पुरेसे पाणी किंवा इलेक्ट्रोलाईट घेत असल्याची खात्री करून घ्या :** पोटऱ्यांमध्ये गोळे येऊ नयेत म्हणून सतत काळजी घेतली पाहिजे, कारण त्या वेदना जीवघेण्या असतात. त्यासाठी पोटऱ्यांमध्ये गोळे येण्याची जाणीव झाली रे झाली की, धावणे तातडीने थांबवा आणि चालू लागा. तुम्ही जर पोटऱ्यांचा अतिरेकी वापर केला नाहीत, तर त्यांना अधिक इलेक्ट्रोलाईटची गरज भासणार नाही, हे लक्षात ठेवा.
- **तुमच्या दोन ढांगांमधील अंतर कमी करा :** दोन ढांगांत अत्यंत सहजसुलभतेने जेवढे अंतर ठेवता येईल, तेवढेच ठेवा; अन्यथा तुम्ही जमिनीवरून पाऊल उचलाल, तेव्हा तुमच्या पोटऱ्यांच्या स्नायूंवर अतिरिक्त ताण येईल.

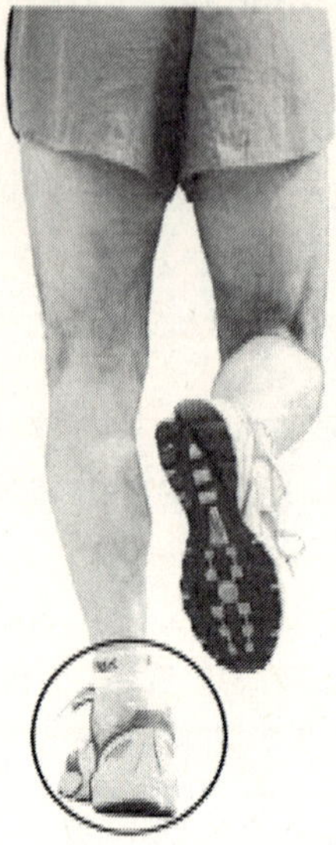

आकृती क्र. १२१ :
मध्यभागाच्या आघाताने पाऊन टेकवणे (अचूक पद्धती)

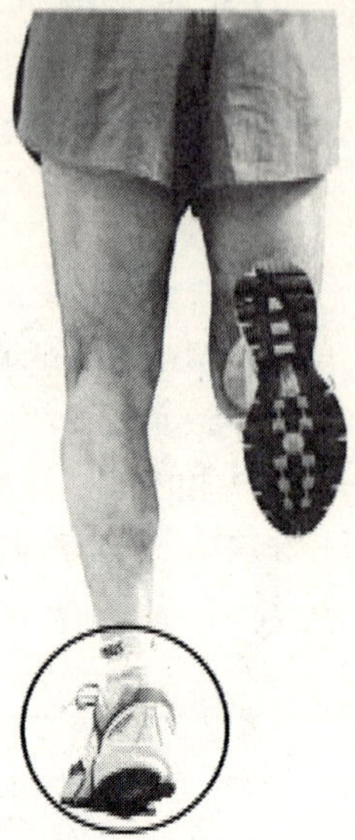

आकृती क्र. १२२ :
चवड्यांवर भार टाकून धावणे (चुकीची पद्धती)

- **तुमचे शूज खूपच कडक आहेत का, ते तपासा :** तुमच्या शूजच्या तळव्यांचा पुढचा भाग खूपच लवचिक असला पाहिजे. बुटांच्या टाचा घासल्या गेल्या असतील किंवा फाटल्या असतील, तर तुम्ही टाचांनी आघात करून धावता आहात. याचाच अर्थ, तुमच्या ढांगांमधील अंतर खूपच अधिक आहे.
- **पोटऱ्या आणि ॲचिलीज टेंडन्सना ताण द्या :** रस्त्यापासून विरुद्ध दिशेला तोंड करून पदपथाच्या दगडी कडेवर उभे राहा. आता ज्या पायाच्या पोटऱ्या आखडलेल्या असतील, ते पाऊल दगडावर ठेवा. तुमच्या टाचा त्या दगडाच्या बाहेरच्या बाजूला असल्या पाहिजेत. स्थैर्यासाठी तुमचा न दुखणारा पाय पदपथावर ठेवा. आता तुमची बाहेरच्या बाजूला असलेली दुखऱ्या पायाची टाच हळूहळू खाली घ्या. दगडी कडेवरच चवडा असू द्या. यामुळे तुमच्या पोटऱ्यांना आणि ॲचिलीज टेंडन्सना चांगलाच ताण मिळेल. याच अवस्थेत वीस ते तीस सेकंद राहा. हा व्यायाम तीन वेळा करा.

स्नायूंमधील पेटके किंवा गोळे

शरीरातील पाण्याचे किंवा इलेक्ट्रोलाईट्सचे किंवा दोहोंचेही प्रमाण कमी झाल्यामुळे हे होऊ शकते. स्नायूंचे कार्य व्यवस्थित चालण्यासाठी आवश्यक असलेला विद्युतप्रवाह कमी पडल्यामुळे स्नायूंमध्ये पेटके किंवा गोळे येतात. याला प्रतिबंध करण्यासाठी व्यायाम सुरू करण्याच्या अर्धा तास आधी बारा औंस पाणी किंवा कोणतेही स्पोर्ट्स पेय प्या. तुम्ही तासाहून अधिक काळ धावण्यासाठी बाहेर पडला असाल, तर तुमच्याबरोबर पाण्याची किंवा स्पोर्ट्स ड्रिंकची स्वत:ची बाटली असली पाहिजे. तुम्ही विविध प्रकारच्या स्पोर्ट्स ड्रिंक्सची चव घेऊन तुमच्या शरीराला कोणते पेय अधिक मानवते ते पाहा. जे सहजपणे पिणे शक्य असेल, ज्याची चव चांगली असेल आणि ज्याच्यात जास्त प्रमाणात रसायनांचे मिश्रण नसेल, असे पेय निवडा.

मी शर्यतीत भाग घेतो, तेव्हा माझा काऊंटडाऊन टायमर दहा मिनिटांच्या मध्यंतरांवर सेट करतो आणि ज्या-ज्या वेळी तो वाजतो, त्या-त्या वेळी माझे इलेक्ट्रोलाईट असलेले पेय पितो. त्यामुळे माझ्या शरीरातील पाण्याचे प्रमाण चांगले राहते. आजपर्यंत मला स्नायूंमधील पेटक्यांचा किंवा गोळे येण्याचा कधीच त्रास झालेला नाही. जर तुम्हाला पेय प्यायचे नसेल, तर इलेक्ट्रोलाईट गोळी घ्या. त्यामुळे पाणी वगळता पेयाची आणखी बाटली बाळगण्याची गरज उरत नाही आणि सर्वांत महत्त्वाची गोष्ट म्हणजे स्पोर्ट्स पेये म्हणून ते आपल्या माथी मारत असलेली (खरे तर गळी उतरवत असलेली) पेये चव आवडली नसली, तरी आपल्याला जबरदस्तीने घशाखाली उतरवावी लागत नाहीत.

ॲचिलीज टेंडानायटिस

तुम्हाला टाचेच्या वरच्या भागात जळजळ झाल्यासारखे जाणवू लागले की, ते ॲचिलीज टेंडानायटिसचे लक्षण असू शकते, हे लक्षात ठेवा. धावताना तुमचा पोटरीपासूनचा संपूर्ण पाय सैलावा. त्यामुळे तुमच्या ॲचिलीज टेंडन्सना अतिकाम करावे लागणार नाही.

- नरम, सपाट भूप्रदेशावर धावा : तुमच्या पायातील ॲचिलीज टेंडन्सजवळचा आखडलेपणा दूर होईपर्यंत सपाट भूप्रदेशावरच धावा. त्यानंतर प्रथमच टेकड्यांवर धावायला जाण्यास सुरुवात कराल, त्या वेळी चढायला सोप्या असलेल्या साध्या टेकड्यांची सुरुवातीला निवड करा.
- हळू धावा : आखडलेले स्नायू बरे होईपर्यंत मंद गतीने, हळूहळू धावा. त्यानंतर हळूहळूच गती वाढवत जा.

- तुम्हाला कितीही वाटले तरी चालणे किंवा धावणे थांबवू नका : ताण न देता धावणे किंवा चालणे तुम्ही चालू ठेवलेत, तर ही दुखापत हळूहळू बरी होते. तरीही तुम्ही पुरेशी काळजी घेतली नाहीत, तर पुन्हा ती उद्‌भवू शकते. म्हणूनच धावत्या पावलांतील किंवा ढांगांमधील अंतर कमी ठेवा आणि हळुवारपणे धावा.
- धावताना तुम्हाला खूपच वेदना होऊ लागल्या, तर थोडे थांबा आणि शक्य तेवढ्या लवकर धावण्याचा प्रयत्न करा. सूज असेल, तर ती दूर करण्यासाठी बर्फाचा सातत्याने वापर करा. त्या भागावरून बर्फ फिरवा. तुम्ही धावत किंवा चालत असताना तुमच्या पोटरीपासूनचा पायाचा खालचा भाग कसा सैलावावा, हे शिकण्यासाठी या दुखापतींतून सावरत असतानाचा हा काळ खूपच चांगला असतो.
- पोहण्याच्या तलावावरच्या धावण्याप्रमाणे धावणे हे या वेळी खूपच उपयुक्त ठरते. त्यामुळे तुमच्या पायांत बऱ्यापैकी लवकर सुधारणा होते.

प्लांटर फॅसिलिटीस

जगातील काही गोष्टींना मी सर्वाधिक वाईट शत्रू मानतो. त्यांनी माझ्या वाटेला कधीच जाऊ नये, असे मला वाटते. प्लांटर फॅसिटीस (पीएफ) ही दुखापत त्यांच्यापैकी एक आहे. तुम्हाला चुकून कधी त्याचा त्रास झाला असेल, तर मी काय म्हणतो आहे, ते तुमच्या लगेच लक्षात येईल. हॅरी पॉटरला ज्याप्रमाणे डेथ ईटर्स त्याच्या मागे लागल्याचा सुगावा लगेच लागतो, त्याप्रमाणे मलाही या दुखापतीचा थोडासा जरी सुगावा लागला तरी लगेच मी सावध होतो. मला खरोखरच तो त्रास होऊ नये, यासाठी त्याला तातडीने प्रतिबंध करण्याचे माझ्या आवाक्यातील सारे उपाय मग योजू लागतो.

चालणाऱ्यांना आणि धावणाऱ्यांनाही ही अत्यंत पीडादायक दुखापत होऊ शकते. त्यापासून सुटका करून घेणे अत्यंत त्रासदायक असते. ते नेमके काय असते, ते मला माहीत आहे. त्यामुळेच तुमच्यापैकी ज्यांना ज्यांना ही दुखापत झाली असेल, त्यांना तिच्यातून बाहेर पडण्यासाठी मी हवी ती मदत करण्यास तयार आहे. तसेच ज्यांना ती रोखायची असेल, त्यांनाही मी सर्व प्रतिबंधात्मक उपाय सांगण्यास तयार आहे.

प्लांटर टेंडन हा स्नायुबंध तुमच्या तळपायाच्या संपूर्ण लांबीभर असतो. टाचांच्या तळभागापासून तुमच्या चवड्यांच्या पुढच्या भागापर्यंत तो असतो. तुमच्या तळपायाचा वक्रभाग म्हणजे धनुष्य आहे, असे तुम्ही मानले; तर प्लांटर टेंडन ही धनुष्याची प्रत्यंचा म्हणजेच दोरी आहे, असे म्हणावे लागेल. या दोरीचा एक भाग

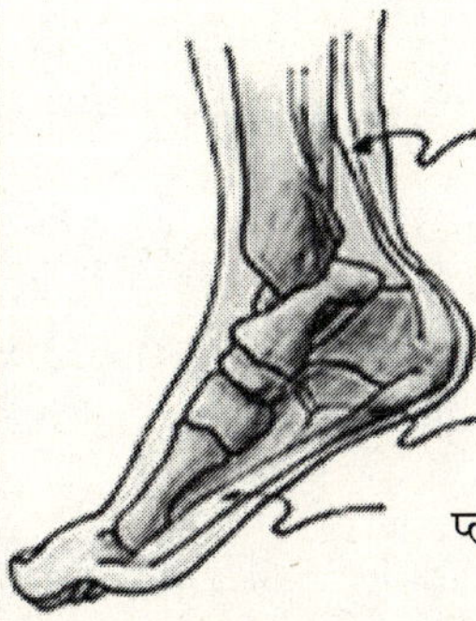

आकृती क्र. १२३ : प्लांटर टेंडन

टाचेच्या हाडाच्या पुढच्या भागाशी आणि दुसरा चवड्याच्या तळाशी जोडलेला असतो. एका मजबूत, तंतुमय पडद्याने तो जोडला गेलेला असतो. पायाच्या वक्र-भागाला प्लांटर टेंडन पूर्णपणे खाली टेकण्या-ऐवजी वरच्या वर ताणून धरतो. त्यामुळे उभे राहिल्यावर, चालताना किंवा धावताना पायाला कुशन मिळते आणि धक्के शोषले जातात. (आकृती क्र. १२३ पाहा.) या स्नायुबंधामुळे आपल्याला चवडा टेकवता येतो.

पीएफमुळे चवड्याच्या किंवा घोट्याच्या तळाशी दाह होतो. काही वेळा सूज येते, जळजळ होते. पायाच्या कोणत्याही हालचालीने प्लांटर स्नायुबंधावर ताण आला तर हा दाह सुरू होतो. टेकड्यांवर चढणे किंवा खाली उतरणे, जिने चढणे, चवड्यांवर धावणे किंवा चालणे (होय, यांत उंच टाचांच्या चपला किवा बूट घालण्याच्या कारणाचाही समावेश आहे.)

ढांगांमध्ये खूपच अधिक अंतर असल्याने टाचांनी आघात करण्यामुळेही हा त्रास उद्‌भवू शकतो. प्रत्येक ढांग टाकताना तुम्ही पायांच्या स्नायूंचा उपयोग करून पुढे पोहोचत असाल, (आकृती क्र. ५१ पुन्हा एकदा पाहा.) तर अशा वेळी तुम्ही सहसा टाचांच्या आघाताने जमिनीवर पाऊल टेकता. तुम्ही प्रत्येक पाऊल टाकताना तुमच्या टाचांवर शरीराच्या वजनाचा जेवढा भार पडतो, त्याच्या सहापट भार टाचांच्या अशा आघाताने पावलांवर पडतो. एवढा मोठा ताण शोषून घेणारा हा अत्यंत छोटासा भाग असतो. तुमच्या टाचांचा पृष्ठभाग जेमतेम दोन चौरस इंच एवढा असतो. जर तुमचे वजन १२५ पौंड असेल आणि तुम्ही टाचांच्या आघाताने धावत असाल, तर त्याचा अर्थ पावलाच्या प्रत्येक आघाताबरोबर प्रत्येक चौरस इंचावर सुमारे २५० पौंड भार पडतो. एवढा मोठ्या प्रमाणातील ताण सहन करणे त्या भागाच्या आवाक्यातील नसते. त्यामुळे टाचांच्या ठिकाणी जिथे प्लांटर टेंडन जोडला गेलेला असतो, तिथे दुखापत झाली तर त्यात कोणतीही नवलाची बाब नाही.

याशिवाय आणखी एका प्रकाराने तुम्हाला पीएफ होण्याची शक्यता असते.

तुमच्या टाचेच्या मागच्या बाजूला ॲचिलीज टेंडन जोडलेला असतो. तो तुमच्या पोटरीच्या स्नायूंपर्यंत पोहोचलेला असतो. तुमच्या पोटऱ्या घट्ट झालेल्या असतील किंवा तुमचे ॲचिलीज टेंडन तेवढे लवचिक नसतील आणि त्यांच्यामुळे फॅशिया हाडाशी जुळला गेलेला असतो, तो भाग दुबळा बनलेला असेल; तर पीएफ होऊ शकतो. काही कारणाने फॅशियाच्या कुवतीपलीकडे प्लांटर टेंडन खेचला गेला, तर त्या वेळी फॅशिया काही ठिकाणी अत्यंत सूक्ष्मरित्या विदीर्ण होतो किंवा फाटतो आणि मग हाडांपासून दूर होऊ लागतो. यामुळे फॅशियाचा दाह होऊ लागतो. यालाच फॅसिटिस म्हणतात.

तुम्हाला यासाठी दीर्घकाळ उपचार घ्यावे लागतात. काही महिने किंवा आठवडे प्लांटर टेंडन सातत्याने अतिरिक्तपणे ताणला जात असेल; तर फॅशिया जिथे हाडाला चिकटलेला असतो, तिथे शरीर कॅल्शियमची भर घालू लागते. टाचेच्या त्या विशिष्ट ठिकाणी हाड अधिक प्रमाणात मजबूत होण्याच्या उद्देशाने मोठ्या प्रमाणात कॅल्शियमची भर टाकली जाते. त्यामुळे तुम्हाला टाचांच्या जागी एखादा नाल ठोकल्याप्रमाणे जाडसर भाग जाणवतो. तिथेही दाह होऊ लागतो. हा दाह पीएफच्या दाहापेक्षाही अधिक असतो. तुम्ही पाऊल उचलले रे उचलले की, तुम्हाला वेदना होऊ लागतील याची कल्पना करा. म्हणजे दिवसात तुम्हाला हजारो वेळा वेदना होत राहतील. नको, हा असला त्रास आपल्याला कधीच होऊ नये, म्हणूनच तो टाळण्यासाठी मी काहीही करू शकेन.

पीएफची इतर कारणे अशी आहेत–

- लवचिक नसलेले शूज, फाटके शूज किंवा चवड्यांजवळ वाकण्याऐवजी मध्यभागी वाकणारे शूज.
- पायांचा वक्र भाग कमी किंवा अधिक असणे.
- वजन जास्त असणे.
- पायांवर अधिक काळ उभे राहणे, चालणे किंवा धावणे.
- सवय नसताना मऊ वाळूतून अधिक अंतर अनवाणी चालणे.

पीएफमुळे कसे वाटते? अर्थातच हा अत्यंत सापेक्ष प्रश्न आहे. म्हणूनच मी विविध प्रकारच्या संवेदनांची दखल घेणार आहे. ज्या वेळी पीएफ झाल्याचे प्रथम प्रथम जाणवते, त्या वेळी तुम्हाला पायमोज्याच्या टाचेच्या भागात काही तरी गुठळीसारखे अडकल्यासारखे वाटते. त्यात काहीही विशेष नसते, यातना होत नाहीत. फक्त टाचेखाली काही तरी जाडसर असल्यासारखे वाटल्याने अस्वस्थपणा आलेला असतो. मी तर माझ्या शूच्या तळाशी काही चिकटले आहे का, ते

पाहण्यासाठी तो उलटापालटा केल्याचे मला आठवते. पण शूजची टाच बदलून आणि आतूनही तिच्यात काहीही अडकलेले नाही याची खात्री करून आल्यावर मी शूज घातल्यावर मला पुन्हा तसेच वाटू लागले. त्या वेळी मात्र ते मी अत्यंत गांभीर्याने घेतले. मी जर काहीही केले नाही, तर डेथ ईटर्स माझ्या मागावर आहेत, याची जाणीव मला झाली होती.

तुम्हालाही ज्या वेळी असे काही जाणवेल, त्या वेळी तुम्ही एखाद्या जुन्या सवयीमुळे ची रनिंगशी तडजोड केली आहे, हे तुम्ही लक्षात घेतले पाहिजे. पावलाच्या मध्य भागाने पाऊल टेकवण्याचा सराव केला पाहिजे. त्यामुळे तुमचे घोटे सैलावतील. साहजिकच तुमचा प्लांटर टेंडन अतिरिक्त प्रमाणात ताणला जाणार नाही.

पीएफकडे तुम्ही या पहिल्या पायरीवर दुर्लक्ष केले, तर त्याच्या पुढच्या टप्प्यात तुम्हाला तुम्ही खुर्चीतून किंवा सकाळी अंथरुणातून उठल्यावर तुमच्या टाचा किंचित नाजूक झाल्यासारख्या, हुळहुळल्यासारख्या वाटतील. सुरुवातीच्या टप्प्यांमध्ये एकदा तुम्ही उठून उभे राहिलात आणि चालू लागलात की, टाचांमुळे वाटणारा अस्वस्थपणा निघून जाईल. पण जसजशी दुखापत वाढू लागते, तसतसा हा नाजूकपणा अधिक काळ जाणवू लागतो. त्यानंतर पायाला टाचेला टाचण्या किंवा सुया टोचल्यासारख्या वेदना जाणवू लागतात. माझ्यावर विश्वास ठेवा; ही काही गमतीची गोष्ट नसते.

पीएफच्या खूपच पुढच्या टप्प्यात तुम्ही कुठे तरी जाऊन अधांतरी तरंगण्यावरची पुस्तके शोधू लागता. त्यानंतर तुम्ही चालला किंवा धावला नाहीत, तरीही दिवसभर तुम्हाला वेदना होऊ लागतात.

पीएफ तातडीने बरा करणारा उपाय नाही, असे मी ठामपणे सांगू शकतो. फक्त ईश्वरकृपा असेल, तरच तो तातडीने बरा होऊ शकेल. स्नायुबंध किंवा फॅशियाची छिद्रे भरून येणे, तसेच दाह कमी होणे यासाठी बराच काळ जावा लागतो. म्हणूनच मी तुम्हाला असे सुचवेन की, ज्या वेळी तुम्हाला पहिल्यांदा पीएफचे लक्षण जाणवते, त्याच वेळी तुम्ही ते अत्यंत गांभीर्याने घ्या. अशा प्रकारची कोणतीही दुखापत होत असल्याचे लक्षात येणे, ही आपण करत असलेल्या हालचालींवर लक्ष केंद्रित करण्यासाठी आपल्याला मिळालेली एक मोठीच संधी असते. पीएफपासून सुटका मिळवण्यासाठी ची रनिंगच्या फॉर्ममधील प्रत्येक गोष्टीवर पुन:पुन्हा शक्य तितके जास्त लक्ष केंद्रित करा. तुमच्या टाचेत तुम्हाला सर्वप्रथम आखडल्यासारखी किंवा काही तरी घट्टपणा निर्माण झाल्याची भावना जाणवली की, तुम्ही तातडीने खाली दिलेल्या काही गोष्टी करायला सुरुवात करा.

- **पोटरीपासूनचा पायांचा खालचा भाग सैलावायला शिका :** विशेषत: तुमच्या पोटऱ्या आणि घोटे यांच्यावर लक्ष केंद्रित करा. तुम्ही चालत, धावत किंवा उभे असताना किंवा अगदी तुम्ही बसलेले असतानाही हा भाग सैलावायला शिका. तुमच्या नितंबांच्या मागच्या भागात किंवा पायांत कुठेही ताण साठवून ठेवला गेला की, तुम्ही हालचाल करू लागल्यावर तुमचे प्लांटर टेंडन खेचले जाणारच याची खूणगाठ मनाशी बांधून ठेवा. आरामशीरपणे स्नायू सैलावा, आरामशीरपणे स्नायू सैलावा, आरामशीरपणे स्नायू सैलावा.... मी शंभर वेळा तरी तुम्हाला हेच सांगत राहीन. तुम्ही जर हे केले नाहीत, तर मग प्लांटर टेंडनच्या दुखापतीच्या भयंकर दुष्परिणामांना तोंड देण्याची तयारी ठेवा.
- **धावत असताना पावलाच्या मध्य भागावरच पाऊल टेकवण्याची विशेष काळजी घ्या :** टाचेच्या मागच्या भागाने पावलाचा आघात कधीही करू नका.
- धावताना तुमच्या पायांच्या स्नायूंचा वापर करून पुढे जाऊ नका : तुमच्या कमरेच्या वरच्या भागाला पुढाकार घेऊ द्या आणि पायांना त्याच्या मागोमाग जाऊ द्या. त्यामुळे तुम्हाला पावलाच्या मध्य भागाने आघात करत राहणे शक्य होईल आणि तुमच्या टाचांवर अतिरिक्त भार टाकला जाणार नाही. पीएफसाठी टाचांवरचा अतिरिक्त भार हे एक अत्यंत महत्त्वाचे कारण आहे.

आणखी काही करावयाच्या गोष्टी –

- चालताना किंवा धावताना तुमच्या दोन ढांगांमधील अंतर कमी करा.
- शक्य तेवढ्या नरम आणि सपाट पृष्ठभागावर धावा.
- जिन्यांचा वापर टाळा. सहसा इलेव्हेटर असतील, तर त्यांचाच वापर करा– पोटऱ्यांच्या स्नायूंची आणि ॲचिलीज टेंडनची लवचिकता वाढवा. त्यामुळे प्लांटर टेंडनची लवचिकताही वाढेल. यासाठी मी पुढे पावले ताणणे आणि लांब करणे यासाठीचे काही व्यायाम दिले आहेत. त्यांचा उपयोग होईल.
- पावलांना मसाज करा. शक्य तेवढा अधिक काळ आणि व्यवस्थित मसाज करा.

  तुम्हाला असह्य वेदना होत असतील, तर त्यासाठी तुम्हाला खालीलपैकी उपचार घ्यावे लागतील –

- तुमच्या टाचा बर्फाचे पाणी भरलेल्या एका मोठ्या भांड्यात पाच ते दहा मिनिटे बुडवून ठेवा. वेदना कमी होईपर्यंत दिवसातून दोन वेळा असे करा. हे तुम्हाला थोडेसे त्रासदायक वाटू शकेल; पण ते खूपच चांगले ठरेल.
- तुम्ही औषधे घेत असाल, तर दाह तेवढ्यापुरता कमी होईल. पण पीएफचा दाह दीर्घकाळ असल्यामुळे सातत्याने तुम्ही औषधे घेऊ शकणार नाही,
- संधिवातावरची औषधे तुम्हाला काही काळापुरता आराम मिळवून देऊ शकतील. पण त्यांच्यावर तुम्हाला महिनोन्महिने किंवा वर्षानुवर्षे अवलंबून राहायचे नसेल, तर या समस्येला कारणीभूत ठरणाऱ्या तुमच्या चालण्याच्या किंवा धावण्याच्या सवयींमध्येच तुम्हाला आवश्यक ते बदल घडवावे लागतील.
- पाय ताणणे आणि सरळ करण्याचे अधिकाधिक व्यायाम करा : पावले आणि घोटे यांविषयीचा सर्वसामान्य सल्ला हा यापुढे दिलेला भाग वाचा. या सर्वांमुळे पीएफला आळा घालणे तुम्हाला शक्य होईल किंवा तुम्ही पीएफपासून स्वत:ची मुक्तता हळूहळू करून घेऊ शकाल. ही अत्यंत सर्रास उद्‌भवणारी, पण तशीच बरी होणारी समस्या आहे. या विशिष्ट दुखापतीविषयी आपल्याला जुनी म्हणच उपयोगी पडते. एका औंसाचा प्रतिबंध हा एका पौंडाच्या उपाययोजनेपेक्षा केव्हाही उत्तम असतो. म्हणजेच प्रतिबंध हा उपाययोजनेपेक्षा केव्हाही चांगला असतो.
- जाड्याभरड्या, रेती किंवा वाळू पसरलेल्या रस्त्यावरून दहा मिनिटे चाला. त्यामुळे पायाला टोचेल; पण मी ज्या-ज्या गोष्टी करून पाहिल्या, त्यांपैकी या व्यायामाने माझा पीएफ झट्‌कन कमी झाला.

पावले आणि घोटे यांविषयीचा सर्वसामान्य सल्ला

तुमच्या प्रत्येक पावलात २६ हाडे, ३३ सांधे आणि शंभरहून अधिक स्नायू, स्नायुबंध आणि अस्थिबंध असतात. तुम्ही उभे राहा, चाला किंवा धावा; पण या प्रत्येक वेळी तुमच्या पावलांवर तुम्ही शरीराचे संपूर्ण वजन तोलून धरता. याचाच अर्थ किती तरी छोट्या-छोट्या भागांवर आपण खूपच मोठी जबाबदारी टाकत असतो. म्हणूनच तुमच्या पावलांच्या बाबतीत बऱ्याच गोष्टी चुकीच्या घडत असतील, तर त्यात आश्चर्य वाटण्याजोगे काहीच नाही. विशेषत: कोणतीही चढण (पायऱ्या, टेकड्या इ.) चढताना तुम्ही जर अकार्यक्षमतेने, सदोष पद्धतीने किंवा असमतोलपणे चढू लागलात; तर हे घडण्याची विशेष शक्यता असते. त्या सर्वांचा पावलावर परिणाम होतो, कारण तुमच्या पावलांनीच तुमचा रस्त्याशी संपर्क येतो. 'ताय ची'मध्ये इतर सर्व गोष्टींपेक्षा तुमचा पृथ्वीशी किंवा जमिनीशी

येणारा संपर्क हीच महत्त्वाची गोष्ट असते. कारण जर तुम्ही हा संपर्कच तोडून टाकला किंवा तुमचा हा संपर्कच तुटला, तर कोणत्याही प्रतिस्पर्ध्याशी दोन हात करण्यासाठी तुम्ही उभेही राहू शकत नाही आणि त्यामुळे तुम्हाला पृथ्वीकडून मिळणाऱ्या 'ची'च्या प्रवाहाची संवेदनाच जाणवणार नाही. या 'ची'मुळेच तुमचे शरीर प्रभावी ऊर्जेने भरून जाते.

तुमच्या शरीराला आधार देण्याच्या कार्याशिवाय तुमचे पाय आणखी एक महत्त्वाचे कार्य करत असतात. अर्भकावस्थेपासूनच आपले पाय शरीराला हालचाल कशी करायची, ते शिकवत असतात. आपण प्रथमच उभे राहायला आणि चालायला शिकतो, त्या वेळेपासूनच आपला सारा तोल आणि हालचाल ही आपल्या पायाकडून मेंदूला पाठवल्या जाणाऱ्या संदेशावरच अवलंबून असते. या संदेशवहन यंत्रणेत कोणत्याही प्रकारे बदल झाला, तर आपल्या मेंदूला शरीर कसे हलवायचे आहे किंवा शरीराची हालचाल कशी करायची आहे, याविषयीचा स्पष्ट संदेश मिळणार नाही. म्हणूनच आजकाल अनेक फिजिओथेरपिस्ट दुखापतींपासून मुक्तता मिळविण्यासाठी आपल्या कित्येक रुग्णांना अनवाणी पायाने चालायला लावतात. त्यामुळे त्यांच्या शरीराला अचूक हालचाली करणे शक्य होते. म्हणूनच केनिया आणि पूर्व आफ्रिका येथे उत्तम धावपटू निर्माण होतात, असे मलाही वाटते. या दोन्ही ठिकाणचे लोक आपल्यापेक्षा किती तरी अधिक वेळ जमिनीवर अनवाणी धावण्यात घालवतात. त्यांचा बराचसा सराव अनवाणी पावलांनीच होतो. म्हणूनच मी तरी कोणत्याही केनियन धावपटूला टाचेने आघात करून धावताना पाहिलेले नाही. हीच गोष्ट मुलांच्या बाबतीतही खरी असते. माझ्या मुलीला रस्त्यावर अनवाणी धावताना पाहतो, तेव्हा मला ती पुढच्या बाजूला सुंदरपणे झुकल्याचे दिसते. ती आपल्या पावलाच्या मध्य भागानेच आघात करून पाऊल जमिनीवर टेकवत असते. तिचे पाय त्या वेळी तिच्या मागोमाग तरंगत, उडत चाललेले असतात; याशिवाय आणखी कोणतीही गोष्ट अचूक असणे शक्यच नाही. धावण्याची ही अचूक अनुभूती अनवाणी पायांमुळेच ती घेऊ शकते.

आपले कार्य करण्यासाठी आपली पावले व घोटे ताकदवान आणि त्याच वेळी तेवढेच लवचिकही असावे लागतात. जर ते कोणत्याही प्रकारे खूपच दुबळे किंवा खूपच घट्ट असतील, तर मग एकापाठोपाठ एक समस्या उद्‌भवू लागतात. म्हणूनच आपल्या पावलांची अत्यंत चांगली काळजी घ्या. यासाठी दोन प्राथमिक स्वरूपाचे उपाय आहेत. घोटे आणि पावले ताणणे व ताठ करणे यांसाठी काही व्यायामप्रकार आहेत. ते नियमित केल्याने पावलांचे आरोग्य चांगले राहते, याशिवाय पावलांचे कार्य नीटपणे पार पाडण्यासाठी त्यांना आवश्यक तेवढे स्वातंत्र्य देणारे शूज वापरणेही महत्त्वाचे ठरते.

स्नायू सरळ करण्यासाठी आणि त्यांना ताण देण्यासाठी, तसेच तुमच्या पावलांचे आणि घोट्यांचे स्नायुबंध ताणले जाण्यासाठी इथे मी काही उपाय देत आहे, त्याशिवाय काही सूचनाही देत आहे. स्नायू आणि स्नायुबंध लवचिक व संवेदनशील ठेवण्यासाठी त्या उपयुक्त ठरतील.

व्यायाम : पावले ताणणे आणि सरळ करणे

- **घोटे ताणण्यासाठी व्यायाम :** पाय आणि घोटे यांच्या मध्य भागाचे स्नायू, स्नायुबंध आणि अस्थिबंध ताणण्यासाठी काही व्यायाम करावे लागतात. मी आता सांगत असलेल्या व्यायामामुळे तुमच्या घोट्यांचे फक्त स्थैर्यच वाढेल असे नाही; तर तुमच्या तळपायाच्या वक्राकार भागालाही ताण मिळेल. ज्यांचे तळपाय सपाट असतात, त्यांच्यासाठी हा व्यायाम अत्यंत उपयुक्त ठरतो. ज्यांची पावले आतल्या किंवा बाहेरच्या बाजूला वळतात किंवा ज्यांच्या पायांच्या अंगठ्यांवर फुगीरपणा किंवा फोड असतात, त्यांच्यासाठीही हा व्यायाम उत्तम आहे.

१. पाठीवर झोपा. पावले एकमेकांजवळ ठेवा आणि पाय लांब करा.

२. कोपरांचा आधार घेऊन शरीर वर उचला. तुमच्या पाठीचा खालचा भाग जमिनीवरच ठेवा.

३. तुमच्या पोटाच्या खालच्या भागाचे स्नायू आकुंचित करा आणि तुमच्या पाठीचा जमिनीवरचा भाग जमिनीवरच दाबून धरून ओटीपोटाची पातळी नीट व्यवस्थित करा.

४. तुमचे घोटे खालच्या बाजूला ठेवून तुमचे गुडघे घट्ट करा. (तुमचे तळवे तुमच्या डोक्याच्या दिशेने वळलेले असले पाहिजेत.)

५. या व्यायामाचा हा अखेरचा; पण सर्वाधिक महत्त्वाचा भाग आहे. या सर्व वर दिलेल्या पायऱ्यांमधून तुम्ही जात असताना तुमचे दोन्ही पायांचे अंगठे एकमेकांना चिकटून ठेवा. दोन्ही पायांचे घोटे गोलाकार फिरवा. तुम्ही पायाच्या तळभागाला स्पर्श करण्याचा प्रयत्न करत असल्याप्रमाणे त्या दिशेने ही हालचाल करा. तुम्हाला पायाचे स्नायू आणि स्नायुबंध आकुंचित होत असल्यासारखे वाटतील.

६. शक्य तेवढा काळ या अवस्थेत राहा. त्यानंतर थांबा आणि जमिनीवर शांतपणे झोपून संपूर्ण शरीर सैलावा. दहा सेकंदांच्या कालावधीनंतर पुन्हा तसेच करा. या प्रकारे रोज किमान पाच वेळा हा व्यायाम करण्याची सवय लावून घ्या. पायाचे सर्व स्नायू आणि स्नायुबंध सैलावण्यासाठी दीर्घकाळ लागतो. काही वेळा काही वर्षांचा कालावधीही लागू शकतो. त्यानंतरच

तुमच्या पावलांत आणि पायांत झालेला बदल दिसू शकतो. पण तुम्ही हा व्यायाम तेवढा काळ करत राहिलात, तर तुम्हाला या व्यायामाच्या सुरुवातीला दिलेल्या सर्व प्रकारच्या दुखापतींपासून नक्कीच सुटका मिळेल.

- **घोटे फिरवणे :** याविषयी मी आठव्या प्रकरणात माहिती दिली आहे. तुमच्या घोट्यांचे सर्व स्नायू आणि स्नायुबंध सैलावण्यासाठी तो एक उत्तम उपाय आहे.
- **चवड्यांच्या साह्याने टॉवेल दाबणे किंवा गोट्या उचलणे :** तुम्ही आपले काम करत असताना, टी. व्ही. बघताना किंवा जेवताना अगर खातानाही यांपैकी एखादी कृती करू शकता. चवड्यांनी टॉवेलवर चांगलाच दाब द्या. तुमचे पाय चांगले असतील, तर टॉवेल दाबण्यासाठी किंवा गोट्या उचलण्यासाठी तुम्हाला विशेष श्रम पडणार नाहीत. कदाचित तुम्हाला किंचित वेदना जाणवेल. पण जर टाचेत ताण जाणवला, तर तुम्हाला नक्कीच उत्पादक अस्वस्थता जाणवते आहे, असे खुशाल समजा.
- **पावले आणि घोटे यांचा मसाज :** कोणत्याही वेळी आपल्या मित्रासह तुम्ही हे करू शकता. कॅथरिन आणि मी नियमितपणे पावलांना मसाज करतो. तुमच्या संपूर्ण शरीराला आराम वाटावा, यासाठी ही एक उत्तम गोष्ट आहे. तुमच्या जोडीदारालाही तुम्ही या प्रकारे आनंदी ठेवू शकता.
- **तुमचे चवडे रुंद करा :** तुम्ही शूज घातलेले नसतील, तेव्हा केव्हाही चवडे रुंद करा. त्यामुळे तुमच्या पावलांच्या पुढच्या भागातील स्नायू ताणले जातील. तसेच पावलाच्या वक्राकार भागातील स्नायूही ताणले जाऊन तुमच्या पावलांतील रक्तप्रवाहात सुधारणा होईल.
- **प्लांटरवर ताण आणणे :** चवडे जमिनीवर ठेवून तुमच्या टाचांवर बसा आणि तुमची पावले खालच्या दिशेला वळवा.
- **घोटे ताणणे :** आपल्या पोटऱ्यांवर बसा. गुडघे जमिनीवर टेका आणि चवडे उंचावलेले असू द्या.
- **अनवाणी पायांनी चाला किंवा धावा :** तुमच्या पावलांतील सर्व स्नायू आणि स्नायुबंध ताणण्याचा व सैलावण्याचा हा एक अत्यंत चांगला मार्ग आहे. तुम्हाला अनवाणी पावलांनी चालण्याची सवय नसेल, तर हळूहळू प्रगतीचे तत्त्व अंगीकारा. एका वेळी काही मिनिटेच चाला किंवा धावा. या वेळेत हळूहळू वाढ करा. तुम्हाला ऐकायला कदाचित विचित्र वाटेल, पण खडबडीत पृष्ठभागावर चालणे किंवा धावणे अधिक चांगले असते. त्यामुळे तुमच्या पावलांना कमरेच्या वरच्या शरीराच्या हालचालींची माहिती होते.

- **चवडे वरच्या बाजूला ताणा :** तुम्ही बराच वेळ काम करत असाल किंवा बसलेले असाल, तर तुमचे चवडे तुमच्या गुडघ्यांच्या दिशेने उंचावा. तुमच्या जेव्हा जेव्हा हे लक्षात येईल, तेव्हा तेव्हा करा. त्यामुळे तुम्ही फिरायला जाल, त्या वेळी तुम्हाला टाचा कमी हुळहुळ्या झाल्यासारख्या वाटतील. या व्यायामप्रकारामुळे तुमच्या पोटऱ्या आणि ॲचिलीज टेंडनवरही ताण येईल.

तुम्हाला दुखापतींविषयी अधिक माहिती हवी असेल, तर www.chirunning.com या आमच्या वेबसाईटवरील लायब्ररीला भेट द्या.

प्रकरण १०

उत्तुंग कामगिरी आणि शर्यतीसाठी प्रशिक्षण

'चांगली कामगिरी करण्याचा प्रयत्न करणे आणि इतरांना हरवणे या दोन भिन्न गोष्टी आहेत. निष्णातपणा आणि विजय या मूलत: वेगवेगळ्या बाबी आहेत आणि त्यांचा अनुभवही वेगवेगळाच असतो.' – अल्फी कोहन

कित्येक लोकांना असे वाटते की, उत्तुंग कामगिरी अचानक घडते. एखाद्या अदृश्य शक्तीने ती घडवून आणलेली असते. काही वेळा असे घडू शकते, हे खरे आहे. काही वेळा अशी परमेश्वरी कृपा होऊ शकते. पण तुमच्या नियमित धावण्यामध्ये आणि तुमच्या आयुष्यातही अशा स्वरूपाचे अनुभव येऊ लागतात. अर्थातच त्यासाठी तुम्हाला आपले धावण्याचे तंत्र योग्य प्रकारे अमलात आणावे लागते. दर वेळीच तुम्हाला त्यासाठी दैवी कृपेची आवश्यकता भासत नाही किंवा एखाद्या चमत्कारावर अवलंबून राहण्याची गरज नसते.

मी उत्तुंग कामगिरी म्हणतो आहे, तिचा शर्यतींमधील धावण्याशी काहीही संबंध नाही. तुम्हाला स्वत:मध्ये सुधारणा घडवून आणण्याची किती ओढ आहे, त्याविषयीचा तुमचा दृष्टिकोन किती सुस्पष्ट आहे, यावर तुमच्या उत्तुंग कामगिरीचे मूल्यमापन अवलंबून असते. एखाद्या शर्यतीत योग्य वेळी भाग घेण्याने आपण

आतापर्यंत काय केले आहे, काय मिळवले आहे आणि आपल्याला अजून कोणत्या गोष्टींवर लक्ष अधिक प्रमाणात केंद्रित करण्याची गरज आहे, हे तपासता येते. त्याचा अभ्यास करता येतो. उत्तुंग कामगिरी करण्यासाठी सहा महिन्यांचे नियोजनही पुरेसे ठरू शकते किंवा एखाद्या दिवसाच्या सहजासहजी केलेल्या कामातूनही ही कामगिरी पार पडू शकते. ज्या वेळी तुम्ही सगळ्या क्षमतांचा योग्य वापर करता, त्या वेळी ही कामगिरी घडते. उत्तुंग कामगिरीचे मोजमाप फक्त निकालावरून करता येत नाही. अंतर्गत आणि बाह्य अशा घटकांवरून तिचे मूल्यमापन करता येऊ शकते. तुम्हाला ती कामगिरी करण्यापूर्वी, करत असताना आणि केल्यानंतर कसे वाटले, या गोष्टी आणि त्या कामगिरीचे यश या दोन्ही बाबींचा एकत्रितपणे अभ्यास केल्यानंतर तिचे योग्य मोजमाप होऊ शकते.

तुम्ही जेव्हा उत्तुंग कामगिरी करता, त्या वेळी तुमच्या शरीराची आणि मनाची तुम्ही करत असलेल्या कामगिरीशी एकतानता साधली गेलेली असते. तुम्ही तना-मनाने आपल्या कामाशी एकरूप झालेले असता. तुमची ची उत्तम प्रकारे तुमच्या शरीरातून विनाअडथळा वाहत असते. आपल्या सर्व क्षमता पुरेपूर वापरून आपण कामगिरी उत्तम प्रकारे बजावलेली आहे, याची जाणीव तुम्हाला कामगिरी संपल्याबरोबर होते. म्हणजेच खूपच जलद गतीने धावणे ही तुमची उत्तुंग कामगिरी असेलच, असे नाही.

आपली सर्वोत्तम कामगिरी कुठे द्यायची, हे तिथली स्थिती आणि तुमचा निष्णातपणा यांमुळे आपोआपच तुमच्या लक्षात येते. पाच किलोमीटरचे अंतर उत्तमरित्या धावणे हा तुमचा हेतू असेल, तर दहा किलोमीटरच्या धावण्यात तुम्ही आपली सर्वोत्तम कामगिरी करू शकणार नाही. त्याचप्रमाणे जर तुम्ही टेकड्यांवर चढण्या-उतरण्याचा सराव केला नसेल, तर अचानक टेकड्यांवर चढताना किंवा उतरताना तुम्ही उत्तुंग कामगिरी करू शकणार नाही. तुम्ही जे करायचे ठरवले असेल, तेच तुम्ही करत असाल; त्याच वेळी तुमच्या हातून उत्तुंग कामगिरी घडू शकते. ती योगायोगाने घडत नाही. प्रशिक्षण घेण्यासाठी सुरुवात केलेल्या दिवसापासून तुम्ही पार पाडलेल्या तशी कामगिरीच्या वेळी टाकलेल्या शेवटच्या पावलापर्यंतच्या काळात उत्तुंग कामगिरी करण्याचा हेतू तुम्ही मनात ठेवलेला असतो.

तुमच्या नेहमीच्या अनुभवाच्या पातळीहून उच्च पातळीवरचा अनुभव तुमच्या कामगिरीतून तुम्ही घेता, तिलाच उत्तुंग कामगिरी म्हणतात. उत्तुंग कामगिरीमागची संकल्पना उच्च पातळीवरचा अनुभव हीच आहे. तुम्ही कदाचित प्रतिमैल अंतर १२ मिनिटांत पार करणारे नवोदित धावपटू असाल किंवा मॅरेथॉन पार पाडण्याचा हेतू मनात धरून धावणारे कसलेले धावपटू असाल. तुमचे हेतू, क्षमता यांनुसार तुमची उत्तुंग कामगिरी असू शकेल. म्हणूनच उत्तुंग कामगिरी ही सापेक्ष गोष्ट आहे.

शर्यतीत धावणे

मला शर्यतीत धावायला आवडते. शर्यतीच्या वेळी प्रदीर्घ काळ सराव करण्याची संधी आपल्याला मिळते आणि ची रनिंगच्या फॉर्मच्या सर्व गोष्टींकडे आपण पद्धतशीरपणे लक्ष देऊ शकतो, हे यामागचे खरे कारण असू शकेल. मला फक्त शर्यतच आवडत नाही, तर प्रशिक्षण, नियोजन आणि धोरण ठरवणे या साऱ्या गोष्टीच मला आवडतात. आपला 'गृहपाठ' किती पद्धतशीरपणे केला आहे, ते आपल्याला अंतिम परीक्षेवरून समजते; त्याप्रमाणेच शर्यतीवरून धावण्याच्या बाबतीतील आपला अचूकपणा किंवा चुका या गोष्टी समजतात. माझ्या आधीच्या कामगिरीच्या तुलनेत मी ज्या शर्यतीत अधिक चांगल्या प्रकारे माझी कामगिरी पार पाडतो, तो दिवस माझ्यासाठी खूपच चांगला असतो. त्या वेळी मी माझ्या गटातील इतरांच्या तुलनेत कमी वेळात धावलो असेन, तर माझ्यासाठी ते केकबरोबर मिळणाऱ्या आयसिंगसारखे असते. पण तो माझा हेतू नसतो. माझी कामगिरी उत्तुंग झाली पाहिजे, हा माझा खरा हेतू असतो. माझ्या पुढे कोण गेले किंवा शर्यत कोण जिंकले, याच्याशी मला काहीही देणे-घेणे नसते.

मी ज्या-ज्या वेळी माझ्या वर्गात शर्यतीचा उल्लेख करतो, त्या वेळी लोक मला हमखास सांगतात, 'मी शर्यतीत उतरण्यासाठी खूपच मोठा आहे' किंवा 'माझी धावण्याची गती खूपच मंद आहे.' मी त्यांना नेहमीच सांगतो की, शर्यत ही उत्तुंग कामगिरी करण्याची परिपूर्ण संधी असते. कोणत्याही पातळीचे कौशल्य असलेला किंवा कोणत्याही स्थितीत असलेला कोणीही उत्तुंग कामगिरी करू शकतो. उत्तुंग कामगिरी करण्यासाठी तुम्ही शारीरिक दृष्ट्याही उत्तुंग असलेच पाहिजे, असे नाही. तुमची अंगकाठी सडपातळ असली, तुमचे वय जास्त असले किंवा तुमची गती कमी असली तरी त्यामुळे काहीही बिघडत नाही. तुम्ही जे करत असाल, त्यात तुम्हाला माहीत असलेल्या प्रत्येक गोष्टीचा तुम्ही वापर करून घेतला पाहिजे, एवढीच गोष्ट महत्त्वाची आहे. उत्तुंग कामगिरी करण्यासाठी आटापिटा करणे म्हणजे स्वतःकडेच वेगळ्या दृष्टीने पाहण्याची संधी मिळणे होय. तुमच्या ऊर्जेच्या प्रवाहाचे वहन योग्य पद्धतीने व्हावे, म्हणून त्यासाठी आवश्यक गोष्टींकडे तुम्हाला पूर्ण लक्ष देण्याची गरज असते.... आणि मग चमत्कारच घडतो!

'ही तर फक्त एक चाचणी सुरू आहे,' असा परिचित आवाज रेडिओवरून आम्हाला ऐकू येतो, त्या वेळी आम्हा अमेरिकनांना समजते की, आता पुढच्याच क्षणी संकटात सापडलेल्या घुबडाच्या ओरडण्यासारखा आवाज आम्हाला रेडिओवरून ऐकावा लागणार आहे. बाकीचे सोडून द्या; पण ते वाक्य महत्त्वाचे आहे, कारण तेच वाक्य शर्यतीसाठीही वापरता येते. ती तर फक्त चाचणीच असते;

फक्त एक चाचणी!

कामगिरीविषयीच्या उत्सुकतेमुळे आपल्याला शर्यतींविषयी भरपूर भीती वाटू लागते. त्याच्या जोडीला येणाऱ्या तणावाचा आपल्याला त्रास होऊ नये असे वाटत असेल, तर त्यावर एकच मार्ग आहे. तो म्हणजे तो तणाव दूर करणे. रोज सकाळी तुम्ही आपला चेहरा आरशात पाहता. त्यामुळे तो अतिशय परिचित असतो. त्याचप्रमाणे सतत सराव करून आपले धावण्याचे तंत्र अंगवळणी पाडून घेणे, हाच तणाव दूर करण्याचा किंवा तणाव येऊ न देण्याचा एकमेव मार्ग आहे. तुम्हाला उत्तम प्रकारे प्रशिक्षण देऊन उत्तम प्रकारे धावायला शिकवणे गरजेचे असते. उत्तुंग कामगिरी तुमच्या स्नायूंच्या शक्तीवर अवलंबून नसते; ती तुमच्या मनावर अवलंबून असते. हेतुत: एखादी गोष्ट चांगली करणे आणि कठीण परिस्थितीतही आपण शक्य तेवढी ती गोष्ट उत्तम करून दाखवणे, याला उत्तुंग कामगिरी म्हणतात.

उत्तुंग कामगिरीच्या तयारीसाठी शर्यत ही एक संधी असते. त्यासाठी मी कशी तयारी करतो आणि शर्यतीत कसा धावतो, ते मी आता सांगणार आहे. उत्तुंग कामगिरीसाठी आवश्यक असलेले वातावरण मी त्यातून निर्माण करतो.

ज्या गोष्टींकडे प्रामुख्याने लक्ष दिलेच पाहिजे, त्या तीन गोष्टी अशा :

- **तुमचे तंत्र :** ची रनिंगचे व्यवहार्य ज्ञान मिळवा आणि त्याचा वापर करा. त्यातील लक्ष केंद्रित करावयाच्या गोष्टींवर तुमचे लक्ष पूर्णपणे केंद्रित करा. तुमचे तंत्र परिपूर्ण करण्यासाठी सातत्याने काम करत राहा. विशेषत: तुम्हाला ज्या क्षेत्रात आपण कमी पडत आहोत असे वाटेल, त्याकडे विशेष लक्ष द्या.
- **तुमचे प्रशिक्षण :** वैयक्तिकरित्या तुम्हाला लाभदायक ठरेल असा धावण्याचा कार्यक्रम तयार करा आणि तो विकसित करा. दैनंदिन, साप्ताहिक किंवा मासिक कार्यक्रम तयार करा आणि त्याची नियमितपणे अंमलबजावणी करा. तुमच्या प्रशिक्षणाकडे खूपच लक्ष द्या. त्यात खंड पडू देऊ नका. शर्यतीच्या दिवशी चांगल्या प्रकारे धावण्यासाठी तुमची शारीरिक आणि मानसिक स्थिती उत्तम राहावी यासाठी तुम्हाला काय काय करण्याची गरज आहे, त्याचा विचार करून त्याकडे लक्ष द्या.
- **तुमचा कार्यक्रम :** शर्यतीच्या दिवशी तुम्हाला नेमके काय करायचे आहे, याचा एक सुव्यवस्थित, तर्कशुद्ध आराखडा तयार करा. तुम्ही ज्या-ज्या गोष्टींचा सराव करत आहात, त्यांचा उपयोग करता यावा, यासाठी आवश्यक धोरण तयार करा.

शर्यतीसाठी प्रशिक्षण

शाळेत असताना मी चाचण्यांकडे फारसे लक्ष कधीच देत नसे. माझा अभ्यासही चांगला नव्हता. त्यामुळे चाचण्यांच्या दिवशी आपल्याकडून कोणता अभ्यास अपेक्षित आहे, ते माझ्या अजिबात लक्षात नसे. ते कसे करावे, हे मी शिकलो नव्हतो. माझे काही मित्र उत्तम अभ्यास करून प्रत्येक चाचणीत चांगले गुण मिळवत. त्यांनी ते कसे साध्य केले, असे मी त्यांना विचारत असे; तेव्हा ते नेहमीच उत्तर देत, "आपल्याला कोणते प्रश्न विचारले जातील याचा विचार करून त्यांचा अभ्यास आम्ही केला. त्यातूनच आम्ही ही चाचणी सहजपणे चांगल्या गुणांनी उत्तीर्ण झालो." असे सांगणे ही फारच सोपी गोष्ट असते.

त्यानंतर अलीकडेही मी चाचण्या देत आहे. शर्यत हे परीक्षेचेच एक रूप असते; फक्त ते शारीरिक चाचणीमध्ये रूपांतरित झालेले असते. तुम्ही स्वत:ची तयारी किती चांगली केली आहे, त्याचे मोजमाप शर्यतीत होते. तुमच्यासमोर आलेल्या सगळ्या समस्यांवर तुम्ही कशा प्रकारे मार्ग शोधले आणि मात केलीत, त्याचीही ती चाचणी असते. या प्रकरणात मी माझ्या अनुभवातून शिकलेल्या आणि नेहमीच्या धावण्यात वापरत असलेल्या काही युक्त्या तुम्हाला सांगणार आहे.

अनेक शर्यतींमध्ये स्थानिक लोक जिंकतात, यात काहीच नवल नाही. (केनियाचे लोक त्याकडे आकर्षित व्हावेत, एवढ्या काही त्या मोठ्या नसतात.) आपल्याच स्थानिक जागी धावण्याचा फायदा, असेही तुम्ही त्याला म्हणू शकता. पण याचा धावण्याच्या बाबतीत नेमका काय अर्थ आहे? अगदी सोपे आहे. स्थानिक लोकांनी आपल्या स्थानिक ठिकाणीच धावण्याचा सराव केलेला असतो आणि त्यामुळे त्या मार्गावरील खाचखळगे, अडचणी, चढ-उतार त्यांना पूर्णपणे परिचित असतात. ते त्यांच्यासमोर अचानक आलेले नसतात. त्यामुळे ते पार करण्यासाठी त्यांच्या शरीराची आणि मनाची आधीच तयारी झालेली असते. आपल्याला कधी विश्रांती घ्यावी लागणार आहे, आपल्या ढांगांमधील अंतर कधी कमी करावे लागणार आहे किंवा वाढवावे लागणार आहे किंवा त्या काळात कोणत्या वेळी कोणत्या ठिकाणी आपल्या श्रमपातळीत फरक करावा लागणार आहे, या आणि इतर अनेक बारीकसारीक गोष्टी त्यांना आधीपासूनच माहीत असतात; कारण त्यांनी त्याच ठिकाणी सातत्याने आपल्या कामगिरीचा सराव केलेला असतो. अंतर किती आहे याला फारसे महत्त्व नसते, त्यामुळे कितीही अंतर असले तरी शर्यतीसाठीच्या प्रशिक्षणाचा खूपच मोठा फायदा होतो; मग तुम्ही शर्यत जिंकण्याच्या हेतूने धावा किंवा वैयक्तिक उत्तम कामगिरीसाठी धावा.

शर्यतीसाठीचे प्रशिक्षण म्हणजे नेमके काय? तुम्हाला ज्या आणि जितक्या प्रकारच्या आव्हानांचा सामना करावा लागण्याची शक्यता असेल, त्या सर्व प्रकारच्या आव्हानांवर मात करण्यासाठी आवश्यक असलेले प्रशिक्षण तुम्हाला दिले जाणे, म्हणजे शर्यतीसाठीचे प्रशिक्षण होय. या आव्हानांचे तीन भागांत वर्गीकरण केले जाते. भूप्रदेश, व्यूहरचना आणि वैयक्तिक अनुभव. शर्यतीच्या दिवशी तुमच्यासमोर कोणत्याही प्रकारचे आव्हान आले, तरीही या प्रकारे प्रशिक्षण घेतल्यावर तुम्हाला त्यावर मात करणे जड जात नाही. हे प्रशिक्षण टेकड्यांवर दिले जाते की सपाट भूप्रदेशावर? यात काही साह्यकारी गोष्टी असतात का? ते ट्रेलवर दिले जाते, डांबरी रस्त्यावर दिले जाते, की काँक्रीटच्या रस्त्यांवर दिले जाते? हवामानाचा धावण्यावर काही परिणाम होतो का? सुरुवात करताना जलद गतीने करावी का? शर्यतीच्या दिवशी धावण्यासाठी तुमची संपूर्ण तयारी करवून घेण्यासाठी या प्रश्नांची योग्य उत्तरे शोधा. मग तुम्हाला शर्यत यशस्वीपणे पूर्ण करण्यापासून कोणीच रोखू शकणार नाही. अंधत्व कोणालाही आवडत नाही. विशेषत: शर्यतीत आंधळेपणाने धावणे तर कोणालाही आवडत नाही.

तुम्ही थोडेसे नियोजन केलेत, तर ते दीर्घकाळासाठी उत्तम ठरते. तरीही शर्यतीच्या दिवसाआधी किमान दोन महिन्यांपासून तुम्ही प्रशिक्षणाला सुरुवात करणे केव्हाही चांगले असते. स्वत:ला सुस्थितीत ठेवण्यासाठी तुम्ही नेहमी जे काही करत असाल, त्यापेक्षा यामुळे तुम्हाला अधिक चांगले धावता येईल.

शर्यतीसाठी प्रशिक्षण घेण्यासाठी आपला कार्यक्रम कसा असावा, याविषयी मी इथे काही सूचना देणार आहे.

- **अंतराची निवड करा :** शर्यतीचा दिवस जवळ आलेला असताना किती अंतरापर्यंत धावण्यासाठी आपण प्रशिक्षण घेतलेले आहे, या प्रश्नाचे उत्तर स्वत:लाच द्या. आपल्या शारीरिक स्थितीचे मूल्यमापन स्वत:शी अगदी प्रामाणिक राहून करा आणि मग या प्रश्नाचे उत्तर द्या. तुमच्या सद्य:स्थितीच्या पातळीहून तुम्ही ज्या शर्यतीत धावण्यासाठी नाव नोंदवणार आहात, पावती उच्च पातळीची असेल, तर तुम्ही शर्यतीआधी स्वत:ला भरपूर वेळ देऊन त्या शर्यतीत उतरण्यासाठी आवश्यक असलेली गती गाठली पाहिजे. हे काम काळजीपूर्वकच केले पाहिजे. तुम्ही शर्यतीसाठी योग्य प्रकारे प्रशिक्षण घेतलेले असेल, तर प्रशिक्षणाच्या वेळी जसे धावत असाल त्याप्रमाणेच शर्यतीच्या वेळीही सहजगत्या धावाल. तुम्हाला त्यात काहीच अवघड वाटणार नाही.

- **योग्य प्रकारच्या शर्यतीचा शोध घ्या :** तुम्हाला ज्या प्रकारच्या शर्यतीसाठी प्रशिक्षण घ्यायचे असेल, त्या प्रकारच्या शर्यतीचा शोध घ्या. तुम्हाला जर विशिष्ट प्रकारचे क्षेत्र किंवा भूप्रदेश किंवा वातावरण आवडत असेल आणि तशा प्रकारच्या क्षेत्रात, भूप्रदेशात किंवा वातावरणातच आपण आपल्यातील उत्तम गोष्टी देऊ शकतो असे तुम्हाला वाटत असेल; तर त्या प्रकारच्या शर्यतीचा शोध घ्या आणि तशाच प्रकारच्या शर्यतीत धावा. ही निवड तुमचीच असेल.
- **शर्यतीच्या मार्गाचा अभ्यास करा :** कित्येक शर्यतींविषयी तुम्हाला हवी असलेली सर्व प्रकारची माहिती देणाऱ्या वेबसाईट्स असतात. तुम्हाला जर वेबसाईटवरून काम करायला आवडत नसेल, तर पत्र लिहा किंवा मेल पाठवा. सहसा या गोष्टी शर्यतीच्या संचालकाच्या नावावर पाठवा. शर्यतीच्या भूप्रदेशाचा नकाशा आणि चढ-उतारांविषयीची माहिती त्याच्याकडून मागवून घ्या. या शर्यतीत आधी धावलेल्या लोकांना शोधून काढून त्यांच्याकडून माहिती मिळवणे, हा अत्यंत चांगला मार्ग असतो. त्यांच्याकडून शर्यतीचे बारीकसारीक तपशील मिळू शकतात. माहितीचा हा एक विश्वासार्ह स्रोत असतो. तुम्ही जितक्या जास्त लोकांशी बोलाल, तेवढे तुम्हाला शर्यतीविषयीचे अधिक अचूक चित्र मिळेल. तुमच्या जवळपास असलेल्या एखाद्या प्रशिक्षण संस्थेतून त्यासाठी प्रशिक्षण घ्यायला सुरुवात करा किंवा त्याहीपेक्षा अधिक चांगला मार्ग म्हणजे शर्यतीचा मार्ग तुमच्या जवळपास असेल, तर त्यावरूनच धावण्याचा सराव करायला लागा. त्यानंतर त्या मार्गाच्या प्रत्येक मैलाच्या टप्प्याचा अभ्यास करून ठेवा.

विशिष्ट शर्यतीसाठी आवश्यक असलेला प्रशिक्षण कार्यक्रम खालील प्रश्नांची उत्तरे देऊन तुमचा तुम्हीच आखू शकता.

भूप्रदेश

- **धावण्याच्या मार्गाचा पृष्ठभाग कसा आहे?** तो ठिकठिकाणी बदलतो आहे का? तशाच प्रकारच्या पृष्ठभागावर आपल्या प्रशिक्षण काळात धावण्याचा सराव करा. निदान काही वेळा तरी त्याच प्रकारच्या पृष्ठभागावरून धावा. ट्रेलवर मॅरेथॉनसाठी सराव केलेल्या किती तरी धावपटूंना मी भेटलो आहे. त्यानंतर रस्त्यावरून प्रत्यक्ष शर्यतीसाठी धावू लागल्यावर मात्र ते अडखळल्याचे मला आढळले आहे.
- **मार्गावर काही टेकड्या आहेत का?** मार्गावर काही टेकड्या असतील,

तर त्या किती लांबीच्या आणि किती प्रमाणात चढ असलेल्या आहेत? शर्यतीच्या कोणत्या टप्प्यावर त्या आहेत? त्याप्रमाणे धावण्याच्या सरावाच्या वेळी तेवढे अंतर धावून झाले की, टेकड्यांवर चढण्याचा सराव करा. तुमच्या साप्ताहिक कार्यक्रमात किमान एकदा तरी टेकड्यांवर चढाच. शक्यतो तेवढ्याच उंचीच्या आणि त्याच प्रकारच्या टेकड्या शोधा किंवा आपल्या ट्रॅकवरून धावण्याच्या काळात टेकडीवरून धावण्यासाठी तेवढ्या वेळेचे मध्यंतर घ्या. शर्यतीत जर तीन मैलांवर एक टेकडी असेल, तर तीन मैल धावल्यावर टेकडीवर चढण्याचा सराव करा. पायांवर जास्त ताण न आणता, पाय अधिक न दमवता टेकड्यांवर यशस्वीपणे चढा. पायांची लयबद्धता आणि दोन ढांगांमधील अंतर तुमच्या आणि धावण्याच्याही सोईचे असेल असे ठेवा. निर्मितीक्षम बना आणि रेसकोर्स तयार करा. तुमच्या भागात जवळजवळ शर्यतीसारखाच रेसकोर्स तयार करा. त्यामुळे तुम्ही साप्ताहिक सरावाच्या वेळी शर्यतीसाठीचा सराव कराल. त्यासाठीचे प्रशिक्षण घ्याल.

- **शर्यतीच्या मार्गाची उंची किती आहे?** तुम्ही नेहमी प्रशिक्षण घेता त्याहून शर्यतीच्या मार्गाची उंची अधिक आहे का? जर तो लक्षणीयरित्या अधिक उंचावर असेल, तर त्यासाठी शर्यतीआधी दोन आठवडे अशा प्रकारच्या उंचावरील ठिकाणी धावण्याचा सराव करा. प्रशिक्षण काळात धावताना तुम्हाला पोटातून श्वासोच्छ्वास करण्याचा सराव करता येईल. त्यामुळे तुम्हाला शरीरात येणाऱ्या ऑक्सिजनचे प्रमाण वाढवता येईल. जर तुम्ही नेहमी सराव करत असलेल्या ठिकाणाहून शर्यतीचा मार्ग कमी उंचीवर असेल, तर आपल्या नशिबावर प्रसन्न व्हा. देवाचे आभार माना आणि शर्यतीत मजेत धावून या.

व्यूहरचना

- **मदतकेंद्रे किती अंतरावर आहेत?** त्यांच्यात कशाचा साठा केला गेला आहे? तुम्ही आधी कधीही जे सरावाच्या वेळी खाल्लेले किंवा प्यायलेले नसेल, असे काहीही तुम्ही तिथे खाऊ किंवा पिऊ नका. तुम्हाला जी स्पोर्ट्स ड्रिंक्स ते देतील, त्यांची कदाचित तुम्हाला ॲलर्जी असू शकेल. तुमच्या गरजांनुसार मदतकेंद्रे योग्य अंतरावर नसतील किंवा खूपच दूर असतील, तर तुमच्याबरोबर स्वत:च्या शीत पेयाच्या किंवा पाण्याच्या बाटल्या घ्या. जर ते देणार असलेले स्पोर्ट्स ड्रिंक तुम्हाला प्यायचे असेल, तर सरावाच्या आधीही ते पिऊन तुम्ही शरीराला

त्याची सवय करून घ्या.

- **ही शर्यत किती मोठी आहे?** या शर्यतीत शेकडो किंवा हजारो लोक भाग घेणार आहेत का? तुम्ही जर वैयक्तिकरित्या स्वत:ला सुधारण्याची उत्तम संधी म्हणून या शर्यतीत उतरणार असाल, तर खूप गर्दी असलेल्या शर्यतीत उतरू नका आणि ज्या शर्यतीत उतराल, त्यात तुम्ही लोकांच्या पुढे असल्याची खात्री करून घेत राहा.
- **शर्यतीची वेळ काय आहे?** शर्यतीची नेमकी वेळ कोणती आहे, कोणत्या वेळी ती सुरू होणार आहे, ते विचारून या. त्या वेळीच धावण्याचा सराव करा. निदान शर्यतीच्या तारखेच्या आधी दोन आठवडे तरी त्या वेळेतच धावण्याचा सराव करा.
- **तुम्ही आणखी कोणाबरोबर धावणार आहात का?** त्या शर्यतीचे संपूर्ण अंतर तुम्ही एखाद्या मित्राबरोबर किंवा मैत्रिणीबरोबर धावणार आहात का, की फक्त सुरुवातीलाच तुम्ही त्यांच्याबरोबर धावणार आहात आणि नंतर आपले आपण धावणार आहात? धावण्याची सुरुवात करताना तुमच्या सरासरी गतीपेक्षा अत्यंत कमी गतीने धावा. दुसऱ्या कोणाशीही तुलना करून आपली गती कमी किंवा जास्त करू नका.
- **सुरुवात करण्याचे नियोजन आणि आराखडा निश्चित करा :** शर्यतीच्या पहिल्या मैलभर अंतराचा पृष्ठभाग कसा आहे? सपाट, टेकडीच्या चढणीचा की टेकडी उतरण्याचा? शर्यतीच्या पहिल्या मैलातील पृष्ठभागाप्रमाणे असलेल्या भूप्रदेशावर प्रशिक्षण काळात शक्य तेवढे जास्तीत जास्त धावून घ्या. शर्यतीच्या आधी दोन आठवडे मात्र तुमच्या सरासरी गतीपेक्षा कमी गतीनेच या पहिल्या मैलात धावण्याचा सराव करा. मी प्रशिक्षण काळात पहिल्या मैलावर पाव-पाव मैलाच्या अंतरावर खुणा करून ठेवतो. त्यामुळे मला विशिष्ट अंतरावर माझ्या ठरलेल्या गतीने धावता येते. अशा प्रकारे मी माझ्या गतीत प्रत्येक पाव मैलावर अत्यल्प बदल करून धावतो. संपूर्ण मैलभर त्याच गतीने धावण्यापेक्षा हे उपयुक्त ठरते. (मी अशा प्रकारे फक्त रस्त्यांवरच खुणा करतो. मात्र ट्रॅक्सवर किंवा सायकलच्या मार्गावर अशा प्रकारच्या खुणा करत नाही.)

वैयक्तिक अनुभव

- तुम्ही शर्यतीचे संपूर्ण अंतर धावलात का? शर्यतीचे संपूर्ण अंतर ठरावीक वेळेआधी पार करणे, हा एक शारीरिक आणि मानसिक दृष्ट्याही भरपूर समाधान देणारा भाग असतो. त्यामुळे आपल्या शरीराला आणि मनाला

कशाकशातून जावे लागले, ते आपल्याला समजते. युद्धाच्या दिवशीच युद्धभूमीवर प्रथम पाऊल ठेवायचे नसते. त्याचप्रमाणे आपण सरावाच्या वेळी कित्येक वेळा प्रत्यक्ष त्या मार्गावर किंवा त्या प्रकारच्या मार्गावर पाऊल ठेवले असले पाहिजे.

- शर्यतीच्या आधी किती आठवडे सराव हवा?– शर्यतीसाठी स्वत:ला भरपूर वेळ द्या. प्रशिक्षण घ्या. त्यामुळे शर्यतीच्या दिवशी तुम्ही योग्य शारीरिक स्थितीत असाल. शर्यतीआधी दोन महिने तुमच्या नेहमीच्या प्रशिक्षणातच शर्यतीसाठीच्या प्रशिक्षणाचाही समावेश करा.
- शर्यतीच्या आधी एक आठवडा इतर सर्व कार्यक्रम रद्द करा. शर्यतीच्या दिवसाच्या जवळपास तुमच्या इतर काही शारीरिक स्वरूपाच्या शर्यती किंवा कार्यक्रम आहेत का? तुमच्या दृष्टीने या शर्यतीला बरेच महत्त्व असेल, तर ते कार्यक्रम रद्द करा. अगदी निरुपद्रवी वाटणाऱ्या बागकामांसारख्या काही गोष्टी करून शर्यतीवर विपरीत परिणाम करणारे लोकही माझ्या पाहण्यात आहेत. म्हणूनच शर्यतीच्या आधी दोन दिवस इतर संपूर्ण काम बंद करा. सुट्टी घ्या. तुम्हाला शर्यतीच्या ठिकाणापर्यंत प्रवास करून यावे लागत असेल, तर ठरलेल्या वेळेच्या आधी बराच वेळ तिथे उपस्थित राहा. त्यानंतर स्वत:ला शर्यतीसाठी तयार करा आणि नंतर शांतपणे शर्यतीची वाट पाहा.

प्रशिक्षणासाठी काही महत्त्वाच्या टिप्स

शर्यतीसाठीच्या प्रशिक्षणासाठी नेमके काय करावे, याविषयीच्या काही मार्गदर्शक सूचना मी खाली देत आहे.

- **शरीराला पाण्याचा पुरेसा पुरवठा करणे :** धावताना पाणी पिण्याचा सराव करा. धावण्याआधी आणि धावतानाही इलेक्ट्रोलाईट पिण्याचा सराव करा. त्यामुळे तुम्हाला घाम आल्यावर तुमच्या शरीरातून क्षार दूर करता येतील. चालताना किंवा धावताना दर १५ ते २० मिनिटांनी तुम्ही दोन ते चार औंस पाणी पीत राहा. धावण्याच्या प्रशिक्षण कालावधीत आणि प्रत्यक्ष शर्यतीच्या वेळीही पाणी पीत राहा. धावण्याच्या आधी आणि धावतानाही शरीरातील पाण्याचे प्रमाण योग्य राखले गेले पाहिजे. शर्यतीच्या आधी किमान दोन तास १२ ते २० औंस पाणी प्या.

तुमच्याकडे काऊंटडाऊन टायमर असलेले घड्याळ असेल (मी त्याची सातत्याने

जोरदार शिफारस करत असतो), तर दहा मिनिटांच्या मध्यंतरावर ते सेट करा. ज्या-ज्या वेळी बीप वाजेल, त्या-त्या वेळी काहीही झाले तरी एकेक घोट पाणी प्या. त्यासाठी आपल्याबरोबर इलेक्ट्रोलाईटची आणि पाण्याची बाटली असणे आवश्यक असते. तुमच्या पायांत गोळे किंवा पेटके न येण्यासाठी पाणी आणि इलेक्ट्रोलाईट सातत्याने पिणे ही अत्यावश्यक बाब आहे.

मी मॅरेथॉनमध्ये किंवा त्याहून अधिक अंतर धावतो, त्या वेळी माझ्याजवळ पँटच्या मागच्या खिशात पाण्याची बाटली नेहमीच असते. आता ती का बाळगावी, ते अधिक विस्ताराने सांगतो. बहुतेक मॅरेथॉनमध्ये मदतकेंद्रे दर दोन मैलांवर उभारलेली असतात. (दर मैलावर पाणी मिळत असलेली मॅरेथॉनची केंद्रे तुम्हाला अपवादात्मकरित्याच आढळतील.) याचाच अर्थ, मी जर एक मैल अंतर दहा मिनिटांत पार करत असेन, तर मला दोन मैलांसाठी वीस मिनिटे लागतील. म्हणजेच दर वीस मिनिटांनी मला पाणी मिळू शकेल. म्हणजेच मॅरेथॉनचे सुमारे २६.२ मैलांचे अंतर असेल, तर ते पार करण्यासाठी मला किमान चार ते सहा तास लागतील. पण जर माझ्याकडे पाण्याची बाटली असेल, तर मी दर दहा मिनिटांनी पाणी पिऊ शकेन. त्यामुळे मला तहानही लागणार नाही आणि माझ्या शरीरातील पाण्याचे प्रमाण कमीही होणार नाही. मी मदतकेंद्रांवर अवलंबून राहणार नाही आणि शरीरातील पाण्याचे प्रमाण व्यवस्थित राखण्यासाठी मला काळजीही करत बसावे लागणार नाही. जर तुम्ही पाण्याची प्रतीक्षा दीर्घकाळ करत राहाल (वीस मिनिटांपर्यंत), तर तुम्हाला अखेरीस पाणी दिसले की ते भरपूर पिण्याची इच्छा होईल. त्यामुळे त्यानंतर तुम्ही पोट भरलेल्या स्थितीत पळू लागाल. यातून तुम्हाला हायपोनॅट्रेमिया होण्याचा धोका असतो. ही गंभीर परिस्थिती असते. तुमचे शरीर घामामुळे क्षार बाहेर टाकत राहते. त्यामुळे शरीरातील क्षारांचे प्रमाण झपाट्याने कमी होते. तुम्ही त्याच झपाट्याने इलेक्ट्रोलाईट घेऊन त्यांचे प्रमाण सुयोग्य राखत नाही; उलट अधिक पाणी पिता. तुमच्या रक्तातील क्षारांचे प्रमाण साहजिक खूप कमी होते. तुमच्या मेंदूचे कुपोषण सुरू होते आणि मग तुम्ही मोठ्या गंभीर परिस्थितीला सामोरे जाऊ लागता. या परिस्थितीमुळे मृत्यूही ओढवल्याची काही उदाहरणे आहेत. म्हणूनच एवढा मोठा धोका पत्करण्यापेक्षा तुम्ही हायपोनॅट्रेमियापासून स्वसंरक्षण करणे केव्हाही चांगले असते. यासाठीचा सोपा उपाय म्हणजे नियमितपणे थोडे-थोडे पाणी पीत, तसेच इलेक्ट्रोलाईटही नियमितपणे घेत राहिले पाहिजे.

- **इलेक्ट्रोलाईट घेणे :** समजा, तुम्ही दहा किलोमीटर लांबीची शर्यत धावण्यासाठी प्रशिक्षण घेत आहात, त्या वेळी घामातून होणारा शरीरातील क्षारांचा ऱ्हास भरून काढण्यासाठी तुम्ही इलेक्ट्रोलाईट घ्यावे, अशी मी जोरदार शिफारस करेन. तुमच्या शरीरातील क्षारांचे प्रमाण खूपच कमी

झाले, तर तुमचे शरीर तुमच्या स्नायूंच्या कार्यासाठी आवश्यक असलेले विद्युत कण वाहण्यास असमर्थ ठरेल. त्यामुळे तुमच्या पायांत गोळे येतील. सोडियम आणि पोटॅशियम हे दोन प्रमुख क्षार तुम्हाला घ्यावेच लागतील. सोडियम हा शरीरातील द्रवात आढळतो आणि तो घाम, रक्त आणि अश्रू यांच्यात संपृक्त प्रमाणात सापडतो. हा क्षार घाम आल्यावर प्रामुख्याने बाहेर पडतो. पेशींच्या भित्तिकांमधून पोटॅशियम बाहेर पडतो आणि स्नायूंना इलेक्ट्रोलाईट्सचा पुरवठा करतो. यासाठीच तुम्हाला पाणी आणि क्षार या दोहोंचीही गरज असते. ज्या पेयात पाणी आणि इलेक्ट्रोलाईट्स या दोहोंचे मिश्रण असेल, असे पेय निवडा. इलेक्ट्रोलाईट्स हे पूड (पावडर), पेय किंवा गोळ्यांच्या स्वरूपात मिळतात. ज्यामध्ये सोडियम आणि पोटॅशियम हे दोन्ही क्षार असतील, अशाच इलेक्ट्रोलाईटची निवड करा. घटकांच्या यादीवर सोडियम आणि पोटॅशियमचे प्रमाण ३:१ ते ५:१ असे असले पाहिजे. तसे प्रमाण असलेले इलेक्ट्रोलाईट निवडा.

इलेक्ट्रोलाईटच्या गोळ्या : वैयक्तिकरित्या मला इलेक्ट्रोलाईटच्या गोळ्या आवडतात. त्या वापरायला सोप्या असतात, शिवाय त्या ठेवायला खूप जागाही लागत नाही. त्या वितळत नाहीत, तसेच त्यांच्यामुळे पायांत गोळे येत नाहीत. मी शर्यतीत भाग घेतो, तेव्हा दर तासाने इलेक्ट्रोलाईटची एक गोळी खातो. जर उन्हाळ्याचे दिवस असतील, तर दर ४५ मिनिटांनी मी एक गोळी घेतो. कित्येक वर्षे शर्यतीसाठी या प्रकारे मी तयारी करतो. त्यामुळे मला कधीही, कोणत्याही प्रकारे पायांत गोळे येण्याला तोंड द्यावे लागले नाही.

इलेक्ट्रोलाईट पावडर : तुमच्यासोबत स्वत:चे पावडरच्या स्वरूपातील इलेक्ट्रोलाईट पेय तुम्हाला न्यायचे असेल, तर तुम्हाला इलेक्ट्रोलाईट पावडर आवडेल. त्यासाठी तुम्ही दोन जेर फ्लास्क खरेदी करा. या प्लॅस्टिकच्या छोट्याशा बाटल्या असतात. त्यांच्यात तीन ते चार औंस पावडर असते. वीस ग्लास पाण्यासाठी तुम्ही एक बाटली वापरणार असाल, तर तुम्हाला चार बाटल्या इलेक्ट्रोलाईट जवळ बाळगावे लागेल. गरम पाण्यात ही पावडर मिसळून तुम्ही ती घेऊ शकता. तुमच्या फ्लास्क ग्लासमध्ये अर्धे पाणी भरा आणि त्यानंतर बाटलीतील पावडर त्यात टाका. (मी चॉपस्टिकने ते ढवळतो.) तुमच्या वॉटर बेल्टमध्ये हा फ्लास्क ठेवून द्या. तुम्हाला इलेक्ट्रोलाईटच्या पेयाची गरज भासेल, तेव्हा पुढच्या मदतकेंद्राकडे जा. तिथे इलेक्ट्रोलाईटची पावडर घ्या. तुमच्या पाण्याच्या बाटलीचे झाकण काढून ठेवा. तिथल्या स्वयंसेवकाला बाटलीत पाणी ओतायला सांगा आणि पेय तयार करून तुमच्या फ्लास्कमध्ये ठेवा. तुमच्या हातांची बोटे चिकट न करताच तुम्ही तिथून लगेच पुढे धावण्यासाठी निघू शकता.

इलेक्ट्रोलाईट पेये : मी स्वत: इलेक्ट्रोलाईट पेये वापरत नाही. त्यामुळे खरे सांगायचे झाले, तर मी त्यांची शिफारसही करत नाही. पण मी तुम्हाला एक काळजी घ्यायला सांगेन. तुमच्या शरीरातून धावताना किंवा उन्हाळ्याच्या दिवसांत इतर वेळीही जेवढ्या प्रमाणात इलेक्ट्रोलाईट्स बाहेर पडलेली असतात तेवढ्या प्रमाणात इलेक्ट्रोलाईट्स पुरवणारी काही पेये आहेत. पण आपल्या गरजेएवढी इलेक्ट्रोलाईट्स आपण घेतली पाहिजेत. म्हणूनच मॅरेथॉनएवढे किंवा त्याहून अधिक अंतर धावत असताना मी इलेवक्ट्रोलाईट पेयांवर अवलंबून राहत नाही.

- **खूपच उष्ण वातावरणात नियमित धावणे किंवा शर्यतीसाठी धावणे :** अत्यंत उष्ण हवामान असताना तुम्ही शर्यतीत धावत असाल, तर मदतकेंद्रांमध्ये बर्फ आहे का, ते पाहा. हॅट वापरा. तुम्हाला बर्फ मिळाला, तर त्याचे तुकडे (क्यूब्ज) हॅटच्या वरच्या बाजूला ठेवा. तुम्हाला हॅटची कडा कदाचित अधिक घट्ट, ताणून घ्यावी लागेल. त्यामुळे ते तुकडे खाली पडणार नाहीत. बर्फ हळूहळू वितळू लागेल. त्यामुळे तुमचे डोके थंड राहील. तुमच्या मेंदूचे कार्य चांगले चालायला हवे असेल, तर त्यासाठी ही गोष्ट अत्यंत महत्त्वाची आहे. तुमच्या मेंदूचे तापमान अत्यल्प प्रमाणात वाढले, तरी तुम्हाला लगेच उष्णतेचा त्रास जाणवू लागतो. बर्फ उपलब्ध नसेल, तर भिजवलेला रुमाल तुमच्या हॅटवर बांधून ठेवा.
- **अशक्तपणा :** धावताना दमलात, तर तुम्हाला कित्येक गोष्टी करता येतात. तुम्हाला फक्त दमल्यासारखे वाटू लागले, तर त्याचा अर्थ तुमच्या शारीरिक मर्यादा संपल्या आहेत, असा होत नाही. तुम्ही गरजेपेक्षा अधिक प्रमाणात श्रम करत असाल.

मला आठवते की, मी एकदा वेस्टर्न स्टेट्सच्या १०० मैलांच्या धावण्याच्या शर्यतीत भाग घेतला होता. मी ऐंशीव्या मैलावर होतो. आता पुढचे वीस मैल मी कसे पार करेन, याची चिंता मला लागून राहिली होती. मला ती शर्यत २४ तासांच्या आत संपवायची होती. माझा तो उद्देश पक्का होता. मी मदतकेंद्राजवळ थांबलो. (तुम्ही अर्धे अंतर धावून गेलात की, काही शर्यतींमध्ये तुम्हाला आणखी एखाद्याला बरोबर घेऊन धावण्यास परवानगी दिली जाते.) मी दोन वर्षे एका धावपटूला प्रशिक्षण देत होतो. तिला मी माझ्याबरोबर धावायला घेतले. तिला ची रनिंगचे सगळे फॉर्म अगदी तोंडपाठ होते. शिवाय ते वापरण्यातही ती तरबेज होती. फॉर्ममधील लक्ष केंद्रित करण्याच्या साऱ्या गोष्टी तिला माहीत होत्या. संपूर्ण मार्गावर ती माझ्याबरोबर फॉर्मविषयीच्या त्या बाबी करत आणि मला सांगत धावत राहिली. शर्यत संपेपर्यंत तिने हे प्रामाणिकपणे केले. एकदा मी केंद्रित करण्याच्या गोष्टींवर लक्ष केंद्रित केल्यावर माझी मानसिक आणि शारीरिक शक्ती मला काही

प्रमाणात पुन्हा प्राप्त करता आली. खरे तर त्या अखेरच्या वीस मैलांत मी संपूर्ण ऐंशी मैलांच्या तुलनेत अधिक गतीने धावलो होतो! ही ऊर्जा कुठून आली होती? मी आधीच सांगितल्याप्रमाणे, तुम्ही जर योग्य परिस्थिती निर्माण केलीत, तर तुमची ऊर्जा शरीरातून चांगल्या प्रकारे वाहू लागते. जोपर्यंत माझा फॉर्म योग्य प्रकारे राखण्याची ताकद माझ्याकडे होती, तोपर्यंत माझ्या शरीरातील ऊर्जा चांगल्या प्रकारे वाहत होती, वाहणार होती. ज्या वेळी लक्ष केंद्रित करावयाच्या गोष्टींवरील माझे लक्ष विचलित झाले, त्या वेळी मला थांबावे लागले किंवा चालावे लागले. त्यात माझी काही मौल्यवान मिनिटे वाया गेली होती. माझ्या मनाला कार्यरत ठेवणे आणि मला फॉर्ममधील गोष्टींवर लक्ष केंद्रित करायला लावणे, ही माझ्याबरोबर आलेल्या माझ्या साथीदाराची जबाबदारी होती. हे घडले, त्या वेळी मी धावू शकलो. तिने सातत्याने मला आठवण करून दिल्यामुळे मी माझ्या चोवीस तासांच्या ठरवून घेतलेल्या वेळेच्याही सात मिनिटे आधीच शर्यत पूर्ण केली होती.

तुम्ही दमलात की, तुमचा फॉर्म डळमळीत होऊ लागतो. त्यामुळे तुमच्याकडून अधिक ऊर्जा वापरली जाऊ लागते. 'मी खूपच दमलो आहे,' या विचारानेच मी किती दमून चाललो होतो, या विचारानेच आजही मला आश्चर्य वाटते. त्याउलट, माझे शरीर ज्या वेळी एका रेषेत होते आणि सैलावलेल्या स्थितीत होते, त्या वेळी मला किती बरे वाटत होते, या विचाराने मी नेहमीच चकित होतो. तुम्हाला दमल्यासारखे वाटते, त्या वेळी लक्ष केंद्रित करण्याच्या काही गोष्टी मी खाली देत आहे.

- तुमच्या दोन ढांगांमधील किंवा पावलांमधील अंतर कमी करा.
- तुमची शारीरिक ढब अचूक बनवा. तुमच्या कमरेवरच्या शरीराच्या मागच्या बाजूला तुमची पावले जमिनीवर आघात करत आहेत, याची खात्री करून घ्या. ती तुमच्या कमरेच्या वरच्या शरीराच्या पुढे पडता कामा नयेत.
- तुमचे झुकणे सातत्याने सुस्थितीत राखा. मात्र कोणत्याही परिस्थितीत कमरेतून वाकू नका.
- तुम्हाला थोडीफार ताकद मिळेपर्यंत तुमची गती कमी करा.
- तुमच्या पोटातून अधिक प्रमाणात श्वसन करा. तुमचा श्वसनाचा वेग वाढवा. खूपच मंद गतीने श्वसन केल्यामुळे काही लोक दमतात.
- तुम्हाला अशक्तपणा आल्यासारखे वाटत असेल, तर त्यावर लक्ष केंद्रित करू नका; अन्यथा तुम्हाला अधिकच दमल्यासारखे वाटेल.
  वर पाहा आणि तुमच्या आजूबाजूच्या विश्वात रमून जा.
- तुमचे खांदे सैलावा. दर दोन मैलांनंतर तीस सेकंदांपर्यंत तुमचे हात दोन्ही बाजूंना लोंबकळत ठेवा.

- पाय घासत चालू किंवा धावू नका. तुमच्या टाचा उचला आणि पाऊल गोलाकारात फिरवत खाली टेकवा.
- शर्यतीसाठीचा आहार (तुमच्या नियमित प्रशिक्षणादरम्यानच्या काळातील आहारासाठी अकरावे प्रकरण वाचा.)

शर्यतपूर्व आहार : तुमच्या शर्यतीच्या तारखेआधी सहा दिवस तुम्ही शर्यतपूर्व आहार घेण्यास सुरुवात करा. शर्यतीआधी सहाव्या, पाचव्या आणि चौथ्या दिवशी सकाळच्या न्याहारीसाठी आणि दुपारच्या जेवणासाठी प्रथिनयुक्त आहार घ्या. (सोयाबीनचे पदार्थ, मांस, मासे, शेंगा आणि भात.) तिसऱ्या, दुसऱ्या आणि शर्यतीआधीच्या दिवशी फक्त कार्बोहायड्रेट्स घ्या. (प्रथिने नकोत.) यात संपूर्ण गव्हाचा पाश्ता घेता येईल.(मांस वर्ज्य करा.) संपूर्ण धान्ये आणि भाज्यांचा वापर करा.

शर्यतीच्या दिवशीचा आहार : जलद पचणारे अन्न खा. तसेच रक्ताला साखर पुरवणारे अन्न घ्या. विशेषत: केळी, टोस्ट आणि मध, फळे, खजूर किंवा बेदाणे यांचा समावेश आहारात असू द्या. तुम्ही आधी कधीही न खाल्लेले कोणत्याही प्रकारचे अन्न किवा तुमची शर्यत संपेपर्यंत तुमच्या पोटात राहील असे जड अन्न खाऊ नका.

शर्यतीनंतरचा आहार : यात उत्तम प्रथिने असलेल्या अन्नाचा समावेश करा. (मांस, मासे, अंडी इत्यादीचा समावेश असावा.) त्यांच्यामुळे स्नायूंच्या ऊतींची पुनर्बांधणी होण्यास मदत होते. सॅलड, पालेभाज्या आणि इतर भाज्याही आहारात असाव्यात. शर्यतीनंतर पिष्टमय पदार्थ (कार्बोहायड्रेट्स) असलेला आहार करणे चांगले असते. मात्र तुमच्या पचनशक्तीनुसार, शर्यतीनंतर किमान अर्धा ते दोन तासांपर्यंत थांबा. नंतरच जेवण घ्या. त्यामुळे तुमच्या रक्तातील साखरेचे नियमन होते. तुमच्या शरीराला लक्षणीयरित्या योग्य तापमानात येण्यास वेळ मिळतो. मगच तुमच्या शरीरात जाणारे अन्न पचविण्यास शरीर समर्थ बनते.

सुरुवातीची गती : शर्यतीला महिनाभर उरलेला असताना तुमच्या शर्यतीच्या दिवशीच्या सरासरी गतीचा विचार करा. त्यानंतर शर्यतीला चार आठवडे उरल्यावर आठवड्यातून किमान दोन वेळा तुमच्या शर्यतीच्या सुरुवातीच्या गतीने धावण्याचा सराव करा. खूपच जोरात धावू नका. बहुतेक लोक खूपच गतीने धावण्यास सुरुवात करतात आणि मैलभर किंवा दोन मैल धावून गेल्यावर दमतात. अंग सैलावलेल्या अवस्थेत आरामात धावत राहा. गती मध्यम ठेवा. तुम्ही आरामशीरपणे धावत असाल, तर अधिक चांगली कामगिरी करू शकाल.

बाहेर जा आणि तुमच्या शर्यतीचा मार्ग जसा असेल, त्याप्रमाणे रस्त्यावर

खुणा करून ठेवा. तुमच्या अपेक्षित सरासरी गतीपेक्षा प्रतिमैल तीस सेकंद कमी गतीने सुरुवातीला धावू लागा. तीच तुमची सुरुवातीची गती असली पाहिजे. या गतीने धावताना तुमच्या शारीरिक संवेदना कशा असतात, त्याचा अभ्यास करा. ते लक्षात घ्या आणि शर्यतीच्या दिवशी त्याची आठवण करून घेऊन धावायला सुरुवात करा.

- **शर्यतपूर्व धावण्यातील बदल :** शर्यतीपूर्वी दोन आठवडे तुमच्या प्रशिक्षणात बदल करा. आता तुम्ही गतीने धावू नका. अगदी मंद गतीनेही धावू नका. फक्त शर्यतीच्या दिवशीच्या गतीने कमी अंतराची धाव घ्या. त्यामुळे तुमचे पाय संवेदनशील, पण सैलावलेल्या अवस्थेत राहतील.
- **टेकड्यांवर चढण्याचा सराव करा :** तुमच्या शर्यतीत टेकड्यांचा समावेश असेल, तर छोट्या मध्यंतरांमध्ये टेकडीवर चढण्याचा सराव करा. टेकड्यांवर एक ते दोन मिनिटे चढण्याचा सराव करा. त्याचप्रमाणे एक ते दीड मिनिट टेकडीवरून खाली उतरण्याचा सराव करा. सुरुवात सहजगत्या करा आणि नंतर हळूहळू गती वाढवा. प्रत्येक आधीच्या मध्यंतरापेक्षा पुढच्या मध्यंतराच्या वेळी गती वाढलेली असली पाहिजे. टेकडीवर धावण्याआधी चांगल्या प्रकारे वॉर्म-अप झाल्याची खात्री करून घ्या. सपाट मार्गावरून किमान दोन मैल धावा. स्नायू थंडावल्यामुळे आखडले जाण्यास त्यामुळे प्रतिबंध होईल.
- **मित्राबरोबर किंवा मैत्रिणीबरोबर प्रशिक्षण घ्या :** प्रशिक्षणासाठी तुमच्याबरोबर येणारा एखादा सहकारी शोधा. धावण्याच्या आपापल्या वैयक्तिक कार्यक्रमांशी प्रामाणिक राहण्यासाठी एकमेकांची मदत घ्या. आपल्या धावण्याच्या फॉर्ममधील त्रुटींची, दोषांची आपल्या सहकाऱ्याकडून व्यवस्थित माहिती करून घ्या आणि त्यालाही त्याच्या फॉर्मविषयी बारकाईने सांगा. याबाबतीत एकमेकांचे समीक्षक बना.
- **दीर्घकाळ धावण्याचे प्रशिक्षण :** तुम्ही पाच किंवा दहा किलोमीटर अंतर धावण्यासाठी प्रशिक्षण घेत असाल, तर प्रशिक्षणादरम्यान आठवड्यात किमान एकदा तरी तेवढे अंतर धावण्याचा सराव तुम्ही केला पाहिजे. केव्हाही सांगितल्याबरोबर २६.२ मैलांच्या धावण्यासाठी मॅरेथॉनमध्ये धावणाऱ्या तुमच्यासारख्या धावपटूंनी तयार असले पाहिजे. धावपटूंना टिकाऊ स्वरूपाचे प्रशिक्षण देण्यासाठी आर्थर लिडियार्ड प्रसिद्ध होता. त्याचे ॲथलिट नेहमीच प्रत्यक्ष शर्यतीआधी किती तरी वेळा प्रदीर्घ अंतर धावत असत. तुमच्या शरीराला दीर्घकाळासाठी प्रशिक्षण देणे, ही शर्यतीच्या दिवशी तुम्ही उत्तम प्रकारे धावाल याची हमीच असते. तुम्हाला जर तुमच्या प्रशिक्षण

कार्यक्रमादरम्यान गतीने धावण्याचे कार्यक्रम राबवायचे असतील, तर प्रथम तुम्ही श्वसनाचा भक्कम पाया घातला पाहिजे.

- **डांबरी रस्त्यांवरून धावणे :** तुम्ही प्रशिक्षणासाठी बाहेर पडाल, त्या वेळी आपण बर्फाच्या पातळ थरावरून धावत आहोत, अशी कल्पना करा. त्यामुळे तुम्हाला हळुवारपणे पावलांचा आघात करून धावण्याचे प्रशिक्षण मिळेल. तुमची शर्यत डांबरी रस्त्यांवरून असेल, तर तुमच्या प्रशिक्षणादरम्यान बहुतेक सर्वच वेळा डांबरी रस्त्यावरूनच धावा.
- **शूज :** शर्यतीसाठी नवे शूज घेण्याचा तुमचा विचार असेल, तर ते खरेदी करा आणि शर्यतीच्या आधी किमान तीन आठवडे ते नेहमीच्या सरावाच्या वेळी वापरा. शर्यतीच्या आठवड्यातच हे शूज वापरण्यास सुरुवात करू नका. बहुतेक शूज खोक्यातून बाहेर काढल्यानंतर लगेच कडक असतात आणि ते वापरल्यामुळे तुमच्या पायांना फोड येऊ शकतात. ते फुटणे आणि पावले चांगली होणे यासाठी काही कालावधी जावाच लागतो.

शर्यतीच्या दिवसासाठी टिप्स

- **लवकर उठा :** शर्यतीच्या दिवशी तुम्हाला पार्किंग, शर्यत स्थळापर्यंत चालत जाणे आणि सहजपणे जॉगिंग करून वॉर्म-अप करणे यासाठी भरपूर वेळ मिळाला पाहिजे. त्यामुळे लवकर आवरून तिथे वेळेच्या बरेच आधी पोहोचा.
- **तुमचे अलार्म घड्याळ बरोबर न्या :** जर तुमच्याकडे काऊंटडाऊन टायमर असेल, तर दर दहा मिनिटांनी बीप आवाज होईल, अशा प्रकारे ते सेट करा. ज्या वेळी दहा मिनिटांनी बीपचा आवाज येईल, त्या वेळी पाणी प्या. त्याचप्रमाणे धावण्याच्या फॉर्ममधील लक्ष केंद्रित करावयाच्या गोष्टींवर लक्ष केंद्रित करा. विशेषतः तुमची शारीरिक ढब आणि झुकणे याकडे अधिक लक्ष पुरवा.
- **वॉर्म-अप :** शर्यतीआधी वीस मिनिटे वॉर्म-अप करण्यास सुरुवात करा. दर अर्ध्या ते एक मैलानंतर जॉगिंग करा. तुमच्या शरीराला किती वेळ जॉगिंगची आवश्यकता वाटते, त्याचा अंदाज घेऊन जॉगिंगची वेळ ठरवा. हे अगदी मंद गतीने करा. तुम्ही फक्त तुमच्या स्नायूंचे वॉर्म-अप करत आहात, हे लक्षात ठेवा. तुमचा रक्तप्रवाह त्यामुळे सुरळीत राहतो आहे, याचेही भान ठेवा. वॉर्म-अपनंतर हळुवारपणे शरीराचे स्नायू ताणा. त्यानंतर शरीर सैलावण्याचे तुमचे व्यायाम करा. तुमच्या शूजच्या लेस व्यवस्थित

बांधलेल्या आहेत आणि धावताना त्या पायांत येणार नाहीत किंवा सुटणार नाहीत, याची आणखी एकदा खात्री करून घ्या. त्यांची गोलाकार टोके एकमेकांशी बांधा आणि शूजमध्ये आत सरकवा. तुम्हाला सहज वाटेल, एवढ्या गतीने थोडा वेळ जॉगिंग करा. त्यानंतर पुन्हा स्नायूंना ताण देण्याचे काही हलके व्यायामप्रकार करा. अखेरीस अत्यंत कमी गतीने थोडे धावा.

- **सुरुवातीच्या रेषेकडे जा :** तुम्हाला जिथून धावण्याची सुरुवात करावयाची आहे, तिथे जा. तिथे वेळेवरच पोहोचा. त्यामुळे शर्यत सुरू झाल्याचा इशारा होत असताना तुम्ही आधीच आपल्या जागी पोहोचलेले असाल. तुमचे पाय दुखू लागेपर्यंत एकाच जागी उभे राहण्याची गरज नाही. त्यामुळे तुमच्या जागी तुम्ही खूपच आधी पोहोचला असाल, तर थोडे इकडे-तिकडे फिरा, पाय हलवा. जागच्या जागी जॉगिंग करा.
- **सहज-सोपी सुरुवात करा :** शर्यत सुरू झाली की, जलद गतीने धावू नका. पहिल्या अर्ध्या मैलापर्यंत अत्यंत सहजगत्या धावत राहा. तुम्ही तासभर किंवा त्याहून अधिक काळ धावलात की, मग अर्धे मिनिट किंवा मिनिटभर वेळ गमावलात तरी त्याचा शर्यतीवर विपरीत परिणाम होण्याची भीती तुम्हाला उरणार नाही. अशा वेळी फक्त शर्यत संपवणे आणि ती योग्य प्रकारे आनंद घेत संपवणे यातील फरक तुमच्या लक्षात येईल.
- **तुमच्या लयबद्धतेवर लक्ष ठेवा :** पहिल्या मैलभर धावण्याच्या अंतरात तुमच्या लयबद्धतेवर सातत्याने लक्ष ठेवा. तुमच्या ठरवलेल्या वेळेपेक्षा ती कमी किंवा जास्त असेल, तर त्याप्रमाणे तिच्यात दुरुस्ती करा. शरीर सैलावा आणि अधिक योग्य लयबद्धतेने धावत राहा. 'ही लयबद्धताही काही तितकीशी वाईट नाही. मी या प्रकारेही छान धावू शकेन,' असे काही तरी थातूरमातूर विचार करून आहे त्या लयबद्धतेवरच भागवून नेऊ नका; कारण त्याचा तोटा तुम्हाला नंतर समजतो. एकदा दुरुस्ती केल्यावरही पुढच्या मैलात ती दुरुस्ती योग्य ठरल्याचे तपासून पाहा.
- **तुमच्या त्या वेळच्या अंतराचा आढावा घ्या :** तुम्ही तासभर धावलात की, त्या वेळात तुम्ही किती अंतर पार केले आहे, याचा आढावा घ्या. समजा– तुम्ही आधी त्या काळात जेवढे अंतर पार करायचे ठरवले असेल, तेवढे अंतर पार केले नसेल, तरी काहीही बिघडत नाही. एकदम आकाश कोसळल्याप्रमाणे निराश होऊ नका.
- **धावण्याचा फॉर्म तपासून पाहा :** शर्यतीआधी तुमचा काऊंटडाऊन

टायमर सेट करा. तुम्ही सुरुवातीची रेषा सोडली की, टायमर लगेच सुरू करायला विसरू नका. तुमचा बीपर वाजला रे वाजला की, दर वेळी पाणी प्या आणि तुमचा धावण्याचा फॉर्म तपासून पाहा.

- **मदतकेंद्रांमध्ये कागदी कपातून पेय पिणे :** मदतकेंद्रांमधून कागदी कपातून पेय घेऊन तोंडापर्यंत नेईपर्यंत ते निम्म्याहून अधिक सांडल्याचा अनुभव तुम्हाला कधी आला आहे का? आता हे करून पाहा. कप घ्या आणि स्वयंसेवकाचे आभार मानून त्या कपाच्या वरच्या बाजूला छोटेसे छिद्र पाडा. तुमचा अंगठा आणि तर्जनी यांनी त्या छिद्राच्या ठिकाणी तोटीसारखा आकार तयार करा. त्यानंतर तुमच्या बोटांनी उरलेला कप धरा आणि व्यवस्थितपणे पेय प्या.
- **गरजेपूर्वीच दुरुस्त्या आणि तडजोडी करा :** गरज पडण्यापूर्वीच पेय किंवा पाणी प्या. पायांत गोळे येण्यापूर्वीच इलेक्ट्रोलाईट प्या. तुमच्या धावण्यावर परिणाम होण्याआधीच तुमच्या फॉर्ममध्ये दुरुस्ती करा.
- **अतिरिक्त, खात्रीशीर ऊर्जा उत्तेजक :** वर पाहा. स्मितहास्य करा. कोणाशी तरी बोला. तुमच्या आजूबाजूला पाहा. तुमच्यापुढे कोणी तरी असल्याचे तुम्हाला आढळेल. त्यांच्या पुढे जाण्याचा प्रयत्न करा. त्यांना हात करा. तुमच्या फॉर्ममधील लक्षात ठेवण्याच्या गोष्टींवर लक्ष ठेवा. आणखी थोडे स्मितहास्य करा.
- **कृतज्ञता व्यक्त करा :** शर्यतीसाठी काम करणाऱ्या प्रत्येक स्वयंसेवकाचे आभार माना आणि तुमच्या बाजूने जाणाऱ्या प्रत्येक धावपटूला प्रोत्साहन देण्याचा प्रयत्न करा.
- **शर्यतीचा श्रमपरिहार करा :** शांत राहा. शरीर ताणा. तुमचे पाय झटका. पेय प्या. तुम्ही घरी जाल त्या वेळी गरम पाण्याने शांतपणाने अंघोळ करा.

तुम्ही गरम पाण्याच्या टबमध्ये बसलेले असाल, त्या वेळी आपण काय कामगिरी केली त्याचा विचार करा. गेलेल्या दिवसाविषयी तुम्हाला काय वाटले? तुम्ही जे ठरवले होते, ते तुम्ही केले का? तुम्ही तुमच्या अपेक्षेपेक्षा अधिक काम केले का? तुमचे धावणे संपल्यावर लगेच तुमच्या कामगिरीचा आढावा घ्या. या अनुभवांतून कोणत्या सकारात्मक गोष्टी तुमच्या निदर्शनास आल्या, त्यांची नोंद घ्या. तुम्हाला एखादी गोष्ट वेगळ्या पद्धतीने करायची होती, असे जाणवले तर तो त्या दिवशी तुम्ही शिकलेला धडा असेल. धावण्याच्या आगामी प्रशिक्षण कार्यक्रमात तुम्ही त्याच्यावर लक्ष केंद्रित करावयाचे आहे, असे ठरवा आणि तसेच करा.

त्यानंतर तुमच्या पायांना मसाज करा. आणखी थोडे पाणी प्या. प्रथिनयुक्त जेवण जेवा, कारण त्या दिवशी तो तुमचा हक्कच असतो.

शर्यतीच्या दुसऱ्या दिवशी सायकलवरून फिरून या किंवा पायी फिरायला जा. त्यामुळे तुमचे पाय मोकळे होतील.

तुम्ही केलेले नियोजन आणि तयारी यावरच सर्वच पातळ्यांवरील तुमच्या यशाची पातळी थेटपणे अवलंबून असेल. वर सांगितलेल्या काही टिप्स तुमच्या शारीरिक लाभाचे परिमाण वाढविण्यासाठी; तर काही टिप्स तुमच्या मानसिक लाभाचे परिमाण वाढवण्यासाठी आहेत. चांगल्या पद्धतीने तयार झाल्यास तुम्हाला शर्यत उत्तम प्रकारे पूर्ण करता येईल आणि स्वत:साठीच ठरवून घेतलेल्या एका चाचणीत तुम्ही यशस्वी ठराल.

ट्रायॲथलिट्ससाठी काही टिप्स

चांगले धावपटू असलेले काही उत्तमरित्या प्रशिक्षित असलेले ॲथलिट्ससुद्धा पाय जड होण्याच्या आजाराने पछाडलेले दिसतात. तुम्ही तुमच्या बाईकवरून उतरता आणि तुम्हाला तुमचे पाय लोखंडासारखे जड झाल्याचे जाणवते. गुडघ्याएवढ्या चिखलातून आपण धावत असल्याचे दु:स्वप्न मी अनेकदा पाहिले आहे आणि अजूनही पाहतो आहे. पायाचे हे दुखणे हळूहळू तुमच्या टी -२ पर्यंत पोहोचते. तुम्ही धावण्यासाठी पायांवर अवलंबून असाल, तर तुम्हाला हे पचवणे जड जाते आणि मुळातच पायांच्या स्नायूंचा वापर करून धावल्यामुळेच ते जडलेलेही असते. या गुंतागुंतीवर पर्याय म्हणून मी इथे काही उपयुक्त सूचना देत आहे.

तुम्ही योग्य गोष्टींवर लक्ष केंद्रित करा. शरीराचे विशिष्ट अवयव एका रेषेत असणे, दीर्घ श्वसन करणे, समतोल राखणे, धावण्याचे तंत्र सांभाळणे, शर्यतीचे धोरण आणि शारीरिक व मानसिक दृष्ट्या सैलावणे या त्या गोष्टी होत.

- **धावण्यास लवकर सुरुवात करा :** तुमचे पाय धावण्याला तयार करण्यासाठी सायकलच्या पायांचा (पेडल) वापर करा. तुमच्या सरावाच्या वेळी ४०० मीटरचे अंतर कापायचे उरले असेल, त्या वेळी फक्त पेडल मारूनच सायकल चालवा. त्यामुळे तुमच्या नितंबांच्या फ्लेक्झॉर्सची हालचाल सुरू होईल. मग तुम्ही सायकलवरून उतराल, तेव्हा तुमचे पाय घोट्यांना वर उचलण्याच्या स्थितीत असतील. धावताना स्वत:ला पुढे ढकलण्याऐवजी आपली पावले उचलायला शिकल्यामुळेही दिलासा मिळतो.
- **पायांच्या स्थितीतील बदल :** तुम्ही सायकलवरून उतरलात की,

आपले पाय झटका. त्यांना सैलावू द्या. तुम्ही धावायला सुरुवात करेपर्यंत थोडा काळ चालण्याचा सरावही करू शकाल.

- **गुरुत्वाकर्षण शक्तीला काम करू द्या :** तुम्ही पुढे झुका आणि गुरुत्वाकर्षण शक्तीला तुम्हाला पुढे ओढू द्या. ढांगा टाकत असताना तुमचे पाय शक्य तेवढ्या विसावलेल्या, सैलावलेल्या स्थितीत ठेवा. तुमच्या पावलांना पायांबरोबर घासत पुढे जाऊ देण्याऐवजी तुमची पावले उचला.
- **हळूहळू प्रगती :** सोप्या आणि ढांगांमध्ये कमी अंतर ठेवून धावण्याच्या तंत्राने तुमच्या धावण्याच्या कार्यक्रमाची सुरुवात करा. तुमचे पाय धावण्यासाठी व्यवस्थित तयार होईपर्यंत पहिल्या किंवा दुसऱ्या गिअरमध्येच धावत राहा.
- **पावलाच्या मध्य भागाने आघात करा :** प्रत्येक ढांगेबरोबर तुमच्या पावलाच्या मध्य भागाने तुम्ही जमिनीवर उतरत असल्याची जाणीव करून घ्या.
- **तुमच्या शरीराचे व्यवस्थित विश्लेषण करा :** शरीराच्या सर्व भागाला विश्रांती देणे आणि सैलावणे, या दोन गोष्टींसाठी सायकल चालवताना तुमच्या पायांचा वापर करा.
    - **मान :** तुमची मानही फिरवत राहा. आजूबाजूला पाहा.
    - **खांदे :** तुमची कोपरे खालच्या बाजूला ठेवा आणि मागच्या बाजूला ती हिंदकळू द्या.
    - **हात :** त्यांना नियमितपणे थोड्या-थोड्या वेळाने तीस सेकंद खाली लोंबकळत्या अवस्थेत राहू द्या. एकदा त्यांना विश्रांती मिळाली की, तुमच्या पायांना विश्रांती देण्यासाठी तुम्ही त्यांना अधिक व्यवस्थितपणे हिंदकळू द्या.
    - **मांड्या :** प्रत्येक ढांगेबरोबर तुमचे गुडघे खालच्या बाजूला असू द्या. तुमच्या टाचा ढांगेच्या मागच्या बाजूला उंचवा.
    - **पाय :** पुढे जाण्यासाठी झुकण्याचा वापर करा. तुमचा स्तंभ झुकवा.
    - **घोटे :** ढांगा टाकत असताना घोटे सैलावून तुमच्या पोटरीपासूनच्या पायाच्या खालच्या भागाला सैलावा. त्याच्यावर अतिरिक्त ताण येऊ देऊ नका.

अशा प्रकारे जेव्हा तुम्ही खरोखरच विसावाल आणि सर्व स्नायू सैलावाल, त्या वेळी आपली ऊर्जा शरीरात पुन्हा खेळू लागल्याचे तुम्हाला जाणवेल. तुम्ही पोहत असतानाही अशाच प्रकारे स्नायू सैलावायला शिका. अशा प्रकारे स्नायू सैलावण्याचे ची रनिंगचे तंत्र तुम्हाला पोहण्यासाठी वापरण्याची इच्छा असेल, तर त्यासाठी आणखी काही मार्गही सापडतील. टेरी लाफलिन यांनी पोहण्याचे विकसित केलेले तंत्र वापरण्याची मी जोरदार शिफारस करेन. तुमच्या हालचाली आरामशीर

आणि सैलावलेल्या असतील, तर तुम्हाला जे काही करायचे असेल, त्यासाठी तुम्हाला ऊर्जेचा भरपूर पुरवठा होतो; अन्यथा ऊर्जेचा अकारण अपव्यय होतो. मास्टर शू म्हणत की, शर्यत कोण जिंकतो याला काहीच महत्त्व नाही. दीर्घायुष्य कोणाला मिळते, ते महत्त्वाचे आहे.

मॅरेथॉनमध्ये धावणे

आपल्या शारीरिक, मानसिक आणि भावनिक क्षमतांचा एखाद्याला पुरेपूर उपयोग करून घ्यायचा असेल, तर त्यासाठी त्याने मॅरेथॉनमध्ये धावणे आवश्यक आहे. अमेरिकेतील दहा लाखांहून अधिक नागरिक मॅरेथॉनमध्ये किंवा अर्धमॅरेथॉनमध्ये धावतात. ही संख्या दर वर्षी वाढतेच आहे. बहुतांश मासिके आणि नियतकालिके यांवर लेख छापतात. मात्र त्या बहुतेकांमध्ये मॅरेथॉन पार करणे हे मोठ्या कष्टाचे आणि वेदनादायक काम असल्याचा उल्लेख असतो. तुम्हाला त्या उल्लेखामुळे मॅरेथॉनविषयी दहशत वाटू लागेल. 'विविध अवयव दुखू लागतात आणि वेदना ग्रासू लागते', 'वेदनांची अपेक्षा ठेवूनच मॅरेथॉनमध्ये उतरावे', '२६ मैल धावणे हे नरकयातना भोगण्यासारखे आहे', 'हा एखादा आपण स्वत: घडवून आणलेला अपघात असतो', 'तुमचे सर्वाधिक वाईट दु:स्वप्न', '२६ मैल धावण्याचा राक्षस आ वासून बसलेला असतो', वगैरे वाक्ये या लेखांची भयावहता वाढवतात.

मी मॅरेथॉनसाठी प्रशिक्षण देतो आणि स्वत:ही अनेक मॅरेथॉनमध्ये भाग घेतला आहे. किमान चारशे मॅरेथॉन स्पर्धांत मी भाग घेतला आहे. त्यामुळे मी एक विलक्षण दंतकथा वगैरे आहे, असे वाटू शकेल. पण मला तो मुद्दा मांडायचा नाही. मला असे सांगायचे आहे, की, मी हे फारसा त्रास न होता केले आहे आणि मला खात्री आहे की, तुम्हीही हे सगळे नक्कीच करू शकता. सुरुवातीच्या काळात मलाही गुडघेदुखीचा त्रास झाला, शिवाय प्लांटर फॅसिटिस होण्याची प्राथमिक लक्षणेही मला जाणवली होती. मात्र धावण्याचे योग्य तंत्र अचूकपणे आत्मसात केल्यानंतर आता या सगळ्या दुखापती हा बऱ्याच वर्षांपूर्वीचा इतिहास झाला आहे. त्यातून मी तुम्हाला खात्रीपूर्वक सांगू शकतो की, मॅरेथॉनमध्ये धावणे ही जीवघेणी बाब नाही. मजेची बाब मात्र नक्कीच आहे. अनेक जणांनी त्याचे दहशतीने भरलेले चित्र रेखाटले आहे, त्यात काहीच अर्थ नाही. माझ्या अनेक विद्यार्थ्यांचा ची रनिंगची पद्धती वापरून मॅरेथॉनमध्ये धावण्याचा अनुभव अत्यंत चांगला आहे. त्यांच्यापैकी एकाचे पत्र मी वानगीदाखल खाली देत आहे.

डॅनी,

मी नुकतीच कार्ल्सबॅड मॅरेथॉन पूर्ण केली आहे. मला खरेच खूपच छान वाटते आहे. मी ६४ वर्षांचा आहे. (६४ वर्षांच्या लोकांमधील सर्वांत वेगवान धावपटू, असे मी यांना म्हणतो.) मी गेली ३१ वर्षे धावत आहे. मी आतापर्यंत सुमारे २७ हजार मैल धावलो आहे. पण या संपूर्ण कालावधीतील ही माझी फक्त दुसरीच मॅरेथॉन शर्यत होती.

काही महिन्यांपूर्वीच मी तुमचे पुस्तक आणि डीव्हीडी विकत आणली आणि तिच्यामुळे माझे संपूर्ण आयुष्यच बदलून गेले. मी 'ची तंत्र' वापरण्यास सुरुवात केली. सुरुवातीला मला कसेसेच वाटले. काहीसे विचित्र तंत्र वाटले. माझी पाठ आणि खांदे सुरुवातीला घट्ट झाल्यासारखे आणि आखडल्यासारखे वाटले. खरे तर हे तंत्र माझ्या धावण्यात न वापरण्याचाच विचार करत होतो. पण नंतर मला वाटले की, मी कदाचित नको इतके कष्ट करत होतो आणि बरेच बदल खूपच झटपट व्हावेत यासाठी आटापिटा करत होतो. पण तरीही तंत्र आपला परिणाम करत होतेच. याच दरम्यान उताहमध्ये मी सात मैल धावून आल्यावरही माझे पाय सैलावलेल्या आणि विसावल्या स्थितीत होते.

त्यानंतर तीन महिने मी हे तंत्र अत्यंत बारकाईने अभ्यासले आणि त्याचा सराव केला. मला त्याचा जो परिणाम आढळला, त्याने मी अत्यंत प्रभावित झालो आहे. मॅरेथॉनच्या दहाव्या मैलावर मी एका मोठ्या टेकडीवर चढत होतो. त्या वेळी एका प्रेक्षकाने मला ओरडून सांगितले, ''तुमचा फॉर्म खूपच सुंदर आहे.'' तो नक्कीच 'ची'तंत्राचा अभ्यासक असला पाहिजे.

मी हेतू निश्चित केला होता. मॅरेथॉनमध्ये धावूनही दुखापती करून घ्यायच्या नाहीत आणि धावल्यानंतरही आपल्याला खूपच छान वाटले पाहिजे. मी अगदी तेच केले. मला ते इतके छान जमले की, मी त्याविषयी कधी विचारही केला नव्हता. माझे शरीर सैलावलेल्या अवस्थेत होते. संपूर्ण शर्यतभर मी माझा फॉर्म नीट राखला होता. मी २२ मैल धावलो, त्या वेळी मी बाहेरच्या बाजूला वळून पॅसिफिक महासागराकडे पाहिले आणि तो एक विलक्षण अनुभव होता. अगदी आध्यात्मिक अनुभवच होता. त्या वेळी मला जे काही वाटले, ते मी कधीच विसरू शकणार नाही.

आता मी ची रनिंगचेच तंत्र वापरतो आहे. यापुढे आणखी किती तरी मॅरेथॉन शर्यतींमध्ये धावण्याची मी वाट पाहत आहे. अर्धमॅरेथॉनमध्येही मी धावणार आहे, शिवाय जूनमध्ये होणाऱ्या हाफ आयर्नमन ट्रायथलॉनमध्येही

मला धावायचे आहे.

आणखी एक गोष्ट सांगतो. मला ज्येष्ठ आणि वृद्ध धावपटूंना प्रोत्साहन द्यायचे आहे. माझी तशी तीव्र इच्छा आहे. मला कायमच धावत राहायचे आहे. ६४ म्हणजे ४६ ची नवी आवृत्तीच असते, असे मला वाटते. मी त्याचा जिवंत पुरावा आहे. आयुष्य चांगले आहे. तुम्ही केलेल्या कामाबद्दल तुमचे आभार मानतो. तुमचे कौशल्य, स्पष्ट सूचना आणि तुमच्या प्रोत्साहनामुळे मला हे शक्य झाले. तुमचे पुन्हा एकदा आभार मानतो.

तुम्हाला मनापासून शुभेच्छा!

पॉल आर. टिम. (पीएच. डी.)

ताजा कलम : या आठवड्यात मी चार, पाच आणि सहा मैल धावण्याच्या शर्यतीत भाग घेतला. मॅरेथॉन संपविल्यानंतर लगेच काही दिवसांतच मी या शर्यतींमध्येही सहभागी झालो. मॅरेथॉननंतर ज्या झपाट्याने आणि सहजतेने माझे शरीर पुन्हा पूर्वस्थितीला आले, त्याचे मला खरेच खूपच आश्चर्य वाटते. आता पुन्हा एकदा मॅरेथॉनमध्ये धावण्यासाठीही मी अगदी शंभर टक्के तयारीत आहे.

मॅरेथॉनमध्ये धावणे हे नि:संशय एक आव्हान आहे. बराच काळ वेदना सहन कराव्या लागतात, म्हणून मी हे म्हणत नाही. पण शरीरावर आणि मनावर प्रभुत्व मिळवण्यास तुम्ही शिकणे हेच मोठे आव्हान असते. ची रनिंगच्या तंत्राचा तुम्ही सराव करता आणि त्याच्या साह्याने मॅरेथॉनसाठी सराव करता, त्या वेळी तुम्ही खरोखरच खूप यशस्वी ठरता. हळूहळू प्रगतीचे तंत्र तुम्ही आत्मसात केले पाहिजे. मग मॅरेथॉनमध्ये यशस्वीपणे धावण्याचे तंत्र तुमच्या नक्कीच पचनी पडेल. शारीरिक आणि भावनिक आव्हानांवर मात करण्यासाठी ची रनिंग तुम्हाला साधनांचा संच पुरवते. अत्यंत विस्मयजनक उत्साहात आणि सैलावलेल्या, विसावलेल्या, निरोगी शरीराच्या साह्याने तुमचा आत्मविश्वास तुम्हाला परत मिळवता येतो. वेदना, दु:स्वप्ने, अवयव दुखणे आणि दुखापत या कशाचाच मॅरेथॉनशी संबंध नसतो, या निष्कर्षाप्रत ची रनिंगचे तंत्र योग्य प्रकारे वापरल्यानंतर तुम्ही येता.

आता मी तुम्हाला यशाची गुरुकिल्ली सांगतो. प्रथम फॉर्मवर लक्ष केंद्रित करा. त्यानंतर त्याचा सराव करा आणि दीर्घ अंतर धावून या तंत्राविषयीचा तुमचा समज पक्का करा. धावण्याचे अंतर हळूहळू आणि सुरक्षितपणे वाढवत न्या. तुम्ही २६.२ मैलांचे अंतर सहजपणे धावून जाऊ लागेपर्यंत अंतरात वाढ करत राहा. त्यासाठी वर्षभर लागले, तर स्वत:ला तेवढा कालावधी द्या. तुम्हाला जर ची रनिंगचा फॉर्म सहजपणे शिकता आला आणि तुम्ही आधीही मॅरेथॉन किंवा अर्धमॅरेथॉनमध्ये

धावला असाल, तर तीन ते सहा महिन्यांत तुम्ही ची रनिंगचे तंत्र वापरून धावण्यासाठी तयार व्हाल. फक्त थोडा वेळ वाचवण्यासाठी घाई करून आपल्या दीर्घकालीन धावण्याचा बळी देऊ नका. एवढे पथ्य जरूर पाळा. त्यासाठी आवश्यक तेवढा वेळ देऊनच तंत्र आत्मसात करा. फक्त मॅरेथॉनमध्ये धावता येणे, हीच तुमच्या धावण्याची परिसीमा नाही. पण मॅरेथॉनमध्ये धावणे ही ची रनिंगचे तंत्र आणखी आत्मसात करण्याची, या तंत्राचा योग्य सराव करण्याची आणि दैनंदिन आयुष्याचे मूल्य व अर्थ वाढविणारे गुणधर्म विकसित करण्याची उत्कृष्ट संधी आहे, हे तुमच्या लक्षात येईल.

मॅरेथॉनमध्ये धावण्यासाठी प्रशिक्षण देण्याचा आमचा कार्यक्रम तुम्हाला आमच्या www.chirunning.com या वेबसाईटवरूनही घेता येईल. अर्धमॅरेथॉन आणि पाच व दहा किलोमीटर अंतर धावण्यासाठीचे कार्यक्रमही तिथे उपलब्ध आहेत.

उत्तुंग कामगिरी आणि शर्यती या तुम्ही घेतलेले प्रशिक्षण, मिळवलेली माहिती प्रत्यक्षात उतरविण्याच्या संधी आहेत. ती आव्हाने विलक्षण ठरू शकतात. ती अत्यंत रोमांचक असतात. यशाचा आनंद आपल्याला पूर्णपणे उपभोगता यावा, अशा प्रकारे तुमच्या शरीराची आणि मनाची काळजी तुम्ही घेतली पाहिजे. त्यासाठी ची रनिंगचे तंत्र उपयुक्त ठरते. धावणे हा एक अध्ययन अनुभव आहे, अशी अनुभूतीही तुम्हाला येत जाईल आणि यशाचा तोच खरा अर्थ आहे. जिंकणे किंवा हरणे यावर यश अवलंबून नसते; तर प्रत्येक परिस्थितीला तुम्ही कसा प्रतिसाद देता आणि पुढच्या टप्प्याची निवड कशी करता, यावर तुमचे यश अवलंबून असते.

प्रकरण ११

आहारातून अधिकाधिक ऊर्जा मिळवणे

'अनावश्यक गोष्टींना हद्दपार करणे, हे जीवनातील खरे शहाणपण असते.'
- लिन यू टँग

तुमच्या प्रशिक्षणाप्रमाणेच धावण्याच्या बाबतीतही तुमचा आहार महत्त्वपूर्ण भूमिका बजावतो, असे माझे ठाम मत आहे. अर्थातच हे एक बरेचसे धाडसी प्रतिपादन आहे. 'आपण सर्वच जण आपला आहार सुधारून आपल्या धावण्यातही सुधारणा घडवून आणू शकतो,' अशा प्रकारेही मी हेच वाक्य म्हणू शकेन. तुमच्या क्षमतेएवढे उत्तम प्रकारे धावणे तुम्हाला योग्य आहाराशिवाय नक्कीच शक्य नसते. तुमचा आहार स्वच्छ आणि उच्च प्रतीचा असेल, तर तुम्हाला मोठ्या प्रमाणात ऊर्जेचा लाभ होईल. तुमची कामगिरी उच्च प्रतीची व्हावी, यासाठी या आहारातूनच तुम्हाला आवश्यक इंधन मिळेल.

आहाराविषयी तुम्हाला काय वाटते, हे मला माहीत नाही; पण आहार हा माझ्यासाठी सोपा विषय नाही. मी अगदी छोटा होतो, तेव्हापासूनच मला वाटते, हा विषय मला अवघड वाटत होता. त्यामुळेच आताही माझ्या मनात त्याविषयी अवघडलेपणा आहे. माझ्या तीन भावंडांबरोबर आम्हा सर्वांनाच जेवण मोफत

मिळत होते. एकूण किती लोक जेवायला बसत होते, याला काहीच महत्त्व नव्हते. पण जितके लोक जेवायला बसत त्यापेक्षा नेहमीच एका संख्येने कमी माणसांचे जेवण तयार असे. जर मला पूर्णाहार हवा असेल, तर मला इतरांबरोबर झटापट करावी लागत असे, नाही तर जे उरलेले असेल ते खावे लागत असे. आजही माझ्या खाण्याच्या पद्धतीवर पूर्वायुष्यातील या अनुभवाचा पगडा आहे. आजही मी पुरेसे अन्न मिळणार नसल्यासारखा खातो. या वृत्तीला प्रतिबंध करण्यासाठी सुमारे २५ वर्षांपासून मी प्रयत्न करत आहे. माझ्या ते २५ वर्षांपूर्वी प्रथम लक्षात आले होते. आता मी या प्रवृत्तीवर चांगले नियंत्रण मिळवले आहे. पण तरीही कधी कधी मध्येच ती उफाळून येते. मला अन्न मध्यभागी ठेवल्याचे आणि भरपूर असल्याचे दिसते, त्या वेळी मी शांत होतो आणि शांतपणे जेवणाचा किंवा खाण्याचा आस्वाद घेतो. त्याच वेळी माझ्यासोबत असलेल्यांची संगत आणि तो जेवणाचा अनुभवही मी शांतपणे घेऊ शकतो. मी जर उभा असलो, घाईत असलो किंवा अगदी आळसावलेल्या स्थितीत असलो तर माझ्याही नकळत माझी जुनी सवय डोके वर काढते आणि मी नको इतके भराभरा वाढून घेऊन पोट भरले तरीही खात राहतो.

माझ्या आहाराविषयीच्या या अनुभवांमुळे घेतलेल्या आहारापासून अधिकाधिक ऊर्जा मिळविण्याची आस मला लागलेली असते. आयुष्यात मला काही महान गुरूंचे आशीर्वाद लाभले आणि मी ची रनिंग शिकलो. त्यामुळे आपल्या शरीरातून ऊर्जेचा प्रवाह व्यवस्थितपणे वाहायला हवा असेल, तर त्यासाठी अन्न प्रमाणशीर खाल्ले पाहिजे. भुकेपेक्षा जास्त खाऊ नये, हे मला समजले. शिवाय अन्न खाण्याचे आणि बनविण्याचे वातावरणही चांगले असले पाहिजे, या गोष्टीची जाणीवही मला झाली. आहाराविषयीच्या या दृष्टिकोनामुळे मला कित्येक वर्षे मोठाच लाभ झाला. तुमचा आहार कसा असावा, या दृष्टीने मी या तंत्राला अनुसरून तुम्हाला काही मार्गदर्शक सूचना देणार आहे. त्यांचा तुम्हालाही नक्कीच लाभ होईल. तुमच्या शरीरात ऊर्जेचा साठा कसा होतो, हे तुमच्या आहारावर अवलंबून असते. एखाद्या चांगल्या धावण्यामुळे असो किंवा ताज्या, परिपूर्ण आहारामुळे असो; पण तुमची ची वाहत असते, तेव्हा तुमचे परिपूर्ण पोषण होते. यासाठीच आहारविषयक योग्य परिस्थिती कशी निर्माण करावी, यावर एक नजर टाकू या.

आहाराला लागू असलेली ची रनिंगची तत्त्वे

आहाराविषयी भरपूर माहिती उपलब्ध आहे. त्यापैकी काही माहिती वादग्रस्तही आहे. तुमच्यासाठी त्यापैकी कोणता सल्ला उत्तम ठरेल, हे ठरवणे त्यामुळे कठीण आहे. ची रनिंगच्या तत्त्वांना अनुसरून आहार ठेवणे माझ्यासाठी लाभदायक ठरले. आता

तुम्ही कदाचित असा विचार करत असाल की, चला, बरे झाले. आता आपल्याला आहार योजना क्र. १०००५ वगैरे मिळेल. पण आधी माझे ऐकून घ्या. आता तुम्ही ज्या प्रकारे आणि ज्या प्रकारचा आहार घेत असाल, त्याविषयी तुम्हाला व्यवहार्य आणि योग्य सूचना देण्याचा मी प्रयत्न करणार आहे. तुम्ही शाकाहारी किंवा मांसाहारी किंवा मिश्राहारी असलात तरीही या सूचनांचा तुम्हाला नक्कीच उपयोग होईल. ची रनिंगच्या तत्त्वांवर आधारित आहारामुळे तुमचा आहार परिपूर्ण कसा होईल यावर प्रकाश पडेल. आहाराचा तयार फॉर्म्युला मी तुम्हाला देणार नाही.

कापडातील सुई

तुमच्या केंद्रस्थानाकडे लक्ष द्या आणि इतर सारे काही विसरून जा. दुसऱ्या शब्दांत सांगायचे झाले, तर तुमच्या आहाराकडे काळजीपूर्वक लक्ष पुरवणे, ही आहाराविषयीच्या जागरूकतेची पहिली पायरी आहे. तुमच्या आरोग्यासाठी अथवा धावण्यासाठी उपयुक्त नसलेला आहार किंवा आहारविषयक सवयी सोडून दिल्या पाहिजेत. तुमच्या आहारामुळे शरीरावर सकारात्मक आणि दीर्घकालीन परिणामांची तुम्हाला अपेक्षा असेल, तर तुम्ही हेतुत: तसा आहार घेतला पाहिजे आणि हे तुम्ही का करता आहात याचे भानही ठेवले पाहिजे.

मला चीज आवडते. मी ते रोज खाऊ शकतो. अगदी भरपूर प्रमाणातही खाऊ शकतो. पण त्याचे माझ्या शरीरावर दुष्परिणाम होऊ शकतील. मी जर ते भरपूर प्रमाणात खाल्ले, तर माझे डोके जड होते आणि मला एकदम आळसावल्यासारखे वाटू लागते. त्यामुळे मी चीज खाण्यावर नियंत्रण ठेवतो. आठवड्यातून चारच दिवस मी चीज खातो, कारण तेवढे खाल्यानंतर माझ्या शरीरावर दुष्परिणाम होत नाहीत. मला आळसावल्यासारखे वाटत नाही. ची रनिंगचे तत्त्व सांगते की, तुमच्या केंद्रस्थानी लक्ष केंद्रित करा आणि बाकीच्या गोष्टी सोडून द्या. त्यानुसार मी माझ्या केंद्रस्थानी लक्ष केंद्रित करतो. माझ्या शरीराला आवश्यक असलेल्या प्रमाणातच त्याला चीज देतो आणि इतर दिवशी चीज सोडून देतो. तुमच्या योजनेला चिकटून राहा. याचाच अर्थ, तुम्ही तुमच्या केंद्रवर्ती गोष्टींवर लक्ष केंद्रित करा, असाही होतो. तुमच्या योजनेवरून तुमचे लक्ष विचलित करतील अशा सर्व गोष्टींना चार हात दूरच ठेवा. ज्या वेळी तुम्ही तुमच्या केंद्रस्थानी लक्ष केंद्रित करता, त्या वेळी 'ची'ही एकवटली जाते आणि अंतर्गत ताकदीची उभारणी होते.

हळूहळू प्रगती
टप्प्याटप्प्याने पुढे जाण्याचा दृष्टिकोन

मी ज्याची शिफारस करतो, तसा स्वच्छ आणि अधिक परिपूर्ण आहार तुम्हाला हवा

असेल; तर तुम्हाला आणि तुमच्या शरीराला आहारविषयक काही नव्या सवयी लावून घ्याव्या लागतील. सध्या तुमचा जो आहार असेल, त्याचा तुमच्या कामगिरीवर परिणाम होईल. त्यामुळे तुम्ही स्वत:कडून फार मोठ्या अपेक्षा ठेवू नका. हा काही हाताळण्यासाठी सोपा विषय नाही. तुमच्या आहारविषयक सवयींमध्ये काही छोटे-छोटे बदल करा आणि नंतर ते सगळे एकत्रितपणे मोठा परिणाम घडवून आणतील. ची रनिंगमधील लक्षात ठेवावयाच्या गोष्टी शिकण्यासारखेच हे आहे. या गोष्टींपैकी एका वेळी एकीवर लक्ष केंद्रित करण्यास तुम्ही शिकलात, तर त्या शिकणे खूपच सोपे जाते. ज्या वेळी हे सारे तुमच्या पचनसंस्थेविषयी असते, त्या वेळी शारीरिक संवेदना विचारात घेऊन तुम्ही या यंत्रणेचा पाया पक्का करू शकता. त्यानंतर तिच्यावर एकेक वीट रचू शकता. त्यासाठी योग्य तेवढा वेळ घ्या आणि योग्य तेच करा. या सर्व प्रवासात प्रत्येक टप्प्यावर योग्य कृती करून तुम्ही तुमच्या 'ची'ची अधिक प्रमाणात उभारणी करू शकता.

उदाहरणार्थ— तुमच्या साखरेच्या प्रमाणात घट करायची असेल (त्याची मी जोरदार शिफारस करतो.), तर ज्या वेळी तुम्ही कॅफिन कमी करण्याचा प्रयत्न करत असाल, त्याच वेळी साखरही कमी करू नका; कारण त्यामुळे काही आठवड्यांतच तुम्हाला हा साखर आणि कॉफी दोन्हींचेही प्रमाण कमी करण्याची योजना जड वाटू लागेल. काही आठवडे कॅफिन कमी करत राहा. त्याची सवय झाली की साखरेकडे वळा किंवा प्रथम साखर कमी करा आणि नंतर कॅफिनकडे वळा.

एखाद्या बाबतीत एखादा छोटासा बदल केल्यावर शरीरातील 'ची'च्या प्रमाणात वाढ झाल्याचे आढळले किंवा तसे जाणवले की, त्यामुळे तुमचा आत्मविश्वास वाढेल. याच प्रकारे तुमच्या आहारातील एकेका गोष्टीवर काम करा. त्यात बदल करा आणि होणारा फरक लक्षात घ्या.

समतोल

तुमच्या शरीराच्या यंत्रणेतून 'ची'चा जोरदार प्रवाह सातत्याने वाहता ठेवण्यासाठी तुमचे शरीर चालवण्यासाठी आवश्यक असलेल्या पोषक द्रव्यांचा समतोल योग्य प्रमाणात राखणे महत्त्वाचे असते. आहारातील घटकांचे माझ्यासाठीचे सरासरी योग्य प्रमाण पुढीलप्रमाणे आहे– ६० ते ७० टक्के पिष्टमय पदार्थ (कार्बोहायड्रेट्स), १५ ते २० टक्के प्रथिने (प्रोटिन्स) आणि २० ते २५ टक्के स्निग्ध पदार्थ (फॅट्स). आता तुम्हाला आपल्या शरीराची नेमकी काय गरज आहे, ते शोधून काढावे लागेल. तुमचे शरीर निरोगी आणि सशक्त राहण्यासाठी हे तीन अन्नघटक समतोल प्रमाणात असणे अत्यंत महत्त्वाचे असते. तुमचा आहारविषयक समतोल जर योग्य प्रमाणात नसेल, तर तुमच्या उपलब्ध ऊर्जेचे योग्य प्रकारे व्यवस्थित ज्वलन होत राहण्याऐवजी ती इकडे-तिकडे वळेल. त्यामुळे तुमच्या मन:स्थितीत सातत्याने

बदल होत राहतील. तुमच्या ऊर्जेचा प्रवाह सातत्याने उंचावर आणि एकदम खाली असा हेलकावत राहील. त्यामुळे आयुष्यात एक प्रकारची अनिश्चितता निर्माण होईल.

उच्च दर्जाचा आहार म्हणजेच उच्च दर्जाची ऊर्जा. तो योग्य व समतोल प्रमाणात घेतला जाणे आणि पिष्टमय पदार्थ, प्रथिने आणि स्निग्ध पदार्थ यांच्या प्रमाणाचा समतोल साधणे या दोन्ही गोष्टी आवश्यक असतात. उच्च दर्जाचा आहार घेतलात, तर तुमच्या शरीराचा समतोल दोन प्रकारे साधला जाईल. तिन्ही गटांतील अन्नघटकांच्या प्रमाणातील समतोलामुळे शरीरातील आहारविषयक समतोल साधला जाईल. त्याचप्रमाणे तुमच्या कृतींसाठी तुमची आवश्यक ऊर्जेची मागणीही पूर्ण होत राहील.

अनेक गोष्टींमुळे शरीरात असमतोल निर्माण होतो. खूप गोड पदार्थ खाणे, खूप मोठ्या प्रमाणात प्रथिने घेणे, कोणत्याही प्रकारचे तळलेले पदार्थ अधिक प्रमाणात खाणे ही याची काही उदाहरणे आहेत. अमेरिकन समाजात गोड पदार्थ आणि पक्वान्ने यांचे पेवच फुटल्याचे आढळते. प्रत्येक गोष्टीत साखर असते. विशेषत: प्रक्रिया केलेल्या अन्नात तर ती असतेच. झटपट ज्वलन होणारी साखर असलेले पदार्थ खाणेही सहजसोपे असते. अमेरिकेतील आहारांत सहसा मांसाचा रोज एकदा तरी समावेश असतोच. त्यामुळे प्राणिजन्य प्रथिने शरीरात मोठ्या प्रमाणात जातात. आपल्या शरीराला या प्रथिनांची एवढ्या मोठ्या प्रमाणात गरज नसते. अमेरिकन संस्कृतीत संपृक्त (सॅच्युरेटेड) स्निग्ध पदार्थांचे प्रमाणही मोठे असते. ते मुख्यत: तळलेले अन्नपदार्थ, प्रक्रिया केलेली तेले, लोणी आणि प्राणिजन्य पदार्थ यांच्यातून येते. हे सारे थोड्या प्रमाणात ठीक आहे; पण बहुतेक लोक ज्या प्रमाणात ते खातात, त्यातून शरीराच्या गरजेपेक्षा किती तरी अधिक प्रमाणात हे पदार्थ मिळतात आणि मग आहाराचा असमतोल निर्माण होतो.

आपण आहारातून किती उष्मांक (कॅलरीज) मिळवतो आणि त्यापैकी कितींचे ज्वलन होते, हा मुद्दाही अत्यंत महत्त्वाचा असतो. तुम्हाला वजन कमी करायचे असेल, तर आपण घेतलेल्या अन्नातील उष्मांकांच्या प्रमाणापेक्षा ज्वलन झालेल्या उष्मांकांचे प्रमाण अधिक असले पाहिजे. तुम्हाला जर वजन वाढवायचे असेल तर ज्वलन होणाऱ्या उष्मांकांपेक्षा अधिक प्रमाणात उष्मांक तुम्हाला मिळवले पाहिजेत. अश्मयुगातील मानवापासून हे सूत्र आजच्या आधुनिक काळातील मानवापर्यंत सर्वांनाच लागू पडते आणि ते समजायलाही सोपे आहे. खरे तर थर्मोडायनॅमिक्सचे सूत्रच इथे उपयोगात आल्याचे दिसते.

पिरॅमिड

तुमच्या शरीरातून अधिक प्रमाणात 'ची'चा प्रवाह वाहता राहावा आणि त्याचा पाया खूपच बळकट असावा, असे गृहीत धरून आपला आहार कसा असावा, हे

तुम्हाला मी पिरॅमिडच्या साह्याने सांगणार आहे. आपण पिरॅमिडच्या वरच्या भागाकडे जाऊ लागतो, तसे आपल्या आहारात अजूनही ज्या पदार्थांची गरज आहे, ते पदार्थ आपल्याला आढळतात. मात्र त्यांचे प्रमाण बारकाईने पाहा. तेवढ्याच प्रमाणात ते घेतले गेले पाहिजेत. त्यापेक्षा अधिक प्रमाणात हे अन्न आपल्या शरीरात गेले, तर ते शरीरासाठी योग्य ठरत नाही. पिरॅमिडच्या तळाशी दाखवलेल्या पदार्थांच्या प्रमाणाच्या तुलनेतच या पदार्थांचे प्रमाण निश्चित केलेले आहे, ही गोष्टही इथे लक्षात घेतली पाहिजे.

अमेरिकन आहाराचा हा काही अधिकृत पिरॅमिड नाही. गेली वीस वर्षे मी ज्या प्रकारचा आहार घेऊन निरोगी आणि उत्तम प्रकारचे आयुष्य जगत आहे, त्या माझ्या अनुभवावर आधारित हा पिरॅमिड मी तयार केला आहे. देश आणि व्यक्तिपरत्वे यात थोडे बदल होऊ शकतात. तरीही आपल्याला जे अन्नघटक अधिक प्रमाणात लागतात, ते कुठेही अधिक प्रमाणातच खाल्ले पाहिजेत आणि कमी प्रमाणात खावयाचे अन्नघटक कमी प्रमाणातच खाल्ले पाहिजेत. तुम्ही जर शाकाहारी असाल किंवा उत्तम प्रकारचे ॲथलिट असाल, तर तुमच्या शरीराच्या गरजांनुसार या पिरॅमिडमध्ये बदल करा.

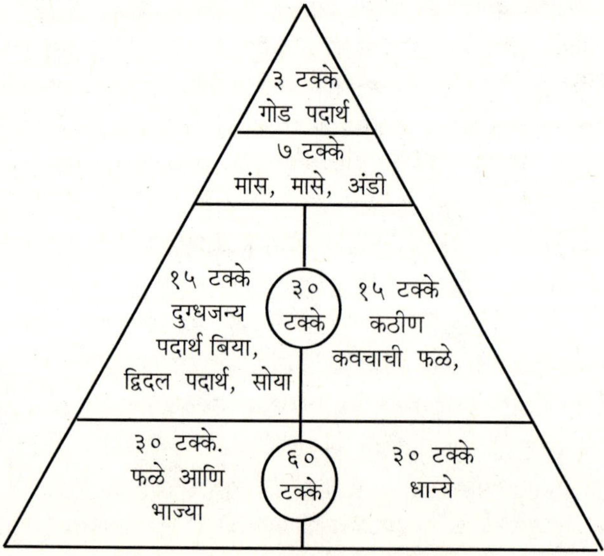

आकृती क्र. १२६ आहारविषयक पिरॅमिड

- **पहिली पातळी :** तुम्हाला निरोगी, स्वच्छपणे ज्वलन होणाऱ्या इंधनाचा पुरवठा हवा असेल, तर तुमच्या आहाराचा पाया (पिरॅमिडचा पाया) धान्ये, फळे आणि भाज्या यांनी बनलेला असला पाहिजे. स्वच्छतेने ज्वलन

होणाऱ्या पिष्टमय पदार्थांच्या इंधनाचा स्रोत म्हणूनच फक्त फळे आणि भाज्या यांचा उपयोग होत नाही, तर त्यांच्यातून आपल्या शरीरासाठी अत्यावश्यक असलेल्या अँटिऑक्सिडंट्सचाही पुरवठा होतो. फ्री रॅडिकल्सचा नायनाट अँटिऑक्सिडंट्स करतात. तुमच्या शरीरातील पेशींमध्ये आणि उतींमध्ये व्यायामामुळे फ्री रॅडिकल्स तयार होतात. कर्करोगापासून अकाली वृद्धत्व आणि रोगप्रतिकारकशक्तीला प्रतिबंध करण्यापर्यंतच्या कित्येक अनिष्ट गोष्टींना फ्री रॅडिकल्स कारणीभूत ठरतात. अमेरिकन संस्कृतीत धान्यांचा सालासकट वापर केला जात नाही. त्याकडे तुच्छतेने पाहिले जाते. ते मंद गतीने ज्वलन होणारे पिष्टमय पदार्थ असतात. त्यांच्यापासून दीर्घकालीन, स्थिर ऊर्जा मिळते. धान्यांवर प्रक्रिया करून त्यांचे अधिक शुद्धीकरण (रिफाइंड) केल्यामुळे त्यांचे जलद गतीने ज्वलन होते. त्यामुळे मूळचे गुंतागुंतीचे असलेले हे पिष्टमय पदार्थ साधे बनतात. हातसडीचे तांदूळ, ओट, मका आणि होल व्हीट ब्रेड हे माझे आवडते अन्नपदार्थ आहेत. माझ्या आहारात पहिल्या पातळीवरच्या पदार्थांचा साठ टक्के समावेश असतो; तर फळे तीस टक्के आणि संपूर्ण सालीसकट धान्ये व भाज्या तीस टक्के असतात.

- **दुसरी पातळी :** माझ्या आहाराचा तीस टक्के भाग या पातळीच्या पदार्थांपासून बनतो. १५ टक्के कठीण कवचाची फळे, बिया आणि द्विदल पदार्थ असतात. (सोयाबीनचे पदार्थ, वाळवलेल्या शेंगा आणि मसूर अशा प्रकारचे पदार्थ यांत येतात.) त्याशिवाय १५ टक्के दुग्धजन्य पदार्थ असतात. (यांत चीज, दही आणि दूध यांचा समावेश होतो.) तुम्हाला जर दुग्धजन्य पदार्थ आवडत नसतील, तर तुम्ही तुमच्या आहारातील या पदार्थांची कमतरता भरून काढण्यासाठी या प्रकारचे वनस्पतिजन्य पदार्थ वापरा. पण जर तुम्ही दुग्धजन्य पदार्थ वापरत असाल, तर तुमच्या आहाराचा फक्त १५ टक्केच भाग त्यांच्यापासून बनलेला असावा, यावर अगदी कडक कटाक्ष ठेवा. तुमची ची बळकट राखण्यासाठी या पातळीवरच्या पदार्थांची गरज असते, पण त्यांचे प्रमाण पहिल्या पातळीवरच्या पदार्थांच्या प्रमाणाच्या निम्मेच असले पाहिजे.
- **तिसरी पातळी :** माझ्या आहारात तिसऱ्या पातळीवरच्या पदार्थांमध्ये मांस, मासे आणि अंडी यांचा समावेश असतो. पण मी ते नियमितपणे घेत नाही. कधी कधीच घेतो. त्याही वेळी मी जो आहार घेतलेला असेल, त्याच्या केवळ सात टक्के एवढेच या पदार्थांचे प्रमाण असते. मी आठवड्यात एकदा मासे खातो. मांस महिन्यातून एकदा खातो आणि एकदा किंवा दोन वेळा अंडी खातो. प्राणिजन्य प्रथिने अधिक प्रमाणात

घेतली गेली, तर त्यामुळे 'ची'चे विभाजन होते. कारण ही प्रथिने पचवण्यासाठी तीव्र प्रक्रिया करावी लागते. तुम्ही मांस खाल, त्या वेळी ते उच्च दर्जाचेच असले पाहिजे. तुम्ही शाकाहारी असाल, तर तुम्हाला वनस्पतिजन्य पदार्थांतून प्रथिने मिळू शकतील. त्यासाठी द्विदल पदार्थांचा उपयोग करा. शिवाय स्निग्ध पदार्थांसाठी तेले, कठीण कवचाची फळे आणि वनस्पतिजन्य लोणी यांचा वापर करा.

- **चौथी पातळी :** आहारविषयक कारणामुळे सहसा जे पदार्थ वरचेवर खाल्ले जात नाहीत, त्यांचा या तीन टक्के अन्नपदार्थांत समावेश होतो. मी आठवड्यात एकदा किंवा दोनदा मस्तपैकी डेझर्ट खातो. पण ज्या वेळी मला खूपच गोड पदार्थ खाण्याची इच्छा होते, त्या वेळी अतिरेकी प्रमाणात गोड खाण्यापेक्षा खूप मोठ्या प्रमाणात 'ची'चे वहन होण्यातून अधिक आनंद मिळतो, याची आठवण मी स्वत:ला करून देतो. अतिरेकी प्रमाणात साखर खाल्ली तर तुमच्या रोगप्रतिकारक शक्तीवर विपरीत परिणाम होतो, यात काहीच शंका नाही. त्यामुळे तुमच्या आहारविषयक पिरॅमिडचा समतोल बिघडतो. यात कॅफिनचा समावेश होतो. कॅफिनमुळे मानसिक तरतरीत आणि कामगिरीतील सुधारणा वाढत असल्याचे सिद्ध झाले असले, तरीही त्यामुळे लघवीच्या रूपाने शरीरातील पाणी अधिक प्रमाणात बाहेर टाकले जाते. त्यामुळे तुम्ही जर धावण्याचा सराव करत असाल आणि कॉफीही घेणार असाल, तर मग तुमचे पाणी पिण्याचे प्रमाण वाढवा.

मी पुढे देत असलेले पदार्थ आहारदृष्ट्या तुम्हाला अजिबात लाभदायक नाहीत. तसेच ते त्यामुळेच या आहार पिरॅमिडचे घटकही नाहीत. ते पदार्थ असे आहेत – कँडी, प्रक्रिया केलेले अन्न, प्रिझर्वेटिव्हज्, मैदा (हा बहुतेक पास्ता आणि पिझ्झांचा प्रमुख घटक असतो, हे लक्षात ठेवा.), व्यापारी तत्त्वावर तयार केलेले मीठ, मिरपूड इ. (सैंधव आणि शुद्ध मिरी यांचा मी यात समावेश केलेला नाही.), प्रक्रिया आणि शुद्धीकरण केलेली साखर, सोडा इ. या पदार्थांमुळे तुमच्या 'ची'चा नाश होतो. त्यामुळे तुम्ही शक्य तेवढ्या कमी प्रमाणात हे पदार्थ वापरा. शक्य असेल, तर तुमच्या आहारातून हे पदार्थ पूर्णपणे वर्ज्यच करा.

आपली ताकद कुठून मिळते, हे हा पिरॅमिड आपल्याला एका दृष्टिक्षेपात दाखवतो. आयुष्यात विशिष्ट प्रकारच्या अन्नाला किती महत्त्व आहे, तेही त्यावरून समजते. आणखी एक गोष्ट लक्षात ठेवा, सतत क्रियाशील असलेल्या व्यक्तींसाठी हा पिरॅमिड बनविण्यात आला आहे. तुम्ही व्यायाम करत नसाल किंवा आळसात जगत असाल, तर तो तुमच्यासाठी नाही.

आपली ओळख विसरणे : वेगळ्या वाटेने जाणे

आपला आहार चांगला राखणे यातच आपली ओळख विसरणे आले. आपल्या कल्पनांना आपण चिकटून राहतो आणि आपला आहार शरीराच्या गरजेनुसार राहत नाही. तुम्ही केव्हाही तुमचा आहार किंवा तुमचे वजन यांविषयीच्या तुमच्या कल्पनांना चिकटून राहिलात की, तुम्ही स्वत:ची ओळख राखत असता. त्याचाच अर्थ, तुम्ही निर्णय घेण्यासाठी तुमच्या शारीरिक संवेदनांचा वापर न करता तुमचा अहम् वापरत असता. उदाहरणार्थ— 'मला चॉकलेटचे व्यसनच लागले आहे', 'कॉफी घेतल्याशिवाय मी बाहेर पडूच शकत नाही', 'रोजच मांस खाण्याची मला गरज आहे, नाही तर मला आवश्यक तेवढी ताकद मिळतच नाही', 'मला जेवताना ब्रेड लागतोच, नाही तर मला सारखी भूक लागत राहते.' आहारातून तुमच्या या स्व-ओळखीचा अडसर तुम्ही दूर केलात, तरच तुम्ही करत असलेले कोणतेही काम अत्यंत चांगल्या प्रकारे करू शकाल. तुम्हाला हवे असलेले नव्हे; तर तुम्हाला गरज असलेले अन्नच तुम्ही खाल्ले पाहिजे.

तुमच्या शरीराच्या दृष्टीने उत्तम असलेल्या गोष्टी तुम्ही सर्वार्थाने करत राहणे म्हणजे स्वत:ची ओळख विसरणे होय. आता अशी कल्पना करून पाहा की, तुम्ही अत्यंत योग्य असा उत्तम आहार घेतला आहे. स्वत:ला बळकट आणि निरोगी बनवण्यासाठी तुम्ही त्या दृष्टीनेच निर्णय घेतले आहेत आणि ते तुम्ही कसोशीने पाळता आहात. अशा वेळी तुम्हाला मिळणारे समाधान तुमचा अहम् कुरवाळण्यामुळे मिळणाऱ्या दुष्परिणामांच्या किती तरी पटींनी अधिक चांगले असणार नाही का?

आपल्या खऱ्या गरजा ओळखण्याचा पहिल्या क्रमांकाचा मार्ग म्हणजे शारीरिक संवेदना जाणून घेणे. काही कालावधीनंतर तुम्हाला चांगल्या आहाराचे चांगले परिणाम दिसून येतील. जेवल्यानंतर किवा खाल्ल्यानंतर तुमच्या शरीराची नेमकी संवेदना काय असते? सहा तासांनंतर ती कशी असते? दुसऱ्या दिवशी कशी असते? स्वत:लाच हे प्रश्न विचारा आणि तुमच्या शरीराचा प्रतिसाद अगदी बारकाईने अनुभवा. त्यातूनच तुम्हाला आपण योग्य मार्गावर आहोत की नाही, ते समजेल.

योग्य आहारासाठी काही व्यवहार्य पायऱ्या

निरोगी आयुष्यक्रमाचा अभ्यास करून माझ्या लक्षात आलेली एक सर्वाधिक महत्त्वाची गोष्ट म्हणजे, आपल्या जीवनात आहार अत्यंत महत्त्वाची भूमिका बजावत असतो. मी जर आध्यात्मिक विचारसरणीने जीवन जगत असेन, तर मी आयुष्यातील प्रत्येक गोष्ट त्याच विचारसरणीने करेन. माझा आहारही त्याच विचारसरणीतून बनलेला असेल. मी काय खातो याप्रमाणेच मी किती खातो, याकडेही मी लक्ष दिले

पाहिजे. याशिवाय मी कधी आणि कशा प्रकारे खातो, हेही मी पाहिले पाहिजे.

काय खावे

तुम्हाला जर उच्च दर्जाने धावायचे असेल, तर तुम्ही उच्च दर्जाचे अन्न खा. तुमचे शरीर जर चांगला आहार घेत नसेल, तर तुम्ही उच्च दर्जाचे दूरच; पण निव्वळ सर्वसामान्य दर्जानेही व्यवस्थित धावू शकणार नाही. तुमच्या कारमध्ये जर चांगल्या दर्जाचे इंधन असेल, तरच तुम्हाला तिच्याकडून चांगल्या प्रकारची सेवा मिळू शकते. आपल्या शरीराच्या बाबतीतही तीच गोष्ट लागू पडते.

ज्या वेळी तुम्ही जेवायला बसता, त्या वेळी ते अन्न कुठून आले याचा विचार करा. कोणत्याही किराणा मालाच्या दुकानाचा धान्याचा विभाग अधिक चांगला असतो. मांस आणि दुग्धजन्य पदार्थ स्वच्छ केलेले असले पाहिजेत. रासायनिक खते आणि कीटकनाशके वापरून तयार केलेल्या अन्नासारखेच हे पदार्थ मोठ्या प्रमाणात खाणे उपयुक्त नसते, तर अपायकारक असते. मी तुम्हाला विशिष्ट पदार्थच खा, असे सांगणार नाही (त्यावर लिहायचे असेल, तर आणखी एक पुस्तक लिहावे लागेल.); पण आपण तोंडात काय टाकतो आहोत आणि ते का टाकतो आहोत, याचा विचार तुम्ही जरूर करा.

उच्च दर्जाची ची असलेले अन्नपदार्थ

- सेंद्रिय अन्नपदार्थ
- ताजे अन्नपदार्थ
- नुकतीच तोडलेली फळे आणि भाज्या
- स्थानिक अन्नधान्ये

कमी ची असलेले अन्नपदार्थ

- हवाबंद डब्यांतील अन्नपदार्थ
- अति शिजवलेले अन्नपदार्थ
- प्रक्रिया आणि शुद्धीकरण केलेले अन्नपदार्थ
- तळलेले अन्नपदार्थ
- मायक्रोवेव्हमध्ये तयार केलेले अन्नपदार्थ
- मीठ-मसाले घातलेले, कीडनाशके आणि कृत्रिम रंग घातलेले अन्नपदार्थ
- खारवलेले अन्नपदार्थ
- मसाल्याचे पदार्थ (व्यापारी तत्त्वावर बनवलेले)
- धुरवलेले अन्नपदार्थ

- बाहेरचे बहुतेक सर्व पदार्थ, रेस्टॉरंटमधील बहुतांश पदार्थ आणि विशेषत: फास्ट फूड

माझ्या महान शिक्षकांनी माझा आहारविषयक आराखडा तयार करून दिला. मी त्यांच्याविषयी अत्यंत कृतज्ञ आहे. उत्तम प्रकारे तयार केलेल्या आहारविषयक आराखड्यामुळे आपण किती चांगले राहू शकतो, याची झलक त्यांनी मला दाखवली. त्यामुळे मी आहाराविषयी जागरूक बनलो. आता मी आहाराचा थोडक्यात आढावा घेतो.

मी दिवसातून दोनदा जेवतो. रोज सकाळी मी भरपूर जेवतो. एक मोठा वाडगाभर शिजवलेली धान्ये आणि कडधान्ये यांचा आहार मी आठवड्यातून तीन वेळा घेतो. त्यात सुका मेवा, बिया, बेदाणे आणि फळेही असतात. आठवड्यातून एकदा अंड्यांसह जेवण घेतो. आठवड्यात दोनदा शिजवलेली धान्ये आणि भाज्या खातो. तीही अशीच वाडगाभर असतात आणि त्यांच्यातही सुका मेवा आणि चीज असते. आठवड्यातून एकदा मी दही खातो. त्यातही खूप सुका मेवा, बिया, बेदाणे आणि फळे असतात. माध्यान्हीला मी माझे जेवण घेतो. त्यात सुका मेवा, ताजी फळे, चीज असते किंवा चहा आणि त्याबरोबर काही तरी कुरकुरीत पदार्थ असतात.

माझ्या साप्ताहिक आहारावर नजर टाकली, तर काही गोष्टी ठळकपणे जाणवतात. मी महिन्यातून एकदा मांसाहार करतो. आठवड्यात एकदा मासे खातो. आठवड्यात एकदा भरपूर सॅलड खातो. त्याशिवाय शेंगा आणि भातही आठवड्यात एकदा खातो. इतर वेळी रात्रीच्या जेवणात धान्ये आणि भाज्या असतात. काही वेळा कठीण कवचाची फळे, बिया आणि चीज असते.

मी नेहमीच ताज्यात ताजे सेंद्रिय अन्नपदार्थ खातो. त्यासाठी जास्त पैसे मोजावे लागले तरी मला ते चालते, कारण ते साहजिकच असते. असे जेवण साधे, रुचकर आणि विलक्षण समाधान देणारे असते.

कधी खावे?

तुम्ही जर चक्राकार पद्धतीने शरीराला इंधन पुरवत असाल, तर तुमचे शरीर तुम्हाला अधिक चांगल्या प्रकारे कधी खावे याची जाणीव करून देते. रोज ठरावीक वेळीच जेवण करा. त्यामुळे तुमची पचनसंस्था अधिक कार्यक्षमतेने काम करते, कारण पचनक्रिया ठरावीक चक्राकार गतीनेच सुरू असतात. तुम्ही दोन जेवणांच्या मध्ये काही खाल्लेत, तर त्यामुळे तुम्ही पचनसंस्थेला अधिक कामाला जुंपता. कारण आधी खाल्लेल्या अन्नावर प्रक्रिया सुरू असतानाच आणखी खाल्लेले अन्न जाऊन पडते. त्यामुळे नेहमीपेक्षा दुप्पट काम केल्यासारखी पचनसंस्था सतत कामाला जुंपली जाते. माझ्या नाश्त्यात आणि जेवणात बारा तासांचे अंतर असते,

कारण मी खाल्लेले अन्न पूर्णपणे पचविण्यासाठी माझ्या पचनसंस्थेला साधारणपणे तेवढा वेळ लागतो. माध्यान्हीला मी हलका आहार घेतो. सकाळी उशिरा किंवा दुपारी उशिरा मला ऊर्जेची गरज भासलीच तर एक कप मध घातलेला चहा मी घेतो. (साखरेमुळे माझ्या रक्तातील साखरेचे प्रमाण वाढते.)

वेळ हीच सर्वेसर्वा असते

तुमच्या अन्नाचा दर्जाच फक्त महत्त्वाचा नसतो, तर वेळ म्हणजेच सर्व काही असते. वेळ हीच सर्वेसर्वा असते. वेगवेगळ्या लोकांच्या कामाच्या वेळांनुसार त्यांच्या आहारविषयक वेळा वेगवेगळ्या असतात. त्याचप्रमाणे कामाच्या प्रकारानुसार आहाराच्या गरजाही वेगवेगळ्या असतात. जर तुम्ही अत्यंत कष्टप्रद काम केलेले असेल, तर तुमच्या दोनपैकी एका जेवणात प्रथिनांचा समावेश अधिक प्रमाणात असला पाहिजे. तुमच्या स्नायूंची पुनर्बांधणी करण्यासाठी प्रथिनांची गरज असते. त्याचबरोबर भरपूर प्रमाणात सॅलड खाणेही आवश्यक असते, कारण त्यामुळे तुमच्या शरीरातील क्षारांची गरज भागवली जाते. प्रशिक्षणाच्या वेळापत्रकानुसार तुम्ही प्रशिक्षण घेतल्यावर नेमके काय होऊ शकते, तुम्हाला कोणत्या प्रकारच्या आहाराची गरज भासू शकते, याचा तुम्ही आधीच अंदाज बांधून त्यानुसार आहार घेणे कधीही चांगले असते.

एक साधा नियम सांगतो. ज्या दिवशी अधिक कष्टाचे प्रशिक्षण असेल, त्या दिवशी तुम्ही प्रशिक्षणाआधी पिष्टमय पदार्थ असलेला आहार घेतला पाहिजे आणि प्रशिक्षणानंतर प्रथिनयुक्त आहार घेतला पाहिजे. तुम्ही सकाळी धावायला जात असाल, तर दुसऱ्या दिवशीच्या धावण्याची तयारी म्हणून आदल्या दिवशी रात्रीच्या जेवणात पिष्टमय पदार्थ असले पाहिजेत. झटपट ज्वलन होणारे इंधन असेल, तर तुमची धावण्याची कामगिरी अधिक चांगली होते.

तुम्ही जर धावण्याआधी खाणार असाल, तर ते किमान तीन तास आधी खाल्ले पाहिजे. तुम्हाला दर वेळी धावण्याआधी काही खावे लागत असेल, तर त्यासाठी केळे उत्तम ठरते. केळ्यामुळे तुमच्या रक्तातील साखरेचे प्रमाण व्यवस्थित पातळीत राहते आणि तुम्हाला त्याच्यातून पोटॅशियमही मिळते.

कसे खावे?

आपल्या अन्नातून आपल्याला अधिकाधिक ची मिळावी, म्हणून काही गोष्टी लक्षात ठेवल्या पाहिजेत. तुम्ही अन्नातून जी ची मिळवता, तिचा दर्जा तुमच्या जेवणाच्या वेळच्या वातावरणावर अवलंबून असतो. तुम्ही शांतपणे जेवण घेतले पाहिजे. त्यामुळे तुमचा ऊर्जेचा साठा व्यवस्थित राहील. उच्च दर्जाचे अन्न शांतपणे ग्रहण करण्यामुळे तुम्हालाही उच्च दर्जाची ची मिळते.

जेवायला बसताना आधी तुम्ही वातावरणनिर्मिती करणे आवश्यक असते. आपण जिथे जेवतो आहोत, तेथील वातावरण स्वच्छ आहे ना, याची प्रथम खात्री करून घ्या. त्याचप्रमाणे बसण्यासाठी जागेची व्यवस्था करा. एखादी मेणबत्ती पेटवा किंवा छोट्या-छोट्या फुलांनी जेवायला बसण्याची जागा सजवा. गोंगाटाची जागा टाळा. तुम्हाला जेवताना ज्या-ज्या गोष्टी हव्या असतील, त्या-त्या सर्व तुम्ही आणल्या आहेत ना, याची खात्री करून घ्या. म्हणजे तुम्हाला जेवताना मध्येच उठून सारखे जावे लागणार नाही.

तुम्ही काय करता आहात, ते आठवण्यासाठी थोडा वेळ काढा. तुम्ही आहार घेत आहात याची जाणीव मनाला करून द्या. तुम्ही धावताना मंद गतीने धावायला सुरुवात करता, त्याचप्रमाणे जेवतानाही हळूहळू जेवायला सुरुवात करा. तुम्ही जर जलद गतीने खाऊ लागलात, तर तुम्ही अगदी पोटभर खाल्लेत, तरीही तुम्हाला पोट भरल्याचे समाधान लाभणार नाही. भूक भागल्यासारखेही वाटणार नाही. कारण तुमचे अन्न व्यवस्थित चावले गेलेले नसेल. त्यामुळे तुमच्या पचनसंस्थेला असे अर्धवट चावले गेलेले अन्न पचवण्यासाठी अधिक श्रम पडतील. त्यामुळे तुम्हालाही आपण एखादा सरडा असल्यासारखे वाटू लागेल, कारण तुम्ही अन्न नुसते गपागपा गिळलेले असेल. अन्न खाल्ल्यानंतर तुम्हाला आनंददायक आणि स्फूर्तिदायक वाटले पाहिजे. यासाठी हळूहळू खा आणि लहान घास घ्या. (मी तुमच्या आईसारखे बोलतो आहे, असे तुम्हाला वाटते आहे का?) ताठ बसा आणि दोन घासांच्या मध्ये श्वास घ्यायला विसरू नका.

चांगल्या प्रकारे खाणे आणि आपल्या शरीराविषयी व अन्नाविषयी खराखुरा आदर असणे, ही शरीर निरोगी राखण्यासाठी एक महत्त्वपूर्ण गोष्ट आहे. त्यामुळे आपण उच्च दर्जाचे जीवनमान राखू शकतो.

धावणे आणि वजन घटणे

होय, धावल्यामुळे तुमच्या वजनात घट होते. पण त्यासाठी एक व्यवहार पाळावाच लागतो. तुम्ही किती उष्मांक घेता आणि किती उष्मांकांचे ज्वलन होते यावर वजनाचे व्यवस्थापन अवलंबून असते. त्यामुळे तुमचे वजन व्यवस्थित राखण्याचा एक उत्तम मार्ग म्हणजे तुमचा आहार आणि धावणे यांची योग्य सांगड घाला. तुम्हाला वजन वाढवायचे असेल, तर जेवढ्या उष्मांकांचे ज्वलन होते, त्याहून अधिक उष्मांक घ्या. त्याउलट, तुम्हाला वजन घटवायचे असेल, तर तुम्ही जेवढे उष्मांक घेता त्याहून अधिक उष्मांकांचे ज्वलन झाले पाहिजे. हा एक साधा- सरळ नियम आहे आणि त्याला अजिबात अपवाद नाही.

तुमचे वजन घटविण्याचे काम तुमच्या धावण्यावर पूर्णपणे ढकलून चालणार नाही. यात आणखी एक समस्या आहे. ती म्हणजे, ज्या वेळी तुम्ही धावत नाही (प्रवास, दुखापत इ. मुळे) त्या वेळी तुम्हाला वजनाचे व्यवस्थापन करणे आणखी

अवघड जाते. त्यासाठीच मी तुम्हाला एक उत्तम सल्ला देतो. तुम्हाला जर तुमच्या वजनावर नियंत्रण ठेवायचे असेल, तर तुम्ही प्रथम तुमच्या आहारावर नियंत्रण ठेवा. धावण्यामुळे तुमच्या स्नायूंचा आकार नियंत्रित होऊ दे.

तुम्ही स्निग्ध पदार्थांतून मिळवलेल्या उष्मांकांचे ज्वलन करण्यासाठी आपल्या दीर्घ पल्ल्याच्या धावण्याचा वापर करू शकता. जलद गतीने कमी अंतर धावल्याने तुमचे उष्मांक अधिक प्रमाणात जळतात, ही फक्त एक दंतकथाच आहे, यावर विश्वास ठेवा. दम लागू नये, एवढ्याच आरामशीर गतीने तुम्ही तीस मिनिटांहून अधिक काळ धावलात, तर तुमचे शरीर कमी प्रमाणात ग्लायकोजिनचे आणि अधिक प्रमाणात स्निग्ध पदार्थांचे ज्वलन करते. याचाच अर्थ, तुम्ही जोपर्यंत आपल्या आहाराचे प्रमाण वाढवणार नाहीत, तोपर्यंत धावण्यातून तुम्ही शरीरातील स्निग्धांशाचे प्रमाण नक्कीच कमी करत असता. धान्ये आणि भाज्या हा उत्तम आहाराचा पाया आहे. त्याचप्रमाणे उत्तम आहार हा धावण्याच्या यशस्वी कार्यक्रमाचा पाया आहे. तुमच्या प्रसन्न आणि उत्साही आयुष्याचाही तोच पाया आहे. आहाराचे महत्त्व पुरेशा प्रमाणात मी ठसवू शकलो आहे, असे मला वाटते. तरीही एक वाक्य लक्षात ठेवा. तुमचे पोषण करणारे अन्नपदार्थच तुमच्या तोंडात टाका. उगीच अरबट-चरबट खात बसू नका. योग्य प्रकारे योग्य आहार घेण्यावर शरीराचा निरोगीपणा, रोगप्रतिकारक शक्ती आणि तुमचा उत्साहीपणा अवलंबून असतो.

अधिक वाचनासाठी पुस्तके

आहार, पोषण आणि नैसर्गिकरीत्या निरोगी राहणे यासाठी इथे मी काही पुस्तकांची शिफारस करतो आहे. त्यांच्यात माझ्या मते, अधिक माहिती आहे.

१. *डायनॅमिक न्यूट्रिशन फॉर मॅक्झिमम परफॉर्मन्स :* डॅनियल गस्टलू आणि डॉ. फ्रेड हॅटफिल्ड, अॅव्हरी पब्लिशिंग ग्रुप, १९९७.

२. द *एनसायक्लोपीडिया ऑफ नॅचरल मेडिसिन (सेकंड एडिशन) :* मायकेल मुरे, एन. डी. आणि जोसेफ पिझ्झॉर्नो, एन. डी., प्रायमा पब्लिशिंग, १९९८.

३. *स्मार्ट मेडिसिन फॉर हेल्दीअर लिव्हिंग :* जॅनेड झॅंड, एल.एसी., ओ.एम.डी., ॲलन एन. स्प्रीन, एम. डी., सी. एन. जी. आणि जेम्स बी. ला व्हॅले, आर.पीएच., एन. डी., अॅव्हरी पब्लिशिंग ग्रुप, १९९९.

४. *बिट्वीन हेवन अँड अर्थ : अ गाईड टू चायनीज मेडिसिन :* हॅरिएट बेनफिल्ड, एल. एसी. आणि एफ्रेम कॉर्नगोल्ड, एल. एसी., ओ. एम. डी., बॅलेंटाईन बुक्स, १९९१.

५. *फीडिंग द होल फॅमिली :* सिंथिया लेअर, मून स्माईल प्रेस, १९९७.

प्रकरण १२

जगता तसे धावा, धावता तसे जगा

'तुमच्या आत्म्यातच जीवनशक्ती असते, त्या जीवनाचा शोध घ्या.
तुमच्या शरीराच्या पर्वतात रत्न लपलेले असते, त्या खाणीचा शोध घ्या.
हे पर्यटका, तू जर तिच्या शोधात असलास, तर बाहेर शोध घेऊ नकोस;
तुझ्या अंतरात्म्यातच डोकावून पाहा आणि तिला शोधून काढ.'

\- रुमी

मी नुकताच रविवारचा धावण्याचा कार्यक्रम संपवून परतलो होतो. त्या वेळी मला दुसराच कोणी तरी नवा माणूस असल्यासारखे वाटत होते. नेहमीपेक्षा त्या आठवड्यात मला खूपच काम होते. त्यामुळे मला घराबाहेर पडून टेकड्यांवर धावायचे होते. आदल्या रात्री मी रात्रभर लिहीत बसलो होतो. त्यामुळे मला अंग जड झाल्यासारखे वाटत होते. धावण्याची नितांत आवश्यकता होती, कारण धावण्यामुळेच मला खूप शांत वाटेल आणि मी पुन्हा सारे श्रम विसरून आनंदाने माझ्या कारकडे परतेन, याची मला खात्री होती. खरोखरच मी धावलो, त्या दोन तासांत माझी संपूर्ण ऊर्जा परत मिळविण्यात मला यश आले होते. त्यापूर्वी त्यासाठी मला काही दिवस किंवा आठवडे लागत असत. यासाठी मला काही वैयक्तिक कार्यकलापांचे आभार मानलेच पाहिजेत. सातत्याने धावण्याचा कार्यक्रम सुरू ठेवणे, उच्च दर्जाचा आहार, ध्यानधारणेचा सराव, पुरेशी

विश्रांती आणि यांपैकी कोणत्याही गोष्टीसाठी पर्याय नाही याची तीव्र जाणीव, यामुळे मला हे शक्य झाले होते.

मी एका अत्यंत लहान भागात राहत होतो. तिथे पाऊस पडू लागला आणि तुमच्या गाडीची काच खाली असेल, तर शेजारी सहजपणे दारावर टकटक करत आणि सांगत की, 'गाडीची काच वर करा. पाऊस जोरात पडतो आहे.' रस्त्याच्या पलीकडेच मार्ज राहत असे. आम्ही तिला त्या खेड्यातील सर्वांत मोठी स्त्री असे संबोधत असू, कारण आमच्या ब्लॉकमधील सर्व कुटुंबांची ती काळजी घेत असे. आयुष्याकडे पाहण्याचा तिचा दृष्टिकोन सर्वाधिक प्रशंसनीय होता. मला त्याचेच कौतुक वाटत असे. ती आपल्या बागेतील झाडांना पाणी घालत असे. मी तिला त्या वेळी, "तिचे कसे काय चालले आहे?" असा प्रश्न हमखास विचारत असे. त्यावर तिच्या डोळ्यांत चमक येत असे आणि ती म्हणत असे, "खरे तर मी अनेक गोष्टींसाठी देवाचे आभार मानले पाहिजेत. त्यापैकी एक म्हणजे, मी आज सकाळी उठू शकले. तू माझ्या वयाचा होशील, तेव्हा तुला माझ्या म्हणण्याचा अर्थ समजेल. अशा गोष्टी माझ्या वयाच्या स्त्रीसाठी किती महत्त्वाच्या असतात, ते तेव्हा तुला कळेल." दोन गोष्टींसाठी मला तिचे म्हणणे अजिबात पटत नसे. एक म्हणजे, मी तिला आदर्श मानत होतो; कारण ती प्रत्येक दिवसाचा लाभ घेत होती. कदाचित दुसऱ्या दिवशी ती या जगात नसेल, हे तिला माहीत होते, म्हणूनही तिची तशी वृत्ती असावी. ती अत्यंत निरोगी आणि चाणाक्ष होती. कित्येक वर्षे ती योग्य प्रकारे आणि योग्य प्रकारचा आहार घेत होती. व्यायाम करत होती आणि इतरांची काळजीही घेत होती. शिवाय आयुष्य हे रोज थोडे-थोडे जपून वापरायचे आणि जपून ठेवायचे असते, अशा प्रकारे ती वागत होती.

आपण कसे जगावे आणि आपल्या अंतरंगांतून आयुष्याची प्रशंसा कशी करावी, हे आमची संस्कृती आम्हाला अत्यल्प प्रमाणात शिकवते. त्यामुळे आमचे बहुतेक सर्व लक्ष बाह्य गोष्टींकडे असते. आपल्या शरीरात काय चालले आहे, इकडे आमचे लक्ष कमी असते. आपल्या अंतरात्म्यात कसे डोकावता येते, हे आम्हाला फारसे माहीत नसते. याचा अर्थ आम्ही सारेच जण आत्मकेंद्री वृत्तीचे आणि एकाकी अवस्थेत राहणारे आहोत, असे मला अजिबात सुचवायचे नाही. पण जर आम्हाला आमच्या भावना नीट समजल्या, त्यांची जाणीव झाली, तर आम्ही सारे जण समाजासाठी काही ना काही करू शकू, असे मला वाटते. आम्ही नेमके कोण आहोत, याची जाणीव आम्हाला झाली; तर आम्ही अधिक चांगले वागू शकू. आपल्याला अधिक सकारात्मक प्रतिसाद मिळाला, तर काय मिळवता येईल आणि नकारात्मक प्रतिसाद मिळाला तर आपण काय गमावून बसू या व्यापारी दृष्टिकोनातून आपल्याला स्वत:ला समजून घ्यायचे नाही, हे आपण आधी जाणून घेतले पाहिजे.

आत्मकेंद्रित वृत्तीच्या आमच्या या जगात कोणीही कशी जागा मिळवू शकेल? दुसऱ्या प्रकरणात आपण अनेक तत्त्वांची चर्चा केली आहे. त्यापैकी सर्वांत महत्त्वाचे तत्त्व म्हणजे कापडातील सुई. तुम्ही जेव्हा जेव्हा धावायला बाहेर पडता, तेव्हा तुम्हाला हे तंत्र तुमच्या धावण्याच्या, तसेच आयुष्याच्या केंद्रस्थानी राहण्यासही सुचवते. ची रनिंगच्या सर्वच मध्यवर्ती कल्पना सुती कापडातील सुईच्या तत्त्वाशी मिळत्याजुळत्या आहेत. नियोजन, सैलावलेल्या अवस्थेत राहणे, श्वसन, मनाच्या समतोल अवस्थेत काम करणे, हळूहळू प्रगती करून घेण्यासाठी छोटी पावले उचलणे, आव्हाने आणि तडाखे यांच्या पार्श्वभूमीवर आपली ओळख विसरण्यास शिकणे आणि आपल्या कृतींसाठी स्थिर, भक्कम पाया तयार करणे— या सर्व गोष्टी कापडातील सुईच्या तत्त्वाशी सुसंगत आहेत. ची रनिंगच्या कार्यक्रमात या कल्पना तुम्ही सातत्याने वापरू लागलात की, त्यांचा तुमच्या आयुष्यातही कसा उपयोग होतो, ते तुमच्या लक्षात येईल.

आपले काही तरी नुकसान होणार आहे, अशी परिस्थिती उद्‌भवत असे; त्या वेळी माझी एक विद्यार्थिनी स्वत:लाच विचारत असे, 'अशी परिस्थिती धावताना उद्‌भवली असती, तर मी तिला कसे तोंड दिले असते? त्या वेळी मी कोणती तडजोड केली असती?' आपल्या अंतर्यामातील माहितीच्या, ज्ञानाच्या साठ्यातून तिला तिच्या प्रश्नाचे उत्तर नेहमीच सापडत असे. तिने नुकतेच मला एक पत्र पाठवले आहे. ते मी इथे देत आहे.

डॅनी,

ची रनिंगच्या तंत्राचा लाभ फक्त वेदनारहित धावण्यापुरताच होतो, असे मला वाटत नाही. संपूर्ण आयुष्यातच प्रत्येक टप्प्यावर या तंत्रातील कल्पना वापरता येतात. मला अधिक मुक्तपणे आणि सहजतेने जगता यावे, यासाठी ची रनिंगमधील फॉर्म या संकल्पनेचा वापर करण्यावर मी सध्या काम करत आहे. तणावापासून आणि इतर प्रकारच्या वेदनांपासून मुक्तता (उदाहरणार्थ— भावनिक, बौद्धिक) मला इथे अपेक्षित आहे. कमी श्रमात धावता येण्यासाठी, तसेच अधिक सक्षमपणे धावण्यासाठी जी तत्त्वे वापरली जातात; तीच तत्त्वे वापरून मला जगणेही सुसह्य करणे शक्य होत आहे. माझे आयुष्य अधिक शांत, समाधानी बनवण्यासाठी ती तत्त्वे मी वापरू शकत आहे. या वेडगळ आणि गडबड-गोंधळाने भरलेल्या जगातही मी शांततेने जगू शकते. ज्या वेळी मला दमल्यासारखे किंवा तणाव आल्यासारखे वाटते, त्या वेळी मी स्वत:ला सैलावू शकते. विसावा घेऊ शकते किंवा मला दु:ख अगर तणाव जाणवला, तर मी माझ्या केंद्रस्थानी परतते. हे शक्य झाले, तर मी ची

रनिंगची तंत्रे खऱ्या अर्थाने आत्मसात केली आहेत, हे माझ्या लक्षात येते. अगदी पूर्णपणे भौतिक दृष्टिकोनातून विचार केला, तर ची रनिंगमुळे गतीने धावता येते. तसेच अधिक अंतरही पार करता येते. त्यामुळे मी अधिक चांगली धावपटू बनू शकते. पण या तंत्रात याहूनही अधिक ताकद आहे, असे मला वाटते. शारीरिक संवेदना जाणून घेण्याच्या तंत्राचा सराव करून आणि माझ्या स्नायूंची ऊर्जा अधिक सक्षमपणे वापरून मी उत्तम प्रकारे धावू तर शकतेच; पण सर्वच परिस्थितीत मी स्वत:च्या संवेदना जाणून घेऊ शकते, हे या तंत्राने शिकवले. शारीरिक आणि मानसिक दृष्टीने कोणत्याही संवेदना मला समजू शकतात. भावनिक दृष्ट्याही त्यामुळे मी स्वत:शीच उत्तम संवाद साधू शकते. आयुष्याचा प्रवास सुरू असताना माझ्या ऊर्जेचा अपव्यय होऊ देऊ नये, याची जाणही मला हे तंत्र करून देते. हे तत्त्वज्ञान आध्यात्मिक दृष्टिकोनातून वापरल्यास मला खरी शांतता आणि समाधान यांचा लाभ मिळू शकेल, अशी मला खात्री वाटते.

– ॲगा गुडसेल

मला विचाराल, तर ची रनिंगचा सराव माझ्या शरीराशी असलेले माझे स्पष्ट, बळकट नाते अधिक दृढ करण्यासाठी उपयोगी ठरतो. मला तो मुक्ततेकडे ओढत नेतो. अंतर्यामी ही मुक्तता जाणवते. माझ्या निवडींविषयी तर्कवितर्क करत बसण्याऐवजी शरीराची संवेदना अंत:स्फूर्तीने जाणून घेण्यास ची रनिंगचे तंत्र मला शिकवते. मला तोंड द्यावी लागत असलेली आव्हाने पेलताना मी कोलमडून पडू नये, अशी स्फूर्ती मला हे तंत्र देते. माझ्या सद्य:स्थितीकडून भविष्याला दिशा देण्यासाठी मार्गदर्शन घेण्याची किमया मला साधता येते. मात्र ही सद्य:स्थिती माझ्या भविष्यावर आरूढ होत नाही.

या मुक्ततेच्या जाणिवेमुळेच आयुष्य सृजनात्मकतेने जगणे शक्य होते. माझी पत्नी मला नेहमीच सांगते की, ती काही सर्जनशील व्यक्ती नाही. ती स्वत:ची तुलना कलाकार आणि सर्जनशील लोकांशी करते. तिच्या संपूर्ण आयुष्यात ती अशाच लोकांच्या सहवासात राहिली आहे. तरीही तिला ती त्यांच्याच जातकुळीतील आहे, असे वाटत नाही. त्याउलट, मी तर तिला अत्यंत सर्जनशील गोष्टी करताना पाहिले आहे. ती ज्या पद्धतीने जगते, फक्त तेवढ्याच बाबतीत नव्हे; तर ती जशी आहे, त्यावरूनही मला तसे स्पष्ट दिसते. तिचा आपल्या श्रद्धांवर ठाम विश्वास आहे. त्या सत्यावर आधारित असल्याचे तिला पटले की, ती त्यांना चिकटून राहते. आपल्या विश्वासाच्या आणि ज्ञानाच्या आधारे दैनंदिन आयुष्य ती स्वत:च तयार

करत राहते. तिच्या मते, जे उत्तम आहे, त्याच्यावर ती ठाम असते. दुसऱ्यांच्या हेतूंनी ती विचलित होत नाही. संस्कृतीच्या फायद्या-तोट्यांविषयी फार खोलात जाऊन प्रश्न न विचारताही ती अनेकदा आमच्या संस्कृतीतील सर्वसाधारण प्रवाहाच्या विरुद्ध असते. ती तिच्या केंद्रीय शक्तीशी एकरूप झालेली असते. ताय ची मास्टरच्या डौलाने ती आपल्यासमोर आलेल्या आव्हानांना भिडते. आमच्या मुलीकडे त्याविषयीचे ज्ञान सहजपणे झिरपत जाईल, यावर तिचा कटाक्ष असतो.

सर्जनशीलतेचे अनेक प्रकार असतात. आपण आपल्या शरीरात रुजलेले आहोत, हा अनुभव घेण्यास आपल्याला मोकळीक देणारे कोणतेही कार्यक्रम आपल्या केंद्रीय शक्तीशी एकरूप होऊन, केंद्रस्थानी एकवटले जाऊन पार पाडणे हीसुद्धा एक प्रकारची सर्जनशीलताच असते, असा माझा ठाम विश्वास आहे. तुमच्या आत काय आहे, हे पाहण्यापासून सुती कापडातील सुईचे तत्त्व तुमचे लक्ष विचलित करते. दुसऱ्या कोणाच्या शरीरात काय आहे, यापासून तुम्हाला आपले लक्ष विचलित करायला ते शिकवत नाही.

सुती कापडातील सुईच्या तत्त्वावर ताय ची आधारित आहे. एखाद्याच्या केंद्रस्थानापासून दूर होऊन जगणे, असा या तत्त्वाचा गाभा आहे. सध्याच्या घाई-गडबडीच्या जगात आपण सारेच हे तत्त्व आचरणात आणत असतो. आपल्याला ज्या प्रकारे गोष्टी घडाव्यात असे वाटते, त्या प्रकारे त्या नेहमीच घडत नाहीत. पण जेव्हा तुमची सर्व शक्ती केंद्रस्थानी एकवटता, त्या वेळी तुम्ही सर्जनशील बनता आणि जे काही घडेल त्याला संवेदनशीलतेने प्रतिसाद देता.

मास्टर शू म्हणत की, प्रशिक्षणादरम्यान ज्या-ज्या वेळी ते आपल्या प्रतिस्पर्ध्याशी लढा देत, त्या-त्या वेळी पुढे काय होईल याची त्यांना काहीच कल्पना नसे; कारण तो एक सर्जनशील खेळ असे. चीनमधून ते नुकतेच आपल्या देशात परतले होते, त्या वेळी घडलेला एक प्रसंग त्यांनी मला सांगितला होता. धान्य दुकानातून ते घरी चालत निघाले होते. तिथेच त्यांना सहा मुलांची एक टोळी भेटली. त्यांच्यापैकी काही जणांच्या हातात चाकू होते. त्यांनी रस्त्यातच शू यांना घेराव घातला आणि त्यांच्याकडे पैशांची मागणी केली. मास्टर शू यांनी त्यांना पैसे देण्यास नकार दिला. त्यांनी शू यांच्यावर हल्ला करण्याची धमकी दिली. अर्थातच ती त्यांची मोठीच चूक होती. त्यानंतर शू यांना एवढेच आठवत होते की, त्यांनी त्या सहाही जणांनी जमिनीवर लोळण घेतल्याचे पाहिले होते. त्यांच्यापैकी एकाला हॉस्पिटलमध्ये न्यावे लागले होते. ते म्हणाले की, त्या वेळी त्यांच्या शरीराने परिस्थितीचा ताबा घेतला होता. झटपट हालचाल करत तातडीने त्याने आवश्यक गोष्टी केल्या होत्या. त्यानंतर जे घडले होते, त्याची जाणीव त्यांना जे दिसले त्यावरून झाली होती. या सर्व प्रकारात वैचारिक प्रक्रियेचा काहीही सहभाग नव्हता. ती फक्त एक सर्जनशील

अभिव्यक्ती होती. मी एका ट्रॅकवरून गतीने धावत खालच्या बाजूला निघालो होतो, त्या वेळी मलाही याच प्रकारचा अनुभव आला होता. एका क्षणात माझ्या समोर खडक आणि झाडे आली होती. त्या वेळी माझ्यातील सर्जनशीलता अशीच जागृत झाली होती. मला शरीर धावत असताना दिसत होते आणि मी मागच्या बाजूला त्याच्या पाठीवर बसून धावण्याची मजा घेत होतो. अशा वेळीच धावणे हे एखाद्या संकटापेक्षा नृत्यासारखे वाटू लागते.

तुम्ही ची रनिंगमधून जे शिकता, ते तुमच्या दैनंदिन आयुष्यात कसे वापरावे हे सांगण्यासाठी आणखी एक पुस्तक लिहावे लागेल. ही सगळी माहिती आपल्या आयुष्यात वापरण्यासाठी एक सरळ, साधा, सोपा उपाय आहे. या पुस्तकाचे पहिले पान पुन्हा एकदा उघडा आणि पहिल्यापासून सगळे पुस्तक वाचून काढा. तुम्हाला ज्या-ज्या ठिकाणी धावा आणि धावणे असे शब्द आढळतील, त्या-त्या ठिकाणी तुम्ही आयुष्य आणि जगणे असे शब्द अनुक्रमे वापरा. या शब्दांमुळे काय जादू होते, त्याचे नीट निरीक्षण करा.

'ची'मध्ये जगण्यासाठी मार्गदर्शक सूचना

व्यावसायिक प्रकल्पापासून ते धान्याच्या दुकानापर्यंत कुठेही असलात, तरी तिसऱ्या प्रकरणातील 'ची' कौशल्ये वापरा. त्यांचा सराव सातत्याने करत राहा. तिसऱ्या प्रकरणातील शरीराचे विश्लेषण करण्याचा व्यायाम सातत्याने करत राहणे हा ची रनिंगचे ज्ञान आपल्या उर्वरित आयुष्यातही वापरण्यासाठीचा सोपा उपाय आहे. रोज शक्य तेवढा वेळ हे सातत्याने करत राहा. आपल्या शरीराच्या संपर्कात सातत्याने राहण्यासाठी त्याचा वापर करा. प्रथम सकाळी उठल्याबरोबर ते वापरा. माझ्यावर विश्वास ठेवा. कपभर कॉफी पिण्यापेक्षा ते तुमच्यासाठी चांगले ठरते. डोक्यावर अकारण ताण आणण्यापेक्षा आपल्या शरीराची संवेदना जाणून घेऊन त्याच्या संपर्कात राहणे केव्हाही अधिक चांगले. त्यानंतर त्या दिवशी उशिरा तुम्ही आपल्या कारमध्ये किंवा कामासाठी आपल्या डेस्कवर बसलेले असाल, तेव्हा पुन्हा एकदा शारीरिक संवेदनेचा अंदाज घ्या. पुन्हा एकदा संपूर्ण शरीराचे विश्लेषण करा. तुम्हाला कोणताही ताण किंवा अस्वस्थता जाणवली; तर ज्या भागात ती जाणवत असेल, तो भाग सैलावा आणि पुढे चला. या प्रकारे दिवसभर शरीराची संवेदना अधूनमधून जाणून घेत राहा. त्यानुसार दुरुस्त्या करा, तडजोडी करा. आपण दीर्घ श्वसन करत नाही असे जाणवेल, तेव्हा ताबडतोब त्यात सुधारणा करा. तुमची ढब ताठ नसेल, तर लगेच सुधारणा करा. तुम्हाला आपण कुठे तरी ताण साठवून ठेवतो आहोत, असे जाणवले, तर तो अवयव किंवा भाग लगेच सैलावा. तुम्हाला

केंद्रस्थान बळकट करायचे असेल, तर तातडीने संपूर्ण दिवसभर तुमच्या पाठीच्या कण्यावर लक्ष केंद्रित करून ठेवा.

दिवसभराच्या कामात तुमचे विचलित झालेले लक्ष संधी मिळताच तातडीने ध्यानधारणेप्रमाणे पाठीच्या कण्यावर केंद्रित करा. कित्येक शतके ध्यानधारणेच्या तंत्रात आपल्या पाठीच्या कण्यावर आणि श्वसनावर लक्ष केंद्रित करण्याचे तंत्र वापरले गेले आहे. ध्यानासाठी बसल्यावर आपला पाठीचा कणा ताठ आणि स्थिर ठेवण्यावर आपण लक्ष केंद्रित करतो. त्यानंतर त्यासाठीच्या हालचाली आपोआपच होत राहतात. त्याच प्रकारे आपल्या कृतीच्या अधेमधे आपल्याला स्थैर्य मिळवता येते. पाठीच्या कण्यावर आणि श्वसनावर लक्ष एकाग्र करण्याचे लक्षात ठेवून आपण पुन्हा आपल्या सद्य:स्थितीत येऊ शकतो. त्यानंतर कित्येक प्रकारच्या कृतीच्या शक्यता असतात.

धावत असता, त्या वेळी तुमच्या शरीराची ढब एका रेषेत सरळ ठेवून तुम्ही आपल्या केंद्रस्थानापर्यंत पोहोचू शकता. तुम्ही धावत नसता, तेव्हाही हीच गोष्ट घडू शकते.

नवी दालने उघडली जाणे

तीन वर्षांपूर्वी एड्डीने धावायला सुरुवात केली. तो मॅनहटनमध्ये लहानाचा मोठा झाला होता आणि तोपर्यंत फक्त ट्रेन पकडण्यासाठीच तो धावला होता. त्याच्या भावाला मूत्रपिंड प्रत्यारोपणाची गरज होती. एड्डीला त्याला आपले एक मूत्रपिंड दान करायचे होते. पण त्यासाठी त्याला निरोगी असणे अत्यावश्यक होते. त्या हेतूनेच तो धावण्यासाठी आला होता. त्याला मूत्रपिंड दान करणे शक्य झालेच; पण त्याहीपेक्षा चांगली गोष्ट म्हणजे तिथूनच त्याच्या धावण्याची सुरुवात झाली होती. तो कॅलिफोर्नियाला आला होता आणि वारंवार धावत होता. त्यानंतर वर्षभरातच तो त्याच्या पहिल्या मॅरेथॉन स्पर्धेत धावला होता. त्यानंतर त्याने सातत्याने ची रनिंगचे प्रशिक्षण घेतले आणि दुसऱ्या वर्षी तो पाच मॅरेथॉन स्पर्धांमध्ये धावला. त्यानंतरच्याच वर्षी तो आठ मॅरेथॉन स्पर्धांत धावला. त्यांच्यापैकी तीन स्पर्धा ३१.१ मैल अंतराच्या होत्या. शिवाय एक ५० मैलांची आणि आणखी एक ६२ मैलांची होती. याच प्रकारे त्याने आपला सराव सुरू ठेवला, तर पुढच्या वर्षी तो कदाचित हवाईमध्येही धावू शकेल, असा माझा होरा आहे.

एड्डीची कथा विलक्षण वाटण्याचे आणखी एक कारण म्हणजे, तो ५६ वर्षांचा आहे. एवढ्या दीर्घ पल्ल्याच्या मॅरेथॉन स्पर्धांमध्ये न घाबरता धावण्यास इतर कोणत्याही गोष्टींपेक्षा त्याचा दृष्टिकोनच अधिक महत्त्वाचा ठरला.

सहा वर्षांपूर्वी त्याने ची रनिंगचे प्रशिक्षण घेण्यास सुरुवात केली होती. त्याच वेळी लक्ष केंद्रित करण्याच्या गोष्टींविषयी तो शिकला होता आणि त्याच वेळेपासून तो ते करूही लागला होता. आपल्या प्रत्येक धावण्याच्या वेळी तो साधन म्हणून या गोष्टींचा वापर करत होता. त्यामुळेच जेव्हा जेव्हा त्याच्यासमोर कोणते ना कोणते आव्हान येते, त्या वेळी याच्यावर काही ना काही मार्ग, पर्याय किंवा उपाय असलाच पाहिजे याची त्याला खात्रीच असते. दीर्घ पल्ल्याच्या अधिकाधिक शर्यतींमध्ये धावण्याचा विचार त्याच्या मनात सातत्याने सुरू असतो. त्यामुळे त्याला नेमके काय करायचे आहे आणि त्याच्या डोक्यात नेमके काय सुरू आहे, याविषयी मी त्याला विचारले. त्या वेळी तो म्हणाला की, त्याला सातत्याने प्रशिक्षण घेत राहायचे आहे आणि या प्रक्रियेचा आस्वाद घ्यायचा आहे. त्यासाठीची तयारी म्हणून या स्पर्धांमध्ये तो भाग घेत होता.

त्याच्याकडे अत्यंत सकारात्मक दृष्टिकोन आहे. त्याच्या संपर्कात येणाऱ्यालाही ही सकारात्मकता अंगीकारावी, असे वाटू लागते. आपण जे करतो आहोत, ते कसे पार पडेल किंवा त्याच्यातून नेमके कोणते फलित आपल्याला मिळेल, या विचारांमध्ये आपल्या ऊर्जेचा अपव्यय करण्याऐवजी आपल्याला जे करायचे असेल ते करण्यास तो मुक्त असतो. धावण्याविषयीचा त्याचा नेमका दृष्टिकोन काय आहे, याविषयी मी त्याला विचारले, तेव्हा तो म्हणाला, "रोज तुम्ही जोपर्यंत धावायला बाहेर पडत नाही, तोपर्यंत उरलेल्या दिवसाचा उपयोग तुम्हाला धावण्यासाठी करता येणार असतोच; मग कितीही उशीर झालेला असो किंवा तुम्ही कितीही लवकर बाहेर पडलेले असोत. आता हीच जर या खेळाची उणी बाजू असेल, तर ती नक्कीच उणी नाही."

ची रनिंगमुळे तुम्हाला आत्मविश्वासाची जाणीव होते. आपण जर व्यवहार्य दृष्टीने कोणत्याही गोष्टीकडे पाहिले, आपल्याकडे पूर्ण विचारांती बनवलेला आराखडा असेल आणि सातत्याने टप्प्याटप्प्याने तुम्ही पुढे निघाला असाल; तर तुमच्या पदरात मोठे यश पडते.

तुमचा पाया मजबूत बनवणे आणि काळजीपूर्वक तो स्थिर राखणे यासाठी आवश्यक काम करणे, हा प्रगतीचा वा विकासाचा मुख्य घटक आहे. हळूहळू प्रगतीच्या दिशेने जाणे, हा पाया मजबुतीकरणाचा आणखी एक भाग आहे. त्यामुळे तुम्ही नेहमीच प्रगतीच्या दिशेनेच पुढे जाता. तुम्ही वर्षानुवर्षे जीवनाची काळजीपूर्वक मशागत केली की, तुम्हाला स्वत:वर लक्ष केंद्रित केल्याचे जाणवते. त्या वेळी आपला सराव सुरूच ठेवून आपले आयुष्य सर्जनशीलतेने तुम्ही जगू लागता. अंतर्यामी मुक्त राहून तुम्ही बाह्य जगात सातत्यपूर्ण चांगल्या कृती करून आयुष्य समृद्ध बनवू शकता. प्रगतीच्या प्रक्रियेचा आस्वाद घेण्याविषयीचे हे सारे आहे.

फलित काय मिळेल यावर अतिरेकी प्रमाणात लक्ष केंद्रित करून हे घडू शकत नाही.

तुम्हाला ची कौशल्यांची अधिकाधिक प्रमाणात माहिती होत जाते, तसतशा तुमच्यासाठी पुढच्या अनुभवांच्या खिडक्या आणि दारे उघडली जातात. त्या अनुभवातून तुम्हाला अशक्य वाटणारे अनुभव तुम्ही घेऊ शकता. तुम्ही कधी स्वप्नातही कल्पना केली नसेल, अशा गोष्टी तुम्हाला जाणवत राहतात. त्यांचे अनुभव तुम्ही घेता. प्रत्येक पातळीवर शक्यतांचे अनेक संच असतात. प्रत्येक नवा देखावा (अनुभव) तुम्हाला थक्क करणारा असतो. आपण जमिनीवर उभे राहून वर पाहतो आणि जो देखावा दिसतो, तो आपल्याला खूपच भव्य-दिव्य वाटतो. पण प्रत्यक्षात आपली पातळी उंचावली की, तो सर्वसामान्य वाटतो; पण त्याच्या पुढच्या पातळीवर आणखी भव्य-दिव्य देखावा आपली वाट पाहत असतो. त्याच्यापर्यंत पोहोचण्याचा अनुभव आपल्याला घ्यायचा असतो. आपली प्रगती अशी सातत्याने होत राहते. आणखी एक गोष्ट सांगतो. आपण जो देखावा त्याहून वरच्या पातळीवर थांबून पाहतो, तो आपल्याला छोटा वाटू लागतो. तुम्ही इमारतीच्या गच्चीवर जाऊन शहराकडे पाहता त्या वेळी शहराभोवतीची मोकळी जागा आणि न पाहिलेली अनेक स्थळे दिसतात.

सर्जनशील धावणे किंवा सर्जनशील जगणे याचा अर्थ आपल्याकडची कौशल्ये तुम्ही इतकी विकसित करता की, तुमच्या दिशेने कोणतीही वस्तू भिरकावली, काहीही फेकले, तरी न घाबरता तुम्ही त्यांचा सामना करू शकता. कोणत्याही परिस्थितीला तोंड देण्याएवढा आत्मविश्वास तुमच्यात निर्माण झालेला असतो. नियमित दैनंदिन कामात ची रनिंगची कौशल्ये सामावून गेली की, असामान्यपणे आयुष्य जगणेही तुम्हाला सर्वसामान्य वाटू लागते. पण प्रत्यक्षात तुम्ही असामान्य आयुष्यच जगत असता.

परिशिष्ट

शरीरातील विविध स्नायूंची माहिती देणारी आकृती

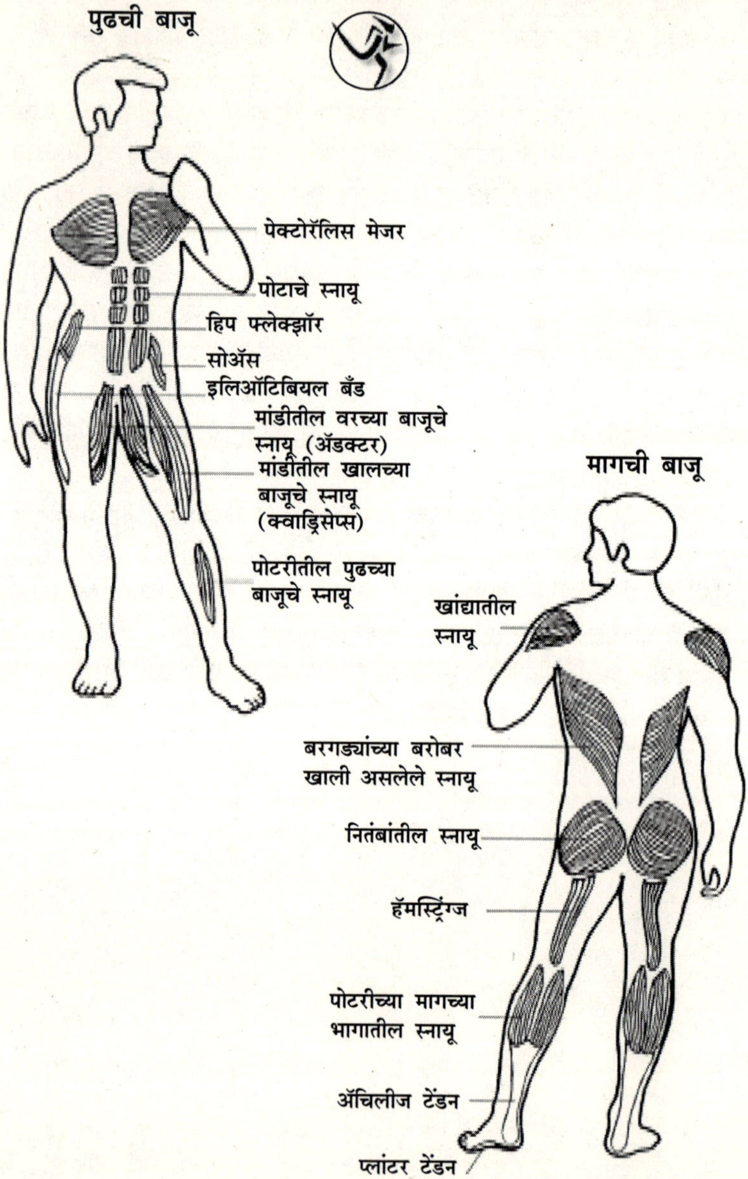